ರಚನಾತ್ಮಕ ಚಿಂತನೆ

ಗೆಲುವಿನ ಹಾದಿ

ಅರ್ಧ ತುಂಬಿರುವುದು ಒಳಿತೊ, ಖಾಲಿಯಿದ್ದರೆ ಒಳಿತೊ ?

ಎಸ್. ಪಿ. ಶರ್ಮಾ

ಕನ್ನಡಕ್ಕೆ : ನರೇಂದ್ರ ಪೈ

Published by:

F-2/16, Ansari road, Daryaganj, New Delhi-110002
☎ 23240026, 23240027 • *Fax:* 011-23240028
Email: info@vspublishers.com • *Website:* www.vspublishers.com

Regional Office : Hyerabad
5-1-707/1, Brij Bhawan (Beside Central Bank of India
Lane) Bank Street, Koti, Hyderabad - 500 095
☎ 040-24737290
E-mail: vspublishershyd@gmail.com

Branch Office : Mumbai
Jaywant Industrial Estate, 1st Floor–108, Tardeo Road
Opposite Sobo Central Mall, Mumbai – 400 034
☎ 022-23510736
E-mail: vspublishersmum@gmail.com

Follow us on:   

ISBN 978-93-505703-5-7

Edition 2019

''ನೀನೇ ಯೋಚಿಸುವಂತೆ ಮಾಡುವುದು ಪುಸ್ತಕದ ನಿಜವಾದ ಕೆಲಸ. ಚಿಂತನೆಗೆ ಹಚ್ಚದ ಪುಸ್ತಕಕ್ಕೆ ಕಪಾಟಿನಲ್ಲೇನು ಕೆಲಸ?''

- ವಿಲಿಯಂ ಲೇನ್ ಪೆಲ್ಪ್

(ಆಟೊಬಯಾಗ್ರಫಿ ವಿದ್ ಲೆಟರ್ಸ್)

''ಜೇನು ವಿವಿಧ ಹೂವುಗಳಿಂದ ಮಧುವ ಹೀರುವಂತೆ ಜಾಣನಾದವನು ವಿವಿಧ ಶ್ರುತಿಪಾಠಗಳಿಂದ ತಿರುಳನ್ನು ಸ್ವೀಕರಿಸಿ ಒಳ್ಳೆಯದನ್ನಷ್ಟೇ ಕಂಡುಕೊಳ್ಳುತ್ತಾನೆ''.

-ಶ್ರೀಮದ್ ಭಾಗವತಂ

''ಪ್ರತಿಯೊಂದು ಹೊಸ ವೈಜ್ಞಾನಿಕ ಸಂಶೋಧನೆಯೂ ಭಗವಂತನ ಸೃಷ್ಟಿಯ ಸಂತುಲಿತ ಸಮತೋಲನದ ಹೊಸ ಸಾಕ್ಷಿ ಯಷ್ಟೇ ಆಗಿದೆ''.

-ವಾರನ್ ವೀವರ್

ಪರಿವಿಡಿ

ಪ್ರವೇಶ

ಮನುಜ ಮತ ತಾನೊಂದೆ, ಅದನ್ನೆಂದೂ ವಿಭಜಿಸಲಾಗದು. ಸಮಸ್ಯೆ, ಸಂಘರ್ಷಗಳು, ಆದರ್ಶ, ಆಶೋತ್ತರಗಳೆಲ್ಲವೂ ಜಗದಗಲ ಎಲ್ಲೆಡೆಯೂ ಒಂದೇ ಥರ ಇವೆ; ಇರುತ್ತವೆ ಕೂಡಾ. ವಾಟರ್‌ಲೂ ಕದನವನ್ನು ಈಟನ್‌ನ ಕ್ರೀಡಾಂಗಣದಲ್ಲಿ ಆಡಿದ್ದರೆ! ಅನೇಕಾನೇಕ ಬರ್ಬರ ಯುದ್ಧಗಳ ಮೂಲಬೀಜ ಮಾತ್ರ ವ್ಯಕ್ತಿಯ ಮನಸ್ಸಿನಲ್ಲೇ ಬಿತ್ತು ಅಲ್ಲೇ ಮೊಳಕೆಯೊಡೆದರೂ ಮುಂದೆ ಅದು ಪ್ರತ್ಯಕ್ಷವಾಗಿಯೋ ಪರೋಕ್ಷವಾಗಿಯೋ ಜಗದಾದ್ಯಂತ ವಿಷಫಲವನ್ನು ಹರಡಿತು. ಹಾಗೆ ನಾವು ಯಾವುದೇ ವಿದ್ಯಮಾನ ಅಥವಾ ಘಟನೆಯನ್ನು ಬಿಡಿಬಿಡಿಯಾಗಿ ಕಾಣಲಾಗದು. ಒಂದು ಶತಮಾನದ ಹಿಂದೆ ಕಲ್ಪಿಸಲೂ ಸಾಧ್ಯವಿಲ್ಲದ ಮಟ್ಟದಲ್ಲಿ ಜಗತ್ತು ವೈಜ್ಞಾನಿಕವಾಗಿಯೂ ತಾಂತ್ರಿಕವಾಗಿಯೂ ಪ್ರಗತಿ ಹೊಂದಿದೆಯಾದರೂ ಮಾನವನ ನೈತಿಕ ಮಟ್ಟದಲ್ಲಿ ಏರಿಳಿತಗಳಾಗಿರುವುದು ಸುಳ್ಳಲ್ಲ.[1] ವೈಜ್ಞಾನಿಕ ಸಂಶೋಧನೆಗಳನ್ನು ಹಾಗೂ ಆವಿಷ್ಕಾರಗಳನ್ನು ಭೀತಿಕಾರಕವಾದ ಸರ್ವನಾಶವನ್ನುಂಟು ಮಾಡಬಲ್ಲಂಥ ಉದ್ದೇಶಗಳಿಗೆ ಬಳಸಿದ್ದರಿಂದಾದ ಭಯಂಕರ ದುಷ್ಪರಿಣಾಮಗಳು, ಮಾನವ ಜನಾಂಗದ ಪ್ರಗತಿ ಅಸಂತುಲಿತವಾದದ್ದು ಎಂಬುದನ್ನು ಎತ್ತಿ ತೋರಿಸುವ ಸಾಕ್ಷಿಗಳಂತೆ ಕಾಣುತ್ತಿವೆ. ಇತರೆ ರಂಗಗಳಲ್ಲಿ ಮಾನವ ಸಾಧಿಸಿದ ಅದ್ಭುತ ಸೀಮೋಲ್ಲಂಘನದೊಂದಿಗೇ ಅವನ ಆತ್ಮೋದ್ಧಾರವೂ ಸಮಪ್ರಮಾಣದಲ್ಲಿ ಸಾಗಿಲ್ಲ. ಮುಂಗಾಣ್ಕೆಯಿಲ್ಲದ, ದೂರದೃಷ್ಟಿಯಿಲ್ಲದ ಈ ಅನಾಹುತದಿಂದ ಪಾರಾಗಬೇಕಿದ್ದರೆ ಇದು ಮತ್ತು ಈಗ ನಮ್ಮನ್ನು ನಾವು ಆತ್ಮಾವಲೋಕನ ಮಾಡಿಕೊಳ್ಳಲು ಸರಿಯಾದ ಸಮಯವಾಗಿದೆ. ಜಗತ್ತನ್ನು ಹೊಸದಾಗಿ ಕಟ್ಟುವ ಮತ್ತು ಮುಂದಿನ ಜನಾಂಗಕ್ಕೆ

---

1. "ವಿಜ್ಞಾನದ ಕುರಿತ ನಮ್ಮ ತಿಳುವಳಿಕೆಯು ಅದನ್ನು ನಿಯಂತ್ರಿಸುವ ಸಾಮರ್ಥ್ಯವನ್ನು ಮೀರಿ ಬೆಳೆದಿದೆ. ಸುಜ್ಞಾನಿಗಳಿಗಿಂತ ವಿಜ್ಞಾನಿಗಳೇ ತುಳುಕುತ್ತಿದ್ದಾರೆ ಇಲ್ಲಿ, ವಿಶ್ವ ಕಾಣ್ಕೆ ಇಲ್ಲದ ಜಾಣ್ಮೆ, ಆತ್ಮವಿಲ್ಲದ ಅಧಿಕಾರ ಪಡೆದಿದೆ. ನಮ್ಮ ಯುಗದಲ್ಲಿ ಅಣುಶಕ್ತಿ ದೈತ್ಯನಂತಿದ್ದರೆ, ನೈತಿಕತೆ ಶೈಶವಾವಸ್ಥೆಯಲ್ಲಿದೆ. ನಮಗೆ ಶಾಂತಿ ಮಂತ್ರಕ್ಕಿಂತ ಸಮರಗೀತೆಯೇ ಮೆಚ್ಚು, ಜೀವಕ್ಕಿಂತ ಮರಣವೇ ಆಪ್ಯಾಯ. ಸರ್ವಶ್ರೇಷ್ಠತೆ, ಪ್ರಗತಿಗಳೇ ಇಪ್ಪತ್ತನೆಯ ಶತಮಾನದ ಹೆಗ್ಗಳಿಕೆ."

–ಜನರಲ್ ಒಮರ್ ಬ್ರಾಡ್‌ಲೀ

ಅದನ್ನೊಂದು ಸುರಕ್ಷಿತವಾದ ತಾಣವನ್ನಾಗಿಸುವ ಇರಾದೆ ನಮಗಿದ್ದರೆ ನಾವು ಪ್ರತಿಯೊಬ್ಬ ವ್ಯಕ್ತಿಯ ನೈತಿಕ ವ್ಯಕ್ತಿತ್ವವನ್ನು ಎತ್ತರಕ್ಕೊಯ್ಯಬೇಕಾಗಿದೆ. ನಾವವನಿಗೆ ಸಹಾಯ, ಸಲಹೆ ನೀಡಬೇಕು, ದಾರಿದೀಪವಾಗಬೇಕು ಮತ್ತು ಅವನ ಉದ್ಧಾರ ಮಾಡಬೇಕು.

ಈ ದಾರಿಯಲ್ಲಿ ಪರಮವಶಾತ್ ನಾವು ನಮ್ಮನ್ನು ಈ ಎಲ್ಲ ಅಸಮರ್ಪಕ ನಾಗರಿಕತೆಯ ಕುಂದುಕೊರತೆಗಳಿಂದ ಮುಕ್ತರೆಂದೂ, ಮೌಲ್ಯಗಳ ಪುನರುತ್ಥಾನ ಮತ್ತು ಪುನರುಜ್ಜೀವನದ ಅಗತ್ಯದಿಂದ ಹೊರತಾದವರೆಂದೂ, ಇದೆಲ್ಲ ಅನ್ಯರಿಗೆ ಮಾತ್ರ ಸಂಬಂಧಿಸಿದ್ದೆಂದೂ ಪರಿಭಾವಿಸುವುದು ಸಾಧ್ಯವಿದೆ. ನಾವೆಲ್ಲರೂ ಕಲಿಯಬೇಕಾದ್ದಿದೆ ಮತ್ತು ಇದು ಸಹಜವಾಗಿಯೇ ಆದರ್ಶ ಮತ್ತು ಆಲೋಚನೆಗಳ ಕೊಡು-ಕೊಳ್ಳುವಿಕೆಯೇ ಆಗಿದೆ. ಈ ಕೊಡು-ಕೊಳ್ಳುವಿಕೆ ಎಂಬುದು ಇಲ್ಲಿ ಬಹಳ ಮುಖ್ಯವಾದ ಮಾತು. ಡಾ॥ಕೆನೆತ್ ವಾಕರ್ ಅವರ ಒಂದು ಮಾತು ಇಲ್ಲಿ ಬಹಳ ಪ್ರಸ್ತುತವೆನಿಸುತ್ತದೆ.

> *''ಇದು ಪಾರಂಪರಿಕ ಭಾರತೀಯ ಸಂಸ್ಕೃತಿಯ ಮೇಲಿರುವ ನನ್ನ ಅತ್ಯಂತ ಪೂಜ್ಯ ಭಾವ; ನನ್ನ ಮಟ್ಟಿಗಂತೂ ಮನುಷ್ಯನ ಯೋಚನಾ ಲಹರಿ ಮತ್ತು ಭಾವೋನ್ಮೇಷ ತಲುಪಬಹುದಾದ ಅತ್ಯುನ್ನತ ಸ್ತರವನ್ನು ಕಂಡುಕೊಂಡ ಸಂಸ್ಕೃತಿಯಿದು. ಭಾರತದ ಪಾರಂಪರಿಕ ಧರ್ಮ ಮತ್ತು ತತ್ತ್ವದರ್ಶನಗಳ ಸಾಧನೆಗಳಲ್ಲಿ ಎಷ್ಟೊಂದು ಅದ್ಭುತವಾದ ಜ್ಞಾನ ಹಾಸುಹೊಕ್ಕಾಗಿದೆಯೆಂದರೆ-ಈ ದೇಶ, ಇಂದಿನ ಜಾಗತಿಕ ಪ್ರಜ್ಞೆ ಮತ್ತು ಜಾಗತಿಕ ಶಾಂತಿಯ ಸುಸ್ಥಿತಿಗೆ ಮಹತ್ತಾದ ಕೊಡುಗೆ ನೀಡಲಿದೆ ಎಂಬ ಬಗ್ಗೆ ನನಗೆ ಯಾವುದೇ ಅನುಮಾನಗಳಿಲ್ಲ. ಪೂರ್ವ ಮತ್ತು ಪಶ್ಚಿಮಗಳು ಕೊಟ್ಟು-ಪಡೆದು ಮಾಡಬೇಕಾದುದು ಬಹಳಷ್ಟಿದೆ. ಒಂದು ಹೊಸತೂ ದಿವ್ಯವೂ ಆದ ಜಗತ್ತೊಂದರ ನಿರ್ಮಾಣದ ನಮ್ಮ ಮಹತ್ವಾಕಾಂಕ್ಷೆಯ ಪ್ರಯತ್ನದಲ್ಲಿ, ಎಷ್ಟು ಸಾಧ್ಯವೋ ಅಷ್ಟೂ ನಿಕಟವಾದ ಬಾಂಧವ್ಯವನ್ನು ಹೊಂದುವುದು ಎಲ್ಲರಿಗೂ ಒಳ್ಳೆಯದನ್ನುಂಟು ಮಾಡುತ್ತದೆ.''*

– 'ವಿಮೆನ್ ಸೇಂಟ್ಸ್ ಆಫ್ ಈಸ್ಟ್ ಆ್ಯಂಡ್ ವೆಸ್ಟ್'
ಕೃತಿಯನ್ನು ಪರಿಚಯಿಸುತ್ತ.

ತಂತ್ರಜ್ಞಾನ ಮತ್ತು ಆರ್ಥಿಕ ಶಕ್ತಿಯೇ ಸರ್ವಸ್ವವಲ್ಲ, ಎನ್ನುವುದನ್ನೇನೂ ಮತ್ತೆ ಮತ್ತೆ ಹೇಳಬೇಕಾಗಿಲ್ಲ. ಮಿತಿಮೀರಿದ ನಿರೀಕ್ಷೆಗಳು; ಒತ್ತಡಗಳಿಂದಾಗಿ ಜಗದಾದ್ಯಂತ ಜನ ಈ ವೇಗಾವೇಗದ ಜೀವನಶೈಲಿಯ ಫಲವನ್ನುಣ್ಣುತ್ತಿದ್ದಾರೆ. ವಿಜ್ಞಾನ, ತಂತ್ರಜ್ಞಾನ, ವ್ಯವಹಾರ ಮತ್ತು ವಹಿವಾಟಿನಲ್ಲೇ ಮಗ್ನರಾದ ಸಾಮಾನ್ಯ ಮಂದಿಗೆ

ಚಿಂತನ ಮಂಥನಗಳಿಗೆ ಸಮಯವೇ ಇಲ್ಲವಾಗಿದೆ. ಸಾಮಾನ್ಯ ಮನುಷ್ಯ ತತ್‌ಕ್ಷಣಕ್ಕೆ ತೋಚಿದಂತೆ ವರ್ತಿಸುವ, ದೂರದೃಷ್ಟಿಯಿಲ್ಲದವನಂತೆ ಬದುಕುತ್ತಿರುವುದರ ಸೂಚನೆಗಳು ಲೋಕದೆಲ್ಲೆಡೆ ಕಾಣುತ್ತಿವೆ. ಜೀವ ವೈವಿಧ್ಯದ ಪರಿಕಲ್ಪನೆಯೇ ಇಲ್ಲದವನಂತೆ ಕೇವಲ ಮೇಲ್ಪದರದ ಬದುಕನ್ನಷ್ಟೇ ಅವನು ಬದುಕುತ್ತಿರುವಂತಿದೆ. ಸಮಯಾಭಾವ, ಯೋಚಿಸುವ ವ್ಯವಧಾನವಿಲ್ಲದಿರುವುದು, ಪ್ರತಿಸ್ಪಂದನದ ಸಂವೇದನೆಗಳನ್ನೆ ಕಳೆದುಕೊಳ್ಳುತ್ತಿರುವುದು ನಿಜಕ್ಕೂ ಅಪಾಯಕಾರಿ ಬೆಳವಣಿಗೆ. ಇದು ದುರಹಂಕಾರ, ಅಸಹಿಷ್ಣುತೆ, ಅಸಹನೆಗಳ ಮೂಲಬೀಜವಾದ ಸಂಕುಚಿತ ಮನೋಭಾವವನ್ನು ಬಿತ್ತಿ, ಅವನಿಗೆ ಅನಗತ್ಯ ದುರಂತಗಳ ಸರಮಾಲೆಯನ್ನೇ ತೊಡಿಸಲಿದೆ. ರಾಷ್ಟ್ರೀಯ ಮತ್ತು ಅಂತರ್‍ರಾಷ್ಟ್ರೀಯ ಮಟ್ಟದಲ್ಲಿ ಗಮನಿಸುವಾಗ ಇದರ ಪರಿಣಾಮಗಳು ನಿಜಕ್ಕೂ ವಿನಾಶಕಾರಿಯಾಗಿವೆ.

ಹಿಟ್ಲರ್‌ನ ಉದಾಹರಣೆಯನ್ನೇ ತೆಗೆದುಕೊಳ್ಳಿ. ಅವನ ವ್ಯಕ್ತಿಗತ ವಿಕ್ಷಿಪ್ತ ಬುದ್ಧಿ ಮತ್ತು ಸಂಕುಚಿತ ಮನೋಭಾವಗಳು ಅನುಕೂಲಕರ ವಾತಾವರಣ ಸಿಕ್ಕಿದ್ದೇ ಚಿಗುರಿಕೊಂಡು ಮಾನವೀಯ ಮೌಲ್ಯಗಳನ್ನೇ ತಿರಸ್ಕರಿಸುವ ವಿರಾಟ್ ಸ್ವರೂಪದ ಸೈನಿಕಬಲವಾಗಿ ಜಗತ್ತನ್ನು ಸರ್ವನಾಶ ಮಾಡಬಲ್ಲ ವಿಧ್ವಂಸಕ ಶಕ್ತಿಯಾಯಿತು. ಅದೇ ಅಮೆರಿಕಾದಲ್ಲಿ ಕಳೆದ ಶತಮಾನದಲ್ಲಿ ನಾವು ನಾಣ್ಯದ ಇನ್ನೊಂದು ಮುಖವನ್ನು ಕಂಡೆವು. 1861ಮತ್ತು 1865 ರ ನಡುವೆ ನಡೆದ ಆಂತರಿಕ ಯುದ್ಧ ಅಮೆರಿಕದ ಪ್ರಜ್ಞಾವಂತ ಮತ್ತು ನ್ಯಾಯಯುತ ನಿಲುವು ಹೊಂದಿದ್ದ ಒಂದು ವರ್ಗ ಸದುದ್ದೇಶದಿಂದ ಒಗ್ಗೂಡಿ ಹೇರಿದ ಒತ್ತಡ, ತಮ್ಮದೇ ನಾಡಿನ ಸಹೋದರರೊಂದಿಗೆ ಕಾದಾಡುವಂತೆ ಮಾಡಿತು. ಅದು ಗುಲಾಮರು ತಮ್ಮ ವಿಮೋಚನೆಗಾಗಿ ನಡೆಸಿದ ಹೋರಾಟವಾಗಿರಲಿಲ್ಲ ಎಂಬುದನ್ನು ನಾವು ಮರೆಯಬಾರದು. ಉದಯಿಸುತ್ತಿದ್ದ ರಾಷ್ಟ್ರದ ಪ್ರಜ್ಞೆ, ಮನುಷ್ಯ ಮನುಷ್ಯರ ನಡುವಿನ ತಾರತಮ್ಯ ಮುಂದು ವರಿಯುವುದೇ ಸರಿ ಎಂಬ ನಿಲುವಿನೊಂದಿಗೆ ರಾಜಿಯಾಗುವಂತಿರಲಿಲ್ಲ. ಜೇಮ್ಸ್ ರಸ್ಸೆಲ್ ಲಾವೆಲ್‌ರ ಕೆಳಗಿನ ಸಾಲುಗಳಲ್ಲಿ ಈ ಭಾವನೆ ಪ್ರಾಮಾಣಿಕವಾಗಿ ಹೊರಹೊಮ್ಮಿದೆ.

ಯಾರ ಬೊಗಳೆಯದು ಗೆಳೆಯಾ
ಹೇಳುವುದು ನೀ ಧೀರೋದಾತ್ತನ ಪೀಳಿಗೆ !
ನೀನಿಂತ ನೆಲದಿ ತುಳಿಸಿಕೊಂಡವನೊಬ್ಬ
ತೊಳಲಾಡುತ್ತಿರಲು ನೀನದೆಂತು ಧೀರ, ಸ್ವತಂತ್ರ !
ನಿನ್ನ ಸೋದರನ ಬಾಧೆ
ನಿನ್ನ ಭಾವದ ತಂತುವ ಮೀಟದಂತಿರಲು
ನೀನಲ್ತೆ ನಿಜ ಗುಲಾಮ, ಸೆರೆಯಾಳು
ನಿನಗೆಂದು ಸ್ವಾತಂತ್ರ್ಯದ ಬಿಡುಗಡೆ !

ಯಾವಾಗ ಪಟ್ಟಭದ್ರರು ಅಂಥ ತ್ಯಾಗದ ಅಗತ್ಯವಿಲ್ಲ ಎನ್ನುವ ನಿಲುವಿಗೆ ಅಂಟಿಕೊಂಡರೋ ಆಗ ಅಂತರ್ಯುದ್ಧ ಸ್ಫೋಟಗೊಂಡಿತು. ಲಿಂಕನ್‌ನಂಥ ವಿಶಾಲ ಮನೋಭಾವದ, ವಿಶ್ವಭ್ರಾತೃತ್ವ ಮತ್ತು ಮಾನವೀಯ ಸೆಲೆಯ ವ್ಯಕ್ತಿ ಇದೆಲ್ಲದರ ಹಿಂದಿದ್ದುದರಿಂದ, ಸೂಕ್ತವೂ ಯುಕ್ತವೂ ಆದ ಉದ್ದೇಶವೊಂದು ವಿಜಯೋತ್ಸಾಹ ವನ್ನಾಚರಿಸಲು ಕಾರಣವಾಯಿತು. ಅಂತರ್ಯುದ್ಧದ ಗಾಯಗಳು ನಿಧಾನವಾಗಿ ಮಾಸಿ ರಾಷ್ಟ್ರ, ಜಗತ್ತಿನ ಅದ್ವಿತೀಯ ಪ್ರಜಾಪ್ರಭುತ್ವವಾಗಿ ಮುಂದುವರಿಯಿತು.

ಹಿಟ್ಲರ್ ಮತ್ತು ಲಿಂಕನ್‌ರ ಉದಾಹರಣೆಯನ್ನು ಇಲ್ಲಿ ಎತ್ತಿ ಹೇಳಿರುವುದು ಒಂದು ದೇಶದ ಜನರ ಮತ್ತು ನಿರ್ದಿಷ್ಟ ಕಾಲಮಾನದ ಮನಸ್ಥಿತಿಯನ್ನು ಆ ದೇಶದ ಜನನಾಯಕರು ಪ್ರತಿಬಿಂಬಿಸುತ್ತಾರೆನ್ನುವುದಕ್ಕೆ. ಒಬ್ಬ ವ್ಯಕ್ತಿಯು ವಿಶಿಷ್ಟವಾಗಿ ಎಷ್ಟು ಮುಖ್ಯವಾದ ಘಟಕ ಎನ್ನುವುದನ್ನು ಹೇಳುವುದಕ್ಕಾಗಿ.[1] ಖ್ಯಾತ ಲೇಖಕನೊಬ್ಬ ಕಾವ್ಯಾತ್ಮಕವಾಗಿ ಹಾಡಿರುವಂತೆ ವ್ಯಕ್ತಿ ವಿಶಿಷ್ಟಪ್ರಭೆಯನ್ನು ನಾವು ಕಡೆಗಾಣಿಸುವಂತಿಲ್ಲ.

ರಾಷ್ಟ್ರ ಮತ್ತು ಅಂತರ್ರಾಷ್ಟ್ರೀಯ ನೆಲೆಯಲ್ಲಿಯೂ, ತತ್‌ಕ್ಷಣದ ಅಗತ್ಯವಿದು ಎನ್ನುವುದನ್ನೂ ಮೀರಿ, ಮನುಷ್ಯನ ಸದ್ದುಗದ್ದಲದ, ಮೇಲ್ನೋಟದ ಎಲ್ಲಾ ಬಾಹ್ಯಗುದ್ದಾಟಗಳ ಒಳಗೆ ನಿರಂತರವಾದ ಒಂದು ನೈತಿಕ ಮತ್ತು ಆಧ್ಯಾತ್ಮಿಕ ಪುನುರುಜ್ಜೀವನ ಮತ್ತು ಪರಿಪೂರ್ಣತೆಯತ್ತ ಸಾಗಬೇಕೆಂಬ ಒಳತುಡಿತ ಅಡಗಿದ್ದೇ ಇರುತ್ತದೆ. 'ಜನ ಕೇವಲ ಆಹಾರದಿಂದ ಬದುಕುವುದಿಲ್ಲ'. ವ್ಯಕ್ತಿಯ ಅಂತರ್ಯದ ಬೆಳವಣಿಗೆ ನಿಧಾನ, ಆದರೆ ವ್ಯಕ್ತಿಯನ್ನೂ ಮೀರಿ ಅದು ನಿಶ್ಚಿತ.

ಮನುಷ್ಯನ ಈ ಬಹುಮುಖ್ಯ ಪ್ರಯಾಣದ ಬಗ್ಗೆ ಮತ್ತೊಮ್ಮೆ ನೆನಪಿಸುತ್ತ ಅವನಿಗೆ ಈ ಹಾದಿಯಲ್ಲಿ ಮೈಲಿಗಲ್ಲುಗಳನ್ನೋ ಮಾರ್ಗಸೂಚಿಗಳನ್ನೋ ಒದಗಿಸುತ್ತ ನಾವೇನು ಸಹಾಯ ಮಾಡಲು ಸಾಧ್ಯವಿದೆ ಎಂದು ಯೋಚಿಸಬೇಕು. ಅಲ್ಲಲ್ಲಿ ಅವನು ದಾರಿ ತಪ್ಪಿದರೂ ಅವನನ್ನು ಮತ್ತೆ ಸರಿದಾರಿಗೆ ತರಬೇಕು. ಅವನಿಗೆ ಸುಸ್ತಾದರೆ, ಮಂಕಾದರೆ ಧರ್ಮದ, ಆಧ್ಯಾತ್ಮದ, ನೀತಿಯ ವಿಶ್ರಾಂತಿಧಾಮದಲ್ಲಿ ಅವನು ಸುಧಾರಿಸಿಕೊಳ್ಳಲಿ, ಸಾಂತ್ವನ ಪಡೆಯಲಿ. ಹೀಗೆ ಚೈತನ್ಯವನ್ನು ಮರಳಿ ಪಡೆದು ಮತ್ತವನು ಎದ್ದೇಳಲಿ, ಹೊಸ ಸ್ಫೂರ್ತಿ, ಉತ್ಸಾಹಗಳೊಂದಿಗೆ ಮುಂದೆ ಮುಂದೆ ಸಾಗಲಿ!

□□

---

1. ಅವರಲ್ಲಿ ಒಬ್ಬ ! ಹುಟ್ಟಿಬಂದ
   ಸರ್ವರ ಅಂತರ್ಯದಿಂದೆದ್ದು ಬಂದಂತೆ

   - ಆರ್ ಎಚ್ ಸ್ಟುಡರ್ಡ್, ''ಅಬ್ರಹಾಂ ಲಿಂಕನ್''

1

ಈ ಸಂಕೀರ್ಣ ಜಗತ್ತು....

''ಜಗದ ಜಾಣ್ಮೆ, ಆ ಜಗದೊಡೆಯನೆದುರು ಚಿಣ್ಣರಾಟವಲ್ಲವೆ!''

I Corinthians 3:18.

''ಹೊರಗಣ್ಣ ನೋಟಕ್ಕನುಗುಣವಾಗಿ ನಿಶ್ಚಯಿಸುವ ಕಷ್ಟಕೊಡದಿರೈ ಎನಗೆ; ತಾವೇನು ನುಡಿಯುತ್ತಿದ್ದೇವೆಂದೂ ಅರಿಯದವರ ನುಡಿಗಳಿಗನುಸಾರ ತೀರ್ಪ ನೀಡುವಂತೆ ಮಾಡದಿರೈ ಎನ್ನ; ಭೌತಿಕ ಮತ್ತು ಪಾರಮಾರ್ಥಿಕ ವಿಚಾರಗಳ ಪರಿಭಾವಿಸಬಲ್ಲ ನಿಜ ನ್ಯಾಯ ದೃಷ್ಟಿಯ ಕರುಣಿಸು, ಮಿಗಿಲಾಗಿ ನಿನ್ನ ಸಾರ್ಥಕ ತೃಪ್ತಿಯನ್ನು ಕಾಣಬಲ್ಲ, ನಿನ್ನ ಸಮಚಿತ್ತವನ್ನರಿಯಬಲ್ಲ ಸಿದ್ಧಿ ಎನಗೆ ಸಿದ್ಧಿಸಲಿ.

ಮನುಷ್ಯ ಪ್ರಜ್ಞೆ ತನ್ನ ತೀರ್ಮಾನಗಳಲ್ಲಿ ಪದೇ ಪದೇ ತಪ್ಪುಗಳನ್ನು ಮಾಡುತ್ತದೆ ಮತ್ತು ಭವದ ಮೋಹಬಂಧನದಲ್ಲಿ ಬಿದ್ದವರು ಕಣ್ಣಿಗೆ ಮಣ್ಣೆರೆಚುವ ಸಂಗತಿಗಳಿಂದಲೇ ಮೋಸ ಹೋಗುತ್ತಿರುತ್ತಾರೆ.

''ಮನುಷ್ಯನೇ ಶ್ರೇಷ್ಠ ಎಂದು ಅವನೇ ಹೇಳಿಕೊಂಡು ಬರುವುದ ರಿಂದೇನು !''

– ದ ಇಮಿಟೇಶನ್ ಆಫ್ ಕ್ರೈಸ್ಟ್

(ಸಂಪುಟ : ಮೂರು, ಅಧ್ಯಾಯ : ಐವತ್ತು)

ಜೀವನದ ಗತಿ ಬದಲಿಸುವುದು

ಹೆಚ್ಚಿನವರಿಗೆ ನಮ್ಮ ಜೀವನದ ಗತಿಯನ್ನು ಬದಲಿಸುವ ಅಗತ್ಯವೇ ಕಾಣುವುದಿಲ್ಲ. ಎಲ್ಲರೂ ಬದುಕುತ್ತಿರುವಂತೆಯೇ ಬದುಕುವುದರಲ್ಲಿ ನಮಗೆ ತೃಪ್ತಿ. ಆರೋಗ್ಯ, ಐಶ್ವರ್ಯ, ಕಾಮ ಮತ್ತು ಅಧಿಕಾರದ ಹಿಂದೆ ಬಿದ್ದಿದ್ದೇವೆ ನಾವು. ಅನುಕೂಲವಿದ್ದಾಗ

ನಾವು ಉತ್ಸಾಹದಿಂದಲೂ ಪ್ರತಿಕೂಲ ಸ್ಥಿತಿಯಲ್ಲಿ ಕಂಗಾಲಾಗಿ ಕುಸಿದು ಬಿದ್ದಂತೆಯೂ ಇರುತ್ತೇವೆ. ಸೆಳವಿನೊಂದಿಗೇ ಸಾಗುವ ನಾವಿಕನಿಲ್ಲದ ದೋಣಿಯಂತೆ ನಾವು ಜೀವನವೆಂಬೋ ನದಿಯಲ್ಲಿ ಸಾಗುತ್ತಿದ್ದೇವೆ. ಜೀವನ ಚಕ್ರದಿಂದ ನಮಗೆ ಮುಕ್ತಿಯಿಲ್ಲ, ಯಾಕಾಗಿ ಇಲ್ಲಿ ಹುಟ್ಟಿ ಬಂದಿದ್ದೇವೆಂಬ ಅರಿವೂ ನಮಗಿಲ್ಲ. ಬದುಕಿ ಕಳೆಯುವುದರಾಚೆ ನಮಗ್ಯಾವ ಆಯ್ಕೆ, ಗುರಿಗಳೂ ಇಲ್ಲ. ಯಾವಾಗಲಾದರೂ ಮಹಾನ್ ವ್ಯಕ್ತಿಗಳು ನಮ್ಮ ನಡುವೆ ಕಾಲಕಾಲಕ್ಕೆ ಕಾಣಿಸಿಕೊಳ್ಳುವಂತೆ ಬಂದು, ಅವರ ಜ್ಞಾನದಿಂದ ಆತ್ಮೋದ್ಧಾರದ ಅರಿವು ಮೂಡಿಸುತ್ತಾರೋ ಆಗ ನಾವು ಅವರನ್ನು ಹೊಗಳುತ್ತೇವೆ, ಮೆಚ್ಚಿಕೊಳ್ಳುತ್ತೇವೆ, ಅದ್ಭುತವೆನ್ನುತ್ತೇವೆ. ಬಹುಶಃ ನಾವು ಅವರೇರಿದೆತ್ತರಕ್ಕೆ ನಾವೇರಲಾರದವರು ಅಥವಾ ಹಾಗೆಂದು ನಂಬಿದವರು.

ನಮಗೊಬ್ಬ ದೊಡ್ಡ ಗುರುವಿದ್ದಾನೆ. ಅದು ಶೋಧ. ಎಲ್ಲಾ ಪ್ರಗತಿ, ಎಲ್ಲಾ ಜ್ಞಾನ ಈ ಸಂ- ಶೋಧನೆಯ ಫಲ. ಈ ಶೋಧ ಎಷ್ಟೆಷ್ಟು ಆಳವಾಗಿ ತೀವ್ರವಾಗಿರುವುದೋ ಅಷ್ಟೇ ಆಳವಾದ ಒಳನೋಟ ನಮಗೆ ಲಭ್ಯವಾಗುತ್ತದೆ. ಎಷ್ಟೆಷ್ಟು ಹೆಚ್ಚು ಚಿಂತನ-ಮಂಥನ ನಡೆಯುವುದೋ ಅಷ್ಟುಷ್ಟು ಹೆಚ್ಚು ಅರಿವು ದೃಢವಾಗುತ್ತ ಹೋಗುತ್ತದೆ. ನ್ಯೂಟನ್, ಯಾಕೆ ಈ ಸೇಬು ಕೆಳಗೇ ಬಿತ್ತು. ಎಂದು ಶೋಧಿಸದೇ ಹೋಗಿದ್ದರೆ ಜಗತ್ತು ಇವತ್ತು ಎಷ್ಟೊಂದು ಬಡವಾಗುತ್ತಿತ್ತು. ನಿಜ, ಬೇರೊಬ್ಬ ನ್ಯೂಟನ್ ಅದನ್ನು ಮಾಡಿಯೇ ಮಾಡುತ್ತಿದ್ದ, ಆದರೆ ಪ್ರಶ್ನೆಗಳ ಪುನರಾವರ್ತನೆಗಳ ಬಳಿಕ !

ಸಂಶೋಧನೆ ಎಂಬುದು ಕೇವಲ ಭೌತಿಕವಾದ ವಿಜ್ಞಾನದ ಅಗತ್ಯವೇನಲ್ಲ. ಬದುಕಿನಲ್ಲಿ ಹೊಸ ಹೊಸ ಜ್ಞಾನ, ಒಳನೋಟಗಳನ್ನು ಪಡೆಯಬೇಕೆಂದಿದ್ದರೆ, ಕಲಿಯಬೇಕೆಂದಿದ್ದರೆ, ಆ ಜೀವನ ವಿಜ್ಞಾನ ನಮ್ಮ ದೈನಂದಿನವಾಗ ಬೇಕಿದೆ.

ಈ ಜಗದ ಭೌತಿಕ ಸಂಗತಿಗಳ ಮಹತ್ವದ ಬಗ್ಗೆ ನಿರ್ಧರಿಸುವಾಗಲೆಲ್ಲ ನಾವು ನಮ್ಮ ಇಂದ್ರಿಯಗಳ ಮೇಲೆ, ಮನಸ್ಸು ಮತ್ತು ಜಾಣತನದ ಮೇಲೆ ಅತಿಯಾಗಿ ಅವಲಂಬಿಸಿದ್ದೇವೆಂಬುದು ತಿಳಿದಿದೆಯೆ ನಮಗೆ ? ನೋಟ, ಸ್ಪರ್ಶ, ವಾಸನೆಗಳ ಆಧಾರದ ಮೇಲಿರಿಸಿದ ಈ ವಿಶ್ವಾಸ ನಮ್ಮನ್ನು ಮೋಸಗೊಳಿಸಬಹುದೆಂದು ಅಸ್ಪಷ್ಟವಾಗಿ ಅರಿತಿದ್ದರೂ, ನಾವು ನಮ್ಮ ನಿರ್ಧಾರಗಳನ್ನು ಇವುಗಳ ಮೇಲೆ ಅವಲಂಬಿಸಿಯೇ ತೆಗೆದುಕೊಳ್ಳುತ್ತೇವೆ. ಸ್ವತಂತ್ರ ವಿಚಾರ ಮತ್ತು ಪರಾಮರ್ಶನದ ಅಗತ್ಯವಿರುವಂಥ ಸಂದರ್ಭಗಳಲ್ಲಿ ಕೂಡಾ ನಾವು ಯಾರದೋ ಮಾತು, ವರದಿ ಕೇಳಿ ಮುಂದುವರಿಯುವುದರಲ್ಲೇ ತೃಪ್ತರಾಗುತ್ತೇವೆ. ಯಾಕೆ ಹೀಗೆ? ಯಾಕೆಂದರೆ ನಾವು ನಮ್ಮ ಈ ಪುಟ್ಟ ಬದುಕನ್ನು ಬದುಕುವುದರಲ್ಲೇ ವ್ಯಸ್ತರಾಗಿ ಬಿಟ್ಟಿದ್ದೇವೆ ಮತ್ತು ಅಲ್ಲಿ ಚಿಂತನ- ಮಂಥನಗಳಿಗೆ, ಹುಡುಕಾಟ- ಶೋಧ ಗಳಿಗೆ ಸ್ಥಳವೆಲ್ಲಿದೆ ?

ಭೌತಿಕ ಜಗತ್ತಿನ ಮೌಲ್ಯಗಳು ಮತ್ತು ವಸ್ತುಗಳು

ಮೇಲಾಗಿ, ನಾವು ಜನಪ್ರಿಯ ಧೋರಣೆಗಳು ಮತ್ತು ಅನುಕರಣೆಗಳಿಂದ ಜೀವನದ ಪ್ರತಿಯೊಂದು ಹಂತದಲ್ಲೂ ಪ್ರಭಾವಕ್ಕೊಳಗಾಗುತ್ತೇವೆ. ಪ್ರೇಮ ವೆಂಬುದು ಒಂದು ಅದ್ಭುತ ಸಂಗತಿ ಎಂದು ನಾವು ಭಾವಿಸುತ್ತೇವೆಂದರೆ ಆಗಿಂದಾಗ್ಗೆ ಆ ಬಗ್ಗೆ ತಿಳಿದುಕೊಂಡಿದ್ದರಿಂದಾಗಿ. ನಾವು ಓದುವ ಪುಸ್ತಕ, ನೋಡುವ ಸಿನಿಮಾ, ಕೇಳಿದ ಕತೆಗಳಿಂದ, ಅವುಗಳಂತೆಯೇ ಯೋಚಿಸುವಂತೆ ನಮ್ಮ ಮನೋಲಹರಿ ಸುಪ್ತವಾಗಿ ನಿರ್ದೇಶನಕ್ಕೊಳಗಾಗಿದೆ. ನಾವು ಅದೇ ರೀತಿಯಲ್ಲಿ ಯೋಚಿಸಲು ಕಲಿತಿದ್ದೇವೆ ಅಷ್ಟೆ. ಐಶ್ವರ್ಯವೆಂಬುದೊಂದು ಮಹಾನ್ ವರಪ್ರಸಾದ, ಮತ್ತದನ್ನು ಹೇಗಾದರೂ ಮಾಡಿ ಗಳಿಸಬೇಕು. ಬಡತನವೆಂಬುದೊಂದು ಶಾಪ ಮತ್ತು ಹಾಗಾಗಿ ಅದನ್ನು ನಿವಾರಿಸಬೇಕು. ಶಿಕ್ಷಣ ನಮ್ಮ ಬುದ್ಧಿಯನ್ನು ಬೆಳೆಸುತ್ತದೆ, ಜಾಣರನ್ನಾಗಿಸುತ್ತದೆ. ಕಾಯಿಲೆ ಎಂಬುದು ಅನಿಷ್ಟ ಮತ್ತದನ್ನು ತಡೆಗಟ್ಟಬೇಕು, ಗುಣಪಡಿಸಿಕೊಳ್ಳಬೇಕು. ಈ ಎಲ್ಲಾ ಯೋಚನಾಲಹರಿಗಳು ಮೂಲತಃ ಸರಿಯಾದವೇ, ಅನುಮಾನವಿಲ್ಲ. ಆದರೆ, ನಾಣ್ಯಕ್ಕೆ ಎರಡು ಮುಖಗಳಿರುತ್ತವೆ. ಜೀವನದ ಪ್ರತಿಯೊಂದು ಸಂಗತಿಯೂ ಸಂಕೀರ್ಣವೂ ವೈರುಧ್ಯಮಯವೂ ಆಗಿದೆ. ಈ ಜಗತ್ತೇ ಜಟಿಲವಾದ ಪರಸ್ಪರ ವಿರುದ್ಧವಾದ ಸಂಗತಿಗಳ ಸಂಕೀರ್ಣ ಜಿಡುಕು ಜಿಗ್ಗಿನಂತಿದೆ. ಹೆಜ್ಜೆ ಹೆಜ್ಜೆಗೂ ನಮಗೆ ಅವುಗಳೊಂದಿಗೆ ಸಂಘರ್ಷವೇರ್ಪಟ್ಟು, ಮೇಲ್ನೋಟಕ್ಕೆ ಅವೇ ಅಂತಿಮವೆಂದು ಕಾಣುವ ಜಗತ್ತಿನ ಭೌತಿಕ ಮೌಲ್ಯಗಳೂ, ವಸ್ತುಗಳೂ ಅವನನ್ನು ಚೂರಾಗಿಸುತ್ತಿರುತ್ತವೆ.

ತುಂಬ ಹಿಂದೆ ಅಸ್ಸಿಸ್ಸಿಯ ಸಂತ ಫ್ರಾನ್ಸಿಸ್ ಹೇಳಿದ್ದರು, ''ಕೊಡುವುದರಲ್ಲಿ ನಾವು ಪಡೆಯುತ್ತಿರುತ್ತೇವೆ, ಕ್ಷಮಿಸುವುದರಿಂದ ಕ್ಷಮೆಗೂ ಒಳಗಾಗುತ್ತಿರುತ್ತೇವೆ ಮತ್ತು ಸಾಯುವುದರಿಂದ ಶಾಶ್ವತವಾದ ಮರುಹುಟ್ಟೊಂದನ್ನು ಪಡೆದುಕೊಳ್ಳುತ್ತೇವೆ.'' ಆದರೆ ಧರ್ಮ ಮತ್ತು ಧಾರ್ಮಿಕ ಪುರುಷರು ಯಾವಾಗಲೂ ಪ್ರಾಪಂಚಿಕರಿಗೆ ಅರ್ಥವಾಗದ ಮತ್ತು ಅಸ್ಪಷ್ಟವಾಗಿಯೇ ಉಳಿಯುವ ಮಾತುಗಳಲ್ಲೇ ಮಾತನಾಡುತ್ತಾರೆನ್ನಿಸುತ್ತದೆ.

ನಮಗೆಲ್ಲರಿಗೂ ಯೌವನವೇ ಬದುಕಿನ ವಸಂತ, ಯೌವನದಿಂದಿರುವುದೇ ಸ್ವರ್ಗದಲ್ಲಿರುವಂತೆ ಮತ್ತು ವೃದ್ಧಾಪ್ಯವೆಂಬುದು ಮಂಕಾದ ಮುಸ್ಸಂಜೆಯಂತೆ, ಸಾವಿನಂಥ ಕರಾಳ ರಾತ್ರಿಯ ಮುನ್ನುಡಿಯಂತೆ. ಆದರೆ ರಾಬರ್ಟ್ ಬ್ರೌನಿಂಗ್ ಬರೆಯುತ್ತಾರೆ,

''ನನ್ನೊಂದಿಗೆ ಬೆಳೆದು ಮುಪ್ಪಾಗು !
ಘನವಾದುದಿನ್ನೂ ಮುಂದೆ ಬರಲುಂಟು

ಬದುಕಿನ ಕೊನೆಗೆಂದೇ

ಆದಿ ಹುಟ್ಟಿರುವುದಂತೆ !''

''ಆಂತೋನಿ ಅಡ್‌ವರ್ಸ್''ನಲ್ಲಿ ಹರ್ವೆ ಆಲೆನ್ ಹೇಳುತ್ತಾರೆ, ''ನೀನು ನಿಜವಾಗಿ ಬದುಕುವುದು ಮೂವತ್ತು-ಅರವತ್ತರಲ್ಲೇ'', ಅಂದರೆ ನೀವು ಯೌವನವನ್ನು ಕಳೆದಾದ ಮೇಲೆಯೇ.

ಎರಡು ಮಹಾ ಜಾಗತಿಕ ಯುದ್ಧಗಳ ವಿನಾಶದ ಬಳಿಕ, ಜಗತ್ತಿನಾದ್ಯಂತ ನಾಯಕರುಗಳೆಲ್ಲ ಶಾಶ್ವತವಾದ ಶಾಂತಿಸ್ಥಾಪನೆಯ ಮಾರ್ಗೋಪಾಯಗಳ ಬಗ್ಗೆ ತಲೆ ಕೆಡಿಸಿಕೊಳ್ಳುತ್ತಿದ್ದಾಗ ತನ್ನ 'ಕ್ಯಾಂಡೀಡ್' ನಲ್ಲಿ ವಾಲ್ಟೇರ್ ಏನು ಹೇಳುತ್ತಾನೆ ಕೇಳಿ :

''ಶಾಂತಿಯ ವರಪ್ರಸಾದ ಪಡೆದ ಮತ್ತು ಕಲೆಯು ಮನ್ನಣೆ ಪಡೆಯುತ್ತಿದ್ದ ನಗರಗಳಲ್ಲಿ ಯುದ್ಧದ ಆಘಾತಗಳಿಂದ ತತ್ತರಿಸಿದ ನಗರಗಳಿಗಿಂತ ಹೆಚ್ಚು ದ್ವೇಷ, ಚಿಂತೆ, ಆತಂಕಗಳಿಂದ ಮಂದಿ ನರಳುತ್ತಿರುವಂತೆ ಕಾಣುತ್ತದೆ. ಯಾಕೆಂದರೆ ಸುಪ್ತವಾದ ಅಸಹನೆ, ದ್ವೇಷವೆಂಬುದು ಸಾರ್ವತ್ರಿಕವಾದ ದುರಂತಗಳಿಗಿಂತ ಹೆಚ್ಚು ಕ್ರೂರವಾಗಿರುತ್ತದೆ.''

ಎಲ್ಲರೂ ತಿಳಿದಿರುವಂತೆ ಯುದ್ಧಕಾಲದಲ್ಲಿ ದೇಶವೊಂದರ ಜನ ತಮ್ಮ ತಮ್ಮ ಭಿನ್ನಾಭಿಪ್ರಾಯಗಳನ್ನು ಬದಿಗೊತ್ತಿ ಇತರರಿಗಾಗಿ ತ್ಯಾಗ ಮಾಡುವುದಕ್ಕೆ, ಧೀರೋದಾತ್ತ ಸಾಹಸ ಮೆರೆಯುವುದಕ್ಕೆ, ಸ್ವಾರ್ಥವಿಲ್ಲದೆ ವರ್ತಿಸುವುದಕ್ಕೆ ಮತ್ತು ನಾಯಕತ್ವ ವಹಿಸಿ ಮುಂದಾಳಾಗುವುದಕ್ಕೆ ಸಿದ್ಧರಾಗುವುದನ್ನು ಕಾಣುತ್ತೇವೆ. ದ್ವಿತೀಯ ಮಹಾಯುದ್ಧದ ಕಾಲದಲ್ಲಿ ವಿನ್‌ಸ್ಟನ್ ಚರ್ಚಿಲ್ ವಹಿಸಿದ ಪಾತ್ರದಿಂದಲ್ಲದೆ ಅವರು ವಿಶ್ವದ ಮಹಾನ್ ವ್ಯಕ್ತಿಗಳ ಸಾಲಿನಲ್ಲಿ ನಿಲ್ಲುವುದು ಸಾಧ್ಯವಿತ್ತೆ?

ಕವಿಗಳು, ಕಾದಂಬರಿಕಾರರು ಕೂಡಾ ಬೇರೆಯೇ ಒಂದು ಜಗತ್ತಿನಲ್ಲಿರುವವರಂತೆ ಅಲ್ಲಿಂದಲೇ ಮಾತನಾಡುತ್ತಿರುವವರಂತೆ ನಿಮಗೆ ಕಾಣಿಸುತ್ತಿದ್ದರೆ, ಸಾಮಾನ್ಯ ಜನರು ಏನನ್ನು ತೆರೆದು ತೋರಿಸುತ್ತಾರೆಂಬುದನ್ನು ಗಮನಿಸುವ.

ಸಮತೋಲಿತ ಆಹಾರ, ಪುಷ್ಟಿಕರ ಆಹಾರ, ಕೆಲೊರಿಗಳ ದಿನಗಳಿವು. ಆದರೆ ದ ಗ್ರೇಟ್ ನೆಪೋಲಿಯನ್ ''ಎಷ್ಟೇ ಕಡಿಮೆ ತಿಂದರೂ ಮನುಷ್ಯ ಯಾವಾಗಲೂ ಹೆಚ್ಚೇ ತಿಂದಿರುತ್ತಾನೆ. ಒಬ್ಬ ತಿಂದಿದ್ದು ಹೆಚ್ಚಾಗಿ ಕಾಯಿಲೆ ಬೀಳಬಹುದೇ ಹೊರತು, ಕಡಿಮೆ ತಿಂದಿದ್ದರಿಂದ ಯಾವತ್ತೂ ಅಲ್ಲ'' ಎನ್ನುತ್ತಿದ್ದನೆಂದು ಹೇಳುತ್ತಾರೆ. ಬೆನ್ ಫ್ರಾಂಕ್ಲಿನ್ ಮಹಾಶಯ ಇನ್ನೂ ಒಂದು ಹೆಜ್ಜೆ ಮುಂದೆ ಹೋದರು. ತನ್ನ ಪೂರ್ಣಾಯುಷ್ಯ ಬಾಳಿ ಬದುಕಿದ, ಸಿರಿತನ ಬಡತನಗಳೆರಡನ್ನೂ ಕಂಡ ಆತ ತನ್ನ ಆತ್ಮಚರಿತ್ರೆಯಲ್ಲಿ ತಾರುಣ್ಯದ ದಿನಗಳನ್ನು ನೆನೆಯುತ್ತ ''ಒಂದು ಬಿಸ್ಕತ್ ಅಥವಾ ಬ್ರೆಡ್ಡಿನೊಂದು ತುಣುಕು, ಇಲ್ಲಾ ಒಂದು ಮುಷ್ಟಿ ಒಣ ದ್ರಾಕ್ಷಿಯೊ, ಮತ್ತೊಂದೋ - ಇದಕ್ಕಿಂತ ಹೆಚ್ಚೇನಿಲ್ಲದ ಊಟ, ಮತ್ತೊಂದು ಗ್ಲಾಸು ನೀರು - ಇದರ ಮೇಲೆ ಬದುಕುತ್ತ ನಾನು

ನನ್ನ ಅಧ್ಯಯನದಲ್ಲಿ ಭಾರೀ ಪ್ರಗತಿ ಸಾಧಿಸಿದೆ. ಉಣ್ಣುವ ತಿನ್ನುವ ಕ್ರಿಯೆಯಲ್ಲಿ, ಮುಂದೆ ತಿನ್ನಲಿಕ್ಕೇನಾದರೂ ಸಿಗುವುದೋ ಇಲ್ಲವೋ ಎಂಬ ಆತಂಕದಲ್ಲಿಯೂ, ಸಭ್ಯ ನಾಗರಿಕ ಶಿಸ್ತಿನ್ನು ನಟಿಸುತ್ತಾ, ನಿರಾಳವಾದ ಮನಸ್ಸಿನಿಂದ ತಿನ್ನುವ ಬಗೆಯನ್ನು ನಾನು ಬಹುಬೇಗ ಅರಿತುಕೊಂಡೆ''

ಮತ್ತೆ ನೆಪೋಲಿಯನ್ ಬಗ್ಗೆ ಹೇಳುವುದಾದರೆ, ಕತ್ತಿಯಿಂದಲೇ ಪ್ರಮಾಣ ಮಾಡಿ ತೋರಿಸುತ್ತಿದ್ದ, ವಿಪರೀತವೆಂಬಂತೆ ಕತ್ತಿಯಿಂದಲೇ ಅಂತ್ಯವನ್ನು ಕಂಡವನೂ, ನೂರು ಸಮರಗಳನ್ನು ಗೆದ್ದ ವೀರನೂ ದೇಶಭ್ರಷ್ಟನಾಗಿದ್ದ ಕಾಲದಲ್ಲಿ ಉದ್ಗರಿಸಿದನಂತೆ, ''ದಬ್ಬಾಳಿಕೆಯಲ್ಲ ಪರಿಹಾರ. ಮನುಷ್ಯನ ಆಂತರಿಕ ಚೈತನ್ಯ, ಖಡ್ಗಕ್ಕಿಂತ ಮಿಗಿಲಾದ್ದು.'' ''ಗೊತ್ತೆ ನಿನಗೆ?'' ಕೇಳುತ್ತಾನೆ, ''ನನ್ನನ್ನು ಎಲ್ಲಕ್ಕಿಂತ ಹೆಚ್ಚು ಅಚ್ಚರಿಗೊಡ್ಡಿದ್ದು ಏನೆಂದು ? ಏನನ್ನೇ ಆದರೂ ಸಂಯೋಜಿಸುವಲ್ಲಿ ದರ್ಪ, ದಬ್ಬಾಳಿಕೆಗಳು ಕೆಲಸಕ್ಕೆ ಬಾರದವು ಎಂಬ ಸತ್ಯ. ಜಗತ್ತಿನಲ್ಲಿ ಎರಡೇ ಎರಡು ಶಕ್ತಿಗಳಿವೆ. ಒಂದು ಚೈತನ್ಯ ಮತ್ತೊಂದು ಖಡ್ಗ. ಕಾಲಾಂತರದಲ್ಲಿ ಚೈತನ್ಯವೇ ಖಡ್ಗವನ್ನು ಗೆಲ್ಲಲಿದೆ.'' ಮುಂದುವರಿದು, ''ಯುದ್ಧವೆಂಬುದೇ ಅರಾಜಕತ್ವ. ಮುಂದೊಂದು ದಿನ, ಯುದ್ಧಗಳು ಭರ್ಜಿ-ಫಿರಂಗಿಗಳೆಲ್ಲ ಇಲ್ಲದೇನೆ ಜಯಿಸ ಲಾಗುತ್ತದೆ.'' ನೆಪೋಲಿಯನ್ನನ ಈ ಮಾತುಗಳು ಸಂತವಾಣಿಯಂತೆ ನಿಜವಾದವು. ಮಹಾತ್ಮ ಗಾಂಧಿಯ ನಾಯಕತ್ವದಲ್ಲಿ ಅಹಿಂಸಾ ಮಾರ್ಗದಲ್ಲೇ, ಅತ್ಯಂತ ಪ್ರಬಲವಾದ ಬ್ರಿಟಿಷ್ ಸಾಮ್ರಾಜ್ಯದಿಂದ ಭಾರತ ಸ್ವಾತಂತ್ರ್ಯವನ್ನು ಪಡೆದುಕೊಂಡಿತು. ಗಾಂಧಿ ಕೂಡಾ-ಸೌಜನ್ಯಪೂರ್ವಕವಾಗಿ, ತಮಗೆ ಅಸಹಕಾರ ಪ್ರತಿಭಟನೆ ಮತ್ತು ಆತ್ಮಬಲದ ಪ್ರತಿರೋಧದಂಥ ಅಸ್ತ್ರಗಳ ಬಗ್ಗೆ ಹೊಳಹು ನೀಡಿದ್ದು ಹೆನ್ರಿ ಡೇವಿಡ್ ಥೋರೊ, ಎಂದು ದಾಖಲಿಸಿರುವುದು ಕುತೂಹಲಕರವಾಗಿದೆ.

ಅತ್ಯಾಧುನಿಕ ದಿನಗಳಿಗೆ ಬರುತ್ತ, ಶ್ರೀಮಂತರಾಗಿರುವುದನ್ನು ಮಕ್ಕಳಿಗೆ ಅತಿ ಮುದ್ದು ಮಾಡುವುದರ ಮೂಲಕ ಪ್ರದರ್ಶಿಸುವುದು, ಆಕರ್ಷಣೀಯವಾಗಿರು ವಾಗ ಶಿಶುತಜ್ಞ ಡಾ|| ಜೊಸೆಫಿನ್ ಬೇಕರ್ ಹೇಳುತ್ತಾರೆ, ''ಶ್ರೀಮಂತ ಮಕ್ಕಳು ಸಾಧಾರಣವಾಗಿ ಚೆನ್ನಾಗಿಯೇ ತಿನ್ನುತ್ತಾರಾದರೂ, ಪುಷ್ಟಿಕರ ಆಹಾರವನ್ನು ತಿಂದಿರುವುದಿಲ್ಲ. ತುಂಬಾ ಕಾಳಜಿಯಿಂದ ಸಾಂಕ್ರಾಮಿಕಗಳಿಂದ ಸದಾ ರಕ್ಷಿಸಲ್ಪಡುವುದರಿಂದ, ಸಹಜವಾದ ರೋಗ ನಿರೋಧಕ ಶಕ್ತಿಯನ್ನು ಒಳಗಿಂದಲೇ ಪಡೆದಿರುವುದಿಲ್ಲ ಮತ್ತು ಸುಲಭವಾಗಿ ಕೀಟಾಣುಗಳಿಗೆ ಬಲಿಬೀಳುತ್ತಾರೆ.''

ಅನಾರೋಗ್ಯ ಮತ್ತು ಕಾಯಿಲೆಗಳು ಕೂಡಾ ಮಾನವ ದೇಹಕ್ಕೆ ಲಾಭವನ್ನುಂಟು ಮಾಡಬಹುದೆಂದು ಯಾರು ಯೋಚಿಸುತ್ತಾರೆ? ಡಾ|| ಮಾರ್ಟಿನ್ - ಗಂಪರ್ಟ್, ಹೇಳುತ್ತಾರೆ, ''ರೋಗಗಳು ದೇಹದ ರೋಗನಿರೋಧಕ ಶಕ್ತಿಯನ್ನು ಉತ್ತೇಜಿಸುವ ಮೂಲಕ ಆರೋಗ್ಯವರ್ಧಕಗಳಾಗಿ ಪರಿಣಮಿಸುತ್ತವೆ.''

ವ್ಯಕ್ತಿತ್ವದ ವಿಶಿಷ್ಟತೆಗಳು ಮತ್ತು ಶಿಕ್ಷಣ

ಉನ್ನತ ವ್ಯಾಸಂಗ ಎಷ್ಟರಮಟ್ಟಿಗೆ ನಮ್ಮ ವ್ಯಕ್ತಿತ್ವವನ್ನು ಬೆಳೆಸುತ್ತದೆ? ಡಾ॥ಹೆನ್ರಿ ಸಿ ಲಿಂಕ್, ಖ್ಯಾತ ಅಮೆರಿಕನ್ ಮನಶ್ಶಾಸ್ತ್ರಜ್ಞ, ಸುದೀರ್ಘ ಅಧ್ಯಯನದ ಬಳಿಕ ಈ ಅಚ್ಚರಿದಾಯಕ ವಿಚಾರಗಳನ್ನು ಹೊರಗೆಡಹಿದ್ದಾರೆ. ''ವ್ಯಕ್ತಿತ್ವದ ವಿಶಿಷ್ಟತೆಯಲ್ಲಿ ಯಾವುದೇ ಶಿಕ್ಷಣವಿಲ್ಲದವರು, ಕಾಲೇಜು ಪದವೀಧರರ ಮಟ್ಟದಲ್ಲಿರುತ್ತಾರೆ. ಅತ್ಯುಚ್ಚ ಪಾಂಡಿತ್ಯಪೂರ್ಣ ವಿದ್ವಾಂಸರು ಕೂಡಾ ಯಾರಿಗೇನು ಮೇಲಲ್ಲ, ಸಮಾನವಾಗಿ ಜಾಣ್ಮೆಯ ಪರೀಕ್ಷೆಗಳಲ್ಲಿ ತೀರಾ ಕೆಳಗಿರುವವರು ಕೂಡಾ ಯಾರಿಗೇನು ಕೀಳಲ್ಲ.'' ಪ್ರೌಢ ಮತ್ತು ವಿಶ್ವವಿದ್ಯಾಲಯದ ಶಿಕ್ಷಣಾವಧಿಯಲ್ಲಿ ಕೆಲವರ ವ್ಯಕ್ತಿತ್ವದ ಗುಣಾಂಶಗಳಲ್ಲಿ ಬೆಳವಣಿಗೆ ಕಂಡುಬರುವುದಾದರೂ ಉಳಿದವರಲ್ಲಿ ನಕಾರಾತ್ಮಕ ಬೆಳವಣಿಗೆ ಕಂಡುಬರುತ್ತದೆ (ಒಟ್ಟಾರೆ ಪ್ರಗತಿ ಶೂನ್ಯವಾಗುವಂತೆ). ನೇರ ಮಾತುಗಳಲ್ಲಿ, ಶಿಕ್ಷಣದಿಂದ ವ್ಯಕ್ತಿತ್ವ ವಿಕಸನವಾಗುವ ಸರಾಸರಿ ಶೂನ್ಯ.

ನಿಮಗೆಂದಾದರೂ ತಾನೊಬ್ಬ ಜಾಣ ಬುದ್ಧಿಜೀವಿಯಾಗಲಿಲ್ಲವಲ್ಲ, ಎಂಬ ವಿಷಾದ ಮನಸ್ಸಿನಲ್ಲಿ ಮೂಡಿದ್ದಿದೆಯೆ? ಡಾ॥ಲಿಂಕ್ ಅವರು ಕಂಡುಕೊಂಡಂತೆ ಮತ್ತು ಪ್ರಮೇಯಗಳ ಬೆಳಕಿನಲ್ಲಿ ಹೇಳುವುದಾದರೆ, ನೀವು ಹೆಚ್ಚೇನೂ ಕಳೆದು ಕೊಂಡಿಲ್ಲ. ''ಮನುಷ್ಯ ಹೆಚ್ಚು ಹೆಚ್ಚು ಜಾಣನಾದಂತೆ ಅವನ ಯೋಚನಾ ಲಹರಿಯ ವ್ಯಾಪ್ತಿ ಹಿಗ್ಗುತ್ತಾ ಹೋಗುತ್ತದೆ ಮತ್ತು ಅವನು ಶಾಶ್ವತ ಮೌಲ್ಯಗಳ ದೇವರಿಗೆ ಬದಲಾಗಿ, ತನಗೆ ಬೇಕಾದಂತೆ, ಕಾಲಕ್ಕೆ ತಕ್ಕ ದೇವರನ್ನು ಸೃಷ್ಟಿಸಿಕೊಳ್ಳುವ ಅಪಾಯ ಕೂಡಾ ಹೆಚ್ಚುತ್ತ ಹೋಗುತ್ತದೆ.''

ವೈಜ್ಞಾನಿಕ ಮತ್ತು ತಾಂತ್ರಿಕ ಜ್ಞಾನದ ಹಿಂದೆ ಮುಗಿಬಿದ್ದಿರುವುದರ ವ್ಯರ್ಥ ವಿಪರ್ಯಾಸವನ್ನು ತಿಳಿಸುವ ಈ ಪ್ರಖ್ಯಾತ ಮನಶ್ಶಾಸ್ತ್ರಜ್ಞನ ಇನ್ನೊಂದು ಪ್ರಮುಖ ಟಿಪ್ಪಣಿಯನ್ನೂ ಗಮನಿಸಿ :

''ಈ ಎಲ್ಲಾ ಅರಿವು ನಮ್ಮ ದೈಹಿಕ ಆರಾಮಕ್ಕೆ ಇಂಬು ನೀಡಿದೆಯಾದರೂ, ಅದು ಖಂಡಿತವಾಗಿ ನಮ್ಮ ಮಾನಸಿಕ ಅಶಾಂತ ತೊಳಲಾಟಗಳನ್ನು ಕಡಿಮೆ ಮಾಡಿಲ್ಲ.''

ವೈಜ್ಞಾನಿಕ ಪ್ರಗತಿಯೊಂದರಿಂದಲೇ ಜೀವನದ ಗಾಢ ಸಮಸ್ಯೆಗಳಿಗೆ ಪರಿಹಾರವಿಲ್ಲ, ಅವನ ಸಂತೋಷವನ್ನು ಹೆಚ್ಚಿಸಬಲ್ಲ ಯಾವುದೂ ಅಲ್ಲಿಲ್ಲ. ಹೆಚ್ಚು ಹೆಚ್ಚು ವಿಜ್ಞಾನವೆಂದರೆ ಹೆಚ್ಚು ಹೆಚ್ಚು ಗೊಂದಲ.

ದೈನಂದಿನ ಜೀವನ ಮತ್ತು ಮನೆವಾರ್ತೆಯ ವಾಸ್ತವಗಳಿಗೆ ನಾವು ವಿಜ್ಞಾನವನ್ನು ದುಡಿಸಿಕೊಂಡು ಅಳವಡಿಸಿಕೊಳ್ಳುವುದಕ್ಕೆ ಸಾಧ್ಯವಾಗದಿದ್ದರೆ, ಅವು ತನ್ನನ್ನು ಸೃಷ್ಟಿಸಿದ ಮನಸ್ಸುಗಳನ್ನು ಮುಕ್ತಗೊಳಿಸುವ ಬದಲಿಗೆ, ನಾಶಗೊಳಿಸಬಲ್ಲವು. ಈ ಸಂತುಲಿತ ಸಂಯೋಜನೆ ವಿಜ್ಞಾನದಿಂದಲೇ ಬರಲಾರದು ಮತ್ತು ಇದು ವೈಜ್ಞಾನಿಕ

ಸಂಶೋಧನೆಯಲ್ಲೇ ಅಂತರ್ಗತವಾಗಿದ್ದೂ ವೈಜ್ಞಾನಿಕವಾದ ದಾಖಲೆಗಳಿಗೆ ಬದ್ಧವಾದದ್ದಲ್ಲ. ಇದೆಲ್ಲ ಯಾವುದೇ ತಾರ್ಕಿಕ ಜ್ಞಾನ ಪಲ್ಲಟಗೊಳಿಸಲಾರದ ಮತ್ತು ಮೂಲಭೂತವಾದ ಜೀವನದ ಮೌಲ್ಯಗಳಲ್ಲಿನ ವಿಶ್ವಾಸ, ನಂಬುಗೆ ಮತ್ತು ಶ್ರದ್ಧೆಯಿಂದ ಬರಬೇಕಾದುದು.''

ಈಗ ನಿಮಗೆ ಲೌಕಿಕವಾದ ಸಂಗತಿಗಳ ವಿಚಾರದಲ್ಲಿ ನಾವು ನಿಂತ ನೆಲೆಯ ಕುರಿತೇ ಅನುಮಾನಗಳೆದ್ದಿವೆಯಲ್ಲವೆ? ಭಗವಂತನ ಸಾಮ್ರಾಜ್ಯದ ಕುರಿತ ಪರಿಜ್ಞಾನದೆಡೆಗೆ ಕಾಲಕ್ರಮೇಣ ನಮ್ಮನ್ನು ಕೊಂಡೊಯ್ಯಬಹುದಾದ ವಿವೇಕಯುತ ಮೌಲ್ಯಗಳ ಅರಿವಿನತ್ತ ಸಾಗುವ ನಮ್ಮ ಪಯಣದ ಮೊದಲ ಹೆಜ್ಜೆಯೇ ಇದಾಗಿದೆ.

□□

2

ಆತ್ಮ ಸುಮ್ಮಾನದ ಗುಟ್ಟು

''ಹೊರಗಿನ ಸಂಗತಿಗಳು ಏನೇನೂ ಪ್ರಭಾವಿಸಲಾರದ (ಕೆಡಿಸಲಾರದ) ಸಂತೋಷವನ್ನು ಹೊಂದಿ ಬದುಕುವಂತೆ ಮಾಡುವುದೇ ತತ್ವಶಾಸ್ತ್ರದ ತಿರುಳಾಗಿದೆ.''

- ಎಪಿಕ್ಟೆಟಿಸ್

''ಸಂತಸದ ಬದುಕೆಂದರೆ ಬಹುಮಟ್ಟಿಗೆ ಪ್ರಶಾಂತ ಬದುಕು. ಯಾಕೆಂದರೆ, ಪ್ರಶಾಂತ ವಾತಾವರಣದಲ್ಲಷ್ಟೇ ನಿಜವಾದ ಸಂತಸ ಬದುಕಲು ಸಾಧ್ಯ.''

-ಬರ್ಟ್ರೆಂಡ್ ರಸ್ಸೆಲ್

ಸಂತಸ ಎಂಬ ಭಾವ

''ಓಹ್! ನನಗೆಂಥ ಖುಷಿಯಾಗ್ತಿದೆ!'' ಮೇರಿ ಉದ್ಗರಿಸುತ್ತಾಳೆ. ''ಯಾಕೆ ಏನಾಯಿತು?'' ಗೆಳತಿಯ ಪ್ರಶ್ನೆ. ''ನಿನ್ನೆ ರಾತ್ರಿ ಅಸಂಭವ ಎಂದುಕೊಂಡಿದ್ದನ್ನು ಜಾನ್ ಮಾಡಿದ, ನನ್ನನ್ನು ತೋಳುಗಳಲ್ಲಿ ಬಳಸಿ, ಮದುವೆಯಾಗುವಿಯಾ ಎಂದು ಕೇಳಿದ !''

''ನೀವು ಅತಿಥಿ ಸತ್ಕಾರಕ್ಕೆ ನೀಡಿದ ಆಹ್ವಾನವನ್ನು ಒಪ್ಪಿಕೊಂಡಿದ್ದಕ್ಕೆ ನನಗೇ ಸಂತೋಷ ಎನಿಸುತ್ತಿದೆ'' ಶ್ರೀ ಗಾರ್ಮೆಟ್ ಹೇಳುತ್ತಾರೆ. ''ಭೋಜನ ಅದ್ಭುತವಾಗಿತ್ತು, ನನ್ನ ಬಾಯಿ ರುಚಿಯೇ ಕೆಟ್ಟಿತ್ತು, ಇಂಥಾ ಔತಣ ಮತ್ತು ರಸಾಯನದ ರುಚಿ ನೋಡದೆ ಎಷ್ಟೊಂದು ಕಾಲವಾಗಿತ್ತು!''

''ದೇವರೇ ! ಈಗ ನನಗೆ ಸಮಾಧಾನ ಮತ್ತು ಖುಷಿ.'' ತಾಯಿಯ ಮಾತು. ''ಡಿಫ್ತಿರಿಯಾದಿಂದಾಗಿ ನನ್ನ ಮಗ ಸಾವು ಬದುಕಿನ ಮಧ್ಯೆ ಹೊಯ್ದಾಡುತ್ತಿದ್ದ. ನಾನಂತೂ ಎಲ್ಲಾ ಆಸೆ ಬಿಟ್ಟಿದ್ದೆ. ಎಲ್ಲವೂ ಒಂದು ಪವಾಡದಂತಿದೆ. ಹೇಗೋ ಗಂಡಾಂತರದಿಂದ ಪಾರಾದ ಮತ್ತು ಕ್ರಮೇಣ ಎಂದಿನ ಆರೋಗ್ಯವನ್ನು ಮರಳಿ ಪಡೆದ.''

ಈ ಮೂರೂ ವಿಭಿನ್ನ ಸಂದರ್ಭಗಳಲ್ಲಿ ಮೂವರು ವಿಭಿನ್ನ ವ್ಯಕ್ತಿಗಳ 'ಸಂತೋಷ' ದಲ್ಲಿ ಸಮಾನವಾದುದೇನಾದರೂ ನಿಮ್ಮ ಗಮನಕ್ಕೆ ಬಂತೆ? 'ಸಂತಸ' ಎಂಬುದನ್ನು ಸಾಧಾರಣವಾಗಿ ಒಂದು ಅಮೂರ್ತ ಶಬ್ದವನ್ನಾಗಿ ಬಳಸುತ್ತೇವೆ. ಮೊದಲನೆಯದ ರಲ್ಲಿ, ಅದು ಮುಂದಿನ ಭವಿಷ್ಯದ ಸಂಭ್ರಮ. ಇನ್ನೊಂದರಲ್ಲಿ, ಐಹಿಕ ಸುಖ ಅಥವಾ ಮಾನಸಿಕ ತೃಪ್ತಿಯನ್ನು ತಿಳಿಸಲು ಬಳಸಲಾಗಿದೆ. ಮೂರನೆಯದರಲ್ಲಿ, ಅಪಾಯ ದಿಂದ ಪಾರಾದಾಗಿನ ನಿರುಮ್ಮಳ ಸ್ಥಿತಿಯನ್ನು ಸೂಚಿಸು ತ್ತದೆ. ಸಂತಸ ಎಂಬುದರ ನಿಜ ಸ್ವರೂಪದ ಬಗ್ಗೆ ಸ್ವಲ್ಪ ಅರಿತುಕೊಳ್ಳುವುದು, ಜಗತ್ತಿನ ಲೌಕಿಕ ಸಂಗತಿಗಳೊಂದಿಗಿನ ನಿರಂತರ ಸಂಘರ್ಷವನ್ನು ಅರಿಯುವ ಪ್ರಕ್ರಿಯೆಯಲ್ಲಿ ಬಹುಮುಖ್ಯ ಹೆಜ್ಜೆಯಾಗಿದೆ. ಒಂದಿಷ್ಟು ಸಮಯವನ್ನು ನಾವಿದರ ಪರಾಮರ್ಶೆ ಮತ್ತು ಅದರ ಸ್ವರೂಪವನ್ನು ಅರಿಯುವುದಕ್ಕೆ ವಿನಿಯೋಗಿಸುವುದು ಕೇವಲ ಬೌದ್ಧಿಕ ಕಸರತ್ತಷ್ಟೇ ಆಗುವುದಿಲ್ಲ.

ಮನುಷ್ಯನ ಪ್ರಾಥಮಿಕ ಕಾಳಜಿ ಹಸಿವು ಬಾಯಾರಿಕೆ. ಈ ನೈಸರ್ಗಿಕ ಅಗತ್ಯಗಳನ್ನು ಪೂರೈಸಿಕೊಳ್ಳುವುದು ಹಾಗೂ ಮಳೆ, ಪ್ರವಾಹಗಳಂಥ ಪ್ರಾಕೃತಿಕ ವಿಕೋಪಗಳಿಂದ ತನ್ನನ್ನು ತಾನು ರಕ್ಷಿಸಿಕೊಳ್ಳುವುದೇ ಆಗಿದ್ದು, ಇದಕ್ಕಾಗಿ ಆತ ತನ್ನ ಬಹಳಷ್ಟು ಸಾಮರ್ಥ್ಯವನ್ನು ಈ ಮೂಲಭೂತ ಅಗತ್ಯಗಳನ್ನು ಪಡೆದುಕೊಳ್ಳುವುದಕ್ಕಾಗಿಯೇ ವಿನಿಯೋಗಿಸುತ್ತಾನೆ. ಆತನಲ್ಲಿ ಹೆಚ್ಚು ವಿಶಿಷ್ಟವೂ ತೀವ್ರವೂ ಆದ ಇನ್ನೊಂದು ತುಡಿತವಿದೆ - ಸಂತಸದ ಹಪಹಪಿಕೆ.[1]

ಮನಶ್ಶಾಸ್ತ್ರಜ್ಞ ವಿಲಿಯಂ ಜೇಮ್ಸ್ ಹೇಳಿರುವಂತೆ ''ಹೆಚ್ಚಿನೆಲ್ಲಾ ಮನುಷ್ಯರನ್ನು ಅವರವರ ಕೆಲಸ ಕಾರ್ಯಗಳಲ್ಲಿ ತೊಡಗಿಸಿರುವ ಮತ್ತು ಅದರಲ್ಲಿ ಹೆಚ್ಚು ಹೆಚ್ಚು ಶ್ರದ್ಧೆಯಿಂದ ಅವರನ್ನು ಮುಳುಗುವಂತೆ ಮಾಡಿರುವುದರ ಹಿಂದಿರುವ ಗುಟ್ಟೆಂದರೆ ಈ ಸಂತಸ ಎಂಬುದನ್ನು ಹೇಗೆ ಪಡೆಯುವುದು, ಹೇಗೆ ಉಳಿಸಿಕೊಳ್ಳುವುದು ಮತ್ತು ಹೇಗೆ ಮರಳಿ ಪಡೆಯುವುದು ಎಂಬ ನಿರಂತರವಾದ ತುಡಿತವೇ ಆಗಿದೆ.'' ದುರದೃಷ್ಟವಶಾತ್, ಸಂತಸವನ್ನು , ಸುಖ ಎಂದು ತಪ್ಪಾಗಿ ತಿಳಿಯಲಾಗಿದೆ.

ಸುಖದ ಸಂತೃಪ್ತಿ

ಈಗ, ಏನು ಸುಖವೆಂದರೆ? ಅದು, ನೈಸರ್ಗಿಕವಾದ ಮನುಷ್ಯನ ಜೈವಿಕ ಅಗತ್ಯ ಗಳಿಗೆ ಪ್ರಕೃತಿ ಕಲ್ಪಿಸಿರುವ ಸಾಂತ್ವನ. ಅದೊಂದು ಗುಟುಕೇ ಬೇಕಾದರೂ ಆಗಿರಲಿ. ಯಾವಾಗ ಅವನಲ್ಲಿ 'ಬೇಕು' ಎಂಬ ಭಾವನೆ ಬರುವುದೋ ಆಗ ಆತ ಅದನ್ನು

---

1 ಓ ಸಂತಸವೆ! ನಮ್ಮ ಅಸ್ತಿತ್ವದ ಅಂತ್ಯ ಮತ್ತು ಗುರಿ ಒಳ್ಳೆಯದು, ಸಂಭ್ರಮ, ಸುಖ, ಸಂತೃಪ್ತಿ! ನಿನ್ನ ಹೆಸರದೇನೇ ಇರಲಿ. ಅದೇನೋ ಒಂದು ಅಲೌಕಿಕ ಆಕಾಂಕ್ಷೆಯೊಂದನ್ನು ಮಿಡಿಯುತ್ತಿದೆಯಲ್ಲಾ, ಅದಕ್ಕಾಗಿ ನಾವು ಬದುಕು ಸಹಿಸುತ್ತೇವೆ, ಸಾಯಲೂ ಸಿದ್ಧರಿದ್ದೇವೆ!
- **ಅಲೆಗ್ಸಾಂಡರ್ ಪೋಪ್**, (ಆನ್ ಹ್ಯಾಪಿನೆಸ್)

ಪಡೆಯುವ ಮಾರ್ಗದಲ್ಲಿ ಉದ್ಯುಕ್ತನಾಗುತ್ತಾನೆ. ನಿರ್ದಿಷ್ಟವಾದ ಒಂದು ಸಂತೃಪ್ತಿಯ, ಖುಶಿಯ ಸಂವೇದನೆಯನ್ನು ಹೊಂದುತ್ತಾನೆ. ಇದನ್ನು ಸುಖ ಎನ್ನಬಹುದಾಗಿದೆ. ಅವನಿಗೆ ಹಸಿವಾದಾಗ ಆಹಾರ ತಯಾರಿಸಿಕೊಳ್ಳಬೇಕು ಅಥವಾ ಪಡೆದುಕೊಳ್ಳ ಬೇಕು. ಸೇವಿಸಿದಾಗ ಕೇವಲ ಹಸಿವಷ್ಟೇ ತೃಪ್ತವಾಗುವುದಲ್ಲ, ಅವನಲ್ಲಿ ಏನೋ ಒಂದು ಸಂತೃಪ್ತಿಯ ಸುಖಭಾವ ಕೂಡಾ ಮೂಡುತ್ತದೆ. ಹೀಗೆ ಒಂದು ಜೈವಿಕ ಅಗತ್ಯವನ್ನು ಪೂರೈಸಿಕೊಳ್ಳುವ ನಿರ್ದಿಷ್ಟ ಚಟುವಟಿಕೆಯೇ ಸುಖಕ್ಕೆ ಕಾರಣವಾಗು ತ್ತದೆ. ಬಹುಶಃ ಲೈಂಗಿಕ ಕಾಮನೆಯನ್ನು ಪ್ರಕೃತಿ ಒಂದು ಗಾಳದ ಹಾಗೆ, ಗಂಡು ಹೆಣ್ಣು ತಾವು ತಂದೆ - ತಾಯಿಯಾಗಿ ನಿರ್ವಹಿಸಬೇಕಿರುವ ಕರ್ತವ್ಯಗಳನ್ನು ವಹಿಸಿಕೊಳ್ಳುವಂತೆ ಮಾಡಲು ಮತ್ತು ಮಾನವ ಜನಾಂಗದ ಮುಂದುವರಿಕೆ ಗಾಗಿ ಬಳಸಿಕೊಳ್ಳುತ್ತದೆ ಅನಿಸುತ್ತದೆ.

ಈ ನೈಸರ್ಗಿಕ ಅಗತ್ಯ, ಅವುಗಳನ್ನು ಪಡೆದುಕೊಳ್ಳುವ ಹಾಗೂ ಆನಂತರ ಹೊಂದುವ ಸಂತೃಪ್ತ ಸುಖದ ಭಾವವಕ್ಕಾಗಿ ಅನುಸರಿಸುವ ಉಪಕ್ರಮಗಳ ನಡುವಿನ ಕೊಂಡಿ ಮಾತ್ರ ಕಣ್ಮರೆಯಾದಂತಿದೆ. ಪರಿಣಾಮವೆಂದರೆ, ಸುಖಕ್ಕಾಗಿ ಸುಖದ ಬೇಟೆಗಾಗಿ ಮತ್ತು ಅಗತ್ಯ ಹಾಗೂ ಸಂತೃಪ್ತಿಯ ನಡುವಿನ ಬಿರುಕು. ಸುಮ್ಮನೇ ಮಜಾ ಉಡಾಯಿಸುವುದಕ್ಕಾಗಿ ಆಹಾರ ಹುಡುಕಿದಂತೆ. ಅದೇ ರೀತಿಯಲ್ಲಿ, ಆಧುನಿಕ ಗರ್ಭನಿರೋಧಕಗಳ, ನಿಸರ್ಗದ ಉದ್ದೇಶವನ್ನೇ ವಿರೋಧಿಸುವ, ಸೋಲಿಸುವ ಅವಕಾಶವನ್ನು ಹೆಚ್ಚಿಸಿರುವುದರಿಂದ ಮನುಷ್ಯ ಸಂತಾನಕ್ಕಾಗಿಯಲ್ಲದೆ ಸುಖಲೋಲುಪತೆಗಾಗಿ ಕಾಮದಲ್ಲಿ ಆಸಕ್ತನಾಗುತ್ತಿದ್ದಾನೆ.

ಮಾನವ ಜನಾಂಗ 'ಹೊಟ್ಟೆಗಾಗಿ ಗೇಣುಬಟ್ಟೆಗಾಗಿ' ಇರುವ ಅಸ್ತಿತ್ವ. ನಿರಂತರ ವಾದ ಕಾಯಕವೊಂದೇ ಜಗತ್ತನ್ನು ಚಲನಶೀಲವಾಗಿರಿಸಿದೆ. ಆದಿಮಾನವ ತಾನು ಆದಿನ ಸಂಪಾದಿಸಿದ ಆಹಾರವನ್ನು ಅಂದೇ ಬಳಸುತ್ತಿದ್ದ ಮತ್ತು ಪ್ರತಿದಿನ ಆವತ್ತಿನ ಆಹಾರಕ್ಕಾಗಿ ಎದ್ದು ಬೇಟೆಗೆ ಹೊರಡುತ್ತಿದ್ದ. ಮುಂದೆ ಆತನ ಜಾಣ್ಮೆ ಸ್ವಲ್ಪಾಂಶವನ್ನು ನಾಳೆಗಾಗಿ ತೆಗೆದಿರಿಸುವುದನ್ನು ಸಾಧ್ಯವಾಗಿಸಿತು. ಮೇಲ್ನೋಟಕ್ಕೆ ಅದೇ ಹೊಟ್ಟೆ-ಬಟ್ಟೆಯ ಪ್ರಶ್ನೆಯೇ ಮುಂದುವರಿದಿದೆ, ಆದರೂ ಇಂದು ಅದರಲ್ಲಿ ಅಜಗಜಾಂತರ ವ್ಯತ್ಯಾಸವಿದೆ. ವೃತ್ತಿಪರ ಕೌಶಲದ ವೈಶಿಷ್ಟ್ಯಪೂರ್ಣ ಹಂಚಿಕೆಯಿಂದಲೂ, ಕೈಗಾರಿಕೆ ಮತ್ತು ವಾಣಿಜ್ಯದ ಅಭಿವೃದ್ಧಿಯಿಂದಲೂ ಮೌಲ್ಯ, ಹಣಗಳ ಜಾಗತಿಕ ಚಲಾವಣೆಯ ಮಾನದಂಡಗಳು ಲಭ್ಯವಾಗಿರುವುದರಿಂದಲೂ, ಪ್ರತಿಯೊಬ್ಬನೂ ಅವನ ಅಗತ್ಯಗಳನ್ನು ಅವನವನೇ ಉತ್ಪಾದಿಸಿಕೊಳ್ಳಬೇಕಾಗಿಲ್ಲ. ಇದರಿಂದಾಗಿ ಅವನ ದೈನಂದಿನ ಕಾಯಕದ ಉದ್ದೇಶ ಯಾವ ರಂಗದಲ್ಲೇ ಆಗಿರಲಿ, ಮೂಲಭೂತ ಅಗತ್ಯಗಳನ್ನು ಈಡೇರಿಸಿಕೊಳ್ಳುವುದೇ ಆಗಿದ್ದರೂ, ಸುಖದ ಬೆಂಬೆತ್ತಿ ಹೋಗುವ ಹಪಾಹಪಿ ಮಾತ್ರ ತೀವ್ರವಾಗಿದೆ. ಆವಶ್ಯಕತೆ ಮತ್ತು ಸಂತೃಪ್ತಿಗಳ ನಡುವಿನ ಬಿರುಕು

ಇದರಿಂದ ಸಂಪೂರ್ಣವಾಗಿ ಬಿಟ್ಟಿದೆ ಮತ್ತು ಒತ್ತು ಏನಿದ್ದರೂ ಹೆಚ್ಚು ಕಡಿಮೆ ಪೂರ್ತಿಯಾಗಿ ಸುಖಲೋಲುಪತೆಯ ಮೇಲೆಯೇ ಇರುವಂತಿದೆ.

ಸೂಕ್ಷ್ಮವಾಗಿ ಅವಲೋಕಿಸಿದರೆ ತಿಳಿಯುವಂತೆ, ಸುಖವೆಂಬುದು ಸೂಕ್ತವಾದ ಸಂಗತಿಗಳೊಂದಿಗೆ ಇಂದ್ರಿಯಗಳು ಸಂಸರ್ಗದಿಂದ ಪಡೆಯಬಹುದಾದ್ದು. ವಾಸನೆ, ರುಚಿ, ಶ್ರವಣ, ನೋಟ ಮತ್ತು ಸ್ಪರ್ಶ ಸೂಕ್ತ ಸಂಗತಿಗಳೊಂದಿಗಿನ ಸಂಸರ್ಗದಲ್ಲಿರುವಷ್ಟು ಹೊತ್ತು ಸುವಾಸನೆ, ರುಚಿಕರ ಆಹಾರ, ಸಂಗೀತದಂಥ ಹಿತಕರ ಶಬ್ದ, ಅಂಗಸಂಗ, ರಮ್ಯವಾದ ನೋಟಗಳು ಹೀಗೆ ಸುಖಕೊಡುತ್ತವೆ. ಈ ಸುಖಾನುಭವ ಅಂಗಸಂಗ ಸಂಸರ್ಗವು ಕಡಿದರೆ ನಿಂತು ಹೋಗುತ್ತದೆ.

ಇಲ್ಲಿ ನಾವು ಕೊಂಚ ವಿಷಯಾಂತರ ಮಾಡಬೇಕಿದೆ. ಈ ಎಲ್ಲಾ ಸಂಗತಿಗಳಲ್ಲಿ ಮನಸ್ಸು ನಿರ್ವಹಿಸುವ ಪಾತ್ರವನ್ನು ನಾವು ಮರೆಯಬಾರದು. ಇಂದ್ರಿಯಕ್ಕೆ ತನಗೆ ಬೇಕೆನಿಸುವ ಅಂಗಸಂಗ ಸಂಸರ್ಗದಲ್ಲಿ ಬಂದಾಗ, ಮನಸ್ಸು ಅದನ್ನು ಗಮನಿಸಿ ಸಹಕರಿಸಬೇಕಾಗುತ್ತದೆ. ಅನ್ಯಥಾ ಸುಖ ಅಥವಾ ಅದರ ವಿರುದ್ಧವಾದ ಸಂವೇದನೆ ದಾಖಲಾಗುವುದೇ ಇಲ್ಲ. ನಮ್ಮ ದಿನನಿತ್ಯದ ಬದುಕಲ್ಲಿ ನಾವು ನೋಡಿಯೂ ಗಮನಿಸದೇ ಬಿಡುವ, ತಿಂದೂ ರುಚಿ ಹತ್ತದೇ ಹೋಗುವ ಸಂಗತಿಗಳೇನೂ ಇಲ್ಲದಿಲ್ಲ. ಇದು ಮನಸ್ಸು ಇನ್ಯಾವುದರಲ್ಲಿಯೋ ವ್ಯಸ್ತವಾಗಿರುವಾಗ ಅಥವಾ ಇದರಿಂದ ದೂರವಾದಾಗ ಸಂಭವಿಸುತ್ತದೆ. ಈ ವಿದ್ಯಮಾನವು ನಾವು ನಮ್ಮ ಬದುಕನ್ನು ಪ್ರಜ್ಞಾಪೂರ್ವಕವಾಗಿ ತಿದ್ದಿಕೊಳ್ಳುವ ಸಂದರ್ಭದಲ್ಲಿ ಬಹುಮುಖ್ಯವಾದ ಪಾತ್ರವಹಿಸುತ್ತದೆ.

ಇಂದ್ರಿಯಗಳ ಕಾಮನೆ ಮತ್ತು ಸುಖ ಅದರದೇ ಆದ ಕುತೂಹಲಕರ ಪ್ರಕ್ರಿಯೆಯನ್ನು ಹೊಂದಿರುವಂಥಾದ್ದು. ಅದು ಇಷ್ಟಾನಿಷ್ಟಗಳಿಗೆ ಕಾರಣವಾಗುತ್ತದೆ. ಸುಖಭಾವದೊಂದಿಗೆ ಇಷ್ಟವೂ ವಿರುದ್ಧಭಾವದೊಂದಿಗೆ ಅಹಿತವೂ ಅಂದರೆ ಯಾವುದು ಸುಖಕರ ಭಾವ ನೀಡುವುದಿಲ್ಲವೋ, ಕಡಿಮೆ ಹಿತಕರವೋ ಅಹಿತ ಕರವೋ ಆಗಿರುವುದನ್ನು ಸ್ಥೂಲವಾಗಿ ನೋವು ಎಂದು ವರ್ಗೀಕರಿಸಬಹುದು.

ಸುಖದ ಹಿಂದೆ ಮುಗಿಬೀಳುವುದರಿಂದಾಗಿ ಇನ್ನೂ ಒಂದು ಕ್ರಿಯೆ - ಪ್ರಕ್ರಿಯೆಯ ಸರಪಳಿಯು ಹುಟ್ಟಿಕೊಳ್ಳುತ್ತದೆ. ಈ ಹಪಹಪಿಕೆಯು ಅಸಹನೆಯನ್ನು ಉಂಟುಮಾಡು ತ್ತದೆ. ಅದಕ್ಕಿರುವ ತೊಡಕು ತೊಂದರೆಗಳು ಸಿಟ್ಟು ಮತ್ತು ಆತಂಕಿತ ಮನಸ್ಥಿತಿಗೆ ಕಾರಣವಾಗುತ್ತದೆ. ಸುಖ ಲೋಲುಪಚಿತ್ತದಲ್ಲಿ ಒಂದು ಬಗೆಯ ಚಾಂಚಲ್ಯವೂ, ವಿವೇಚನಾಶೂನ್ಯತೆಯೂ ಇರುತ್ತದೆ. ವಸ್ತುಸ್ಥಿತಿಯನ್ನು ಅದಿರುವಂತೆಯೇ ಗ್ರಹಿಸಲಾರದ, ವಿಸ್ಮೃತಿ ಎನ್ನಬಹುದಾದ ಸ್ಥಿತಿಯಿದು. ಅದರಲ್ಲೂ ಒಂದೇ ವಸ್ತುವನ್ನು ಒಬ್ಬರಿಗಿಂತ ಹೆಚ್ಚು ಮಂದಿ ಬಯಸಿದ್ದೇ ಆದಲ್ಲಿ ದ್ವೇಷ ಮತ್ತು ಜಗಳವೂ ಸಂಭವಿಸಬಹುದು. ಇಂಥ ಸುಖದ ವಸ್ತುವನ್ನು ಹೊಂದಿರುವುದೇ ಒಂದು ಹೆಮ್ಮೆ

ಮತ್ತು ಜಿಪುಣತನವನ್ನು ಪ್ರೇರೇಪಿಸುತ್ತದೆ. ಸುಖ ಎಂಬುದು ತಥಾಕಥಿತ ವಸ್ತುವಿಗೆ ಬದ್ಧವಾದದ್ದು ಮತ್ತು ಸ್ವಾರ್ಥವೇ ಅದರ ಮೂಲಮಂತ್ರ ವೆಂಬುದೀಗ ಅತ್ಯಂತ ಸ್ಪಷ್ಟವಾಗುತ್ತದೆ.

ಎಲ್ಲಕ್ಕಿಂತ ಹೆಚ್ಚಾಗಿ, ಇಂಥ ಸುಖದ ವಸ್ತು ನೀಡಬಹುದಾದ ಸಂವೇದನೆಯಲ್ಲೇ ಒಂದು ಬಗೆಯ ಅನಿಶ್ಚಿತ ಅಂಶಗಳಿವೆ. ಅದೇ ವಸ್ತು ವಿಭಿನ್ನ ಸಂದರ್ಭಕ್ಕನು ಗುಣವಾಗಿ ಸುಖವನ್ನೋ ನೋವನ್ನೋ ಸಾಧ್ಯತೆಯಿದೆ. ಚಳಿಗಾಲದ ಮುಂಜಾನೆ ಬೆಚ್ಚಗಿರುವುದು ಹಿತನೀಡಿದರೆ, ಸುಡುಬಿಸಿಲಿನ ದಿನ ಅದು ಸಹಿಸಲಾಗದ ಸಂಗತಿಯಾಗಿ ಬಿಡುತ್ತದೆ.

ಸುಖದ ನಿರ್ವಹಣೆ

ಇದುವರೆಗೆ ನಾವು ಕೇವಲ ಇಂದ್ರಿಯಗಳ ಸುಖದ ಬಗ್ಗೆಯೇ ಗಮನಿಸುತ್ತಿದ್ದೆವು. ಇಲ್ಲಿ ಇನ್ನೊಂದು ವಿಧವಿದೆ, ಮಾನಸಿಕ ಸುಖ ಅಥವಾ ಭಾವನಾತ್ಮಕ ಸುಖ. ಪ್ರೀತಿ, ನಗು ಇತ್ಯಾದಿಗಳನ್ನು ಹಿತವಾದ ಭಾವನೆಗಳು ಎಂದೂ; ದ್ವೇಷ, ಸಿಟ್ಟು, ದುರಾಸೆಗಳೆಲ್ಲ ಅಹಿತಕರ ಭಾವನೆಗಳೆಂದೂ ಹೇಳುತ್ತೇವೆ. ಮಾನಸಿಕ ಸುಖ ಹತ್ತು ಹಲವು ಅನಿಷ್ಟಗಳಲ್ಲಿ ಪಾಲುದಾರನಾಗಿದ್ದಾಗ್ಯೂ, ಇಂದ್ರಿಯಗಳ ಸುಖಾಕಾಂಕ್ಷೆಗಿಂತ ಮೇಲ್ಮಟ್ಟದ್ದು.

ಇನ್ನೂ ಒಂದು ಹೆಜ್ಜೆ ಮುಂದೆ ಹೋಗಿ, ಇನ್ನೊಂದು ಬಗೆಯ ಸುಖದ ಬಗ್ಗೆ ಗಮನಹರಿಸಬಹುದು. ಬೌದ್ಧಿಕ ಸುಖ- ಭಾವುಕತೆಯಿಂದ ಹೊರತಾದ ಕೆಲವೊಂದು ಚಿಂತನೆಗಳ ಒಂದು ಗರಿಮೆ-ನೀಡಬಹುದಾದ್ದು. ಮತ್ತಿದರ ತದ್ವಿರುದ್ಧವಾದ ಬೌದ್ಧಿಕ ನೋವು. ಮಾರ್ಕ್ಸಿಸಂ ಅಥವಾ ಸಮಾಜವಾದದಂಥವುಗಳನ್ನು ಅನುಸರಿ ಸುವ ಮಾರ್ಕ್ಸಿಸ್ಟರು, ಸಮಾಜವಾದಿಗಳು ಪಡುವ ಸಂಭ್ರಮ ಈ ಬಗೆಯ ಸುಖದ ಉದಾಹರಣೆ.

ಈಗ ಮೂರು ಬಗೆಯ ಸುಖದ ಸಮಾನ ಗುಣ ಲಕ್ಷಣಗಳನ್ನು ಗಮನಿಸೋಣ :

(1) ಬಾಹ್ಯ ಸಂಗತಿಯೊಂದರ ಜೊತೆ ಸಂಗ - ಸಂಪರ್ಕದ ಅಗತ್ಯ.

(2) ವಿಭಿನ್ನ ಹಂತಗಳಲ್ಲಿ ಈ ಸುಖಲೋಲುಪತೆಯನ್ನು ತೃಪ್ತಗೊಳಿಸುವ ಹಾದಿಯಲ್ಲಿ, ಅದರಿಂದಾಗಿಯೇ ಕೆಲವು ಅಹಿತಕರ ಪ್ರತಿಸ್ಪಂದನಗಳೆದು ರಾಗುವುದು.

(3) ವಿಭಿನ್ನ ಸಂದರ್ಭಗಳಿಗನುಸಾರವಾಗಿ ಸುಖ ನೀಡಬೇಕಾದ ಸಂಗತಿಗಳು ಏಕಪ್ರಕಾರವಾಗಿ ಹಾಗೆ ಮಾಡಲು ವಿಫಲವಾಗುವವು.

(4) ಸುಖಲೋಲುಪತೆಯು ಸ್ವಾರ್ಥಕ್ಕೆ ಕಾರಣವಾಗುವಂತೆಯೇ ಸ್ವಾರ್ಥದಿಂದ ಸುಖಲೋಲುಪತೆಯು ಹುಟ್ಟುತ್ತದೆ.

ಪ್ರಸ್ತುತ ನಾವು ಈ ಕೊನೆಯ ಮತ್ತು ಬಹುಶಃ ಬಹುಮುಖ್ಯವಾದ ಗುಣ ಲಕ್ಷಣಕ್ಕೆ ಬರೋಣ. ಯಾವಾಗ ಸುಖದ ಆಸೆಯಾಗುತ್ತದೆ? ಸುಖದ ಹಸಿವು ತೃಪ್ತಿಯಾದಾಗ. ಹೆಚ್ಚು ಸ್ಪಷ್ಟವಾದ ಮಾತುಗಳಲ್ಲಿ ಹೇಳುವುದಾದರೆ, ಮನುಷ್ಯನ ಸಮಚಿತ್ತವು ಯಾವಾಗ ಕದಡುವುದೆಂದರೆ, ಏನೋ ಒಂದು ತನಗೆ ಬೇಕು ಎಂದೂ, ಮತ್ತೆ ತಾನು ತನ್ನ ಸಮಾಧಾನವನ್ನು ಪಡೆಯಬೇಕಾದರೆ ಮೊದಲು ಈ ಆಸೆ ತೃಪ್ತಿಗೊಳ್ಳಲೇ ಬೇಕೆಂದೂ ಯೋಚಿಸಿದಾಗ. ಆಗ ಆತ ತನ್ನ ಅಗತ್ಯವನ್ನು ಹುಡುಕಿ ಹೊರಡುತ್ತಾನೆ ಮತ್ತು ಪಡೆದಾಗ ಸುಖಾನುಭೂತಿ ಹೊಂದುತ್ತಾನೆ. ಒಬ್ಬ ಧೂಮಪಾನಿಗೆ ಸಿಗರೇಟಿನ ಯೋಚನೆ ಬಂದದ್ದೇ ತಳಮಳ ಸುರುವಾಗುತ್ತದೆ ಮತ್ತು ಸಿಗರೇಟ್ ಸೇವನೆಯಾದ ಮೇಲೆಯೇ ಆತ ಅವನ ಮೊದಲಿನ ಸ್ಥಿತಿಗೆ ಮರಳುತ್ತಾನೆ. ಆತ ಹಾಗೆ ಹಪಹಪಿಕೆಯನ್ನು ತೃಪ್ತಗೊಳಿಸುವುದರ ಮೂಲಕ ಸುಖಾನುಭವ ಹೊಂದುತ್ತಾನೆ.

ಈ ಅಂಶವು ಸಾಕ್ರೆಟಿಸ್ ಮತ್ತು ವಿತಂಡವಾದಿಗಳ ನಡುವಿನ ವಾಗ್ವಾದದಲ್ಲಿ ಬಹಳ ಚೆನ್ನಾಗಿ ಅನಾವರಣಗೊಂಡಿದೆ. ಸಾಕ್ರೆಟಿಸ್-'ಆನಂದಾನುಭೂತಿಯೇ ಪರಮಾವಧಿ ಸಂತೋಷವನ್ನು ನೀಡುವುದೆ'ಂದರೆ, ವಿತಂಡವಾದಿಗಳು 'ಬಯಕೆ ಮತ್ತು ಪೂರೈಕೆಗಳ' ಜೊತೆ ನಿಂತರು. ಅವರು ಸಾಕ್ರೆಟಿಸ್‌ನ ಆನಂದ ಎನ್ನುವುದು ಒಂದು ಮರದ ಕೊರಡು ಎಂದು ಜರೆದರು. ಸಾಕ್ರೆಟಿಸನಾದರೋ ತನ್ನ ಎದುರಾಳಿಯು ತುರಿಕಜ್ಜಿಯನ್ನು ಕೆರೆದುಕೊಳ್ಳುವುದೇ ಪರಮಸುಖವೆಂದು ತಿಳಿದಿದ್ದಾನೆಂದು ಹೇಳಿದ !

ಹಾಗೆಯೇ ಸುಖಲೋಲುಪ್ತಿಯ ಇನ್ನೊಂದು ಲಕ್ಷಣವೆಂದರೆ – ಅದು ಒಂದು ಬಗೆಯ ಅಪರಿಪೂರ್ಣತೆಯ ಭಾವನೆಯಿಂದ ಹುಟ್ಟಿಕೊಂಡಿರುತ್ತದೆ. ಆಡ್ಲರನ ಮಾತುಗಳಲ್ಲಿ ''ಪ್ರತಿಯೊಂದು ಸ್ವಪ್ರಚೋದಿತ ಕ್ರಿಯೆಯೂ ಒಂದು ಬಗೆಯ ಅಪೂರ್ಣತೆಯ ಭಾವದಿಂದ ಸುರುವಾಗುತ್ತದೆ ಮತ್ತು ಅದರ ನಿಶ್ಚಯವು ತೃಪ್ತಿಯ, ಸಾರ್ಥಕತೆಯ, ಪರಿಪೂರ್ಣತೆಯ ಕಡೆಗೆ ಸಾಗುತ್ತದೆ.'' ಅಪೂರ್ಣತೆಯು ಹೀಗೆ ಸುಖಾಕಾಂಕ್ಷೆಯ ಮೂಲದಲ್ಲಿದ್ದು, ಕೇವಲ ಕೊರತೆಗಳನ್ನು ಹೋಗಲಾಡಿಸಲು ಪ್ರಯತ್ನಿಸುತ್ತದೆ. ಇದರಿಂದ ಅರಿವಾಗುವುದೇನೆಂದರೆ, 'ಸುಖವು ತಾನು ತನ್ನ ಕಾಲಮೇಲೆಯೇ ನಿಲ್ಲಲಾರದು'. ಇದು ಇನ್ನೊಂದು ಬಹುಮುಖ್ಯ ಅಂಶ.

ಈಗ ನಾವು ಕೊಂಚ ಕ್ಲಿಷ್ಟಕರವಾದ ಕಾರ್ಯವಾದರೂ ಸಂತೋಷ ಎನ್ನುವುದರ ಸ್ವರೂಪವನ್ನು ಪರೀಕ್ಷಿಸೋಣ. ಪೌರ್ವಾತ್ಯ ಸಾಧುಸಂತರೂ ದಾರ್ಶನಿಕರೂ ಜೀವನವೆಂಬ ಪ್ರಯೋಗಾಲಯದಲ್ಲಿ ಗಮನಾರ್ಹವಾದ ಮತ್ತು ಆಳವಾದ ಸಂಶೋಧನೆಯನ್ನು ಇದರ ಸ್ವರೂಪದ ಬಗ್ಗೆ ನಡೆಸಿದ್ದಾರೆ. ಅದರ ಫಲಶ್ರುತಿಯಾಗಿ ಅವರು ಸಂತೋಷವು ಆತ್ಮದ ನಿಜವಾದ ಸ್ವರೂಪವೆಂದು ಸಾರಿದ್ದಾರೆ. ಸಂತೋಷವೆಂಬುದಕ್ಕೆ ಸರಿಯಾದ ಪರ್ಯಾಯ ಶಬ್ದ 'ಆನಂದ' ಅಥವಾ

'ಸಚ್ಚಿದಾನಂದ.' ಅಂದರೆ, ಸ್ವಾಭಾವಿಕವಾಗಿ ಮನುಷ್ಯನು ಆನಂದದಲ್ಲಿಯೇ ಇರುತ್ತಾನೆ ಮತ್ತು ಎಲ್ಲಿಯವರೆಗೆ ಆಸೆ-ಆಕಾಂಕ್ಷೆಗಳ ದಾಳಿಗೆ ತುತ್ತಾಗಿ ತತ್ತರಿಸದೇ ಉಳಿಯಬಲ್ಲನೋ, ಅಲ್ಲಿಯವರೆಗೆ ಅವನು ಸಚ್ಚಿದಾನಂದ ಸ್ಥಿತಿಯಲ್ಲೇ ಇರುತ್ತಾನೆ. ಅದಕ್ಕೆ ಯಾವುದೇ ಆಧಾರಗಳ ಅಗತ್ಯವಿಲ್ಲ ಮತ್ತು ಅದು ಅದರದೇ ತಳಹದಿಯ ಮೇಲೆ ನಿಂತ ಅದರದೇ ಭವ್ಯಮಹಲು.

ಆನಂದವೇ ನಮ್ಮ ನಿಜ ಮತ್ತು ಮೂಲ ಸಹಜ ಸ್ವರೂಪ ಎಂಬ ಮಾತನ್ನು ಕೊಂಚ ತೃಪ್ತಿಕರವಾಗಿ ವಿವರಿಸಬಹುದು.[1] ಹೇಗೆ? ಬನ್ನಿ ವಿವರಿಸುತ್ತೇನೆ. ಒಂದು ಸುಂದರವಾದ ಮುಂಜಾನೆ ನೀವು ನಿಮ್ಮ ಮನೆಯಂಗಳದಲ್ಲಿ ಆರಾಮಾಗಿ, ಎಳೆಬಿಸಿಲಿನ ಸೌಂದರ್ಯ ಸವಿಯುತ್ತ ಚಹಾ ಕುಡಿಯುತ್ತಿದ್ದೀರಿ ಎಂದುಕೊಳ್ಳಿ. ಅಲ್ಲಿ ನಿಮಗೆ ನಿರ್ದಿಷ್ಟವಾಗಿ ಖುಶಿಯಾಗಿರುವುದಕ್ಕಾಗಲಿ, ಖುಶಿ ಯಾಗದೇ ಇರುವುದಕ್ಕಾಗಲಿ ಯಾವುದೆ ಕಾರಣಗಳಿಲ್ಲ. ಸರಳವಾಗಿ ಅಲ್ಲಿ ಸಂತೋಷ - ಅಸಂತೋಷದ ಸ್ವತಂತ್ರ ಆಯ್ಕೆದಾರರು ನೀವೇ.

ಒಬ್ಬ ಸಾಮಾನ್ಯ ವ್ಯಕ್ತಿಯಾಗಿ ನೀವೇನನ್ನು ಆಯ್ಕೆ ಮಾಡುತ್ತೀರಿ? ಸಂತೋಷ ದಿಂದಿರಲು ಯಾವುದೆ ನಿಖರ ಕಾರಣಗಳಿಲ್ಲ, ಎಂಬ ಕಾರಣಕ್ಕಾಗಿಯೇ ನೀವು ಸಂತಸದಿಂದಿರಲು ನಿರಾಕರಿಸುತ್ತೀರೇನು? ಅಥವಾ ಚಿಂತೆ ಮಾಡುವುದಕ್ಕೇನೂ ಇಲ್ಲ ಎಂಬ ಕಾರಣಕ್ಕೇ ಸಂತಸವನ್ನು ನಿರಾಕರಿಸುವುದು ಹುಚ್ಚುತನ ಎಂದು ನಿಮಗನಿಸುವುದಿಲ್ಲವೆ?

ಆನಂದ - ಅವರ್ಣನೀಯ ಶಾಂತಿ

ಸುಖಲೋಲುಪ್ತಿಗೆ ತದ್ವಿರುದ್ಧವಾಗಿ ಆನಂದವೆಂಬುದು ಯಾವುದೇ ಬಾಹ್ಯ ಸಂಗತಿ ಅಥವಾ ಆಂತರಿಕ ಭಾವಾತಿರೇಕದಿಂದ ಮುಕ್ತವಾದದ್ದು. ಅದು ಸರಳವಾಗಿ ಒಂದು ಸಮನ್ವಯದ ಸ್ಥಿತಿ. ಅದಕ್ಕೇನೂ ಬೇಕಾಗಿಲ್ಲ, ಮತ್ತದು ಮನುಷ್ಯನಿಗೆ ಜೀವನದಲ್ಲಿ ಏಕೈಕ ಮೌಲ್ಯಯುತವಾದ ಆನಂದದ ಸ್ಥಿತಿಯನ್ನು ನೀಡುತ್ತದೆ. ಒಮ್ಮೆ ನೀವಿದನ್ನು ಗ್ರಹಿಸಿದಿರೆಂದರೆ ಅಪರಿಮಿತವಾದ ಅಮಿತಾನಂದವೆಂಬುದು ನಿಮ್ಮದಾಗುವುದು.

ಈ ಆನಂದಾನುಭವವನ್ನು ಅವರ್ಣನೀಯ ವಾದ ಶಾಂತಿಯೆಂದು. ಮನುಷ್ಯ ವಿವರಿಸುತ್ತಾನೆ. ''ಅರಿವಿನಾಳದ ಶಾಂತಿ''. ದೇಹ, ಮನಸ್ಸು, ಇಂದ್ರಿಯಗಳು, ಬುದ್ಧಿ ಎಲ್ಲವೂ ನಿಶ್ಚಲ. ಅಲ್ಲೊಂದು ಹಗುರವಾದ ಹತ್ತಿಯಂತೆ ತೇಲುತ್ತಿರುವ ಅನುಭವ.

---

1. ಮನುಷ್ಯನು ಪರಿಪೂರ್ಣ, ಮನುಷ್ಯನು ಸಚ್ಚಿದಾನಂದ ಸ್ವರೂಪಿಯಾಗಿರುವಾಗ ಮನುಷ್ಯನಾಗುತ್ತಾನೆ... ಆನಂದಾನುಭೂತಿಯೇ ಎಲ್ಲಾ ಜೀವಜಗತ್ತು ಬಾಳಲು ಬೇಕಾದ ಚೈತನ್ಯದ ಚಿಲುಮೆ.

- ಜಿ.ಕೆ.ಚೆಸ್ಟರ್ಟನ್

ತದನಂತರದ ಅನುಭೂತಿ ಆತ್ಮದ ಅಸ್ತಿತ್ವದ್ದು, ಆತ್ಮಸಾಕ್ಷಾತ್ಕಾರದ್ದು. ದೇಹ, ಮನಸ್ಸು, ಬುದ್ಧಿಗಳಿಂದ ಭಿನ್ನವಾದ ಆತ್ಮದ ಅರಿವು.

ಆನಂದಾನುಭೂತಿಯ ಈ ವಿವರಣೆಯು. ಸಾಮಾನ್ಯ ಜನಮಾನಸಕ್ಕೆ ನಿಲುಕದ ಸಂಗತಿಯಾಗಿ ತೋರಿಬರಬಹುದು. ಆದರೆ ಹಾಗೇನೂ ಇಲ್ಲ. ಯಾಕೆಂದರೆ, ಈ ಆನಂದಾನುಭೂತಿಯೆಂಬುದರ ಒಂದಂಶವು ಸುಖಾನುಭವದಲ್ಲಿಯೂ ಇದ್ದೇ ಇದೆ. ಸುಖಾನುಭವವು ಆನಂದಾನುಭವದ ತುಣುಕುಗಳೆಂದು ಹೇಳಬಹುದು. ಹಾಗಿದ್ದರೂ, ಆ ತುಣುಕುಗಳಲ್ಲಿ ಆ ಒಂದು ಪರಮಾನುಭವದ ಕೋಲ್ಮಿಂಚು ಅನುಭವಕ್ಕೆ ಬಾರದಿರದು.

ದೊರೆಯು ಭೂಮಂಡಲವ ಬಾಯ್ಬಿಟ್ಟು ನುಂಗುವಾಗ
ಮಂದಿ ಅಲ್ಲಿ ಸಂತೆ ಮಾಡುವರು, ಆ
ಧೂಳಲ್ಲಿ ಮಣ್ಣಲ್ಲಿ ದೇವರ ಮಾಡುವರು, ಕಾಣುವರು.
ಅವನೊಲುಮೆಯ ರಸಾನುಭೂತಿಯಲಿ
ಕುಳಿರ್ಗಾಳಿಯ ನೂರ್ಮಡಿ ಚಿನ್ಮಯಾನಂದವಿರಲು
ನೀನಿಲ್ಲಿ ಮಣ್ಣಾಟಿಕೆಗಳಿಗೆ
ಸಂಭ್ರಾಂತ ಮತ್ತಿನಲಿ ಬಾಯ್ಬಿಟ್ಟೆ ದೊರೆ!
ನೋಡಿಲ್ಲಿ, ಏನಿದ್ದೀತಲ್ಲಿ ಕವಿದ ಮಬ್ಬಿನ ಪರದೆ ಹರಿದೊಗೆಯೆ !

- ಜಲಾಲ್-ಉದ್-ದಿನ್ ರೂಮಿ

ಸಿಹಿಯಾದುದೆಲ್ಲ ಸಂಭ್ರಮಿಪುದೆಲ್ಲ ನಗುತಿಹುದೆಲ್ಲ
ಜಗದಿ ಮಂದಾನಿಲದಂತೆ, ಋತುಗಾನದಂತೆ, ದಿವ್ಯಜ್ಯೋತಿಯಂತೆ
ಗಾನಸುಧೆಯೊ ಮುತ್ತು ರತ್ನ ಹವಳ ಮಾಣಿಕ್ಯಗಳೊ
ಭುವಿಗಿಳಿದ ನಾಕ, ತನ್ನನೇ ತಾನರಳಿಸುತ
ವಿಧವಿಧದಿ ದೇದೀಪ್ಯವದಲ್ಲದಿನ್ನೇನು!

- ವಿಲಿಯಂ ಲಾ

ಪ್ರತಿಕ್ಷಣವೂ ನಾವು ಆ ಅನನ್ಯ ಕೃಪೆಯ ಸಲಿಲ ಧಾರೆಯಲ್ಲಿ ತೋಯುತ್ತಿಹೆವು. ಅಪಾರ್ಥದಿಂದ ಪೊರೆಪದರಗಳಿಂದ, ವಿಕಲ್ಪಗಳಿಂದ ಕುರುಡಾಗಿದ್ದರೂ. ಎಲ್ಲಿ ಏನೊಂದು ಕೃಪೆಯ ದಿವ್ಯದ ಅಲೌಕಿಕ ಆನಂದದ ಅನುಭೂತಿಯಿದೆಯೊ ಅದು ಕಳ್ಳನೊಬ್ಬ ಕದಿಯುತ್ತ ಪಡೆದಿದ್ದೇ ಆಗಿದ್ದರೂ ಅಲ್ಲಿ ಆ ದಿವ್ಯಾನುಭವವಿದೆ; ಇಷ್ಟೇ ಅದು ವಿಕೃತವಾಗಿದೆ, ಕುರೂಪಗೊಂಡಿದೆ. ಹೊರಗಿನ ನೂರೆಂಟು ವಿಕಲ್ಪಗಳಿಂದ, ಅಪಾರ್ಥಗಳಿಂದಷ್ಟೇ ಹೀಗಾಗಿದೆ.

- ವಿವೇಕಾನಂದ

ಆಧುನಿಕ ಸಂತ, ಥಾಮಸ್ ಮಾರ್ಟನ್‌ರ ಮಾತುಗಳೂ ಸುಖಲೋಲುಪ್ತಿಯು ಸಂಪೂರ್ಣ ಭಿನ್ನವೂ, ಅಪರಿಮಿತ ದಿವ್ಯವೂ, ಸ್ವತಂತ್ರವೂ ಆದ ಪರಮಾನಂದ ವೊಂದರ ಅಸ್ತಿತ್ವದ ಅನುಭೂತಿಯನ್ನು ಸ್ಪಷ್ಟಪಡಿಸುತ್ತದೆ.

ಸುಖಲೋಲುಪ್ತಿಯಲಿ ಕಳೆದು ಹೋಗದಿರು
ನೀನಿಲ್ಲಿ ದಿವ್ಯಾನಂದವ ಪಡೆಯ ಬಂದವನು
ನೀ ಅರಸಿಬಂದುದ ಮರೆತೆಯಾದರೆ
ಭೇದ ನೀ ಕಾಣದಾದರೆ
ಬದುಕ ಬದುಕಿಲ್ಲ, ನೀನೀನ್ನೂ ಹುಟ್ಟಿಲ್ಲ!

ಈಗಾಗಲೇ ಹೇಳಿರುವಂತೆ ನಮ್ಮಲ್ಲಿ ಹೆಚ್ಚಿನವರು ನಿಜವಾದ ಸಂತೋಷದ ಬಗ್ಗೆ ಅರಿತಿಲ್ಲ. ಮಾತ್ರವಲ್ಲ, ಸುಖಲೋಲುಪತೆ ಮತ್ತು ಆನಂದಾನುಭೂತಿಯ ನಡುವೆ ನಮಗಿರುವ ಗೊಂದಲ ಮತ್ತು ತಪ್ಪುಗ್ರಹಿಕೆಯಿಂದ ಯಾರೂ ಮುಕ್ತರಾಗಿಲ್ಲ ಎನ್ನಬೇಕು. ಸುಖಲೋಲುಪತೆಗೂ, ಆನಂದಾನುಭೂತಿಗೂ ನಡುವೆ ಇರುವ ವ್ಯತ್ಯಾಸಗಳ ಸ್ವರೂಪದ ಬಗ್ಗೆ ನಾವಿಲ್ಲಿ ನಡೆಸುವ ಚಿಂತನೆ, ಮುಂದೆ ಆನಂದವನ್ನು ಅರಸಿ ಹೋಗುವುದಕ್ಕೆ ನಮಗೆ ಸಹಕಾರಿಯಾಗಬೇಕಿದೆ. ಮುಕ್ತವಾಗಿ ಅವರ್ಣನೀಯವೂ – ಅಪರಿಮಿತವೂ ಆದ ಆನಂದವನ್ನು ಅರಿಯುವುದಕ್ಕೂ ಅನುಭವಿಸುವುದಕ್ಕೂ ಗಣನೀಯವಾದ ಪರಿಶ್ರಮದ ಅಗತ್ಯವಿದೆ. ವಾಸ್ತವವಾಗಿ, ಧರ್ಮ, ಅದರಲ್ಲೂ ನಿರ್ದಿಷ್ಟವಾಗಿ ಧ್ಯಾನ ಮತ್ತು ಪ್ರಾರ್ಥನೆ ಈ ಸಂತಸದ ಆನಂದದ ಕಲೆಯನ್ನು ಕರಗತವಗಿಸಿಕೊಳ್ಳುವಲ್ಲಿ ನಮಗೆ ಬಹಳಷ್ಟು ಉಪಯುಕ್ತ ವಾಗಿವೆ. ದೇಹ, ಮನಸ್ಸು ಮತ್ತು ಬುದ್ಧಿಗಳನ್ನು ಇಂದ್ರಿಯಾಸಕ್ತಿಯಿಂದ ಸುಖ ಲೋಲುಪ್ತವಾಗಿ ತೊಳಲುವುದರಿಂದ ಬಿಡುಗಡೆಗೊಳಿಸಿ, ಅಂತರಾತ್ಮದ ಯೋಚನೆ ಗಳತ್ತ ಏಕಾಗ್ರಗೊಳಿಸಿ ನಿಶ್ಚಿತವಾಗಿಯೂ ನಾವು ನಮ್ಮ ಅಸ್ತಿತ್ವದ ನಿಜಸ್ವರೂಪವನ್ನು ಅಂದರೆ ಸಚ್ಚಿದಾನಂದವನ್ನು ಕಂಡುಕೊಳ್ಳುವಲ್ಲಿ ಪರಿಪೂರ್ಣತೆಯನ್ನು ಪಡೆಯಬಹು ದಾಗಿದೆ.

ಸಾಮಾನ್ಯವಾಗಿರುವ ಧರ್ಮ ಮತ್ತು ತತ್ವಶಾಸ್ತ್ರವೆಂದರೆ ನೈಸರ್ಗಿಕವಾದ ಸಕಲ ಸುಖಸಂತೋಷಗಳನ್ನೂ ತ್ಯಜಿಸುವುದು, ನಿರಾಕರಿಸುವುದು ಎಂಬ ಅಭಿಪ್ರಾಯ ಕೂಡಾ ಈ ಸುಖಲೋಲುಪ್ತಿ ಮತ್ತು ಆತ್ಮಾನಂದದ ನಡುವಿನ ಗೊಂದಲದಿಂದಲೇ ಆಗಿರುವಂಥದು. ಪರಂಪರಾನುಗತವಾಗಿ ಬಂದ, ಧರ್ಮವೇ ಅದರ ತಿರುಳಾಗಿರುವ ಮಾನವಜನಾಂಗದ ಬುದ್ಧಿಮತ್ತೆಯ ಮೂಲೋದ್ದೇಶವೇ ಮಾನವನನ್ನು ಕ್ಷಣಭಂಗುರವೂ, ಚಂಚಲವೂ ಆದ ತೃಪ್ತಿಯಿಂದ ನಿಧಾನವಾಗಿ ದೂರ ಸೆಳೆದು ಸ್ಥಿರವಾದ, ಸ್ವಸ್ಥವೂ ಆರೋಗ್ಯಕರವೂ ಆದ ಮತ್ತು ಅಪರಿಮಿತವಾದ ಆನಂದ, ಸಂತೋಷ ಮತ್ತು ಸಾರ್ಥಕ್ಯಗಳ ಸುಖದತ್ತ ಕೊಂಡೊಯ್ಯುವುದೇ ಆಗಿದೆ.

ಮೇಲಿನ ವಿವರಣೆಯನ್ನು ಕೇವಲ ಪೌರ್ವಾತ್ಯ ದೃಷ್ಟಿಕೋನವನ್ನೇ ಪ್ರತಿನಿಧಿಸುತ್ತಿದೆ ಎಂದು ತಿಳಿಯುವ ಸಾಧ್ಯತೆಯಿದೆ. ಹಾಗಾಗಿ ಇಲ್ಲಿ ಡಾ॥ಅರ್ಲ್ ಎಲ್ ಡಗ್ಲಾಸ್‌ರನ್ನು ಉದ್ಧರಿಸುವುದು ತುಂಬ ಅಪೇಕ್ಷಣೀಯವೆನಿಸುತ್ತದೆ.

"ಆನಂದಾನುಭೂತಿಯು ದೇವರು ನೀಡಿದ ವರ. ಯಾಕೆ ಹೆಚ್ಚಿನವರು ಸಂತೋಷವನ್ನು ಕಂಡುಕೊಳ್ಳುವಲ್ಲಿ ವಿಫಲರಾಗುತ್ತಾರೆಂದರೆ ಅವರಿಗೆ ಅದನ್ನು ಎಲ್ಲಿ ಹುಡುಕಬೇಕೆಂಬುದೇ ತಿಳಿದಿಲ್ಲ. ಜನ ಅದು ಐಶ್ವರ್ಯದಲ್ಲಿದೆ ಎಂದುಕೊಳ್ಳುತ್ತಾರೆ. ಆದರೆ ಹಣವೊಂದೇ ಯಾವತ್ತೂ ಯಾರನ್ನೂ ಆನಂದಲ್ಲಿಟ್ಟಿಲ್ಲ. ಅವರೆಣಿಸುತ್ತಾರೆ, ಅದು ಐಷಾರಾಮದಲ್ಲಿದೆ ಎಂದು. ಆದರೆ ಜವಾಬ್ದಾರಿಗಳಿಂದ ಮುಕ್ತರಾಗಿರುವುದರಿಂದ ಅನ್ಯಮನಸ್ಕತೆ ತಲೆದೋರುವುದಷ್ಟೇ ಹೊರತು, ಅದು ಆನಂದವನ್ನು ತರುವುದಿಲ್ಲ. ಸಾಮಾಜಿಕ ಸ್ಥಾನಮಾನ, ರೋಮಾಂಚಕ ಸಂಗತಿಗಳಲ್ಲಿ, ಕೀರ್ತಿ ಗೌರವಗಳನ್ನು ತಂದು ಕೊಡುವಲ್ಲಿ ಮತ್ತು ಹೆಚ್ಚಾಗಿ ಸಂಪೂರ್ಣ ಮೈಮರೆವಿನಲ್ಲಿಯೂ ಸಂತೋಷವಿರಬಹುದೆಂದು ಅವರು ಹುಡುಕುತ್ತಿರುತ್ತಾರೆ.

ಅವರು ತಪ್ಪು ದಾರಿಯಲ್ಲಿದ್ದಾರೆ. ಜೀವನಪೂರ್ತಿ ಅವರು ಈ ಹಾದಿಗಳಲ್ಲಿ ಅಲೆದಾಡಿದರೂ ಸಂತೋಷವನ್ನವರೆಂದೂ ಕಂಡುಕೊಳ್ಳಲಾರರು, ಯಾಕೆಂದರೆ, ಬಹು ಸರಳವಾದ ಕಾರಣ, ಸಂತೋಷವೆಂಬುದು ಇರುವುದು ನಮ್ಮ ಹೃದಯದಲ್ಲಿ. ಅಲ್ಲಿಲ್ಲವೆಂದರೆ ಇನ್ನೆಲ್ಲೂ ಇಲ್ಲ.[1] ಅದು ಒಳಾಂತರಂಗದ ವಿದ್ಯಮಾನವೇ ಹೊರತು ಬಾಹ್ಯಾಡಂಬರವಲ್ಲ. ಅದರ ಪ್ರಮುಖ ಲಕ್ಷಣವೇ ಶಾಂತಿ, ಹಕ್ಕು ಸ್ಥಾಪನೆಯಲ್ಲ; ಸಂತೃಪ್ತಿ, ಸಾಧನೆಯಲ್ಲ; ಪ್ರೇಮ ಮತ್ತು ತ್ಯಾಗ, ಸುಖ ಮತ್ತು ವಿಷಯಲೋಲುಪತೆಯಲ್ಲ. ಅದು ಒಬ್ಬ ಈ ಜಗದ ಜೊತೆಗಿನ ಸಂಘರ್ಷವನ್ನು ನಿಲ್ಲಿಸಿದಾಗ ಮತ್ತು ಈ ಜಗದ ಸೃಷ್ಟಿಕರ್ತನೂ ನಿಯಮಕನೂ ಆದವನ ಮಡಿಲಲ್ಲಿ ಒರಗಿದಾಗ ಬರುವಂಥಾದ್ದು.

---

1. ಅಖಂಡ ಆನಂದವನ್ನರಸಿ ಹೊರಟಿದ್ದರೆ
ಒಡವೆಯದು ಒಡಲಾಳಾಂತರ್ಯದಲ್ಲಿಹುದು
ಹುಚ್ಚು ಅಂಡಲೆತದಿಂದೇನು ಜಗಮೊಗೆದು ಕೊಡುವುದೆ
ನಿನ್ನೊಳಗಿನಿಂದಾತೇಜಃಪುಂಜ ಚೆಲ್ಲುವುದು ಕಾಂತಿ
ಅದು ನಿನ್ನ ಮನೆ, ಅದೋ ಅಲ್ಲಿಹುದು ನಿನ್ನ ನೆಲೆ

- ನಥಾನಿಯಲ್ ಕಾಟನ್ (1707-1788)

-ದ ಫೈರ್‌ಸೈಡ್

ಜಗದಗಲ ಸುಖಸಂತೋಷಕ್ಕಾಗಿ ಹುಡುಕಾಡುವುದನ್ನು ನಿಲ್ಲಿಸಿ ತನ್ನಲ್ಲೇ ಅದನ್ನು ಕಂಡುಕೊಳ್ಳಲು ಅನುವಾದಾಗ ಬರುವಂಥಾದ್ದು.''

ಈ ಅಧ್ಯಾಯದಲ್ಲಿ ನಾವು ಗಳಿಸಿದ ಅರಿವನ್ನು ಪ್ರಾಯೋಗಿಕವಾಗಿ ಬಳಸಲು ಇದನ್ನೆಲ್ಲ ಮನನ ಮಾಡಿಕೊಳ್ಳಬೇಕಿದೆ. ಯಾವಾಗ ಅಲ್ಲಿ ಖುಶಿಯಿಂದಲೋ ಬೇಸರದಿಂದಲೋ ಇರಬೇಕಾದ ನಿರ್ದಿಷ್ಟವಾದ ಕಾರಣಗಳೇನೂ ಇಲ್ಲವೋ, ಅಲ್ಲಿ ನಮ್ಮ ಸಂತೃಪ್ತ ಸಾವಧಾನದ ಸ್ಥಿತಿಯನ್ನು ಇನ್ನೂ ಎತ್ತರಕ್ಕೊಯ್ದು ಆನಂದದ ಪ್ರತಿಬಿಂಬಗಳಾಗೋಣ. ನಡೆನುಡಿ ಮತ್ತು ಯೋಚನೆಯಲ್ಲಿ ಆನಂದವನ್ನೇ ಸುಧಾರಿಸೋಣ. ಪ್ರಜ್ಞಾಪೂರ್ವಕವಾಗಿ ಆನಂದವನ್ನು ಅಭ್ಯಾಸಮಾಡಿಕೊಳ್ಳೋಣ, ಕುಗ್ಗಿದ ಮನಸ್ಸು, ಅನ್ಯಮನಸ್ಕತೆ ಅಥವಾ ವಿಕ್ಷಿಪ್ತವಾಗಿರುವುದಕ್ಕಿಂತ ಅದು ಮೇಲು. ಹೀಗೆ ಯಾವಾಗ ಅಲ್ಲೊಂದು ನಿರ್ದಿಷ್ಟ ಕಾರಣವಿದ್ದು ನೀವು ಖುಶಿಯಾಗಿದ್ದೀರೋ, ಆಗ ಅದು ನಿಮ್ಮನ್ನು ಇನ್ನೂ ಹೆಚ್ಚಿನ ಎತ್ತರಕ್ಕೊಯ್ಯುವುದು ಸಾಧ್ಯವಾಗುತ್ತದೆ. ನಿರಾಸೆಯ ಕ್ಷಣಗಳು ಜೀವನದಲ್ಲಿ ಎಲ್ಲಿಯವರೆಗೆ ನಾವು ಭಗವಂತನ ಸಾಮ್ರಾಜ್ಯದಲಿ ಸ್ಥಿರವಾಗಿ ನೆಲೆಯೂರುವುದು ಸಾಧ್ಯವಾಗುವುದಿಲ್ಲವೋ, ಅಲ್ಲಿಯವರೆಗೆ, ನಮ್ಮ ಬದುಕಿನಿಂದ ಸಂಪೂರ್ಣವಾಗಿ ಕಣ್ಮರೆಯಾಗುವುದು ಸಾಧ್ಯವಿಲ್ಲ. ಅಂಥ ಕ್ಷಣಗಳಲ್ಲಿ ಉತ್ಸಾಹ-ಉಲ್ಲಾಸದ ಒಂದು ಮನೋಭಾವವನ್ನು- ಅದು ಪ್ರಾಮಾಣಿಕವಾದುದಲ್ಲವಾದರೂ - ರೂಢಿಸಿಕೊಳ್ಳುವುದರಿಂದ ಅದು ನಮ್ಮನ್ನು ಇನ್ನೂ ಆಳವಾದ ಸಂತಾಪಕ್ಕೆಡೆ ಮಾಡುವುದನ್ನು ತಪ್ಪಿಸಬಹುದಾಗಿದೆ. ನಮಗೆ ನಾವೇ ಒಂದು ಸಂಹಿತೆಯನ್ನು ಕೊಟ್ಟುಕೊಳ್ಳೋಣ.

ಸದಾ ಆನಂದದಿಂದಿರೋಣ
ಅದೇ ನಮ್ಮ ನಿಜ ಸ್ವರೂಪವಾಗಿದೆ.
ಆನಂದ ನಮ್ಮ ಜನ್ಮಸಿದ್ಧ ಹಕ್ಕು.

ಮತ್ತು, ಎರಡನೆಯದಾಗಿ, ಇದು ಬಹಳ ಮುಖ್ಯವಾದದ್ದು, ದಿನಂಪ್ರತಿ ನಮ್ಮ ಬಿಡುವಿನ ವೇಳೆಯಲ್ಲಿ ಕನಿಷ್ಠ ಅರ್ಧ ಗಂಟೆಯನ್ನಾದರೂ ನಾವು ಧ್ಯಾನ ಮತ್ತು ಪ್ರಾರ್ಥನೆಗಳಿಗಾಗಿ ಮೀಸಲಿಡಬೇಕು; ಆ ಹೆಸರಿನ ಅಧ್ಯಾಯದಲ್ಲಿ ಮುಂದೆ ನೀವು ಕೆಲವು ಉಪಯುಕ್ತ ಸಲಹೆಗಳನ್ನು ಕಾಣಲಿದ್ದೀರಿ.

□□

3

ಕಾಯಕವೇ ಮುಕ್ತಿ - 1

''ಪ್ರತಿಯೊಂದು ಕೆಲಸವೂ ಮೊದಲಿಗೆ ಆತ್ಮತೃಪ್ತಿಯನ್ನು ನೀಡಬೇಕು, ಬೇರೆಲ್ಲ ಸಾಂದರ್ಭಿಕವಾದದ್ದು. ಜನ ಮಾತ್ರ ಅದನ್ನೇ ಪ್ರತಿಫಲ ಎಂದು ತಿಳಿದಿದ್ದಾರೆ.''

- ಎಮರ್ಸನ್

''ನನ್ನದೇ ತಪ್ಪಲ್ಲದೆ ಬೇರಾವುದೂ ನನಗೆ ಹಾನಿಯುಂಟು ಮಾಡಲಾರದು. ನನಗಾದ ಹಾನಿಯನ್ನು ನಾನು ಅರಗಿಸಿಕೊಳ್ಳುತ್ತೇನೆ. ನನ್ನದೇ ತಪ್ಪು ಹೆಜ್ಜೆಗಳು ನನಗೆ ಮಾಡುವಷ್ಟು ನೋವನ್ನು ಬೇರಾವುದೂ ಮಾಡಲಾರವು.''

- ಸೇಂಟ್ ಬರ್ನಾರ್ಡ್

''ಅರಿವಿಗೆ ಕ್ರಿಯಾಶೀಲತೆಯೊಂದೇ ಹಾದಿ.''

- ಜಾರ್ಜ್ ಬರ್ನಾರ್ಡ್ ಷಾ

''ತನ್ನಿಚ್ಛೆಯ ಕಾಯಕವನ್ನು ಕಂಡುಕೊಂಡವನೇ ನಿಜಕ್ಕೂ ಧನ್ಯ. ಬೇರಾವ ವರ ಬೇಕು ಅವನಿಗೆ ?''

- ಥಾಮಸ್ ಕಾರ್ಲೈಲ್

''ಮನುಷ್ಯನಿಗೆ ಪರಮಾವಧಿ ತೃಪ್ತಿ ನೀಡಬಹುದಾದ್ದು ಒಂದೇ, ತನ್ನ ಕೆಲಸದಲ್ಲಿ ತನ್ನನ್ನೇ ತಾನು ಕಳೆದುಕೊಳ್ಳುವ ಸುಖ... ಅನಾರೋಗ್ಯಕರವಾದ ಭಯಕ್ಕೆ ಕ್ರಿಯಾಶೀಲತೆಯೊಂದೇ ರಾಮಬಾಣ.''

- ಹ್ಯಾಂ ಎಮರ್ಸನ್ ಫಾಸ್ಡಿಕ್

''ಬರೀ ಕ್ರೀಡೆಯಿಂದಲ್ಲದೆ, ಕ್ರಿಯಾಶೀಲತೆಯಿಂದ ನಮ್ಮ ಯುವ ಜನಾಂಗ ಆಲಸ್ಯದಿಂದಾಗಿ ಬರುವ ದೈಹಿಕ ಮತ್ತು ನೈತಿಕ ಬೊಜ್ಜನ್ನು ಕರಗಿಸಿ, ತಮ್ಮ ಆಧ್ಯಾತ್ಮಿಕ ಮಾಂಸಖಂಡಗಳನ್ನು ಪ್ರೌಢ ನಾಗರಿಕನಾಗಿ

ತಮ್ಮ ಜವಾಬ್ದಾರಿಗಳನ್ನು ಹೊರಲು ಸಮರ್ಥವಾಗುವಂತೆ ಹುರಿಗೊಳಿಸಿಕೊಳ್ಳಬೇಕಾಗಿದೆ.''

– ಜಡ್ಜ್ ವಿಲಿಯಮ್ ಜೆ, ಲಾಂಗ್

ಕುದುರೆಯನ್ನು ಗಾಡಿಗೆದುರು ಕಟ್ಟುವ ಗುಟ್ಟು

ಒಂದು ಮಗು ತೀರಾ ಅಸ್ವಸ್ಥವಾಗಿತ್ತು. ಅದರ ಹೆತ್ತವರು ಹತ್ತಿರದ ವೈದ್ಯರಲ್ಲಿಗೆ ಮಗುವನ್ನೆತ್ತಿಕೊಂಡು ಧಾವಿಸಿದರು. ಕುಟುಂಬ ವೈದ್ಯರು ಆಗಷ್ಟೇ ಎಲ್ಲಿಗೋ ಹೋಗಿದ್ದರಿಂದ ಹೊಸಬನೊಬ್ಬ ಪರೀಕ್ಷಿಸುತ್ತಿದ್ದ. ಮಗುವನ್ನು ಗುಣಪಡಿಸಲು ತನ್ನ ವೈದ್ಯಕೀಯ ಜ್ಞಾನ ಮತ್ತು ಅನುಭವದ ಮೇರೆಗೆ ಆತ ಪ್ರಯತ್ನಿಸಿದ. ಆದರೆ ಮರುದಿನ ಮುಂಜಾನೆ ಮಗು ಅಸುನೀಗಿತು. ಅದರ ತಂದೆ ದುಃಖದಿಂದ ಕುಸಿದು ಹೋದ. ನೂರಾರು ಬಗೆಯ ಯೋಚನೆಗಳಿಂದ ಆತ ಹುಚ್ಚನಂತಾದ. ತಾನು ಹೊಸ ವೈದ್ಯನ ಬಳಿಗೆ ಮಗುವನ್ನು ಒಯ್ದು ತಪ್ಪು ಮಾಡಿದೆನಾ, ರೋಗವನ್ನು ತಪ್ಪಾಗಿ ಗ್ರಹಿಸಿ ಚಿಕಿತ್ಸೆ ಸರಿಯಾಗಿ ಸಿಗದೇ ಮಗು ಬಲಿಯಾಯಿತೇ, ಹೆಚ್ಚು ಗಮನನೀಡಿ ಚಿಕಿತ್ಸೆ ನೀಡುವ ದೊಡ್ಡಾಸ್ಪತ್ರೆಗೆ ಮಗುವನ್ನು ಒಯ್ದಿದ್ದರೆ ಮಗುವನ್ನು ಉಳಿಸಿಕೊಳ್ಳಬಹುದಾಗಿತ್ತೇ, ಮೂರ್ಖನಂತೆ ವರ್ತಿಸಿ ಮಗುವನ್ನು ತಾನೇ ಕೊಂದುಬಿಟ್ಟೆನೇ...

ಇನ್ನೊಂದು ಸಂದರ್ಭ ಗಮನಿಸಿ. ನನ್ನೊಬ್ಬ ಸ್ನೇಹಿತ ಪಟ್ಟಣದಲ್ಲಿ ಉದ್ಯೋಗದಲ್ಲಿದ್ದ. ಅವನಿಗೊಬ್ಬ ಸಂಬಂಧಿ ಹಳ್ಳಿಯಲ್ಲಿದ್ದು ಬದಲಾವಣೆ ಬಯಸುತ್ತಿದ್ದ. ನನ್ನ ಸ್ನೇಹಿತ ಅವನನ್ನು ತನ್ನೊಂದಿಗೆ ಪಟ್ಟಣಕ್ಕೆ ಕರೆತಂದು ಒಂದು ವರ್ಕ್‌ಶಾಪ್‌ನಲ್ಲಿ ಅವನಿಗೊಂದು ಕೆಲಸ ಕೊಡಿಸಿದ. ಒಂದು ವಾರದ ನಂತರ ಅಲ್ಲೊಂದು ಅವಘಡ ಸಂಭವಿಸಿತು. ಒಂದು ಕಬ್ಬಿಣದ ಸ್ತಂಭ ಕುಸಿದು ನೆಲಕ್ಕೆ ಬಿತ್ತು, ನೇರವಾಗಿ ಅದರಡಿಯಲ್ಲೇ ಕೆಲಸ ಮಾಡುತ್ತಿದ್ದ ಗೆಳೆಯನ ಸಂಬಂಧಿ ಸ್ಥಳದಲ್ಲೇ ಸಾವನ್ನಪ್ಪಿದ್ದ! ಅವನನ್ನು ಪಟ್ಟಣಕ್ಕೆ ಕರೆತಂದ ನನ್ನ ಸ್ನೇಹಿತನ ಮತ್ತು ಆ ಸೋದರ ಸಂಬಂಧಿಯ ತಾಯ್ತಂದೆಯರ ಪರಿಸ್ಥಿತಿಯನ್ನು ನೀವೇ ಊಹಿಸಿ. ಪಟ್ಟಣಕ್ಕೆ ಕರೆತರದೇ ಇದ್ದಲ್ಲಿ ಅವನು ಅಲ್ಲೇ ಹಳ್ಳಿಯಲ್ಲಿ ನೆಮ್ಮದಿಯಿಂದ ಬದುಕುತ್ತಿರಲಿಲ್ಲವೆ?

ಇಂಥ ದಾರುಣ ಸನ್ನಿವೇಶಗಳಲ್ಲಿ, ವಿಜ್ಞಾನವಾಗಲೀ ನಮಗೇನು ಸಾಂತ್ವನ ನೀಡಬಲ್ಲದು? ಸಮಾಧಾನವೆನ್ನುವುದು ಒಬ್ಬ ಹೇಗೆ ಮತ್ತು ಏನು ಯೋಚಿಸುತ್ತಾನೆಂಬುದರ ಮೇಲೆಯೇ ಪೂರ್ತಿಯಾಗಿ ನಿಂತಿದೆ. ವಿವೇಕಯುತವಾಗಿಯೂ ವಾಸ್ತವಿಕವಾಗಿಯೂ ಈ ರೀತಿಯಾಗಿಯೇ ಯೋಚಿಸುವುದು ಸರಿಯೆಂದು ನೀವೂ ಒಪ್ಪುವಿರಿ. ''ಯಾವುದು ಸರಿ ಎಂದು ಅನಿಸಿತ್ತೋ ಹಾಗೆ ನಾನು ನಡೆದುಕೊಂಡೆ. ಫಲಿತಾಂಶ ನನ್ನ ಕೈಯಲ್ಲಿ ಇಲ್ಲ'' ಅಬ್ರಹಾಂ ಲಿಂಕನ್ ಕೂಡಾ ತತ್‌ಕ್ಷಣದ ನಿರ್ಧಾರಕ್ಕೆ ಬರಲೇ ಬೇಕಾದ ತುರ್ತಿನ ಸಂದರ್ಭದಲ್ಲಿ ತಾಳಲಾರದ ಜವಾಬ್ದಾರಿಯ

ಒತ್ತಡದಲ್ಲಿ ಹೀಗೆಯೇ ಚಿಂತಿಸುತ್ತಿದ್ದ ಎನ್ನಲಾಗಿದೆ. ''ದೇವರಲ್ಲಿ ಹೇಳಿಕೊಂಡೆ, ನಾನು ಮಾಡಬಹುದಾದ್ದನ್ನೆಲ್ಲವನ್ನೂ ಮಾಡಿದ್ದೇನೆ. ಇನ್ನೀಗ ಎಲ್ಲವೂ ನಿನ್ನ ಕೈಲಿದೆ. ಈ ದೇಶವನ್ನು ಉಳಿಸಬೇಕೆಂದಿದ್ದರೆ, ಅದು ನೀನು ಹಾಗೆ ಬಯಸಿದ್ದರಿಂದ! ನನ್ನ ಹೆಗಲ ಮೇಲಿನ ಹೊರೆ ತನ್ನಿಂದ ತಾನೇ ಇಳಿಯಿತು. ತೀವ್ರವಾದ ಆತಂಕದಿಂದ ಮುಕ್ತನಾದೆ ಮತ್ತು ಏನು ವಿಶೇಷವಾದ ಒಂದು ವಿಶ್ವಾಸ, ಸ್ಥೈರ್ಯ ನನ್ನಲ್ಲಿ ಮೂಡಿಬಂತು.''

ಒಂದೊಂದೇ ಘಟನೆಗೆ ಅಥವಾ ಏನೋ ಒಂದು ಸಂಭವಿಸಿ ಆದ ನಂತರ ಈ ರೀತಿ ಯೋಚಿಸುವುದಕ್ಕಿಂತ ಈ ಬಗೆಯ ಒಂದು ಮನೋಭಾವವನ್ನೇ ನಾವು ರೂಢಿಸಿಕೊಳ್ಳುವುದು ಪಲಾಯನವಾದವೋ, ಆಗುವ ಹೋಗುವ ವಿಚಾರವಲ್ಲ ಎಂದೋ ತಿಳಿಯುತ್ತೀರಾ?

''ನಾನು ನನ್ನಿಂದಾದ ಎಲ್ಲವನ್ನೂ, ನನ್ನ ಅತ್ಯುತ್ತಮ ಬಗೆಯಲ್ಲಿ, ನನ್ನೆಲ್ಲ ಸಾಮರ್ಥ್ಯವನ್ನು ಮತ್ತು ವಿವೇಚನೆಯನ್ನು ಬಳಸಿ ಮಾಡುತ್ತೇನೆ. ಆದಾಗ್ಯೂ ನಿರೀಕ್ಷಿಸಿದ ಪ್ರತಿಫಲವೇ ಅಂತಿಮವಾಗಿ ಸಿಗದೇ ಹೋದರೆ ನಾನು ಅಗತ್ಯಕ್ಕಿಂತ ಹೆಚ್ಚು ವಿಚಲಿತನಾಗುವುದಿಲ್ಲ ಮತ್ತು ಒಂದು ವೇಳೆ ಅದ್ಭುತವಾದ ಯಶಸ್ಸುಗಳಿಸಿ ಅದು ದಾಖಲೆಯಾದರೂ ಹಿಗ್ಗಿ ಹೀರೇಕಾಯಿಯಾಗುವುದಿಲ್ಲ.''

ದುರಾದೃಷ್ಟವಶಾತ್, ನಾವು ಸದಾ ಕುದುರೆಯನ್ನು ಗಾಡಿಯ ಹಿಂದೆಯೇ ಕಟ್ಟುತ್ತೇವೆ. ಆರಂಭದಿಂದಲೂ ನಾವು ಯಶಸ್ಸಿನ ಬಗ್ಗೆ ವಿಪರೀತ ತಲೆಕೆಡಿಸಿಕೊಳ್ಳುತ್ತೇವೆ. [1] ನಾವು ನಮ್ಮೆಲ್ಲಾ ಸಂಪನ್ಮೂಲಗಳನ್ನು ದಾಳಿಗಾಗಿ ಸಜ್ಜು ಮಾಡುತ್ತೇವೆ. ಬಿಗುವಾಗುತ್ತೇವೆ. ಭಾರೀ ಆತಂಕದಿಂದ ಯಶಸ್ಸಿಗಾಗಿ ದುಡಿಯುತ್ತೇವೆ. ಯಶಸ್ಸಿನ

---

1. ಒಂದು ರಾಷ್ಟ್ರವಾಗಿ ನಾವು ಫಲಿತಾಂಶದ ಬಗ್ಗೆ ಅತಿಯಾಗಿ ಯೋಚಿಸುವ ಚಟಕ್ಕೆ ಬಿದ್ದಿದ್ದೇವೆ. ತುಂಬ ವರ್ಷಗಳ ಹಿಂದೆ ನಾನು ಬಿಲ್ಲುಗಾರಿಕೆಯ ಬಗ್ಗೆ ಆಸಕ್ತಿಯಿಂದಿದ್ದಾಗಿನ ಮಾತು ನೆನಪಾಗುತ್ತದೆ. ಯೊಕೊಹಾಮದಲ್ಲಿ ಜಪಾನಿ ಬಿಲ್ಗಾರಿಕೆಯ ಕುರಿತ ಒಂದು ಕೈಪಿಡಿ ನನಗೆ ಸಿಕ್ಕಿತ್ತು. ಅದನ್ನು ಅನುವಾದ ಕೂಡ ಮಾಡಿದ್ದೆ. ಜಪಾನಿ ಕ್ರಮದಲ್ಲಿ ನೈಪುಣ್ಯದ ಮಾನದಂಡ ಹೇಗಿತ್ತೆಂದರೆ, ಕಣ್ಣಿಗೇ ಹೊಡೆದ ಹಾಗೆ ಹೊಡೆಯುವ ಗುರಿ ಸ್ಕೋರ್ ಬೋರ್ಡಿನಲ್ಲಿ ಶೇಕಡಾ ಐವತ್ತಂಕಕ್ಕೆ ಸಾಕು ಎನ್ನಲಾಗುತ್ತಿತ್ತು. ಕ್ರೀಡೆಯ ಪಾರಂಪರಿಕ ಕ್ರಮಬದ್ಧತೆಗೆ ಬಿಲ್ಗಾರ ಎಷ್ಟು ಮಹತ್ವ ನೀಡಿದ್ದ, ಬಾಣವನ್ನು ಬಿಲ್ಲಿನಿಂದ ಬಿಟ್ಟ ಬಗೆಯಲ್ಲಿದ್ದ ಕೌಶಲ, ಉಳಿದ ಶೇಕಡಾ ಐವತ್ತಕ್ಕೆ ಸಮನಾಗುತ್ತಿತ್ತು.

   ಅಮೆರಿಕನ್ ಬಿಲ್ಗಾರಿಕೆಯಲ್ಲಿ ಒಬ್ಬ ಅಂಗಾತ ಮಲಗಿ ಕಾಲಿನಿಂದ ಬಿಲ್ಲನ್ನೆಳೆದು ಹಲ್ಲಿನಿಂದ ಬಾಣವನ್ನು ಬಿಡಬಹುದು ಮತ್ತು ಗುರಿ ಸಾಧಿಸಬಹುದು. ಹಾಗೆಲ್ಲ ಮಾಡಿದರೂ ಶೇಕಡಾ ನೂರು ಅಂಕ ಪಡೆದುಕೊಳ್ಳಬಹುದು.

   ನಾವು ಯಶಸ್ಸನ್ನು ಮಾತ್ರ ನೋಡುತ್ತೇವೆ.

   -ಐರಿ ಸ್ಟಾನ್ಲೆ ಗಾರ್ಡನರ್ 'ದ ಕೋರ್ಟ್ ಆಫ್ ಲಾಸ್ಟ್ ರೆಸಾರ್ಟ್' ಕೃತಿಯಲ್ಲಿ.

ಬಗ್ಗೆ ಧೈರ್ಯವಿಲ್ಲದೆ ಕಂಗಾಲಾಗುತ್ತೇವೆ. ಹೀಗಾಗಿ, ಪ್ರಯತ್ನವನ್ನು ನಿರುಮ್ಮಳವಾಗಿ ಶಾಂತಿಯಿಂದ ನಡೆಸಿದಾಗ ಸಿಗಬಹುದಾದ ಒಂದು ಆನಂದವನ್ನು ಕಳೆದುಕೊಳ್ಳು ತ್ತೇವೆ. ಕೊನೆತನಕ ನಿರೀಕ್ಷಿತ ಯಶಸ್ಸು ಸಿಗುವುದೋ ಇಲ್ಲವೋ ಎಂಬ ಆತಂಕ. ಸೋಲಾಯಿತೋ- ಎಲ್ಲವೂ ಮುಗಿಯಿತು! ಕುಸಿದೇ ಹೋಗುತ್ತೇವೆ. ಎಲ್ಲಾ ತೊಡಕು, ತೊಂದರೆ, ಆತಂಕಗಳೂ, ಪ್ರಯತ್ನದಲ್ಲಿ ಯಶಸ್ವಿಯಾದರೆ ಮಾತ್ರ ಸಾರ್ಥಕವಾದಂತೆ ಎಂದು ನಾವು ಯೋಚಿಸುತ್ತೇವೆ. ನಾವು ಕೆಲಸವನ್ನಂತೂ (ಪ್ರಯತ್ನ ಅಥವಾ ಕ್ರಿಯಾಶೀಲತೆ) ಪ್ರತಿದಿನವೂ ಕೈಗೊಳ್ಳುತ್ತಲೇ ಇರುತ್ತೇವೆ. ಕೆಲವು ಮುಖ್ಯವಾದವು ಗಳು, ಇನ್ನು ಕೆಲವು ಅಷ್ಟೇನೂ ಮುಖ್ಯವಲ್ಲದವು; ಕೆಲವು ದೀರ್ಘಕಾಲೀನ ಇನ್ನು ಕೆಲವು ಸ್ವಲ್ಪ ಸಮಯದವು. ಎಲ್ಲಾ ಸಂದರ್ಭಗಳಲ್ಲೂ ನಿರೀಕ್ಷಿಸುವ ಫಲಿತಾಂಶ ಒಂದೇ ಬಗೆಯವಾಗಿರುವುದಿಲ್ಲ. ಆದರೂ ಆ ಪ್ರಕ್ರಿಯೆ ಮಾತ್ರ ಒಂದೇ. ಹಾಗಾಗಿ ಎಲ್ಲಾ ಕ್ರಿಯೆಗಳ ಕುರಿತು ನಮ್ಮ ನಿರೀಕ್ಷೆ, ದೃಷ್ಟಿಕೋನ ಮತ್ತು ನಿಲುವು ಒಂದೇ ಬಗೆಯಲ್ಲಿರಬೇಕು.

ಇದರರ್ಥ : ನಾವು ವ್ಯತ್ಯಾಸವನ್ನೇ ಮಾಡದಂತಿರಬೇಕೆಂದಲ್ಲ. ಆತಂಕ ಮತ್ತು ಒತ್ತಡವನ್ನು ನಿವಾರಿಸುವುದಷ್ಟೆ ನಮ್ಮ ಗುರಿ. ನಾವು ಸದಾ ಯಶಸ್ಸು ಮತ್ತು ಅದರ ಗರಿಮೆಯನ್ನೇ ನಿರೀಕ್ಷಿಸುತ್ತಿರಲು ಸಾಧ್ಯವಿಲ್ಲ. ನಾವು ಕೇವಲ ನಮಗೆ ಹಿತವಾದುದನ್ನು ಮಾತ್ರ ಅನುಭವಿಸಲು ಬಯಸಿ ಅಹಿತಕರವಾದುದನ್ನೆಲ್ಲ ತಪ್ಪಿಸಲು ಸಾಧ್ಯವಿಲ್ಲ.

ಬಿತ್ತಿದಂತೆ ಬೆಳೆ

ಫಲ ಮತ್ತು ಅದನ್ನು ಪಡೆಯಲು ಹಿಡಿದ ಮಾರ್ಗದ ಬಗ್ಗೆ ನಾವು ತುಂಬ ಕೇಳಿದ್ದೇವೆ. ಕೆಲವೊಮ್ಮೆ, **ಫಲವೇ ಅನುಸರಿಸಿದ ಮಾರ್ಗವನ್ನು ಸಮರ್ಥಿಸುತ್ತದೆ** ಎನ್ನುವುದೂ ಇದೆ. ಯಾವಾಗ ನಮ್ಮನ್ನು ನಾವು ಫಲದೊಂದಿಗೆ ಹೆಚ್ಚು ಆಪ್ತವಾಗಿ ಗುರುತಿಸಿ ಕೊಳ್ಳುವುದಿಲ್ಲವೋ, ಆಗೆಲ್ಲ ಅಲ್ಲಿ ಸರಿಯಲ್ಲದ ಮಾರ್ಗವನ್ನು ಹಿಡಿಯುವ ಬಗ್ಗೆ ಯಾವುದೇ ಹಿಂಜರಿಕೆಯಿಲ್ಲದ ಉಪಕ್ರಮ ಇರುವುದಿಲ್ಲ. ಇದಕ್ಕೆ ಸಾಮಾನ್ಯ ತಿಳಿವಳಿಕೆಯೇ ಸಾಲದೆ ?

ಬಿತ್ತಿದಂತೆ ಬೆಳೆ. ಅದು ಸ್ಪಷ್ಟ. ಆದಾಗ್ಯೂ, ಬದುಕಿನಲ್ಲಿ ನಾವು ಸಾಕಷ್ಟು ನೋಡುತ್ತೇವೆ, ಬಿತ್ತಿದ್ದಕ್ಕೆ ತಕ್ಕಷ್ಟು ಫಲ ಇಲ್ಲದ ಸಂದರ್ಭಗಳೇ ಹೆಚ್ಚು. ಕೆಲವು ಬಾರಿ ಏನೇನೂ ಪ್ರಯತ್ನವಿಲ್ಲದೆಯೂ ಅದ್ಭುತವಾದ ಯಶಸ್ಸು ಸಿಗುತ್ತದೆ. ಪ್ರಾಮಾಣಿಕ ವಾದ ಶ್ರಮವೂ ಕೆಲವೊಮ್ಮೆ ನಿಷ್ಫಲವಾಗುತ್ತದೆ. ಇದೇಕೆ ಹೀಗಿದೆ ? ಇದು ಎಲ್ಲರೂ ಹೇಳುವಂತೆ ಪ್ರಯತ್ನಕ್ಕೆ ತಕ್ಕ ಪ್ರತಿಫಲ ಎನ್ನುವಂತೆ ಇಲ್ಲ. ಹೀಗೆ ನೇರವಾದ ಪ್ರತಿಫಲಕ್ಕೆ ಅಡ್ಡಿಯೊಡ್ಡುವ ಅನೇಕ ನಕರಾತ್ಮಕ ಶಕ್ತಿಗಳೂ ಇರುತ್ತವೆ. ಹಾಗೆಂದ

ಮಾತ್ರಕ್ಕೆ, ಎಲ್ಲಾ ಕೆಲಸಗಳಿಗೂ ಅದರದ್ದೇ ಆದ ಪ್ರತಿಫಲ ಸಿಗುವುದೇ ಇಲ್ಲವೆಂದೇನೂ ಅಲ್ಲ. ಉದಾಹರಣೆಗೆ, ಬಿಲ್‌ಕ್ಲಿಂಟನ್ ತನ್ನ ಪ್ರತಿಸ್ಪರ್ಧಿ ಜಾರ್ಜ್ ಬುಶ್‌ನ್ನು ಸೋಲಿಸಿ ಅಮೆರಿಕದ ಅಧ್ಯಕ್ಷನಾದ. ತಿಳಿದೇ ಇರುವಂತೆ ಇದು ಸರಪಳಿಯಂಥ ಹಲವಾರು ಸಂಗತಿಗಳ ಒಂದು ಸಮ್ಮಿಲಿತ ಫಲವಾಗಿತ್ತು. ಬರೇ ಕ್ಲಿಂಟನ್ನನಿಂದಾಗಿ ಅಲ್ಲ, ಪ್ರತೀ ಒಂದು ಅಂಶವೂ ಸೇರಿ ಕ್ಲಿಂಟನ್ನನನ್ನು ಶ್ವೇತಭವನಕ್ಕೆ ಒಯ್ದಿತು. ಹಾಗೇನೇ ಯಾವ ಅಂಶ ಯಾವ ಫಲವನ್ನು ನೀಡಿತೆಂಬುದನ್ನು ಗುರುತಿಸುವುದು ಕೂಡಾ ಕಷ್ಟ, ಬಹುತೇಕ ಅಸಾಧ್ಯ.

ಈಗಾಗಲೇ ಹೇಳಿರುವಂತೆ ನಾವೇನು ಬಿತ್ತುವೆವೊ ಅದನ್ನೆ ಬೆಳೆಯುತ್ತೇವೆಂಬುದು ನಮಗೆ ತಿಳಿದಿದೆ. ಇದು ಸ್ವಾಭಾವಿಕವಾದದ್ದು. ಬೈಬಲಿನ ಸ್ವಪ್ನೋಕ್ತಿಗಳಲ್ಲಿ ''ಜನ ಮುಳ್ಳಿನಗಿಡದಿಂದ ದ್ರಾಕ್ಷಿ, ಕಳೆಗಿಡಗಳಿಂದ ಹಣ್ಣು ಬೆಳೆಯುತ್ತಾರೇನು? ಬೇವು ಬಿತ್ತಿ, ಮಾವು ಪಡೆಯಲಾಗದು.'' ಇದೇ ರೀತಿ ಪ್ರತಿ ಕಾರ್ಯಕ್ಕೂ ಅದರದೇ ಆದ ಫಲ ಇದೆ. ಒಳ್ಳೆಯ ಕಾರ್ಯಕ್ಕೆ ಒಳ್ಳೆಯ ಫಲ ಮತ್ತು ಕೆಟ್ಟ ಕಾರ್ಯಕ್ಕೆ ಕೆಟ್ಟ ಫಲ. ಇಲ್ಲಿ ಒಳ್ಳೆಯ ಮತ್ತು ಕೆಟ್ಟ ಎನ್ನುವುದು ಸಾಪೇಕ್ಷ ಪದಗಳು. ಒಳ್ಳೆಯ ಕಾರ್ಯದಿಂದಲೂ ಕೆಟ್ಟ ಫಲವೊಂದು ಹುಟ್ಟಬಾರದೆಂದೇನಿಲ್ಲ. ಆಶ್ಚರ್ಯವಾಯಿತೆ? ನೀವು ನಿಮ್ಮ ಗೆಳೆಯನಿಗೆ ಸಾಲ ಕೇಳಿದನೆಂದು ಸಹಾಯ ಮಾಡುವ 'ಸದುದ್ದೇಶದಿಂದ' ಸ್ವಲ್ಪ ಹಣ ನೀಡಿದಿರೆಂದಿಟ್ಟುಕೊಳ್ಳಿ. ಆತ ಮದ್ಯ ಅಥವಾ ಅಮಲುಕಾರಕ ಪದಾರ್ಥಗಳನ್ನು ಕೊಳ್ಳಲು ಆ ಹಣವನ್ನು ಬಳಸಿ ಒಬ್ಬ ಮದ್ಯವ್ಯಸನಿಯಾಗಿ ಬದಲಾದರೆ ನಿಮ್ಮ 'ಸದುದ್ದೇಶ' ದ 'ಸಹಾಯ' ದ ಫಲಿತಾಂಶ ವೇನಾದಂತಾಯಿತು?

ಈ ಸಮಸ್ಯೆಗೆ ಇನ್ನೂ ಒಂದು ಆಯಾಮವಿದೆ. ಎಲ್ಲಾದಕ್ಕೂ ಒಂದು ಕಾರ್ಯಕಾರಣ ಸಂಬಂಧವೆಂಬುದಿದೆ. ಒಂದು ಕ್ರಿಯೆ ತನ್ನಷ್ಟಕ್ಕೇ ಕಾರ್ಯ ಮತ್ತು ಕಾರಣ ಎರಡೂ ಆಗಿರುತ್ತದೆ. ಒಂದು ಮರ ಬೀಜಕ್ಕೆ ಕಾರಣವಾದಂತೆಯೇ ಬೀಜ ಮರಕ್ಕೆ ಕಾರಣವಾಗಿರುತ್ತದೆ. ಯಾವುದು ಮೊದಲು, ಬೀಜವೋ ಮರವೋ?

ಒಳ್ಳೆಯ ಅಥವಾ ಕೆಟ್ಟ ಪರಿಣಾಮಗಳೆರಡನ್ನೂ ತಪ್ಪಿಸಲು ತಾನು ಏನನ್ನು ಮಾಡದೆ ಸುಮ್ಮನಿದ್ದು ಬಿಡುತ್ತೇನೆ ಎನ್ನಬಹುದು. ಆದರೆ ಅದು ಸಾಧ್ಯವೆ? ಎಲ್ಲರೂ ಹಾಗೆಯೇ ಯೋಚಿಸಿದರೆ ಜಗತ್ತೇ ಅಂತ್ಯಗೊಳ್ಳಬಹುದು!

ಕಾಯಕ, ನಮ್ಮೆಲ್ಲರ ಕರ್ತವ್ಯ. ಕೆಲಸ ಎಂಬುದು ಶಾಪವಲ್ಲ, ಆಗಲೂ ಬಾರದು. ಅದು ನಮ್ಮೆಲ್ಲರ ಕರ್ತವ್ಯ.

> ''ಧರ್ಮ ಎಂಬ ಶಬ್ದಕ್ಕೆ ಅನಂತವೂ, ವೈವಿಧ್ಯಮಯವೂ ಆದ ಅರ್ಥವಿದೆ. ಅವುಗಳಲ್ಲಿ ಒಂದು ಕರ್ತವ್ಯ. ಕರ್ತವ್ಯ ಎಂಬುದಕ್ಕೆ

ಇಂಗ್ಲಿಷಿನಲ್ಲಿ ಕೊಂಚ ಅಹಿತಕರವಾದ ಅಕಾರದ ಛಾಯೆಯಿದೆ.[1] *ಅಲ್ಲಿ ಅದು ನಾವು ಮಾಡಲೇಬೇಕಾದ ಆದರೆ ನಮಗಿಷ್ಟವಿಲ್ಲದ ಕರ್ಮ. ಆದರೆ ಬೌದ್ಧಧರ್ಮದ ಪ್ರಕಾರ ಅದು ಎರಡನೇ ವಿಚಾರವಾಗಿದೆ ಮತ್ತು ಭಾವನಾತ್ಮಕವಾದ ಇಷ್ಟಾನಿಷ್ಟದ ವಿಚಾರವೇ ಅಲ್ಲಿ ಇರಕೂಡದು. ಸುಮ್ಮನೆ ಅದನ್ನು ಮಾಡುತ್ತಿರಬೇಕಾಗಿದೆ.''*

- ಕ್ರಿಸಮಸ್ ಹಂಫ್ರೇಸ್

ನಮಗೆ ನಿಯೋಜಿಸಿದ ಕರ್ತವ್ಯವನ್ನು ನಾವು ಮಾಡಬೇಕಾಗಿದೆ. ನಿರಂತರವಾಗಿ ಕೆಲಸ ಮಾಡುತ್ತಿರುವುದು ನಮ್ಮನ್ನು ಗುಲಾಮರನ್ನಾಗಿಸಬಹುದು. ಆದರೆ ನಾವು ನಮ್ಮನ್ನು ನಮ್ಮ ಕೆಲಸಕ್ಕೆ ಹೇಗೆ ಅರ್ಪಿಸಿಕೊಳ್ಳಬೇಕೆಂದರೆ ಅದು ನಮ್ಮನ್ನು ಗುಲಾಮರನ್ನಾಗಿಸಿಕೊಳ್ಳದೆ ವಿಮುಕ್ತರನ್ನಾಗಿಸುತ್ತಿರಬೇಕು.

ದಿನದಿನ ನನ್ ಕೆಲ್ಸ ನಾ ಮಾಡ್ತೀನ್ಬಿಡಿ
ಹೊಲಾನೊ, ಕಾಡೋ, ಮೇಜಿನ್ ಹಿಂದೆ ಇಲ್ಲಾ ಮಗ್ಗದ್ ಮುಂದೆ
ಗದ್ಲಾ ಇರೋ ಸಂತೇಮಾಳ ಇಲ್ಲಾ ಗವ್ವೆನ್ನೋ ಕೋಣೇ ಮೋಳ
ಯಾರೋ ಹಾದೀಲೋಗೋರು ಸನ್ನೆ ಮಾಡಿ ಹೋಗೋ ಅಂದ್ರುನು
ಎದೀ ಒಳ್ಗೆ ನನ್ ಕೆಲ್ಸ ಕಾಣ್ತೋನು, ಅದ್ನೇ ಹಾಡೋನು
ಊರ್ಗೆಲ್ಲ ನಾನೊಬ್ನೆ ಆದ್ರೂನು ಹೇಳ್ತೀನಿ
ಇದೇ ನನ್ ಕೆಲ್ಸ, ನನ್ನ್ ವರಾ, ನನ್ ಗೋರೀ ಅಲ್ಲ
ಇದಾ ಹಿಂಗೇ ಮಾಡೋನು, ಒಪ್ಪಾ ಮಾಡೋನು,
ಸಮಾ ಮಾಡೋನು
ಕಾಣ್ತೇನಿ ನಾನು, ಮಹಾ ಏನಲ್ಲ ಬಿಡಿ,
ಮತ್ತೇ ಜುಜುಬೀನೂ ಅಲ್ಲಾ ಧಣೀ
ನನ್ ಕೈಲಾಗೋದು, ನಾ ಮಾಡೋಕಾಗೋದು
ಆಡೋಕೆ, ಮಲಗೋಕೆ, ಪ್ರೀತಿ ಮಾಡೋಕೆ
ಸಂಜೀ ಮುಂದೆ ಹೊತ್ತಿಳ್ದು ಇಳ್ದು ನೆಳ್ಳು ಚಾಚಿ ನಗೋವಾಗ
ನನ್ ಕೇಮೆ ಬೆಮರೂ ಇಳ್ದು ನನ್ ಕಂಡು ನಗತಾದ
ನಂಗೊತ್ತು ನನ್ ಕೆಲ್ಸ್, ನಂಗದೇ ತಾನೆ ಎಲ್ಲಾ

-ಹೆನ್ರಿ ವಾನ್ ಡೈಕ್

□□

---

1. ''ಮೂರ್ಖನೊಬ್ಬ ನಾಚಿಕೆಪಟ್ಟುಕೊಳ್ಳುವಂಥಾದ್ದೇನಾದರೂ ಮಾಡಬೇಕಾಗಿ ಬಂದಾಗಲೆಲ್ಲ ಅದು ತನ್ನ ಕರ್ತವ್ಯ ಎಂದು ಘೋಷಿಸಿಕೊಳ್ಳುತ್ತಿರುತ್ತಾನೆ!''

- ಬರ್ನಾರ್ಡ್ ಷಾ 'ಸೀಸರ್ ಆ್ಯಂಡ್ ಕ್ಲಿಯೊಪಾತ್ರ'

4

ಕಾಯಕವೇ ಮುಕ್ತಿ - 2

''ಸಕಾರಣ ಕೆಲಸ ಮಾಡದೇ ಇದ್ದಾಗ ಅದು ನಿನಗೆ ಮುಕ್ತಿ :
ಸಕಾರಣ ಕೆಲಸ ಮಾಡಿದಾಗಲೂ ಅದು ನಿನಗೆ ಮುಕ್ತಿ
ಎರಡೂ ಉತ್ತಮವೇ, ಕಾರ್ಯವಿಹೀನತೆಗಿಂತ.''

- ಭಗವದ್ಗೀತೆ

ಫಲಾಪೇಕ್ಷೆ

ಈ ಕೃತಿಯಲ್ಲಿ ನಮ್ಮ ದೈನಂದಿನ ಜಗತ್ತಿನಲ್ಲಿ ನಮ್ಮ ಪ್ರತಿಯೊಂದು ಕ್ರಿಯೆಯೂ ಒಂದು ವಾಣಿಜ್ಯಿಕ ಸಂಗತಿಯಾಗಿಬಿಟ್ಟಿರುವ ಬಗ್ಗೆ, ವ್ಯಾಪಾರವಾಗಿ ಬಿಟ್ಟಿರುವ ಬಗ್ಗೆ ಹೇಳಲಾಗಿದೆ. ಒಂದರ್ಥದಲ್ಲಿ, ನಾವೆಲ್ಲರೂ ಏನೋ ಒಂದು ಲಾಭಕ್ಕಾಗಿ ಏನೇನೋ ಮಾರುತ್ತಿರುವ ವ್ಯಾಪಾರಿಗಳಾಗಿ ಬಿಟ್ಟಿದ್ದೇವೆ ! ನೆನಪಿಡಿ, ಒಬ್ಬ ವ್ಯಾಪಾರಿ ಮಾರಾಟ ಕ್ಕಾಗಿ ಕಂಡುಕೊಂಡ ಅಥವಾ ಅದರದ್ದಾದ ಮೌಲ್ಯಕ್ಕಿಂತ ಸ್ವಲ್ಪವಾದರೂ ಹೆಚ್ಚಿನ ಬೆಲೆಗೆ ಅದನ್ನು ವಿಕ್ರಯಿಸದೇ ಇದ್ದಲ್ಲಿ ಅವನು ವ್ಯವಹಾರದಲ್ಲಿ ಮುಂದುವರಿಯಲಾರ. ನೀವೊಂದು ಕಲ್ಲಿದ್ದಲು ಗಣಿಯ ಮಾಲಿಕನೆಂದುಕೊಳ್ಳಿ. ಗಣಿಯಿಂದ ಕಲ್ಲಿದ್ದಲು ಹೊರತೆಗೆಯಲು ನಿಮಗೆ ನಿರ್ದಿಷ್ಟವಾದ ಖರ್ಚು ಇದೆ. ಆ ಖರ್ಚಿಗೆ ಅಥವಾ ಅದಕ್ಕಿಂತಲೂ ಕಡಿಮೆಗೆ ನೀವು ಕಲ್ಲಿದ್ದಲು ಮಾರಲು ಸಾಧ್ಯವಿಲ್ಲ. ನೀವು ಲಾಭ ಮಾಡುವುದಕ್ಕಾಗಿ ಕಲ್ಲಿದ್ದಲು ಗಣಿಗಾರಿಕೆಯ ವ್ಯವಹಾರದಲ್ಲಿದ್ದೀರೆಂದು ಬೇರೆ ಹೇಳಬೇಕಾಗಿಲ್ಲ.

ತಿಳಿದೋ ತಿಳಿಯದೆಯೋ ಅಥವಾ ಬರೇ ಅಭ್ಯಾಸಬಲದಿಂದಲೋ ನಮ್ಮ ಎಲ್ಲಾ ಚಟುವಟಿಕೆಗಳಿಗೂ ಈ ವಾಣಿಜ್ಯಿಕ ದೃಷ್ಟಿಕೋನವನ್ನೇ ಅಳವಡಿಸಿಕೊಂಡಿದ್ದ ರಿಂದ ಏನಾಗಿದೆ? ನಾವು ಮಾಡಿದ್ದಕ್ಕೆಲ್ಲಾ ಏನೋ ಒಂದನ್ನು ಪ್ರತಿಯಾಗಿ ನಿರೀಕ್ಷಿಸು ತ್ತೇವೆ. ಪ್ರೀತಿ ಮಾಡಿದರೆ ನಮ್ಮನ್ನು ಪ್ರೀತಿ ಮಾಡಬೇಕೆಂದು ನಿರೀಕ್ಷಿಸುತ್ತೇವೆ. ಸಹಾಯ

ಮಾಡಿದರೆ ಅದು ಹಿಂದಕ್ಕೆ ಬರಬೇಕು, ಕನಿಷ್ಠ ಕೃತಜ್ಞತೆ ಸಿಗಬೇಕು. ನಾವು ಸಭ್ಯರೂ ಕರುಣಾಳುಗಳೂ ಆಗಿರುವುದೇಕೆಂದರೆ ಉಳಿದವರು ನಮ್ಮ ಬಗ್ಗೆ ಹಾಗೆಯೇ ಇರಲಿ ಎಂದು. ಇದೊಂದು ಚಕ್ರವ್ಯೂಹ, ಪ್ರತಿಫಲದ ನಿರೀಕ್ಷೆ. ಫಲಾಪೇಕ್ಷೆಯಿಲ್ಲದೆ ಏನನ್ನೂ ಮಾಡಲಾಗದ ಗುಲಾಮರಂತಾಗಿ ಬಿಟ್ಟಿದ್ದೇವೆ ನಾವು.

ಏನಿದಕ್ಕೆ ಪರಿಹಾರ? 'ಈ ಚಕ್ರವ್ಯೂಹವನ್ನು ಭೇದಿಸುವುದು ಹೇಗೆ?' ಪ್ರತಿಯೊಬ್ಬನೂ ತಾನು ಮಾರಿದ್ದಕ್ಕೆ, ಕೊಟ್ಟಿದ್ದಕ್ಕೆ ಲಾಭ ನಿರೀಕ್ಷೆ ಮಾಡುವುದನ್ನೆ, ನಿರೀಕ್ಷಿಸುವುದನ್ನೇ ಬಿಟ್ಟು ಬಿಡುವುದು ಇದೆಲ್ಲದಕ್ಕೆ ಇರುವ ಸರಳ ಪರಿಹಾರವಲ್ಲವೆ? ಆಗ ಅದೊಂದು ವಿಚಿತ್ರ ವಾಣಿಜ್ಯವೇ ಸರಿ! ವ್ಯಾಪಾರಿಯೊಬ್ಬ ಲಾಭ ಬಿಡಿ, ಹಣವನ್ನೇ ಪಡೆಯದೆ ತನ್ನ ಸರಕನ್ನು ಕೊಡುತ್ತ ಹೋಗುವುದು !! ಅದ್ಭುತ. ಮರುಕ್ಷಣವೇ ಅವನು ವ್ಯಾಪಾರಿಯೇ ಆಗಿರುವುದಿಲ್ಲ!!! ನಿಮ್ಮ ತೋಟದಲ್ಲಿ ತುಂಬಾ ಕಿತ್ತಲೆ ಹಣ್ಣುಗಳು ಬೆಳೆಯುತ್ತವೆ, ನಿಮ್ಮ ಅಗತ್ಯವನ್ನೂ ಮೀರಿ ಬೆಳೆಯುತ್ತಿವೆ ಎಂದಿಟ್ಟುಕೊಳ್ಳಿ. ಮತ್ತು ನಿಮ್ಮ ಕುಟುಂಬದ (ಇದು ನೀವೊಬ್ಬ ವೃತ್ತಿಪರ ಕಿತ್ತಲೆ ಬೆಳೆಗಾರರಾಗಿದ್ದಲ್ಲಿ ಅನ್ವಯಿಸುವುದಿಲ್ಲ.) ಹೆಚ್ಚುವರಿ ಹಣ್ಣುಗಳನ್ನು ನೀವು ಆಸುಪಾಸಿನವರಿಗೆ ಪುಕ್ಕಟೆಯಾಗಿ ಹಂಚುತ್ತೀರಿ. ನೀವು ಏನಾದರೂ ಕಳಕೊಳ್ಳು ತ್ತೀರಾ? ಮೇಲ್ನೋಟಕ್ಕೆ ಹೌದು, ವಾಸ್ತವವಾಗಿ ಇಲ್ಲ. ಪ್ರತಿಯೊಬ್ಬರೂ ಹೀಗೆ ತಮ್ಮದಾಗಿ ಉಳಿದ ಹೆಚ್ಚುವರಿ ವಸ್ತುಗಳನ್ನು ಇತರರಿಗೆ ಪುಕ್ಕಟೆಯಾಗಿ ಹಂಚುತ್ತಾರೆಂದಿಟ್ಟುಕೊಳ್ಳಿ. ಆಗೇನಾಗಬಹುದು? ಜಗತ್ತಿನಲ್ಲೆಲ್ಲ ಅಲ್ಲೋಲಕಲ್ಲೋಲ ವೆದ್ದು ಬಿಡಬಹುದೆನ್ನಿಸಬಹುದು ನಿಮಗೆ. ಅದು ಯಾಕೆಂದರೆ ಜಗತ್ತಿನಲ್ಲೆಲ್ಲ ಪ್ರತಿಯೊಬ್ಬರೂ ವ್ಯಾಪಾರಿಗಳಗಿರುವಾಗ ಪುಕ್ಕಟೆಯಾಗಿ ಕೊಡಬಲ್ಲ ಏನನ್ನೂ ಕಲ್ಪಿಸಲುವುದೂ ಸಾಧ್ಯವಿಲ್ಲ. ಇದು ನಮ್ಮ ಜಗತ್ತಿನ ದುರಂತ.

ಸರಿ, ನಾವು ಬದುಕುತ್ತಿರುವ ಜಗತ್ತಿನಲ್ಲಿ ಅದರದೇ ಆದ ಕೆಲವು ರೀತಿ-ನೀತಿ ಗಳಿವೆ, ಅವುಗಳನ್ನು ನಾವು ಪರಿಪಾಲಿಸದಿದ್ದಲ್ಲಿ ನಮ್ಮನ್ನು ಹುಚ್ಚರೆಂದು ಪರಿಗಣಿಸ ಬಹುದು. ಮಾತ್ರವಲ್ಲ, ನಾವು ಹಸಿವಿನಿಂದ ಸಾಯಬೇಕಾದೀತು. ಅದಾಗ್ಯೂ, ನಾವು ಈ ವ್ಯಾಪಾರೀ ಮನೋವೃತ್ತಿಯನ್ನು ಕನಿಷ್ಠ ಮಟ್ಟದಲ್ಲಿ ಉಳಿಸಿಕೊಳ್ಳುವುದು ಸಾಧ್ಯವಿಲ್ಲವೆ? ಅಂದರೇನರ್ಥ? ಎಂದು ಸ್ವಾಭಾವಿಕವಾಗಿ ನೀವು ಕೇಳುತ್ತೀರಿ. ನಮಗೆಲ್ಲರಿಗೂ ಸಹಕಾರಿ ತತ್ವದ ಚಳವಳಿಯ ಬಗ್ಗೆ ತಿಳಿದೇ ಇದೆ. ಸಹಕಾರಿ ಸೊಸೈಟಿಗಳಲ್ಲಿ ಅಥವಾ ಅಂಗಡಿಗಳಲ್ಲಿ ಮಾರುವವನು, ಕೊಳ್ಳುವವನು, ಲಾಭ ಮಾಡುವವನು ಮತ್ತು ಲಾಭ ಬರುವುದು ಎಲ್ಲಿಂದ ಮತ್ತು ಅದು ಹೋಗುವು ದೆಲ್ಲಿಗೆ? ಎಲ್ಲವೂ ಸದಸ್ಯರಿಂದಲೇ ನಡೆಯುತ್ತದೆ. ಈ 'ಸದಸ್ಯ' ದೃಷ್ಟಿಕೋನವನ್ನು ನಾವು ಬೆಳೆಸಬೇಕಾಗಿದೆ, ನಾವೆಲ್ಲರೂ ಸದಸ್ಯರು, ನಾನು ಮತ್ತು ನೀವು. ನಾವು

ಕೊಳ್ಳುವವ, ನಾವೇ ನಮಗೆ ಮಾರಿಕೊಳ್ಳುವವರು, ನಾವು ಒಂದು ಸಾಧಾರಣ ಲಾಭ ಮಾಡುತ್ತೇನೆ ಮತ್ತು ಕೊನೆಗೆ ಆ ಲಾಭವನ್ನು ನಾವೇ ಹಂಚಿಕೊಳ್ಳುತ್ತೇವೆ.

ಸಹಜ ಹೊರದಾರಿ

ಇದಕ್ಕೊಂದು ಅವಕಾಶಕೊಟ್ಟು ನೋಡಿ. ನೀವು ಒಬ್ಬರನ್ನು ಪ್ರೀತಿಸಿದಾಗ ಅವರೂ ನಿಮ್ಮನ್ನು ಪ್ರೀತಿಸಬೇಕೆಂದು ನಿರೀಕ್ಷಿಸಬೇಡಿ. (ನಿಜವಾದ ಸಂಗತಿಯೆಂದರೆ ಆ ವ್ಯಕ್ತಿ ನಿಮ್ಮನ್ನು ಪ್ರೀತಿಸುವುದನ್ನಂತೂ ನೀವು ತಡೆಯಲಾರಿರಿ. ಆದಾಗ್ಯೂ, ಅದನ್ನು ಮರೆತುಬಿಡಿ.) ಸುಮ್ಮನೆ ನಿಮ್ಮ ಪ್ರೀತಿಯು ಮರಳಿ ಬರುತ್ತಿದೆಯೊ ಇಲ್ಲವೊ ಎಂಬುದನ್ನು ನಿರ್ಲಕ್ಷಿಸಿಬಿಡಿ. ನೀವು ಉದ್ಯೋಗದಲ್ಲಿದ್ದರೆ, ನೀವು ಸೇವೆ ಮಾಡುತ್ತಿರುವುದಾಗಿ ಭಾವಿಸಿ ಮತ್ತು ಸಂಬಳಕ್ಕಾಗಿ ದುಡಿಯುತ್ತಿದ್ದೇನೆಂಬುದನ್ನು ಮರೆತುಬಿಡಿ. ದೇವರು ನಿಮಗೆ ಸಿಗಬೇಕಾಗಿರುವುದನ್ನು ಒದಗಿಸುತ್ತಿದ್ದಾನೆಂದು ಕೊಳ್ಳಿ. ನಿಮ್ಮ ಮನಸ್ಸಿನಲ್ಲಿ ನಿಮ್ಮ ಕೆಲಸಕ್ಕೂ ಸಂಬಳಕ್ಕೂ ಇರುವ ಸಂಬಂಧವನ್ನು ಕಡಿದುಬಿಡಿ. ನೀವು ಈ ಎರಡಕ್ಕೂ ಸಂಬಂಧ ಕಲ್ಪಿಸಿದಾಗ ಮಾತ್ರವೇ ನೀವು ಮೊದಲು ನಿಮ್ಮೊಳಗೇ ಮತ್ತು ಆ ಬಳಿಕ ನಿಮ್ಮ ಉದ್ಯೋಗದಾತನ ಜೊತೆ ವಾದಕ್ಕಿಳಿಯುತ್ತೀರಿ. ಕೆಲಸಗಳ್ಳತನದ ಮೂಲಕ ಸಮಾಧಾನ - ಸಂತೃಪ್ತಿ ನೀಡದ ಉದ್ಯೋಗದಲ್ಲಿ ಉದ್ಯೋಗದಾತನ ಜೊತೆ ನೆಮ್ಮದಿ ಪಡೆಯುವ ಮಾರ್ಗ ಕಂಡುಕೊಳ್ಳುತ್ತೀರಿ. ಕೆಲಸಗಳ್ಳತನ ಸಂಬಳಕ್ಕೆ ತಕ್ಕ ಕೆಲಸ ಮಾಡದೇ ಮೋಸ ಮಾಡುವ ಪರೋಕ್ಷ ಮಾರ್ಗವಾಗಿದೆ.

ನಾವು ನೋಡಿದಂತೆ ನಾವೆಲ್ಲರೂ ಕೆಲಸ ಮಾಡಲೇಬೇಕು, ಅದರಿಂದ ಮುಕ್ತಿಯಿಲ್ಲ. ಇಲ್ಲಿ ಉಳಿಯುವುದಕ್ಕಾಗಿಯಾದರೂ ನಾವು ಉಸಿರಾಡಬೇಕು, ತಿನ್ನಬೇಕು, ನಿದ್ದೆ ಮಾಡಬೇಕು ಇತ್ಯಾದಿ. ಈ ಎಲ್ಲ ಚಟುವಟಿಕೆಗಳಿಗಾಗಿ ನಮಗೆ ಯಾರಾದರೂ ಹಣ ನೀಡುತ್ತಾರೆಯೆ? ಯಾಕಿಲ್ಲ? ಯಾಕೆಂದರೆ ನಾವಿದನ್ನೆಲ್ಲ ನಮಗಾಗಿಯೇ ಮಾಡುತ್ತಿದ್ದೇವೆ ಮತ್ತು ಒಬ್ಬ ತನಗೆ ತಾನೇ ಕೊಟ್ಟುಕೊಳ್ಳಲು ಸಾಧ್ಯವಿಲ್ಲವಲ್ಲ! ಇಲ್ಲಿ ಕರ್ತವ್ಯದ ಪರಿಕಲ್ಪನೆ ಬರುತ್ತದೆ. ಹಾಗೆ ಅದನ್ನು ನಾವು ನಮಗಾಗಿಯೇ ಮಾಡಬೇಕು, ಹಿತ - ಅಹಿತದ ಲೇಬಲ್ಲುಗಳನ್ನು ಹಚ್ಚದೆಯೆ. ಅಂದಮೇಲೆ, ಅದನ್ನೇಕೆ ಉತ್ಸಾಹದಿಂದ, ಅತ್ಯುತ್ತಮವಾಗಿ ಮಾಡಬಾರದು?

ನಾವು ಪ್ರತಿಯೊಬ್ಬರೂ ಈ ಜಗತ್ತಿನ ಒಂದು ಭಾಗ ಎಂಬುದನ್ನು ನಾವು ಮರೆಯಬಾರದು. ಜಗತ್ತು ನಮ್ಮಿಂದ ಬೇರೆಯೇ ಆದ ಏನೋ ಒಂದು ಅಲ್ಲ, ನಾವು ಈ ಜಗತ್ತಿಗಾಗಿ ಏನೋ ಮಾಡುತ್ತಿದ್ದೇವೆ ಎಂದರೆ ಅದು ನಾವು ನಮಗಾಗಿಯೇ ಮಾಡುತ್ತಿರುವುದು. ನಾವು ನಮ್ಮ ಕರ್ತವ್ಯವನ್ನು ಏನೊಂದೂ ನಿರೀಕ್ಷೆಯನ್ನಿಟ್ಟು ಕೊಳ್ಳದೆ ಮಾಡಬೇಕು ಎನ್ನುವ ಬದಲು ನಾವೇನು ಮಾಡುತ್ತಿದ್ದೇವೋ ಅದನ್ನು

ನಾವು ನಮಗಾಗಿಯೇ ಮಾಡುತ್ತಿದ್ದೇವೆಂದು ನೆನಪಿಟ್ಟುಕೊಳ್ಳುವುದು ಸುಲಭವಾದದ್ದು.

ನಮ್ಮ ದೇಹ ಮನಸ್ಸುಗಳನ್ನು ಆರೋಗ್ಯವಾಗಿಟ್ಟುಕೊಳ್ಳುವ ಒಂದು ಒಳ್ಳೆಯ ದಾರಿಯೆಂದರೆ ನಾವು ಏನಾದರೂ ಉತ್ಪಾದಕ ಚಟುವಟಿಕೆಯಲ್ಲಿ ತೊಡಗಿಕೊಳ್ಳುವುದು. ಚಟುವಟಿಕೆಯಿಂದಿರುವುದು ದೇಹ - ಮನಸ್ಸುಗಳೆರಡಕ್ಕೂ ವ್ಯಾಯಾಮವನ್ನು ಒದಗಿಸುತ್ತದೆ. ನಾವು ಏಕಾಗ್ರವಾಗಿ ಕೆಲಸದಲ್ಲಿ ತಲ್ಲೀನರಾದಾಗ ನಾವು ನಮ್ಮನ್ನೇ ಮರೆತು ಬಿಡುತ್ತೇವೆ. ಅಲ್ಲಿ ಚಿಂತೆಗಾಗಲಿ, ವ್ಯರ್ಥ ಯೋಚನೆಗಾಗಲಿ ಸಮಯವೇ ಇರುವುದಿಲ್ಲ. ಮನುಷ್ಯ ಸದಾ ಪ್ರತಿಫಲಕ್ಕಾಗಿಯೇ ಚಿಂತಿಸುತ್ತಿದ್ದರೆ ಅವನ ಕೆಲಸದ ಗುಣಮಟ್ಟವೂ, ಉತ್ಪಾದಕತೆಯೂ ಕುಸಿಯುತ್ತದೆ. ಏಕಾಗ್ರವಾಗಿ ಒಂದೇ ಮನಸ್ಸಿನಿಂದ ಕೆಲಸ ಮಾಡಿದಾಗಲೇ ಗುಣಮಟ್ಟ ಮತ್ತು ಉತ್ಪಾದಕತೆ ಎರಡರೊಂದಿಗೆ ಸಾಮರ್ಥ್ಯವೂ ಬೆಳೆಯುತ್ತದೆ. ಸಮಾಜಕ್ಕೆ ಆತನ ಕೊಡುಗೆ ಹೆಚ್ಚುತ್ತದೆ. ಆಗ ಆತನ ಕ್ರಿಯಾಶೀಲತೆಯು ಸಮಾಜಕ್ಕೂ ಜಗತ್ತಿಗೂ ಒಂದು ಸೇವೆ ಎಂದು ಕಾಣಲು ಸಾಧ್ಯವಾಗುತ್ತದೆ.

ಇದು ಪ್ರತಿಫಲದ ನಿರೀಕ್ಷೆಯನ್ನು ತೊಲಗಿಸುವುದರಿಂದಷ್ಟೇ ಸಾಧ್ಯವಾಗುವ ಒಂದು ಪವಾಡ. ಅದು ಒಬ್ಬ ನಿಸ್ವಾರ್ಥ ಕೆಲಸಗಾರನನ್ನು ಜಗತ್ತಿಗೇ ಒಳಿತು ಮಾಡುವವನನ್ನಾಗಿ ತತ್‌ಕ್ಷಣವೇ ಪರಿವರ್ತಿಸಿ ಬಿಡುತ್ತದೆ. ಇದರಿಂದ ನೀವೇನಾದರೂ ಕಳೆದುಕೊಳ್ಳುವುದಿದೆಯೆ ? ಬದಲಿಗೆ, ನೀವು ದೈಹಿಕವಾಗಿ, ಮಾನಸಿಕವಾಗಿ ಮತ್ತು ಭೌತಿಕವಾಗಿ ಗಳಿಸುತ್ತಿರುತ್ತೀರಿ, ಪ್ರತಿಯೊಂದು ಬಗೆಯಲ್ಲೂ.

□□

5

ಕಾಯಕವೇ ಮುಕ್ತಿ - 3

"ನಾನೀಗ ಮೊದಲ ಅಡಿಯನ್ನಿಡುತ್ತಿರುವೆ,
ದೂರ ದಿಗಂತದ ನೋಟವೇನೋ ಅರಿಯೆ !
ಈ ಕ್ಷಣದ ಹೆಜ್ಜೆಯೇ ಎಲ್ಲ ನನಗೆ !"

- ಕಾರ್ಡಿನಲ್ ನ್ಯೂಮನ್

ಎರಡು ಬಗೆಯ ಶಕ್ತಿಗಳು

ನಾವು ಈಗಾಗಲೇ ಗಮನಿಸಿರುವಂತೆ ಒಂದು ಕ್ರಿಯೆಯ ಪ್ರತಿಫಲ ಅಥವಾ ಪ್ರತಿಕ್ರಿಯೆ ಬೀಜದೊಳಗಣ ಮರದಂತೆ ಆ ಕ್ರಿಯೆಯಲ್ಲೇ ಅಂತರ್ಗತವಾಗಿರುತ್ತದೆ. ನಾವು ಕ್ರಿಯಾಶೀಲರಾದಂತೆ ಅದರ ಪರಿಣಾಮ ಅಥವಾ ಪ್ರತಿಫಲ ಹಂತಗಳಲ್ಲಿ ಕಾಣಬರುತ್ತದೆ. ಕೆಲವೊಮ್ಮೆ ತತ್‌ಕ್ಷಣದಲ್ಲಿ, ಕೆಲವೊಮ್ಮೆ ಸ್ವಲ್ಪವೇ ಕಾಲದಲ್ಲಿ, ಮತ್ತು ಕೆಲವೊಮ್ಮೆ ಸ್ವಲ್ಪ ತಡವಾಗಿ. ನೀರನ್ನು ವಿಭಜಿಸಿದಾಗ ಜಲಜನಕ ಮತ್ತು ಆಮ್ಲಜನಕ ಏಕಕಾಲಕ್ಕೆ ಬಿಡುಗಡೆಯಾಗುವಂತೆ. ನಾವು ಆಹಾರ ಸೇವಿಸಿದಾಗ ಒಂದು ನಿರ್ದಿಷ್ಟ ಪ್ರಮಾಣದ ಆಹಾರ ಸೇವಿಸುತ್ತಲೇ ಹಸಿವೆ ತೃಪ್ತವಾದಂತೆ. ನಾವು ಒಂದು ಬೀಜವನ್ನು ಬಿತ್ತಿದಾಗ ಕೆಲವು ದಿನಗಳ ಬಳಿಕ ಅದು ಮೊಳಕೆಯೊಡೆಯುತ್ತದೆ.

ಆದರೆ ಪರಿಣಾಮವನ್ನು ಕೆಲವೊಮ್ಮೆ ನಿಧಾನಗೊಳಿಸಬಹುದು ಅಥವಾ ತಟಸ್ಥಗೊಳಿಸಲೂಬಹುದು. ಅಂದಮಾತ್ರಕ್ಕೆ, ಅದು ಪ್ರತಿಫಲವು ಕ್ರಿಯೆಯಲ್ಲೇ ಅಂತರ್ಗತವಾಗಿರುತ್ತದೆ ಎಂಬ ಸತ್ಯವನ್ನು ಅಲ್ಲಗಳೆದಂತೆ ಅಲ್ಲ. ಬೀಜ ಬಿತ್ತಿದರೂ ಅದು ಮೊಳಯೊಡೆಯದೇ ಹೋಗಬಹುದು. ಅಂದಮಾತ್ರಕ್ಕೆ ಬೀಜದೊಳಗೆ ಮರವು ಇಲ್ಲವೆಂದಲ್ಲ. ಈ ಕ್ರಿಯೆ - ಪ್ರತಿಕ್ರಿಯೆಯ ಪ್ರಕ್ರಿಯೆಯನ್ನು ತಡೆಯುವಂಥದ್ದೇನೋ ಇಲ್ಲಿ ಮೊದಲೇ ಕೆಲಸ ಮಾಡಿರುವುದು ಸಾಧ್ಯವಿದೆ. ಬೀಜವು ಪರಿಪಕ್ವಗೊಂಡ ಫಲದಿಂದ ಪಡೆದಿಲ್ಲದೇ ಇರಬಹುದು. ಮಣ್ಣು, ಪರಿಸರ, ವಾತಾವರಣ

ಅಥವಾ ಬೇರೆ ಕೆಲವು ಸಂಗತಿಗಳು ಫಲವತ್ತತೆಗೆ ಅನುಕೂಲಕರವಾಗಿರದೇ ಇದ್ದಿರಬಹುದು. ಆದರೆ ಅವುಗಳೆಲ್ಲ ಎದ್ದು ಕಾಣಿಸುವುದಿಲ್ಲ. ಹಾಗಾಗಿ, ನಾವು ಕೆಲವು ಸಂದರ್ಭಗಳಲ್ಲಿ ಫಲಿತಾಂಶ, ಪ್ರತಿಫಲ ಸಿಗುವುದಿಲ್ಲ ಎಂದುಕೊಳ್ಳಬೇಕಾಗಿಲ್ಲ. ಎರಡು ಬಗೆಯ ಶಕ್ತಿಗಳು ಏಕಕಾಲದಲ್ಲಿ ಪ್ರಭಾವಿಸುತ್ತ ಇರುತ್ತವೆ. ಒಂದು ಪರವಾಗಿ, ಮತ್ತೊಂದು ವಿರುದ್ಧವಾಗಿ. ಹೇಗೆ ನಮಗೆ ಈ ಎರಡರಲ್ಲಿ ಕೊನೆಗೂ ಯಾವುದು ಮೇಲ್ಗೈ ಸಾಧಿಸುವುದೆಂದು ತಿಳಿದಿರುವುದಿಲ್ಲವೋ ಹಾಗೆಯೇ ಪ್ರತಿಫಲ ಅಥವಾ ಪರಿಣಮವೂ 'ನಿಖರ'ವಾಗಿರುವುದಿಲ್ಲ. ಇದು ಹಲವಾರು ಸಂದರ್ಭಗಳಲ್ಲಿ ತಪ್ಪಾದ ಗ್ರಹಿಕೆಗಳಿಗೆ ಕಾರಣವಾಗಬಹುದು.

ಒಂದು ಖ್ಯಾತ ಸಂಸ್ಕೃತ ದ್ವಿಪದಿ ಹೇಳುತ್ತದೆ, 'ದೇವರು ಮನುಷ್ಯನ ಸತ್ಕಾರ್ಯಗಳಿಗೆ ಬಹುಮಾನ ನೀಡುವುದೂ ಇಲ್ಲ, ದುಷ್ಕೃತ್ಯಗಳಿಗೆ ಶಿಕ್ಷೆ ನೀಡುವುದೂ ಇಲ್ಲ.' ಅಂದರೆ, ಈಗಾಗಲೇ ವಿವರಿಸಿದಂತೆ, ಪ್ರತೀ ಕಾರ್ಯವೂ ಅದರದೇ ಪ್ರತಿಫಲ ಅಥವಾ ಫಲಿತಾಂಶವನ್ನು ತರುತ್ತದೆ. ಕಾರ್ಯ ಮತ್ತು ಕಾರಣದ ಸಂಬಂಧವನ್ನು ನಾವೀಗಾಗಲೇ ನೋಡಿದ್ದೇವೆ. ಹಾಗಾಗಿ ದೇವರು ಈ ಕಾರ್ಯ ಕಾರಣದ ಸರಪಳಿಯ ನಡುವೆ ಮಧ್ಯ ಪ್ರವೇಶಿಸುವ ಅಗತ್ಯವಿಲ್ಲ. ಹೀಗೆಂದ ಮಾತ್ರಕ್ಕೆ ಮುಂದೆ ನಾವು ಚರ್ಚಿಸಲಿರುವ ಕೃಪೆಯ ವಿಚಾರಗಳನ್ನು ಯಾವುದೇ ಪೂರ್ವಗ್ರಹಗಳಿಂದ ನೋಡಬಾರದು.

ಕ್ರಿಯೆಯ ಪರಿಣಾಮಗಳನ್ನು ಸ್ಥೂಲವಾಗಿ ಹೀಗೆ ವಿಂಗಡಿಸಬಹುದಾಗಿದೆ. (ಅ) ಪರಿಹಾರ (ಬ) ಪ್ರತಿಫಲ (ಕ) ಪುರಸ್ಕಾರ ಮತ್ತು ಶಿಕ್ಷೆ. ಪ್ರಕೃತಿ ನಿಯಮದಲ್ಲಿ ಪ್ರತಿಯೊಂದು ತ್ಯಾಗಕ್ಕೂ ಪರಿಹಾರವಿದೆ. ಒಬ್ಬ ಬ್ರಹ್ಮಚಾರಿಯಾಗಿ ಉಳಿಯ ಬಹುದು. ಹೆಂಡತಿ ಮಕ್ಕಳ ಪ್ರೀತಿ ಪ್ರೇಮಗಳಿಂದ ಅವನು ವಂಚಿತನಾಗಬಹುದು. ಆದರೆ ಸಂಸಾರವೊಂದರ ಜವಾಬ್ದಾರಿ ಹೊರುವ ತಾಪತ್ರಯಗಳಿಂದ ಮುಕ್ತನಾಗಿ ಉಳಿಯುವುದು ಅವನಿಗೆ ದೊರೆವ ಪರಿಹಾರವಾಗಿದೆ. ಹಾಗೆಯೇ, ಸಂಸಾರಿ ಯಾದವನೊಬ್ಬನಿಗೆ ಹೆಚ್ಚಿನ ಆರೈಕೆ, ಕಾಳಜಿಗಳು ದೊರೆಯುವುದು ಆತ ತನ್ನ ಸಂಪನ್ಮೂಲಗಳನ್ನು ಹೆಂಡತಿ ಮಕ್ಕಳೊಂದಿಗೆ ಹಂಚಿಕೊಳ್ಳುತ್ತಿರುವುದಕ್ಕೆ ಸಿಗುವ ಪರಿಹಾರವಾಗಿದೆ. ಪರಿಹಾರವೆಂಬುದು ಪ್ರಕೃತಿಯು ಒಂದು ಸಮನ್ವಯ ನಿಯಮ ಎಂದು ಹೇಳಬಹುದಾಗಿದೆ.

ಪ್ರತಿಯೊಂದು ಕ್ರಿಯೆಯೂ ಒಳ್ಳೆಯದಿರಲಿ, ಕೆಟ್ಟದಿರಲಿ ಸಂತೋಷವನ್ನೋ ದುಃಖವನ್ನೋ ತಂದೇ ತರುತ್ತದೆ. ತಕ್ಷಣವಾಗಿ ಅಲ್ಲದಿದ್ದರೂ ಕಾಲಕ್ರಮೇಣ ಎಂದು ನಾವು ಬಲವಾಗಿ ನಂಬಿದ್ದೇವೆ. ಈ ಪರಿಕಲ್ಪನೆ ಅತ್ಯಂತ ಸಮಂಜಸವಾಗಿದೆ. ಇಷ್ಟೇ: ಯಾವುದು ಒಳ್ಳೆಯದು, ಯಾವುದು ಕೆಟ್ಟದು ಎಂದು ತೀರ್ಮಾನಿಸುವಲ್ಲಿ ನಮ್ಮ ನಮ್ಮ ಸ್ವಹಿತಾಸಕ್ತಿಯಿಂದಾಗಿ ನಾವು ದಾರಿತಪ್ಪಬಹುದಾಗಿದೆ. ಯಾವುದು ನಮಗೆ

ಹಿತ ಅನಿಸುವುದಿಲ್ಲವೋ ಅಥವಾ ಯಾವುದು ನಮ್ಮ ತತ್‌ಕ್ಷಣದ ಹಿತಾಸಕ್ತಿಗೆ ಪೂರಕವಾಗಿಲ್ಲವೋ ಅದು ಸರಿಯಿಲ್ಲ ಎಂದು ನಾವು ಪರಿಭಾವಿಸುವಂತೆ ಮಾಡುತ್ತದೆ. ಪ್ರತಿಫಲದ ಈ ಪರಿಕಲ್ಪನೆಯನ್ನು ಕುರಿತೇ 'ನ್ಯಾಯದ ವಿಪರ್ಯಾಸ' ಎಂದು ಸಾಧಾರಣವಾಗಿ ಕೆಟ್ಟ ಅಥವಾ ತಪ್ಪು ಕೆಲಸಕ್ಕಾಗುವ ಶಿಕ್ಷೆಯ ಸಂದರ್ಭದಲ್ಲಿ ಹೇಳಲಾಗುವುದು ಕೂಡ. ಇದು ಒಳ್ಳೆಯ ಮತ್ತು ಔದಾರ್ಯದ ಕ್ರಿಯೆಗಳಿಗು ಕೂಡಾ ಅಷ್ಟೇ ಅನ್ವಯಿಸುತ್ತದೆ. ಪ್ರತಿಫಲ ಎಂಬುದು ಕ್ರಿಯೆಗೆ ನೇರವಾಗಿ ತಳುಕು ಹಾಕಿಕೊಂಡಿರುತ್ತದೆ.

ಪ್ರತಿಫಲದ ಪರಾಮರ್ಶೆ

ಬಹುಮಾನ ಮತ್ತು ಶಿಕ್ಷೆ ಎಂಬುದು ನಿರ್ದಿಷ್ಟ ಕ್ರಿಯೆಯ ಫಲಿತಾಂಶದ ಪುರಸ್ಕಾರ ಪರಾಮರ್ಶನದ ನೆಲೆಯಲ್ಲಿ, ಹೊರಗಿನ ಒಂದು ವಿದ್ಯಮಾನವನ್ನು ಗುರುತಿಸುತ್ತದೆ. ಹಾಗಾಗಿ, ಒಂದು ಕ್ರಿಯೆ ಒಳ್ಳೆಯದು ಅಥವಾ ಕೆಟ್ಟದು ಎಂದು ನಿರ್ಧರಿಸುವ ಅಧಿಕಾರವನ್ನು ಆ ಹೊರಗಿನ ವಿದ್ಯಮಾನವೇ ನಿರ್ವಹಿಸಬೇಕಾಗುತ್ತದೆ. ಇದು ನ್ಯಾಯ ಮತ್ತು ಕಾನೂನು ನಿಂತಿರುವ ನೆಲೆಯಾಗಿದೆ. ಪ್ರತಿಯೊಂದು ದೇಶ - ಕಾಲ, ಪ್ರತಿಯೊಂದು ವರ್ಗ ಅಥವಾ ಸಮಾಜ ತನ್ನದೇ ಆದ ಕಾನೂನು, ನ್ಯಾಯದ ಕಟ್ಟು ಕಟ್ಟಳೆಗಳು, ವಿವೇಚನಾಶೀಲ ನ್ಯಾಯ ಚಿಂತನೆಗಳನ್ನು ಹೊಂದಿದೆ. ಪ್ರಾಚೀನ ದಿನಗಳಲ್ಲಿ ಪರಂಪರೆಯ ವಿರುದ್ಧ ಹೋದವರನ್ನು ಅದನ್ನುಳಿಸಿಕೊಳ್ಳುವುದಕ್ಕಾಗಿಯೇ ಸುಡಲಾಗುತ್ತಿತ್ತು. ಇಂದಿನ ದಿನಗಳಲ್ಲಿ ನಾವು ಪರಿಪಾಲಿಸುವ ಸಂಚಾರನಿಯಮಗಳ ಬಗ್ಗೆ ಹಿಂದಿನವರು ಕೇಳಿಯೇ ಇರಲಿಲ್ಲ. ಇಸ್ಲಾಮ್ ಧರ್ಮ ಬಹುಪತ್ನಿತ್ವವನ್ನು ಒಪ್ಪಿಕೊಂಡಿದ್ದರೆ ಹೆಚ್ಚಿನೆಲ್ಲಾ ಧರ್ಮಗಳು ಏಕ ಪತ್ನೀವ್ರತವನ್ನು ಮಾನ್ಯಮಾಡುತ್ತವೆ. ಬ್ರಿಟಿಷ್ ಅಧಿಕಾರಶಾಹಿಯಿದ್ದಾಗ ಭಾರತೀಯರನೇಕರನ್ನು ಜೈಲಿಗೆ ಹಾಕಲಾಯಿತು ಅಥವಾ ಗಲ್ಲಿಗೇರಿಸಲಾಯಿತು. ಬ್ರಿಟಿಷ್ ಅಧಿಕಾರಿಗಳಿಗೆ ನಮ್ಮವರ ಚಟುವಟಿಕೆಗಳು ಕಿರುಕುಳದಂತೆ, ಭಯೋತ್ಪಾದನೆಯಂತೆ ಕಂಡರೆ, ಭಾರತೀಯರಿಗೆ ಅವು ದೇಶ ಪ್ರೇಮದ ಮತ್ತು ಸಾಹಸದ ಕ್ರಿಯೆಗಳಾಗಿದ್ದವು. ಹೀಗೆ ಕ್ರಿಯೆಯ ಪರಿಣಾಮವನ್ನು ನ್ಯಾಯದ ಪರಿಭಾಷೆಯಲ್ಲಿ ಗಮನಿಸಿ ಸರಿತಪ್ಪುಗಳನ್ನು ನಿರ್ಣಯಿಸುವಾಗ ಒಂದು ಸೀಮಿತ ಚೌಕಟ್ಟಿನಲ್ಲಿ ಅದನ್ನು ನೋಡಬೇಕಾಗುತ್ತದೆ.

ಎಲ್ಲಾ ದಿಕ್ಕುಗಳಿಂದಲೂ ನಮ್ಮನ್ನು ನಮ್ಮ ಚಟುವಟಿಕೆಗಳ ಬಗ್ಗೆ ಎಚ್ಚರಿಕೆಯಿಂದಿರುವಂತೆಯೂ, ತಪ್ಪಿಬಿದ್ದರೆ ಅದರಿಂದಾಗುವ ಭೀಕರ ಪರಿಣಾಮಗಳ ಬಗ್ಗೆ ಭಯವನ್ನು ಹುಟ್ಟಿಸುತ್ತಲೂ ಇರುವ ಈ ನ್ಯಾಯಾಂಗದ ಹಿನ್ನೆಲೆಯಲ್ಲಿ, ಒಬ್ಬ ಸಾಮಾನ್ಯ ಮನುಷ್ಯ ತನ್ನ ಸರಾಸರಿ ಬುದ್ಧಿಮತ್ತೆ ಮತ್ತು ನಿರ್ಧಾರಗಳಿಂದ ಈ ಯಾವುದೇ ಶಕ್ತಿಗಳ ಕಾನೂನುಗಳೊಂದಿಗೆ ಸಂಘರ್ಷವನ್ನು ತಪ್ಪಿಸಿಕೊಂಡು ನೆಮ್ಮದಿಯ, ಸಂತಸದ

ಬದುಕನ್ನು ಅನುಭವಿಸಿಕೊಂಡಿರಲು ಯಾವುದೇ ತೊಡಕುಗಳಿಲ್ಲ. ಹೇಗೆ ಒಬ್ಬ ಅಪರಾಧಿ ಮಾತ್ರ ಕಾನೂನುಬದ್ಧ ನಾಗರಿಕನ ಮಿತ್ರ ನಂತಿರುವ ಪೊಲೀಸ್‌ಗೆ ಹೆದರಬೇಕೋ, ಹಾಗೆ, ನಾವು ಸ್ಥಾಪಿತವೂ ಚಾಲ್ತಿಯಲ್ಲಿರು ವಂಥವೂ ಆದ ಕೆಲವು ಕಾನೂನು ಕಟ್ಟುಕಟ್ಟಳೆಗಳನ್ನು ಮೀರಿ ನಡೆದುಕೊಳ್ಳುವವರೆಗೆ ಯಾವುದೆ ದುಷ್ಪರಿಣಮಗಳ ಬಗ್ಗೆ ತಲೆಕೆಡಿಸಿ ಕೊಳ್ಳಬೇಕಾದ ಅಗತ್ಯವಿರುವುದಿಲ್ಲ.

ಹೇಗೆ ಇಷ್ಟೊಂದು ಅಪರಾಧಗಳು ಪತ್ತೆಯಾಗದೇ ಉಳಿದಿವೆ? ಅವುಗಳನ್ನು ಮಾಡಿದವರು ನ್ಯಾಯ ಮತ್ತು ಕಾನೂನಿನ ಹಿಡಿತದಿಂದ ಪಾರಾಗುವುದು ಏಕೆ ಸಾಧ್ಯವಾಯಿತು? ಎಂದು, ಆಶ್ಚರ್ಯವಾಗಬಹುದು. ಇಂಥ ವಿಷಯಗಳಲ್ಲಿ ಪ್ರತಿಫಲದ ಪ್ರತಿಕ್ರಿಯೆ ಹೇಗಿರುತ್ತದೆಂಬುದನ್ನು ನಾವು ಈಗಾಗಲೇ ನೋಡಿದ್ದೇವೆ. ಅಂಥ ಅಪರಾಧ ಪತ್ತೆಯಾಗದೆ ಇರುವುದು ನಿಶ್ಚಯವಾಗಿಯೂ ವ್ಯವಸ್ಥೆಯ ಕುಂದುಕೊರತೆಯನ್ನು ತೋರಿಸುತ್ತದೆ, ನಿಜ. ಆದರೆ ಒಬ್ಬ ಸಾಮಾನ್ಯ ನಾಗರಿಕ ಪತ್ತೆಯಾಗುವ ಮತ್ತು ಶಿಕ್ಷೆಗೊಳಗಾಗುವ ಭಯಕ್ಕೇ ಕಾನೂನು ಮೀರದಿರುವುದಕ್ಕೆ ಸಾಧ್ಯವಾಗಿದೆ. ಅವನಲ್ಲಿ ಅಂತರ್ಗತವಾದ ಒಂದು ವ್ಯವಸ್ಥೆಯಿದ್ದು, ಅದು ಅವನನ್ನು ಯಾವುದು ಸರಿ, ಯಾವುದು ತಪ್ಪು ಎಂಬ ಬಗ್ಗೆ ಒಂದು ನಿರ್ದಿಷ್ಟ ನೆಲೆಯಿಂದ ಮಾರ್ಗದರ್ಶನ ನೀಡುತ್ತ ಇರುತ್ತದೆ. ಇದನ್ನೆ ಆತ್ಮಸಾಕ್ಷಿ ಎಂದೂ, ಒಳದನಿ ಎಂದೂ ಒಳಗಿನ ದೈವವೆಂದೂ ವಿಧವಿಧವಾಗಿ ಹೇಳಲಾಗುತ್ತದೆ. ಈ ಆತ್ಮಸಾಕ್ಷಿ ಯಾವತ್ತೂ ಹಾದಿ ತಪ್ಪದ ಸಂಗತಿಯೇನೂ ಆಗಿರದೆ, ನಮ್ಮ ಶಿಕ್ಷಣ ಮತ್ತು ನಮ್ಮನ್ನು ಬೆಳೆಸಿದ ರೀತಿಯಿಂದಲೇ ಬಹುಮಟ್ಟಿಗೆ ರೂಪುಗೊಂಡ ಒಂದು ಸಂಗತಿಯಾಗಿದೆ.

ಇದು ವ್ಯಕ್ತಿಯ ಪ್ರಜ್ಞಾಪೂರ್ವಕ ನೆಲೆಯಿಂದ ಒಪ್ಪಿತವಾದ ಸಾಮಾಜಿಕ ಪರಂಪರೆ, ನ್ಯಾಯ ನೀತಿಯ ಕಟ್ಟಳೆಗಳು, ನೈತಿಕತೆ, ಆದರ್ಶ ಮತ್ತಿತರ ಚಿಂತನೆಗಳಿಂದೆಲ್ಲ ರೂಪುಗೊಂಡಿದೆ. ಹಾಗಾಗಿ ಒಬ್ಬನ ಆತ್ಮಸಾಕ್ಷಿಯು ಏನನ್ನು ಹೇಳುವುದೋ ಅದನ್ನೇ ಪೂರ್ತಿಯಾಗಿ ಸರಿತಪ್ಪುಗಳ ಬಗ್ಗೆ ಅವಲಂಬಿಸಿರುವುದು ಅಪಾಯಕಾರಿಯಾಗಿದೆ.[1]

---

1. ವಿದ್ಯುನ್ಮಾನ ಕಂಪ್ಯೂಟರಿನಂತೆಯೇ ಆತ್ಮಸಾಕ್ಷಿಯೆಂಬುದು ಸರಿಸುಮಾರು ಒಂದೇ ಬಗೆಯಲ್ಲಿ ಕೆಲಸ ಮಾಡುತ್ತದೆ. ಕಂಪ್ಯೂಟರ್ ನೀಡುವ ಉತ್ತರಗಳು ನಾವದನ್ನು ಪ್ರಶ್ನಿಸುವ ಮೊದಲೇ ಅದರಲ್ಲಿ ದಾಸ್ತಾನು ಮಾಡಿದ ಮಾಹಿತಿಗಳು ಸರಿಯಾಗಿದ್ದಲ್ಲಿ ಮಾತ್ರ ನಂಬಲರ್ಹ ವಾಗಿರುತ್ತವೆ. ಅದೇ ರೀತಿ, ನಿಮ್ಮ ಮೂಲ ನಂಬುಗೆಗಳು ಖಚಿತವಾಗಿದ್ದಲ್ಲಿ, ಆತ್ಮಸಾಕ್ಷಿ ಯೆಂಬುದು ಯಾವುದು ಸರಿ ಯಾವುದು ತಪ್ಪು ಎಂದು ನಿರ್ಣಯಿಸುವಲ್ಲಿ ಮಹತ್ವದ ಮಾರ್ಗದರ್ಶಿಯಾಗಿರಲು ಸಾಧ್ಯ. ಆದರೆ ನಿಮ್ಮ ಮೂಲ ನಂಬುಗೆಗಳೇ ಅಪಕ್ವವಾಗಿದ್ದರೆ ನಿಮ್ಮ ಆತ್ಮಸಾಕ್ಷಿಯೆಂಬುದು ದಾರಿತಪ್ಪಿಸಬಲ್ಲುದು.

-ಮ್ಯಾಕ್ಸ್‌ವೆಲ್ ಮಾಲ್ಟ್ಸ್, ಎಂ.ಡಿ.

ಅನ್‌ಲಾಕ್ ಯುವರ್ ರೀಯಲ್ ಪರ್ಸನಾಲಿಟಿ (ರೀಡರ್ಸ್ ಡೈಜೆಸ್ಟ್)

ಆತ್ಮಸಾಕ್ಷಿಯ ಯುಕ್ತಾಯುಕ್ತತೆಯ ಬಗ್ಗೆ ಕೊಂಚ ವಿವರ ಅಗತ್ಯವಿದೆ. ಒಂದು ಉದಾಹರಣೆ ತೆಗೆದುಕೊಳ್ಳೋಣ. ಜನವರಿ 1948ರಲ್ಲಿ ಮಹಾತ್ಮಾಗಾಂಧಿ (ದಿವಂಗತ ಡಾ. ಹೇನ್ಸ್ ಹೋಮ್ಸ್ ಅಮೆರಿಕನ್ ಕ್ರೈಸ್ತ ಧರ್ಮಾಧೀಶ 1922ರಲ್ಲೆ ತನ್ನ ಪಾಣಿಪೀಠದಿಂದ ಜಗತ್ತಿನ ಮಹಾಮಾನವ ಎಂದು ಕರೆದಿದ್ದು ಇಲ್ಲಿ ಉಲ್ಲೇಖಾರ್ಹ) ಹತ್ಯೆಯಾದಾಗ ಮಾನವ ಜನಾಂಗ ಕಂಗಾಲಾಯಿತು. ಅವರೊಬ್ಬ ಹಿಂದೂ ಯುವಕನಿಂದ ಹತ್ಯೆಯಾದರು. ಆ ಯುವಕನ 'ಆತ್ಮಸಾಕ್ಷಿ'ಯು ಬಹುಶಃ ಆತನಿಗೆ ತನ್ನ ಧರ್ಮಕ್ಕೆ ಅನ್ಯಾಯವಾಗುತ್ತಿರುವುದರಿಂದ ಅಂಥ ವ್ಯಕ್ತಿಯನ್ನು 'ತೆಗೆದು ಬಿಡ'ಬೇಕೆಂಬ ಮಾರ್ಗದರ್ಶನ ನೀಡಿರಬೇಕು. ಆತನ ಆತ್ಮಸಾಕ್ಷಿಯು ಅವನಿಗೆ ತಾನು ತನ್ನ ಧರ್ಮ ಅಥವಾ ನಾಡಿಗೆ ಮಾಡುತ್ತಿರುವ ಕರ್ತವ್ಯವಿದು ಎಂಬಂಥ ಭಾವನೆ ನೀಡಿರಬಹುದು. ತೀರ ಹಿಂದಿನ ತತ್ವಜ್ಞಾನಿಯೂ ಸಾರ್ವಕಾಲಿಕ ಬುದ್ಧಿವಂತನೆಂದೂ ಪ್ರಖ್ಯಾತನಾದ ಸಾಕ್ರೆಟಿಸ್‌ನನ್ನು ಮರಣದಂಡನೆಗೆ ಗುರಿಪಡಿಸಲಾಯಿತು. ಬಹುಶಃ ಅವರು ಪ್ರಾಮಾಣಿಕವಾಗಿ ಈತ ತನ್ನ ಕಾಲದ ಯುವಕರನ್ನು ಪರಂಪರೆಗೆ ವಿರುದ್ಧವಾದ ಹೊಸಬಗೆಯ ಚಿಂತನೆಗಳಿಂದ ಹಾದಿಗೆಡಿಸುತ್ತಿದ್ದಾನೆಂದೇ ನಂಬಿದ್ದರು! ವ್ಯಕ್ತಿಗತ ಆತ್ಮಸಾಕ್ಷಿಯ ಅಪಾರ್ಥಗಳನ್ನು ಬಿಂಬಿಸುವುದಕ್ಕಷ್ಟೇ ಇದನ್ನಿಲ್ಲಿ ಪ್ರಸ್ತಾವಿಸಲಾಗಿದೆ.

ಫಲಿತಾಂಶ ಸ್ವಯಂಸಿದ್ಧ

ನಾವು ಮಹಾತ್ಮರ ಬಗ್ಗೆಯೂ, ಬದುಕಿದ್ದಾಗಲೇ ಪರಿಪೂರ್ಣತೆಯನ್ನು ಸಿದ್ಧಿಸಿ ಕೊಂಡ ವ್ಯಕ್ತಿಗಳ ಬಗ್ಗೆಯೂ ಬಹಳಷ್ಟು ಕೇಳಿದ್ದೇವೆ. ಅಂಥ ವ್ಯಕ್ತಿಗಳ ಒಂದಾನೊಂದು ಲಕ್ಷಣವೆಂದರೆ ಅವರು ಯಾವಾಗಲೂ ಸರಿಯಾದುದನ್ನೇ, ಲೋಕ ಹಿತವನ್ನೇ ಮಾಡುತ್ತಾರೆ ಮತ್ತು ಅವರು ತಮ್ಮ ನಡೆಯನ್ನು ಪ್ರತಿಬಾರಿ ಪರ್ಯಾಲೋಚಿಸುವ ಅಗತ್ಯವೇ ಇರುವುದಿಲ್ಲ ಎಂಬುದು. ನಮಗೆ ಗೊಂದಲವಾದೀತು, ಹೇಗೆ ಒಬ್ಬ ಮಾನವಜೀವಿ ಸದಾಕಾಲವೂ ಪರಿಪೂರ್ಣವಾಗಿರಲು ಸಾಧ್ಯ ಎಂದು. ಜೀವನದ ಬಗ್ಗೆ ನಮಗೆ ಅನೇಕ ತಪ್ಪು ಮತ್ತು ಹಾಸ್ಯಾಸ್ಪದ ಚಿಂತನೆಗಳಿರುವುದೇ ಇಂಥ ತರ್ಕಕ್ಕೆ ಕಾರಣ.

ಅದಕ್ಕಾಗಿ ಒಂದು ಒಳ್ಳೆಯ ಉದಾಹರಣೆಯೊಂದಿಗೆ ಈ 'ಪರಿಪೂರ್ಣ ನಡೆ'ಯ ವಿಚಾರವನ್ನು ವಿವರಿಸೋಣ. ಒಬ್ಬ ವಾಹನ ಚಾಲಕನನ್ನು ತೆಗೆದುಕೊಳ್ಳಿ. ಯಾರು ಒಬ್ಬ ಯಶಸ್ವಿ ವಾಹನ ಚಾಲಕ? ದಿನನಿತ್ಯದ ಪ್ರಯಾಣಕ್ಕೆ ವಾಹನ ಬಳಸುವ, ಯಾವುದೇ ಸಂಚಾರ ನಿಯಮಾವಳಿಗಳನ್ನು ಮೀರದ, ತನಗೂ ಘಾಸಿ ಮಾಡಿಕೊಳ್ಳದ, ತನ್ನ ವಾಹನ ಅಥವ ಬೇರೆಯವರಿಗೆ ಘಾಸಿ ಮಾಡದ, ರಿಪೇರಿ ಇತ್ಯಾದಿ ಕಾಲಕಾಲಕ್ಕೆ ಸರಿಯಾಗಿಟ್ಟುಕೊಂಡು ನಿರ್ವಹಿಸುವವನು. ನೀವೂ

ಒಪ್ಪುತ್ತೀರಿ, ಅಂಥಾ ವಾಹನಚಾಲಕ ಒಂದು ನಿರೀಕ್ಷೆ ಅಥವಾ ಆದರ್ಶವೇ ಹೊರತು ವಾಸ್ತವದಲ್ಲಿ ಅಪವಾದದಂತಿರಲಷ್ಟೇ ಸಾಧ್ಯ ಎಂದು. ಅತ ಹೇಗಿದನ್ನು ಸಾಧಿಸಬಲ್ಲ? ಅವನು ಅಪಘಾತ ಅಥವಾ ಸಂಚಾರಿನಿಯಮಗಳನ್ನು ಮುರಿಯುವ ಸಾಧ್ಯತೆಗಳ ಬಗ್ಗೆ ವಿಪರೀತ ಯೋಚಿಸುವುದೇ ಇಲ್ಲ. ಅವನು ಸದಾ ಆರಾಮವಾಗಿದ್ದು, ಪ್ರತಿಕ್ಷಣವೂ ಅರಿವಿನಿಂದ ಜಾಗೃತವಾದವನಂತೆ ತನ್ನ ವಾಹನ ಚಾಲನೆಯನ್ನು ನಿರ್ವಹಿಸುತ್ತ ಇರುತ್ತಾನಷ್ಟೆ. ಉಳಿದದ್ದೆಲ್ಲವೂ ಸ್ವಯಂಸಿದ್ಧವಾಗಿ ಸಿಕ್ಕ ಪ್ರತಿಫಲವಷ್ಟೇ.

ಹಾಗೆಯೇ ನಾವು 'ಇಲ್ಲಿ ಮತ್ತು ಈ ಕ್ಷಣ' ದ ಮೇಲೆ ಗಮನ ಕೇಂದ್ರೀಕರಿಸಿದಲ್ಲಿ ಮತ್ತು ಸರಿಯಾದ ಹಾಗೂ ಸರ್ವಹಿತಕಾರಿಯಾದ ಕೆಲಸ ಕಾರ್ಯಗಳಲ್ಲಿ ತೊಡಗಿದ್ದಲ್ಲಿ ಬದುಕು ಸಾಗಿದಂತೆಲ್ಲ ನಮ್ಮೆಲ್ಲಾ ಕ್ರಿಯೆಗಳು, ಗಂಟೆ-ದಿನ ಮತ್ತು ವರ್ಷಗಳು ತನ್ನಿಂದ ತಾನೇ ಗಮನಿಸಲ್ಪಡುತ್ತವೆ ಮತ್ತು ಎಲ್ಲೂ ತಪ್ಪಿಬೀಳದಂತೆ ಕಾಪಾಡುತ್ತವೆ. ಈ ಕ್ಷಣ ಎಂಬುದು ಅಮೂಲ್ಯ, ಪವಿತ್ರ. ಅದೇ ನಮ್ಮ ಉನ್ನತಿ ಇಲ್ಲವೇ ಅವನತಿ. ಈ ಎಲ್ಲ ಮಾತುಗಳ ಅರ್ಥ ನಮಗೆ ದೂರದೃಷ್ಟಿಯೇ ಇರಬಾರದೆಂದಲ್ಲ. ಬದಲಿಗೆ, ಗುರಿಯನ್ನು ಸೇರುವ ಉದ್ದೇಶದೊಂದಿಗೆ ತೊಡಗಿದ ನಮ್ಮೆಲ್ಲಾ ಕಾರ್ಯಗಳು ಆತಂಕ, ಚಿಂತೆಗಳಿಲ್ಲದೇನೆ ಪರಿಪೂರ್ಣಗೊಳ್ಳಲು, ನಾನು ಆ ಕ್ಷಣಕ್ಕೆ ನಮ್ಮ ಕೈಯಲ್ಲಿರುವ ಕೆಲಸದ ಮೇಲೆ ಗಮನವಿಡುವುದರ ಮೂಲಕ ಸಾಧ್ಯ ಎಂದರ್ಥ. ಮುಕ್ತಾತ್ಮನ ಸ್ವಾತಂತ್ರ್ಯದ ಗುಟ್ಟು ಇದು: 'ಈಕ್ಷಣವನ್ನು' ಧೇನಿಸುವ ಅಭ್ಯಾಸವನ್ನು ಕೆಲಕಾಲ ಸಾಧಿಸಿದ ತರುವಾಯ ಪರಿಪೂರ್ಣತೆಯೆಂಬುದು ಒಂದು ಹವ್ಯಾಸವಾಗುತ್ತದೆ, ಭದ್ರ ತಳಪಾಯವೇ ಆಗುತ್ತದೆ. ತನ್ನ ನೇರದಾರಿಯಿಂದ ಚಂಚಲಗೊಂಡು ಅತ್ತಿತ್ತ ಸರಿಯುವುದೇ ತಪ್ಪು ಮಾಡುವ ಪ್ರಕ್ರಿಯೆಯಾಗಿದೆ. ಜೀವನದ ಹಾದಿಯಲ್ಲಾಗುವ ರಸ್ತೆ ಅಪಘಾತದಂತೆ. ಒಬ್ಬ ಒಳ್ಳೆಯ ಚಾಲಕ ಅಪಘಾತವಾದರೂ ಕೂಡ ತೀರ ಅಪರೂಪಕ್ಕೆ ಅಪಘಾತಕ್ಕೀಡಾದಾನು. ಜೀವನದ ಪ್ರಶ್ನೆ ಬಂದರೆ ವಾಹನ ಚಾಲನೆಯೆಂಬುದು ಅಂಥ ಅಪಾಯಕಾರಿ ಉದ್ಯೋಗ ವೇನೂ ಅಲ್ಲ. ಹಾಗೆಯೇ ಈ ಕ್ಷಣ ನಮ್ಮ ಕೈಲಿರುವ ಕೆಲಸದ ಮೇಲೆ ಏಕಾಗ್ರತೆ ಯನ್ನಿಟ್ಟು ಜಾಗೃತರಾಗಿ ಜೀವನದ - ಜೀವಿಸುವ ಬಗೆಯನ್ನೂ ನಮ್ಮ ಗುರಿಯನ್ನೂ ಅರಿತಿದ್ದರೆ ಈ ಬದುಕಿನ ಪಯಣವೆಂಬುದೂ ಅಪಘಾತಗಳೇ ಇಲ್ಲದ ಒಂದು ಪ್ರಯಾಣವಾಗುವುದರಲ್ಲಿ ಸಂಶಯವಿಲ್ಲ.

ಅಮೆರಿಕದ ಮಹಾನ್ ಮನಶ್ಶಾಸ್ತ್ರಜ್ಞ ವಿಲಿಯಂ ಜೇಮ್ಸ್ ಮಾತುಗಳಲ್ಲಿ:

> *''ಈ ಶಿಕ್ಷಣದಿಂದ, ಅದು ಯಾವ ಆಯ್ಕೆಯ ಶಿಕ್ಷಣವೇ ಆಗಿರಲಿ, ಮುಂದೇನೋ ಎಂಬ ಆತಂಕ ಯಾರಲ್ಲೂ ಬೇಡ. ಪ್ರತಿನಿತ್ಯ ಪ್ರತಿಗಂಟೆ ಅವನು ಪ್ರಾಮಾಣಿಕವಾಗಿ ತಲ್ಲೀನನಾಗಿದ್ದಲ್ಲಿ ಅಂತಿಮ ಫಲಿತಾಂಶವನ್ನು ನಿಶ್ಚಿಂತೆಯಿಂದ ಅದಕ್ಕೇ ಬಿಟ್ಟುಬಿಡಬಹುದು.''*

ಎಮರ್ಸನ್ ಕೂಡಾ ಸರಿಸುಮಾರು ಅದೇ ಮಾತನ್ನು ಹೇಳಿದ್ದಾನೆ:

> *"ಬದುಕನ್ನು ಸಂಶಯ ಮತ್ತು ಭೀತಿಯಲ್ಲಿ ವ್ಯರ್ಥ ಮಾಡಬೇಡಿ. ಎದುರಿಗಿರುವ ಕೆಲಸದಲ್ಲಿ ಮಗ್ನರಾಗಿ. ಸದ್ಯದ ಕರ್ತವ್ಯದ ನಿರ್ವಹಣೆಯಲ್ಲಿ ಪೂರ್ತಿಯಾಗಿ ತೊಡಗುವುದೇ ಭವಿಷ್ಯದ ಅತ್ಯುತ್ತಮ ನಿರ್ವಹಣೆಯ ನಿಶ್ಚಿತ ಮಾರ್ಗವಾಗಿದೆ."*

ಸಾರಾಂಶ

ಕಳೆದ ಮೂರು ಅಧ್ಯಾಯಗಳಲ್ಲಿ ಸವಿಸ್ತಾರವಾಗಿ ಹಲವಾರು ಸಂಗತಿಗಳನ್ನು ಗಮನಿಸಿದ್ದು ಒಮ್ಮೆ ಅವುಗಳನ್ನು ಸಂಕ್ಷಿಪ್ತವಾಗಿ ಮನನ ಮಾಡುವುದು ಉತ್ತಮ.

1. ಸದ್ಯಕ್ಕೆ ಕೈಯಲ್ಲಿರುವ ಕೆಲಸದಲ್ಲಿ ತಲ್ಲೀನರಾಗುವೆವು. ಏನೋ ಒಂದು ವಿಲಕ್ಷಣ ಕಾರಣಕ್ಕಾಗಿ (ನೀವು ಆಳವಾಗಿ ಯೋಚಿಸಿದರೆ ಅದೇನೂ ಅಂಥ ವಿಲಕ್ಷಣವಲ್ಲವೆಂಬುದನ್ನೂ ಅರಿಯುವಿರಿ!)

   ನಿಮಗೊಂದು ನಿರ್ದಿಷ್ಟ ಕೆಲಸವನ್ನು ನೀಡಲಾಗಿದೆ. ಮತ್ತು ನೀವದನ್ನು ಮಾಡಬೇಕಿದೆ.

2. ನಮ್ಮ ಸಾಮರ್ಥ್ಯಕ್ಕೆ ತಕ್ಕುದಾಗಿಯೂ ಸಾಧ್ಯವಿರುವಷ್ಟು ಉತ್ತಮವಾಗಿಯೂ ನಾವದನ್ನು ಮಾಡುವೆವು.
3. ನಮ್ಮ ಕರ್ತವ್ಯವನ್ನು ಮಾಡುವಾಗ ಅದರಿಂದ ನಾವು ಇನ್ಯಾರಿಗೋ ಸಹಾಯ ಮಾಡುತ್ತಿದ್ದೇವೆಂಬ ಭಾವವನ್ನು ತೊರೆಯಬೇಕು. ಹಿತಾಹಿತ ಭಾವದ ಹಣೆಪಟ್ಟಿಯನ್ನು ಹಚ್ಚದೆಯೇ ನಮಗೆ ನೀಡಲಾದುದನ್ನು ನಾವು ನಿರ್ವಹಿಸುತ್ತೇವೆ.
4. ಯಶಸ್ಸಿನ ಬಗ್ಗೆ ಅನಗತ್ಯವಾದ ಮಹತ್ವವಾಗಲೀ, ಆತಂಕವಾಗಲೀ ಬೇಡ.
5. ಯಶಸ್ಸಿಗೆ ಹಿಗ್ಗುವ, ಸೋಲಿಗೆ ಕುಗ್ಗುವ ಮನೋಭಾವದಿಂದ ನಿರ್ಲಿಪ್ತತೆಯಿರಲಿ. ಆದರೆ ಕ್ರಿಯೆ, ಅದರ ರೀತಿ ನೀತಿ ಉದ್ದೇಶದ ಬಗ್ಗೆ ನಿರಾಸಕ್ತಿ ಬೇಡ.
6. ಯಶಸ್ಸಿಗಾಗಲೀ ಸೋಲಿಗಾಗಲೀ ತಾನೇ ಕಾರಣ ಎಂಬ ಭಾವನೆ ಬೇಡ. **ಯಶಸ್ಸು - ಸೋಲುಗಳಿಗೆ ಹಲವು ಸಂಗತಿಗಳು ತಮ್ಮದೇ ಆದ ರೀತಿಯಲ್ಲಿ ಕಾರಣೀಭೂತವಾಗಿರುತ್ತವೆ** ಎಂಬ ವಾಸ್ತವದ ಅರಿವು ಇರಲಿ.
7. ನಿರಂತರವಾಗಿ ಸದಾಶಯದ ಅಗತ್ಯ ಕೆಲಸಗಳಲ್ಲಿ ತೊಡಗಿರುವುದರಿಂದ ಜಡವಾಗಿರುವುದನ್ನು ತಪ್ಪಿಸುತ್ತೇವೆ. ಮಾತ್ರವಲ್ಲ, ಇನ್ನೂ ಮೇಲ್ಮಟ್ಟದ ಕೆಲಸ ಕಾರ್ಯಗಳಿಗೆ ನಮ್ಮನ್ನು ನಾವೇ ಸಿದ್ಧಗೊಳಿಸಿಕೊಳ್ಳುತ್ತಿರುತ್ತೇವೆ.

8. ಗಳಿಸಿದ ಹಣವನ್ನು **ಸರಿಯಾಗಿ ವಿನಿಯೋಗಿಸಿದರೆ** ಅದು ಹೇಗೆ ದೂರಗಾಮಿ ಪ್ರತಿಫಲವನ್ನು ನೀಡುವುದೋ, ಹಾಗೆಯೇ, ನಾವು ನಮ್ಮ **ಮನೋಬಲ** ಮತ್ತು **ದೇಹಬಲ**ವನ್ನು ಸರಿಯಾದ ರೀತಿಯಲ್ಲಿ ವಿನಿಯೋಗಿಸಿ ದೂರಗಾಮಿ ಪ್ರತಿಫಲಕ್ಕೆ ಸಜ್ಜಾಗುವೆವು. ಹಣದಂತೆಯೇ ಶಕ್ತಿಯೂ ಕೂಡಾ ಕೇವಲ ಉಳಿಸುವುದಕ್ಕೇ ಇರುವಂಥದ್ದಲ್ಲ. ಸರಿಯಾದ ಕಾಲಕ್ಕೆ ಸರಿಯಾದ ಪ್ರಮಾಣದಲ್ಲಿ ಸರಿಯಾದ ಕಾರ್ಯದಲ್ಲಿ ಅದನ್ನು ವಿನಿಯೋಗಿಸ ಬೇಕಿದೆ.

9. ಈ ದೃಷ್ಟಿಕೋನವು ಜೀವನದ ಕತ್ತಲು ಬೆಳಕಿನಾಟದ ಸ್ವೀಕೃತಿಯಾಗಿದೆ, ನಿರಾಕರಣವಲ್ಲ. ಸ್ವೀಕೃತಿಯು ಧನಾತ್ಮಕ ನಿಲುವಾಗಿದೆ, ನಿರಾಕರಣವು ಋಣಾತ್ಮಕ ನಿಲುವು. ನಿರಾಕರಣದಲ್ಲಿ ನಿರಾಸೆಯ ನೆರಳಿದೆ, ಸ್ವೀಕೃತಿಯಲ್ಲಿ ತತ್‌ಕ್ಷಣಕ್ಕೆ ಆನಂದವೋ, ಅಲ್ಲವೋ, ಅದಕ್ಕೆ ಸ್ವಾಗತ ಕೋರುವ ಮನಸ್ಥಿತಿಯಿದೆ.

10. ಒಟ್ಟಾರೆಯಾಗಿ ಈ ಅಧ್ಯಾಯಗಳಲ್ಲಿ ಪ್ರತಿಬಿಂಬಿತವಾದ ತತ್ವ ಅಥವಾ ಚಿಂತನೆಗಳು ಇವು :

   ಅ. ಕಾಯಕದ ತತ್ವ

   ಬ. ಕಾಯಕದ ನಿಯಮ ಮತ್ತು ತತ್ಫಲವಾದ ಕ್ರಿಯೆ.

   ಕ. ಮುಕ್ತಿಯ ಪಥವಾಗಿ ಕಾಯಕದ ಹಾದಿ.

□□

6

ಸಂಕುಚಿತ ಮನಸ್ಸಿಗೊಂದು ಮದ್ದು

"ನಮ್ಮ ಸ್ವಂತದ ದೌರ್ಬಲ್ಯವೆಂದರೆ-ನಾವು ನಮ್ಮದೇ ಛಿದ್ರಗೊಂಡ ಬಗೆಯ ಬದುಕನ್ನು ಬದುಕುತ್ತಿರುತ್ತೇವೆ. ನನ್ನ ಸಂಕುಚಿತ 'ನಾನು' ಒಂದು ಸಂಕುಚಿತ ನೋಟದ ಕಾಲದಲ್ಲಿ ಭೌತಿಕ ಜಗತ್ತೇ ಈ ಕ್ಷಣಕ್ಕೆ ಎಲ್ಲವೂ ಎಂಬ ನಂಬಿಕೆಯಲ್ಲಿ ಸಾಗುತ್ತದೆ. ಆದರೆ, ಸಂಕುಚಿತವಾದ ಮನೋಭೂಮಿಕೆಯನ್ನು ಮೀರಿ ಈ ಚೂರುಗಳನ್ನು ಏಕತ್ರಗೊಳಿಸುವ, ಸಂಬಂಧದ ತಂತುಗಳನ್ನು ಬೆಸೆಯುವ, ಬದುಕನ್ನು ಬದುಕಿನ ಪ್ರತಿಯೊಂದು ಕ್ಷಣವೂ ಬದುಕುವುದೆಂದು ಹೇಳಿದ ಹರ್ಮೆಟಿಸ್ಟ್‌ನ ಮಾತನ್ನು ಹೆಚ್ಚು ಸ್ಪಷ್ಟವಾಗಿ ಅರಿಯಬಲ್ಲವರಾಗಬೇಕು. ಪಾರಮಾರ್ಥಿಕದತ್ತ ಪರಿಪೂರ್ಣತೆಯ ಹಾದಿಯಲ್ಲಿ ಸಾಗುವ ಬದುಕನ್ನು ಬದುಕುವಂತಾಗಬೇಕು. ಯಾಕೆಂದರೆ, ಪೂರ್ಣತೆಯಲ್ಲಿ ಮಾತ್ರವೇ ಬದುಕು ಕಾಲವನ್ನು ಹಾದು ತನ್ನನ್ನು ತಾನು ತುಂಬಿಕೊಳ್ಳಬಲ್ಲದು."

- ಮೌರಿಸ್ ನಿಕಾಲ್

ನಿಜನೆಲೆಯ ವರವು ಹುದುಗಿದಂತಿಹುದು

ಅದೊಂದು ಸಂಜೆ. ತರುಣಿಯೋರ್ವಳು ಪಾರ್ಟಿಯೊಂದಕ್ಕೆ ತಯಾರಾಗುತ್ತಿದ್ದಾಳೆ. ಅಲ್ಲಿ ತುಂಬ ಮಂದಿ ಬರುವವರಿದ್ದಾರೆ. ಬಹಳ ಮಂದಿಗೆ ಅವಳು ಮೆಚ್ಚಿನವಳು. ಈ ಸಂಜೆಯ ನಿರೀಕ್ಷೆಯಲ್ಲಿಯೇ ಅವಳು ಸಂತೋಷಗೊಂಡಿದ್ದಾಳೆ. ತಿನ್ನುವ, ಕುಡಿಯುವ, ಹಾಡು ಕೇಳುತ್ತ ಕುಣಿದೂ ನಲಿದೂ ಸಂತೋಷಿಸುವ ಮಾತ್ರವಲ್ಲ, ತನಗೆ ತಕ್ಕುದಾದ ಒಬ್ಬ ಜೊತೆಗಾರನನ್ನು ಕೂಡ ಆರಿಸಿಕೊಳ್ಳುವುದಕ್ಕೆ ಇದೊಂದು ಅವಕಾಶ ಎಂದು ತಯಾರಾಗಿದ್ದಾಳೆ. ಆದರೆ ಏನಾಗಿ ಹೋಯಿತು! ಮರುಕ್ಷಣವೇ

ಅವಳು ದುಃಖದ ಕಡಲಲ್ಲಿದ್ದಾಳೆ! ಅಸಹಾಯಕಳಾಗಿ ಕೈ ಕೈ ಹಿಸುಕುತ್ತಿದ್ದಾಳೆ, ಕುಸಿದು ಕೂತು ಬಿಕ್ಕುತ್ತಿದ್ದಾಳೆ. ಯಾಕೆ? ಏನಾಯಿತು? ಒಮ್ಮೆಗೇ ಆಗಸದಲ್ಲಿ ಕಾರ್ಮುಗಿಲುಗಳು ಅಡರಿಕೊಂಡು ಹೊರಗೆ ಗುಡುಗು ಮಿಂಚುಗಳ ಆರ್ಭಟ ಸುರುವಾಯಿತು. ಭಾರೀ ಮಳೆ ರಭಸ ಪಡೆಯುತ್ತಿದೆ. ಅವಳ ಅದ್ಭುತ ಉಡುಗೆ ತೊಯ್ದು ತೊಪ್ಪೆಯಾಗುವಂತಿದೆ. ಈ ಮಳೆ ಪಾರ್ಟಿಯನ್ನೂ ಕೆಡಿಸು ವಂತಿದೆ. ಬಹುತೇಕ ಆ ಪಾರ್ಟಿ ರದ್ದಾಗುವ ಸಂಭವವೇ ಇದೆ. ಅವಳು ಈ ಅನಿರೀಕ್ಷಿತ ಮಳೆಗೆ ಶಾಪ ಹಾಕತೊಡಗುತ್ತಾಳೆ.

ಹೀಗೆ ಮಳೆಗೆ ಶಪಿಸುತ್ತಿರುವ ಈ ಹುಡುಗಿ ಕೇವಲ ತನ್ನ ಪಾರ್ಟಿ ಮತ್ತು ತನ್ನ ಖುಶಿಯ ಬಗ್ಗೆ ಮಾತ್ರ ಯೋಚಿಸುತ್ತಿದ್ದಾಳೆ. ಹಾಗಾಗಿ, ಯಾವುದು ಕೇವಲ ಒಂದು ನೈಸರ್ಗಿಕವಾದ ವಿದ್ಯಮಾನವೋ, ಅದೇ ಬೇಡವಾದ ಸಂಗತಿಯಾಗಿ ಬಿಟ್ಟಿದೆ. ಒಂದು ವೇಳೆ ಆಕೆ ಇದು ರೈತನೊಬ್ಬನಿಗೆ ತುಂಬ ಬೇಕಾದ ವಿದ್ಯಮಾನವೆಂದೂ ಆ ಋತುಮಾನದಲ್ಲಿ ಮಳೆ ಬರುವುದು ತೀರ ಸಹಜವಾದದ್ದೆಂದೂ ಯೋಚಿಸುತ್ತಿದ್ದಲ್ಲಿ ಹೀಗೆ ಅಳುತ್ತಿದ್ದಳೆ?

ಇನ್ನೊಂದು ಪ್ರಕರಣ. ನೀವು ತುಂಬಾ ಹುಡುಕಾಟ, ಆಯ್ಕೆಗಳ ನಂತರ ಒಂದು ಅದ್ಭುತವಾದ ಕೈಗಡಿಯಾರವನ್ನು ಕೊಂಡುಕೊಳ್ಳುತ್ತೀರಿ. ಅದರ ವಿಚಾರದಲ್ಲಿ ತುಂಬ ಹೆಮ್ಮೆಯಿದೆ ನಿಮಗೆ. ಕೈಗೆ ಅದನ್ನು ಕಟ್ಟಿಕೊಂಡು ಹೆಮ್ಮೆಯಿಂದ ತಲೆ, ಎದೆಯೆತ್ತಿ ನಡೆಯುತ್ತೀರಿ. ಇತರರು ಈ ಅದ್ಭುತವಾದ ವಾಚನ್ನು ಗಮನಿಸಲಿ ಎಂದು ಬಹುವಾಗಿ ಬಯಸುತ್ತಾ ಇದ್ದೀರಿ. ನಿಮ್ಮ ಗೆಳೆಯರು ಖಂಡಿತವಾಗಿಯೂ ಅದನ್ನು ಗಮನಿಸಿದ್ದಾರೆ ಮತ್ತು ಅದರ ಬೆಲೆ ಇತ್ಯಾದಿಗಳ ಬಗ್ಗೆಲ್ಲ ವಿಚಾರಿಸುತ್ತಿದ್ದಾರೆ. ಅದೇ ಸಮಯಕ್ಕೆ ಯಾರೋ ಅಪರಿಚಿತ ವ್ಯಕ್ತಿಯೊಬ್ಬ ನಿಮ್ಮ ಬಳಿ ಸಮಯವೆಷ್ಟು ಎಂದು ಕೇಳುತ್ತಾನೆ. ತುಂಬುತೃಪ್ತಿಯಿಂದ ವಾಚನ್ನೊಮ್ಮೆ ನೋಡಿ, ನೀವು ಸರಿಯಾದ ಸಮಯವನ್ನು ಹೇಳುತ್ತೀರಿ. ಆದರೆ ಆ ವ್ಯಕ್ತಿ ವ್ಯಂಗ್ಯವಾಗಿ ಹೇಳುತ್ತಾನೆ, ''ಅದೊಂದು ವಾಚೆ? ಅದೀಗ ತೋರಿಸಿರೋ ಸಮಯ ಸರಿಯಾದ ಸಮಯದ ಆಸುಪಾಸಿನಲ್ಲಿ ಕೂಡಾ ಇಲ್ಲ. ಅದನ್ನೆಲ್ಲಾದರೂ ತಿಪ್ಪೆಗೆಸೆಯೋದು ಒಳ್ಳೇದು.'' ಏನು ನಿಮ್ಮ ಪ್ರತಿಕ್ರಿಯೆ? ಆತ ನಿಮ್ಮನ್ನು ಗೇಲಿಮಾಡಿದ ರೀತಿ ಅಕ್ಷಮ್ಯವಾದ್ದು ಎನಿಸುತ್ತಲ್ಲವೆ ನಿಮಗೆ? ಅವನನ್ನು ಹರಿದು ಚಿಂದಿ ಚಿಂದಿ ಮಾಡ ಬೇಕೆನಿಸುವುದಿಲ್ಲವೆ ನಿಮಗೆ? ಆದಾಗ್ಯೂ, ಒಂದು ಕ್ಷಣ ಯೋಚಿಸಿ, ಆತ ನಿಜಕ್ಕೂ ಮಾಡಿರುವುದಾದರೂ ಏನು? ಅವನು ಕೇವಲ ಒಂದು ಯಾಂತ್ರಿಕ ವಸ್ತುವಿನ ನಿರುಪಯುಕ್ತತೆಯ ಬಗ್ಗೆ ಹೇಳುತ್ತಿದ್ದಾನೆ. ಒಂದು ವೇಳೆ ನೀವದನ್ನು ಕೊಳ್ಳುವುದಕ್ಕೂ ಮುಂಚೆ, ಅದಿನ್ನೂ ಅಂಗಡಿಯ ಶೋಕೇಸಿನಲ್ಲಿದ್ದಾಗ ಆತ ಇದೇ ರೀತಿಯಾಗಿ ತನ್ನ ಅನಿಸಿಕೆಯನ್ನು ಆಡಿ ತೋರಿಸಿದ್ದರೆ? ಆಗ ನೀವು ಒಂದಿಷ್ಟಾದರೂ ವಿಚಲಿತರಾಗುತ್ತಿದ್ದಿರೆ ?

ಒಮ್ಮೆ ನಾನು ಗಂಭೀರ ಕಾಯಿಲೆಗೆ ತುತ್ತಾದೆ. ಇಪ್ಪತ್ತರ ಯುವಕನಾಗಿದ್ದೂ ಅತ್ಯಂತ ಅಸಹಾಯಕ ನಿತ್ರಾಣಿಯಾಗಿಬಿಟ್ಟೆ. ಪ್ರಾಮಾಣಿಕರೂ ಹೆಸರುವಾಸಿಯೂ ಆದ ವೈದ್ಯರೊಬ್ಬರನ್ನು ಕರೆಸಿದೆ. ಆತ ನನ್ನನ್ನು ಪರೀಕ್ಷಿಸಿದರು. ಅನುಕಂಪದ ಕೆಲವು ನುಡಿಗಳನ್ನು ಆತನಿಂದ ನಿರೀಕ್ಷಿಸಿದ್ದ ನನಗೆ ಅವರು ನಗುತ್ತ ಹೇಳಿದರು, ''ಹೀಗೆ ಕಾಯಿಲೆ ಬಿದ್ದಿದ್ದಕ್ಕೆ ನೀನು ದೇವರಿಗೆ ಕೃತಜ್ಞತೆ ಹೇಳಬೇಕು!'' ನನಗೆ ಗೊಂದಲ. ಕಾಯಿಲೆ ಬಿದ್ದಿದ್ದಕ್ಕೆ ಥ್ಯಾಂಕ್ಸ್ ಹೇಳುತ್ತಾರೆಯೆ! ಯೋಚಿಸಿ. ನನ್ನನ್ನು ಚೆನ್ನಾಗಿ ಗಮನಿಸಿಕೊಂಡಿದ್ದರಿಂದ ಬಹುಬೇಗ ನಾನು ಚೇತರಿಸಿದೆ. ಈ ಒಂದು ಕಾಯಿಲೆಯ ಪ್ರಕರಣದ ನಂತರ ಸರಿಸುಮಾರು ಎರಡು ದಶಕದ ಕಾಲ ನಾನು ಹೇಳಿಕೊಳ್ಳುವಂಥ ಯಾವುದೇ ಕಾಯಿಲೆಗೆ ತುತ್ತಾಗಲಿಲ್ಲ. ನನ್ನಂತೆಯೇ ನಿಮಗೂ ವೈದ್ಯರ ಆ ವಿಚಿತ್ರವಾದ ಮಾತಿನ ಅರ್ಥದ ಬಗ್ಗೆ ಕುತೂಹಲವಿರಬಹುದು. ಕೆಲವು ವರ್ಷಗಳ ಬಳಿಕ ನಾನೇ ಅವರ ಬಳಿ ಕೇಳಿದ್ದೆ. ಆಶ್ಚರ್ಯವೆನಿಸಿದರೂ ಅವರು ತಮ್ಮ ಮಾತನ್ನು ಮರೆತಿರಲಿಲ್ಲ. ''ಒಳ್ಳೇದು. ಅನೇಕ ಬಾರಿ ನಿಜವಾದ ವರವೆನ್ನೋದು ಗೊತ್ತಾಗದ ರೀತೀಲೇ ಬರುತ್ತೆ. ನೀನು ನಿನ್ನ ಆರೋಗ್ಯವನ್ನು ನಿರ್ಲಕ್ಷಿಸುತ್ತಾ ಇದ್ದ ಹಾಗೆ ಕಾಣುತ್ತೆ ಸುದೀರ್ಘಕಾಲ. ಈ ನಿರ್ಲಕ್ಷ್ಯ ಎಷ್ಟಾಗಿತ್ತೆಂದರೆ ನಿನಗದನ್ನು ತಿಳಿಸಬೇಕಾದ ಕಾಲ ಬಂದಿತ್ತು, ಅಷ್ಟೆ.'' ಈ ಮಾತು ನಿಜವಾಗಿತ್ತು, ಅನುಮಾನವಿಲ್ಲ.

ನಮ್ಮ ಆತ್ಮಪ್ರತ್ಯಯವೇ ಹೊರಗಿನ ವಿದ್ಯಮಾನಗಳಿಗೆ ತರತರದ ಬಣ್ಣವನ್ನು ಹಾಕಿಸಿ ಅವುಗಳ ನಿಜಸ್ವರೂಪವನ್ನು ವಕ್ರಗೊಳಿಸುತ್ತದೆ ಎನ್ನುವ ಸಂಗತಿ ವಿಚಿತ್ರವಲ್ಲವೆ? ಮೇಲೆ ಹೇಳಲಾದ ಸಂದರ್ಭಗಳಲ್ಲಿ ಬರಬಾರದಾಗಿದ್ದ ಮಳೆ ಎನಿಸುವುದು, ವಾಚಿನ ಬಗ್ಗೆ ಮಾಡಿದ ಟೀಕೆ ಕಹಿ ಎನಿಸುವುದು, ವೈದ್ಯರ ಸಾಮಾನ್ಯ ನುಡಿ ಮುಳ್ಳಿನಂತೆ ಕುಟುಕುವುದು - ಎಲ್ಲವಕ್ಕೂ ಕಾರಣವೊಂದೇ: ನಿರ್ಲಿಪ್ತತೆ ಅವಶ್ಯಕತೆ. ಬೇರೆ ಮಾತುಗಳಲ್ಲಿ ಹೇಳುವುದಾದರೆ, ಗ್ರಹಿಕೆಯ ವಿಧಾನದಲ್ಲಿನ ಕೊರತೆ. ಸಮುಚಿತವಾದ ಮನೋಭಾವದಿಂದ ಹೀಗಾಗುತ್ತದೆ. ಸರಿಯಾದ ಗ್ರಹಿಕೆಯನ್ನು ಪಡೆದುಕೊಳ್ಳಲು ಒಬ್ಬನು ಸದಾ ಯೋಚನೆ ಮಾಡಬೇಕು ಮತ್ತು ವಿವೇಚಿಸಬೇಕು. ಆಳವಾಗಿ ನೋಡಬೇಕಾಗುತ್ತದೆ. ಅದಕ್ಕೇನೂ ಬಹಳ ಪರಿಶ್ರಮವಾಗಲಿ, ಕ್ರಮಬದ್ಧವಾದ ವಿಧಾನಗಳಾಗಲಿ ಬೇಕಾಗಿಲ್ಲ. ಅನೇಕ ಬಾರಿ ಸರಿಯಾದ ಗ್ರಹಿಕೆಯೆಂಬುದು ಸರಳ ಮತ್ತು ನೇರವಾಗಿ ಚಿಂತಿಸಬಲ್ಲ ಮಗುವಿನಷ್ಟೇ ಸುಲಭ. ವಾಸ್ತವವಾಗಿ ಬುದ್ಧಿವಂತ ಮನುಷ್ಯನನ್ನು ಮಗುವಿಗೆ, ಹುಚ್ಚನಿಗೆ, ಕುಡುಕನಿಗೆ ಹೋಲಿಸಲಾಗುತ್ತದೆ. ಬೈಬಲ್ ಏನು ಹೇಳುತ್ತದೆ ಗಮನಿಸಿ :

> *''ದೇವರ ಸಾಮ್ರಾಜ್ಯದೊಳಗೆ ನೀನು ಮುಗ್ಧ ಮಗುವಿನಂತೆ ಪರಿವರ್ತನೆಯಾಗದೇ ಪ್ರವೇಶ ದೊರಕದು. ಯಾರೇ ಆಗಿರಲಿ*

ದೇವರ ಸಾಮ್ರಾಜ್ಯದಲ್ಲಿ ಮಹಾನ್ ಅನಿಸಿಕೊಳ್ಳುವುದು ಮಗುವಿನಷ್ಟೇ ಮುಗ್ಧ, ನಿಷ್ಕಲ್ಮಶ ಮತ್ತು ಶರಣಾರ್ಥಿಯಾದಾಗಲೇ.''

- ಮತ್ XVIII-3

''ಯಾವ ಜಾಣನೂ ದೇವರ ಸಾಮ್ರಾಜ್ಯವನ್ನು ಪುಟ್ಟ ಮಗು ಪ್ರವೇಶ ಪಡೆದುಕೊಳ್ಳುವಂತೆ ಪ್ರವೇಶ ಪಡೆದುಕೊಳ್ಳಲಾರ.''

-ಲೂಕ 18:17

ಇದರ ಹಿಂದಿರುವ ಚಿಂತನೆಯೆಂದರೆ ಬುದ್ಧಿವಂತರೆನಿಸಿಕೊಂಡವರು ಸರಳರೂ, ನೇರ ನಡೆ ನುಡಿ ಮತ್ತು ವಿಚಾರದವರೂ ಆಗಿರುತ್ತಾರಲ್ಲದೆ ಲೌಕಿಕರಾದ ಇತರ ಘನವಂತ ಜಾಣರು, ಚಾಕಚಕ್ಯ ರೀತಿನೀತಿಗಳಲ್ಲಿ ನಿಪುಣರಾದವರು ವರ್ತಿಸು ವವರಂತೆ ಇರುವುದಿಲ್ಲ.

''ದೇವರ ಮಕ್ಕಳಾದವರು ಗಮನಿಸಬೇಕು, ಅವರ ಮಾತುಗಳು ಸರಳ, ಸ್ಪಷ್ಟ, ಸತ್ಯ ಮತ್ತು ಕೊಂಕಿಲ್ಲದ ಹಾಗಿರುವುದು ಮುಖ್ಯ.''

-ಸಂತ ಫ್ರಾನ್ಸಿಸ್ ಡಿ ಸೇಲ್ಸ್

''ಕುಡಿದ ಮನುಷ್ಯ ಗಾಡಿಯಿಂದ ಕೆಳಗುರುಳಿ ಬಿದ್ದರೂ ಸಾಯುವು ದಿಲ್ಲ, ಅಷ್ಟಿಷ್ಟು ಪೆಟ್ಟಾಗಬಹುದು. ಅವನ ಮೂಳೆಗಳೂ ಉಳಿದವರ ಮೂಳೆಗಳಂತೆಯೇ ನಿಜ. ಆದರೆ ಅವನು ಅವಘಡವನ್ನು ಎದುರಿಸುವ ರೀತಿಯಲ್ಲಿ ವ್ಯತ್ಯಾಸವಿದೆ. ಅವನ ಚೈತನ್ಯವೇ ಒಂದು ಬಗೆಯ ರಕ್ಷಿತ ಸ್ಥಿತಿಯಲ್ಲಿರುತ್ತದೆ. ಅವನಿಗೆ ಗಾಡಿ ಚಲಿಸುತ್ತಿರುವ ಪರಿವೆಯಾಗಲೀ ತಾನದರಿಂದ ಕೆಳಗುರುಳಿ ಬೀಳುತ್ತಿರುವ ಪರಿವೆಯಾಗಲೀ ಇರುವುದೇ ಇಲ್ಲ. ಜೀವ, ಮೃತ್ಯು, ಭಯ ಮತ್ತು ಅಂಥ ಯಾವುದೇ ಸಂಗತಿಗಳು ಅವನನ್ನು ಒಂದಿನಿತೂ ಕಾಡುವುದಿಲ್ಲ. ಹಾಗಾಗಿ ಭೌತಿಕ ವಸ್ತುಗಳೊಂದಿಗಿನ ನಜ್ಜುಗುಜ್ಜಾಟದಲ್ಲಿ ಅವನಿಗೇನೂ ಆಗುತ್ತಿಲ್ಲ. ಮದ್ಯದಿಂದಲೇ ಅಂಥಾ ಒಂದು ಸಂರಕ್ಷಣೆ ದೊರಕಬಹುದಾದರೆ ಇನ್ನು ದೇವರಿಂದ ಸಿಗುವ ಅಭಯವಾದರೂ ಇನ್ನೆಂಥದಿರಬೇಡ?''

-ತ್ಸುವಾಂಗ್ ತ್ಸು

ಕ್ರಮಾನುಗತ ಮತ್ತು ಪ್ರಜ್ಞಾಪೂರ್ವಕವಾದ ರೀತಿಯಲ್ಲಿ ಪ್ರತಿಯೊಂದು ವಿದ್ಯಮಾನದ ಕೂಲಂಕಶ ಪರಿಶೀಲನೆಯೇ ಮನಸ್ಸು ನಡೆಸಬಹುದಾದ ದೊಡ್ಡ ಸಾಧನೆಯಾಗಿದೆ. ಎಲ್ಲಾ ವಿದ್ಯಮಾನಗಳು ಮೊತ್ತದಲ್ಲಿ ಒಬ್ಬ ಮನುಷ್ಯನಿಗೆ ನಾಗರಿಕನೊಬ್ಬ ಕುಟುಂಬದಲ್ಲಿ ಪಡೆವ ಮಹತ್ವದ ಸ್ಥಾನಕ್ಕೆ ಸಮನಾದದ್ದು.

ಮಾರ್ಕಸ್ ಔರ್ಲಿಸ್ ತನ್ನ ದಿನಚರಿಯಲ್ಲಿ ಬರೆದುಕೊಂಡ ಮಾತಿದು. ಧ್ಯಾನದ ಕುರಿತು ಈತನ ಒಂದು ಚಿಂತನೆ ಈ ಕೃತಿಯ ಮುಂದಿನ ಒಂದು ಅಧ್ಯಾಯದಲ್ಲಿ ಕಾಣಿಸಿಕೊಳ್ಳಲಿದೆ. ಅದನ್ನು ಗಂಭೀರವಾದಿ ಅಧ್ಯಯನ ಮಾಡಿದ ವ್ಯಕ್ತಿ ಸಂಕುಚಿತ ಮನಸ್ಸು, ಸಾಮಾನ್ಯವಾದ ಬೇನೆಗಳ ನಿವಾರಣೆಗಾಗಿ ಬೇರೆಲ್ಲೂ ನೋಡುವ ಅಗತ್ಯವಿರುವುದಿಲ್ಲ.

ಸಾಮಾನ್ಯವಾಗಿ ನಾವು ಜನಸಾಮಾನ್ಯರನ್ನು ಸಂಕುಚಿತ ಮನಸ್ಸಿನವರೆಂದು ಜರೆಯುತ್ತೇವೆ. ಆದಾಗ್ಯೂ, ಎಷ್ಟೇ ಉನ್ನತ ವಿದ್ಯಾಭ್ಯಾಸ ಹೊಂದಿದವರೂ ಸುಸಂಸ್ಕೃತರೂ ಈ ದೌರ್ಬಲ್ಯವನ್ನು ತಮ್ಮ ದೃಷ್ಟಿಕೋನದಲ್ಲಿ ತೋರಿಸುತ್ತಲೇ ಇರುತ್ತಾರೆ. ನಾವು ಜೀವನದ ಕೆಲವೊಂದು ಸಂಗತಿಗಳಿಗೆ ಅನಗತ್ಯ ಮಹತ್ವವನ್ನು ನೀಡುತ್ತೇವೆ. ಎಷ್ಟೆಂದರೆ, ಕೊಂಚ ನಿಧಾನವಾಗಿ ನೋಡಿದರೆ ನಾವೇ ನಗಬೇಕು! ಅಷ್ಟು, ಯುವಕನೊಬ್ಬ ತನ್ನ ಹುಡುಗಿಯ ಪ್ರೇಮದ ಬಗ್ಗೆ ಹುಯಿಲಿಡುವಾಗ ನಿರ್ಲಿಪ್ತವಾಗಿ ನೋಡಬಲ್ಲವನೊಬ್ಬ ಸುಮ್ಮನೇ ನಕ್ಕು ಬರ್ನಾರ್ಡ್ ಷಾ ಹೇಳಿದ್ದನ್ನೇ ಹೇಳುತ್ತಾನೆ. ''ಇಷ್ಟೊಂದು ಹೆಣ್ಣುಗಳಲ್ಲಿ ಯಾರೋ ಒಬ್ಬಳನ್ನು ಇನ್ನಿಲ್ಲದಂತೆ ಶ್ರೇಷ್ಠಳನ್ನಾಗಿಸಿ ತಮ್ಮ ಸಂತೋಷವನ್ನೆಲ್ಲಾ ಅವಳಲ್ಲೇ ಅಡವಿಡುತ್ತಾರಲ್ಲಾ, ಮೂರ್ಖರು!'' ಸಿ.ಇ.ಎಂ ಜೋಡ್ ತಮಾಷೆಯಾಗಿ ನಮ್ಮ ಯುವಕರನ್ನು ಎಚ್ಚರಿಸುತ್ತಾನೆ: ''ಸಿಟಿಬಸ್ಸಿಗೂ ಹುಡುಗಿಗೂ ಓಡಿಕೊಂಡು ಬೆನ್ನಟ್ಟಬೇಡ ಗೆಳೆಯಾ, ಐದು ನಿಮಿಷಕ್ಕೆ ಇನ್ನೊಂದು ಬರುತ್ತೆ!'' ಎಲ್ಲರೂ ಮಾಡುವ ಹಾಗೆಯೇ ನಾವೂ ನಡೆದುಕೊಳ್ಳುವುದಕ್ಕೆ ನಾವು ಸದಾ ಸಿದ್ಧರಾಗಿರುತ್ತೇವೆ. ಬೇರೆಯವರ ಅಭಿಪ್ರಾಯಕ್ಕೆ ತಕ್ಕಂತೆ ನಮ್ಮನ್ನು ನಾವು ರೂಪಿಸಿಕೊಳ್ಳುತ್ತಿರುತ್ತೇವೆ. ಅದರ ಪ್ರಕಾರ ನಮ್ಮ ದೇಹ ಯಾವುದಕ್ಕಾದರೂ ಮೋಡಿಗೊಳಗಾಗುವಂತಿದೆ. ಜಗತ್ತೇ ಅಂಥವರಿಗೆ ಲಲ್ಲೆಗರೆ ಯಲು ಸಜ್ಜಾಗಿದೆ. ಆರಾಮು, ಸುಲಭವಾದದ್ದು, ಆಲಸ್ಯ - ಇವು ನಮಗೆ ಗುರಿಗಳು. ಹೊರಗಿನ ಸಂಗತಿಗಳನ್ನು ತಿದ್ದಿತೀಡಿ ನಮ್ಮ ಸ್ವರ್ಗವನ್ನು ನಿರ್ಮಿಸಿಕೊಳ್ಳಲು ನಾವು ಏನೆಲ್ಲ ಶ್ರಮ, ತೊಂದರೆ ತೆಗೆದುಕೊಳ್ಳಲೂ ಸಿದ್ಧರು. ಆದಾಗ್ಯೂ, ಕೊಂಚವೇ ಮನಃಪರಿವರ್ತನೆಯಿಂದ ನಾವು ಬಾಹ್ಯ ಸಂಗತಿಗಳ ಪ್ರಭಾವವನ್ನು ಚಿತ್ತಾಗಿಸಿ ನಮ್ಮ ಮನಸ್ಸಿನ ಓಘ ಮತ್ತು ಸದಾ ನಮ್ಮ ದೈಹಿಕ ಒಳಿತನ್ನು ಸಾಧಿಸಿಕೊಳ್ಳಬಹುದಾಗಿದೆ.

ಸಮತೋಲಿತ ದೃಷ್ಟಿಕೋನವನ್ನು ನಿಭಾಯಿಸುವುದು

ನಮ್ಮಲ್ಲಿ ಎಷ್ಟು ಮಂದಿ ಪ್ರಜ್ಞಾಪೂರ್ವಕವಾಗಿ ಮಾನಸಿಕ ಸಮತೋಲನವನ್ನೂ ಸಮಚಿತ್ತದ ದೃಷ್ಟಿಕೋನವನ್ನೂ ಹೊಂದಿರುವ ಬಗ್ಗೆ ಗಮನನೀಡುತ್ತೇವೆ? ಔಚಿತ್ಯ, ವಿವೇಕ ಮತ್ತು ಮಂಥನ ನಮ್ಮಲ್ಲಿ ಹೆಚ್ಚಿನವರಿಗೆ ಹೊಸ ಸಂಗತಿಗಳು.

ಔಚಿತ್ಯದ ಯುಕ್ತಾಯುಕ್ತತೆಯನ್ನು ವಿವೇಕದಿಂದ ನಿಷ್ಕರ್ಷಿಸುವುದನ್ನು ತಿನ್ನುವ ಕುಡಿಯುವ ಸಾಮಾನ್ಯ ಸಂಗತಿಗಳಿಗೆ ಬಹುಶಃ ಮಾಡುತ್ತೇವೇನೊ. ಆದರೆ ನಮ್ಮ ಯೋಚನೆಗಳ ಮಟ್ಟಕ್ಕೆ ಅದನ್ನು ಒಯ್ಯುವುದು ಎಣಿಕೆಗೆ ನಿಲುಕದ್ದೇನೊ. ಅಂಥದ್ದರ ಅಗತ್ಯದ ಕುರಿತೇ ನಾವು ಯೋಚಿಸುವುದಿಲ್ಲ. ಆದರೆ ಜಗತ್ತು, ಏಕೆ ಬ್ರಹ್ಮಾಂಡವೇ ಒಂದು ಸಂತುಲಿತ ಸಮತೋಲನದ ಮೇಲೆ ನಿಂತಿದೆ.

ಲೋಲಕದ ಒಂದು ತೀರಾ ತುದಿಯ ಓಲಾಟಕ್ಕೆ ನಾವು ಕ್ರಮಬದ್ಧವಾಗಿ ನಮ್ಮ ಒಲವು ತೋರುತ್ತೇವೆ. ಅಮೆರಿಕದಂಥ ಶ್ರೀಮಂತ ರಾಷ್ಟ್ರದಲ್ಲಿ ಕಮ್ಯೂನಿಸಂ ಎಂಬ ಶಬ್ದವೇ ಅಸಹ್ಯವನ್ನು ಹುಟ್ಟಿಸುವುದರಲ್ಲಿ ಆಶ್ಚರ್ಯವಿಲ್ಲ. ಅಂತಹುದೇ ಭ್ರಾಂತಿ ಬಂಡವಾಳಶಾಹಿಯ ಬಗ್ಗೆ ಕಮ್ಯುನಿಸ್ಟ್ ರಾಷ್ಟ್ರಗಳಲ್ಲಿದೆ.

ನಮಗೆ ನಿರ್ಲಿಪ್ತತೆಯ ಅಗತ್ಯವಿದೆ. ಒಬ್ಬ ಸಾಕ್ಷಿಯಾಗು, ಅಲಿಪ್ತ ನೋಡುಗನಾಗು, ನಿನ್ನದೇ ಮನದ ವಟಗುಟ್ಟುವಿಕೆಗಳಿಗೂ ಸಹ ಕಿವಿಯಾಗು.

> ''ಸುಮ್ಮನೇ ಪಕ್ಕದಲ್ಲಿ ನಿಂತು ನಿನ್ನನ್ನೇ ನೋಡುವವನಾಗು
> ನಿನ್ನನ್ನೇ ಅವನು ಎಂದು ತಿಳಿ, ನಾನು ಎಂದಲ್ಲ.''

–ಸೈಕ್ಲಂಡ್ ಗಿಲಿಯನ್, 'ವಾಚ್ ಯುವರ್ ಸೆಲ್ಫ್ ಗೋ ಬೈ'

ಮಾರ್ಕಸ್ ಔರ್ಲಿಸ್ ಮಾಡಿದ್ದನ್ನು ನೆನೆಯಿರಿ. ''ಸಂತೋಷವಾಗಿರುವುದಕ್ಕೆ, ದೇವರಂತೆ ಬದುಕುವುದಕ್ಕೆ ಮನುಷ್ಯನಿಗೆ ಯಾವೊಂದರ ಅಗತ್ಯವೂ ಇಲ್ಲವೆಂಬುದನ್ನು ನೋಡು.'' ಯಾರೂ ಕನಿಷ್ಠ ಆವಶ್ಯಕತೆಗಳನ್ನು ಯಾಕೆ, ಮನಸ್ಸು ದೇಹಕ್ಕೆ ಬೇಕಾದ ಐಷಾರಾಮಗಳನ್ನು ಕೂಡಾ ನಿರಾಕರಿಸಬೇಕೆಂದೇನೂ ಹೇಳುತ್ತಿಲ್ಲ. ಅವಶ್ಯಕತೆಗಳು ಮತ್ತು ಐಷಾರಾಮಗಳನ್ನು ವಿಂಗಡಿಸಿ ಗೆರೆಯೆಳೆಯುವುದು ಕೂಡಾ ಕಷ್ಟವೇ.

ಆಸ್ಕರ್ ವೈಲ್ಡ್‌ನ ಖ್ಯಾತ ನುಡಿಗಟ್ಟಿನಲ್ಲೂ ಕಟು ಸತ್ಯವಿದೆ. ''ಐಷಾರಾಮಿ ವಸ್ತುಗಳನ್ನೆಲ್ಲ ಕೊಡಿ, ಅಗತ್ಯದವುಗಳನ್ನು ನಾನೇ ಬಿಟ್ಟುಕೊಡುತ್ತೇನೆ!''

> ''ತಿನ್ನುವ, ಕುಡಿಯುವ, ತೊಡುವ ಮತ್ತು ಇತರೆ ದೇಹಾರೈಕೆಗೆ ಅಗತ್ಯವಾದುವುಗಳನ್ನು ನಿಯಂತ್ರಿಸು. ಬೆಚ್ಚಗಿನ ಚೈತನ್ಯಕ್ಕೆ ಅವೆಲ್ಲ ಹೊರೆ.''
>
> *WIS. IX. 15*
>
> ಇವನ್ನೆಲ್ಲ ವಿವೇಕದಿಂದ ಬಳಸುವ, ಇವುಗಳ ಮೋಹಪಾಶಕ್ಕೆ ಬೀಳದಿರುವ ಕೃಪೆ ನೀಡು. ಅಗತ್ಯಕ್ಕಿಂತ ಹೆಚ್ಚಿನದಕ್ಕೆ ಆಸೆಪಡುವುದನ್ನು

ನಿನ್ನ ನಿಯಮ ನಿಷೇಧಿಸಿದೆ. ಇಲ್ಲವಾದರೆ ಚೈತನ್ಯಕ್ಕಿಂತ ಅದಕ್ಕಂಟಿದ ಕೊಬ್ಬೇ ಹೆಚ್ಚಾಗಿ ಬಿಡುವುದು.

GAL.V.17.

ಈ ಎಲ್ಲ ಪರವಶತೆಯ ಹಾದಿಯಲ್ಲಿ ನೀ ಕೈ ಹಿಡಿದು ನಡೆಸೆನ್ನನು, ನಾನೆಂದೂ ಮೇರೆ ಮೀರದಂತೆ ಕಾಪಾಡು.''

-ಇಮಿಟೇಶನ್ ಆಫ್ ಕ್ರೈಸ್ಟ್

ಈ ವಿವೇಕಪೂರ್ಣ ವಿವೇಚನೆ ನಮ್ಮ ಯೋಚನೆಗಳ ಬಗ್ಗೆ ಹೆಚ್ಚಾಗಿ ಅಗತ್ಯವಿದೆ.

ಪ್ರಯತ್ನಪೂರ್ವಕವಾಗಿ ಜನರ ಬಗ್ಗೆ, ಸಂಗತಿಗಳ ಬಗ್ಗೆ, ತೀರಾ ಸಾಮಾನ್ಯ ಜನ ಮತ್ತು ಸಂಗತಿಗಳ ಬಗ್ಗೆ ಕೂಡಾ ಕೊನೇ ಮಾತು ಆಡಿಬಿಡುವ ಮುನ್ನ ಕೊಂಚ ಸಮಾಧಾನದಿಂದಿರೋಣ.

ಪ್ರಕ್ರಿಯೆಯನ್ನು ನಿಧಾನಗೊಳಿಸಲು ಕಲಿಯೋಣ. ''ತೀರ್ಪನ್ನು ಅಮಾನತಿನಲ್ಲಿ ಇಡೋಣ.'' ''ನ್ಯಾಯಾೀಶ ಆತ್ಮಾವಲೋಕನದಲ್ಲಿರಲಿ'' ಮನದ ಸಂಕುಚಿತತೆ ವಿಶಾಲ ದೃಷ್ಟಿಯ ಅರುಣೋದಯದಲ್ಲೇ ತೊಲಗಬೇಕಲ್ಲವೆ, ಬೆಳಕು ಮೂಡಿದಾಗಲೇ ತಮಸ್ಸು ಕಳೆದು ಜಗವು ಬೆಳಗುವಂತೆ.

□□

7

ಆಧುನಿಕ ಜಗತ್ತಿನಲ್ಲಿ ಪಾವಿತ್ರ್ಯಕ್ಕೆ ಸ್ಥಳವಿಲ್ಲವೆ ?

''ಸ್ವೇಚ್ಛಾಚಾರ ಮತ್ತು ಸ್ವನಿಯಂತ್ರಿತ ಬದುಕು; ಮನಬಂದಂತೆ ಬದುಕುವ ರೀತಿ ಮತ್ತು ಸಭ್ಯ ಕುಟುಂಬ ಜೀವನದ ರೀತಿ - ಇವುಗಳ ನಡುವಿನ ಪರಂಪರಾನುಗತ ಯುದ್ಧ ಎಲ್ಲರಿಗೂ ತಿಳಿದಿರುವುದೇ. ಈ ಯುದ್ಧವು ಸಹಸ್ರಮಾನಗಳಿಂದ ಮತ್ತೆ ಮತ್ತೆ ಹೂಡಲಾಗಿದೆ ಮತ್ತು ಈ ಯುದ್ಧದ ಜಯಾಪಜಯವೇ ಮಾನವಜನಾಂಗವು ಮಾನವೀಯತೆ ಯತ್ತ ಸಾಗುತ್ತಿದೆಯೇ ಅಥವಾ ಪಾಶವೀಪ್ರವೃತ್ತಿಗೆ ಶರಣಾಗುವುದೇ ಎಂಬುದನ್ನು ನಿರ್ಧರಿಸುತ್ತದೆ.''

-ಹ್ಯಾರಿ ಎಮರ್ಸನ್ ಫಾಸ್ಡಿಕ್

ದೇಹವು ದೇವನ ಆಲಯವು

ರಚನಾತ್ಮಕ ಚಿಂತನೆ : ಗೆಲುವಿಗೆ ಹಾದಿ ಎಂಬ ಈ ಕೃತಿಯಲ್ಲಿ ಈ ವಿಚಾರದ ಬಗ್ಗೆ ಚರ್ಚಿಸುವುದು ಸ್ವಲ್ಪ ವಿಚಿತ್ರವೆನಿಸಬಹುದು. ಆದರೆ ದೇಹವೆಂಬ ಈ ದೇವಾಲಯವನ್ನು ಸಾಕಷ್ಟು ಗಮನವಿಟ್ಟು ಎಚ್ಚರಿಕೆಯಿಂದ ನೋಡಿಕೊಳ್ಳುವುದರ ಅಗತ್ಯವಿದೆ. ಇದರಿಂದ ನಾವು ನುಣುಚಿಕೊಳ್ಳುವ ಪ್ರಶ್ನೆಯೇ ಇಲ್ಲ, ಎಂಬುದನ್ನು ಅರಿತಾಗ ಈ ಸಂಗತಿಯ ಸಂದರ್ಭೌಚಿತ್ಯ ಅರಿವಾಗುತ್ತದೆ.

''ಜೀಸಸ್, ದೇಹವು ದೇವಾಲಯ, ಎಂದಿದ್ದರು ಮತ್ತು ಸರಳವಾದ ಶ್ರಮಬದ್ಧ ಬದುಕನ್ನು ಬಾಳಿದ್ದರು. ಅದು ಅವರ ಅತ್ಯುತ್ತಮ ಆರೋಗ್ಯಕ್ಕೂ ಕಾರಣವಾಗಿತ್ತೆಂದು ತೋರುವುದು. ಆದಾಗ್ಯೂ,

ಮದುವೆಯ ಔತಣದ ಸಂಭ್ರಮಕ್ಕೆ ಅವರೂ ಕೊಡುಗೆ ನೀಡುವುದಿತ್ತು. ಅವರ ಕಾಣ್ಕೆ... ದೇಹದ ಸ್ವಾಭಾವಿಕ ಅಗತ್ಯಗಳತ್ತ ಅವರೆಂದೂ ಕೀಳಾಗಿ ಕಂಡಿರಲಿಲ್ಲ ಎನ್ನುವುದು ನಿಶ್ಚಿತ.''

–ಮುರಿಯೆಲ್ ವ್ರಿಂಚ್, ಕೀ ಟು ಲಿವಿಂಗ್

ಯಾವಾಗ ನಮ್ಮ ಗಮನವನ್ನು ದೇವಾಲಯದಿಂದ ಅದರ ಮಾಲೀಕನ ಮೇಲೆ ಅಂದರೆ ದೇವರ ಮೇಲೆಯೇ ಕೇಂದ್ರೀಕರಿಸುತ್ತೇವೋ ಆಗ ನಮ್ಮ ಜೀವನ ಸರಿಯಾದ ಕ್ರಮಬದ್ಧತೆಗೆ ಸಿಕ್ಕಿ ಒಪ್ಪವಾಗುತ್ತದೆ. ಥಾಮಸ್ ಕೆಂಪಿಸ್ ಹೇಳುತ್ತಾರೆ,

''ಅದೆಲ್ಲವನ್ನೂ ತೊರೆದು ಬಿಡಿ ಎನ್ನುವುದು ಯುಕ್ತವಲ್ಲ ಪ್ರಕೃತಿಯನ್ನು ಬೆಂಬಲಿಸಬೇಕು''

ಒಬ್ಬ ಸಂತನು ತನ್ನ ಮಾಂಸಲ ದೇಹದ ಒತ್ತಡಗಳಿಗೆ ಚಿಂತಿಸದ ಮಟ್ಟಿಗೆ ಜಿತೇಂದ್ರಿಯನಾಗಿರುತ್ತಾನೆ. ಆದರೆ ಪ್ರಾಪಂಚಿಕರಾದ ಸಾಮಾನ್ಯ ಮಂದಿಗೆ ಹಾಗಲ್ಲ. ಉನ್ನತಿಗಾಗಿ ಹಾತೊರೆಯುವ ಅವರಿಗೆ ಸದಾ ಬಗೆಬಗೆಯ ಸೆಳೆತಗಳು ಸಂಘರ್ಷ ವನ್ನೊಡ್ಡುತ್ತಲೇ ಇರುತ್ತವೆ. ಅವುಗಳಲ್ಲಿ ಕೊನೆಯದಲ್ಲದ ಸೆಳೆತ ಕಾಮದ್ದು. ಮಾನವನೊಳಗಿನ ಪಶು, ಕಾಮುಕತೆ, ಲೈಂಗಿಕ ದಾಹ ಎಂದೆಲ್ಲ ಕರೆಯಲಾಗುವ ಇದನ್ನು ಮಹಾತ್ಮರಾದ ಗಾಂಧಿ ಕೂಡಾ ಒಮ್ಮೆ 'ತನ್ನೊಳಗಿನ ಪಶು' ವನ್ನು ಎಚ್ಚರಿಕೆಯಿಂದ ಗಮನಿಸಬೇಕು ಎಂದೇ ಒಪ್ಪಿಕೊಂಡಿದ್ದರು. ಯಾವುದೇ ಸಮಸ್ಯೆಯನ್ನು ನಿಭಾಯಿಸಲು ನಾವದನ್ನು ಏನೆಂದು ಸರಿಯಾಗಿ ತಿಳಿದುಕೊಳ್ಳುವುದು ಮುಖ್ಯ. ಅರಿವೇ ನಮ್ಮನ್ನು ಅನೇಕ ಗೊಂದಲ ಮತ್ತು ಸಮಸ್ಯೆ ಗಳಿಂದ ಕಾಪಾಡಬಲ್ಲುದು. ಹಾಗಾಗಿ, ಸಾಮಾನ್ಯ ಗಂಡು-ಹೆಣ್ಣಿನ ನೆಲೆಯಿಂದ ಚಿತ್ತ ವೃತ್ತಿ ಮತ್ತು ನಿವೃತ್ತಿಯ ಬದುಕನ್ನು ಬಾಳುವುದರ ಪರಿಣಾಮಗಳನ್ನು ವಿಶ್ಲೇಷಿಸುವ.

''ಅನನ್ಯಳಾದೊಬ್ಬ ಮಹಿಳೆಯನ್ನು ಎಲ್ಲೆಂದು ಹುಡುಕಲಿ? ಅವಳ ಬೆಲೆಯೇ ನವರತ್ನಗಳನ್ನು ಮೀರಿದ್ದು.''

–ಹಳೆಯ ಒಡಂಬಡಿಕೆ XXX,10ನೆ ಪ್ರಾವರ್ಬ್ಸ್.

''ನನ್ನ ಪಾವಿತ್ರ್ಯವೇ ನಮ್ಮ ಮನೆಯ ನಿಧಿ ಅದು ಪರಂಪರಾನುಗತವಾಗಿ ಹಿರಿಯರಿಂದ ಬಂದ ಬಳುವಳಿ.''

– ಶೇಕ್ಸ್‌ಪಿಯರ್, ಆಲ್ ಈಸ್ ವೆಲ್ ದಟ್ ಎಂಡ್ಸ್ ವೆಲ್, ನಲ್ಲಿ IV, 2

ಗಂಡು ಹೆಣ್ಣು ಜೀವನದ ತಿರುಳು

ಗಂಡಿನ ಕಾಮ ಪಿಪಾಸೆಯನ್ನು ಬೆಂಕಿಗೆ ಹೋಲಿಸಲಾಗಿದೆ. ಬೆಂಕಿಯು ಮಾನವ ಜನಾಂಗವನ್ನು ಅನೇಕ ವಿಧದಲ್ಲಿ ಪೊರೆದಿದೆ. ಅದರ ನಿಯಂತ್ರಿತ ಬಳಕೆ ಸದಾ ಅಗತ್ಯ

ಮತ್ತು ದೈನಂದಿನ ಜೀವನದಲ್ಲಿ ಮನುಷ್ಯನಿಗೆ ಉಪಕಾರಿ. ಆದಾಗ್ಯೂ ನಾವು ಪ್ರತಿನಿತ್ಯ ಬೆಂಕಿ ಅನಾಹುತಗಳ ಬಗ್ಗೆ, ಅಗ್ನಿ ದುರಂತಗಳ ಬಗ್ಗೆ ಕೇಳುತ್ತೇವೆ, ಅಂತ್ಯವಿಲ್ಲದ ಸಾವು, ನೋವು, ದುಃಖದ ಜೊತೆ ಆಸ್ತಿಪಾಸ್ತಿಗಳ ನಷ್ಟದ ಬಗ್ಗೆ ಕೇಳುತ್ತೇವೆ. ಹಾಗೆಯೇ, ಕಾಮವು ಮನುಷ್ಯನ ಪ್ರಾಥಮಿಕ ಅಗತ್ಯ ಮತ್ತು ಜನಾಂಗದ ಮುಂದುವರಿಕೆಗೆ ಅಗತ್ಯ. ಹಾಗಾಗಿ, ಗಂಡು ಹೆಣ್ಣಿನ ಜೀವನದಲ್ಲಿ ಅದಕ್ಕೊಂದು ಮಹತ್ವದ ಸ್ಥಾನವಿದೆ. ಆದರೆ ಸ್ವೇಚ್ಛಾಚಾರ ಬೆಂಕಿಗಿಂತಲೂ ಘೋರ ಪರಿಣಾಮಗಳನ್ನು ಬೀರುವಂಥದ್ದು. ಕಾಮದ ಲಾಲಸೆಯು ಮೂಲತಃ ಮಾತೃತ್ವದ ಬಯಕೆಯೊಂದಿಗೆ ಒಡಗೂಡಿದೆ. ಹೆಣ್ಣಿನಲ್ಲಿ ಅದು ಮಮತೆ, ತ್ಯಾಗಗಳನ್ನು ತನ್ನಿಂದತಾನೆ ಜಾಗೃತಗೊಳಿಸಿ ತಾಯಿಯನ್ನು ಪಡಿಮೂಡಿಸಿದರೆ, ಗಂಡಿನಲ್ಲಿ ಅಬಲೆ ಮತ್ತು ಅಸಹಾಯಕಳ ಮೇಲಿನ ರಕ್ಷಣಾತ್ಮಕ ಸಂವೇದನೆಗಳನ್ನು ಉದ್ದೀಪಿಸುತ್ತದೆ.

ನಮಗೆ ಗೊತ್ತು, ಗಂಡು ಹೆಣ್ಣಿನ ನಡುವಿನ ಪರಸ್ಪರ ಆಕರ್ಷಣೆ ಎಂಬುದು ಉನ್ನತ ಸ್ತರದಲ್ಲಿ ಪ್ರೇಮವೆಂಬ ಅಂತರಂಗದ ಭಾವನೆಗೆ ಕಾರಣವಾಗುತ್ತದೆ. ಅದು ಆರ್ವಾಚೀನ ಸಂಶೋಧನೆಯಾದ ಕುಟುಂಬ ವ್ಯವಸ್ಥೆಯ ಮೂಲಬಿಂದುವಾಗಿದೆ. ಹೇಗೆ ವಿಶಾಲ ದೇಶದ ಆಡಳಿತ ಸುವ್ಯವಸ್ಥೆಗಾಗಿ ಅದನ್ನು ಜಿಲ್ಲೆ, ರಾಜ್ಯ ಎಂದೆಲ್ಲ ಸಣ್ಣ ಸಣ್ಣ ಘಟಕಗಳನ್ನಾಗಿ ವಿಂಗಡಿಸಲಾಗುವುದೋ, ಹಾಗೆಯೇ, ಮಾನವ ಜನಾಂಗದ ಸುವ್ಯವಸ್ಥೆಗಾಗಿ ಸಣ್ಣ ಮತ್ತು ಹೆಚ್ಚು ಕಡಿಮೆ ಸ್ವಾಯತ್ತ ಘಟಕಗಳಾಗಿ, ಕುಟುಂಬ ಗಳನ್ನಾಗಿ ವಿಂಗಡಿಸುವುದು ಅಗತ್ಯ. ಗಂಡು ಪತ್ನಿಯೊಂದಿಗೆ ತನ್ನ ಸಂಸಾರವನ್ನು ಹೂಡಿ ಒಂದು ನಿರ್ದಿಷ್ಟ ಗಾತ್ರಕ್ಕಿಂತ ದೊಡ್ಡದಾಗಿ ಬೆಳೆದ ಕುಟುಂಬದಿಂದ ವಿಕೇಂದ್ರಿತನಾಗಿ ತನ್ನದೆ ಕುಟುಂಬವನ್ನು ಬೆಳೆಸುತ್ತಾನೆ.

ಯಾವುದೇ ಬಗೆಯ ಪರಿಶೀಲನೆಯಲ್ಲಿಯೂ ಯಾವುದೇ ನಾಗರಿಕತೆಯಲ್ಲಿಯೂ ಕಾಮದ ತುರ್ತು ಕುಟುಂಬ ಪದ್ಧತಿಯ ಪಾರಮ್ಯವನ್ನೇ ಸೂಚಿಸುತ್ತದೆ. ಪ್ರಕೃತಿಯ ಸಂತುಲನದಲ್ಲಿಯೂ ಪ್ರತಿಯೊಂದೂ ಮಾತೃತ್ವದ ಕೇಂದ್ರ ತತ್ವದ ಸುತ್ತಲೇ ನಿಯೋಜಿಸಿರುವುದು ಸ್ಪಷ್ಟವಾಗಿದೆ. ಇದನ್ನು ನಾವು ಹಕ್ಕಿಪಿಕ್ಕಿಗಳು, ಪ್ರಾಣಿಸಂಕುಲದ ವಿಷಯದಲ್ಲಿಯೂ ಕಾಣಬಹುದಾಗಿದೆ.

ಲೈಂಗಿಕ ಆಕರ್ಷಣೆ – ಕೇಂದ್ರ ವಿದ್ಯಮಾನ

ಬಹಳ ಸ್ಪಷ್ಟವಾಗಿ ತಿಳಿಯುವಂಥದ್ದು ಏನೆಂದರೆ ಹೆಣ್ಣಿನ ದೇಹರಚನೆಯೂ ಕೂಡಾ ಬಹಳ ಮಹತ್ವದ ಕ್ರಿಯೆಯಾದ ಮಕ್ಕಳನ್ನು ಹೆರುವುದಕ್ಕೆ ತಕ್ಕುದಾಗಿ ರೂಪುಗೊಂಡಿದೆ. ಗಂಡು ಹೆಣ್ಣಿನ ಪರಸ್ಪರಾಕರ್ಷಣೆಯೂ ಕೂಡಾ ಈ ಸೃಷ್ಟಿ ಕ್ರಿಯೆಯ ಉದ್ದೇಶಕ್ಕಾಗಿಯೇ ಇರುವಂಥಾದ್ದು. ಅಂದ ಮಾತ್ರಕ್ಕೆ ಸದಾ ಕಾಲವೂ ಗಂಡು ಹೆಣ್ಣನ್ನು ಒಂದೆಡೆ ತರುವುದು ಈ ಸೃಷ್ಟಿಕ್ರಿಯೆಗಾಗಿಯೇ ನಡೆವ

ಪ್ರಜ್ಞಾಪೂರ್ವಕ ಕ್ರಿಯೆ ಎಂದೇನಲ್ಲ. ಮಕ್ಕಳು ಬಹುತೇಕ ಉಪ ಸಂಪಾದನೆಯ ಹಾಗಾಗಿ ಬಿಟ್ಟಿದೆ ! ಇಲ್ಲಿಯೂ ಆಶ್ಚರ್ಯಪಡಬೇಕಾದ್ದೇನೂ ಇಲ್ಲ. ನಾವು ಪ್ರಕೃತಿಯ ಸಂಯೋಜಕ ತತ್ವದ ಬಗ್ಗೆ ಈಗಾಗಲೇ ನೋಡಿದ್ದೇವೆ. ಪ್ರತಿಯೊಂದು ಪ್ರಯತ್ನ ಅಥವಾ ತ್ಯಾಗ ಅದರದ್ದೇ ಆದ ಸುಖ ಅಥವಾ ಪರಿಹಾರವನ್ನು ಸಾಂದರ್ಭಿಕವಾಗಿ ಕೊಟ್ಟೇ ಕೊಡುತ್ತದೆ ಮತ್ತು ಗಂಡು ಹೆಣ್ಣುಗಳು ಹೆತ್ತವರ ಸ್ಥಾನವನ್ನು ಜವಾಬ್ದಾರಿಯನ್ನು ಸ್ವೀಕರಿಸಿದ ನೆಲೆಗೇ ಇದು ಪ್ರಕೃತಿ ನೀಡುವ ಕೊಡುಗೆಯಾಗಿದೆ.

ಕವಿಗಳು, ಕಲಾವಿದರು ಮತ್ತು ಸಂವೇದನಾಶೀಲರು ಹೆಣ್ಣಿನ ಸೌಂದರ್ಯವನ್ನು ಬಹುವಾಗಿ ಹಾಡಿ ಹೊಗಳಿದ್ದಾರೆಂಬುದನ್ನು ಒಪ್ಪಿಕೊಳ್ಳಲೇಬೇಕು. ಇಲ್ಲಿ ಮನುಷ್ಯನ ಸಂವೇದನೆಗಳ ಖುಶಿಗಾಗಿ ಪ್ರಕೃತಿಯ ಉದ್ದೇಶವನ್ನು ಹಿನ್ನೆಲೆಗೆ ಸರಿಸಿ, ಸ್ತ್ರೀಯ ಸೌಂದರ್ಯದ ಮೋಹಕತೆಯನ್ನು ಅದೊಂದಕ್ಕಾಗೇ ಉನ್ನತಿಗೇರಿಸಲಾಗಿದೆ ಎಂಬುದೂ ಪ್ರಶ್ನಾತೀತವೇ. ವಾಸ್ತವವಾಗಿ, ಗಂಡಿನಲ್ಲಿ ನೈಜ ಕಾಮದ ಮೂಲಭೂತ ಆಕರ್ಷಣೆ ಎಂಬುದು ಈ ಮಟ್ಟದ ಅತಿರೇಕಕ್ಕೆ ತಲುಪಲು ಕಾರಣ, ಕವಿಯ ಸ್ತ್ರೀ ಸೌಂದರ್ಯ ವರ್ಣನೆಯ ಮಾತುಗಳಿಗೆ ಪರವಶನಾಗದಿರುವ ಮನಸ್ಸಿಲ್ಲದವನಾಗಿರುವುದು. ಕಾದಂಬರಿಕಾರನ ರಮ್ಯ ಕಲ್ಪನೆಯ ಕತೆಯ ವರ್ಣನೆಗಳಿಗೆ, ಕಲಾವಿದ ಚಿತ್ರಿಸಿದ ನಗ್ನ ಸೌಂದರ್ಯದ ಮೋಹಕತೆಗೆ, ಸೌಂದರ್ಯವರ್ಧಕಗಳ ಜಾಹೀರಾತಿನ ಸೆಕ್ಸ್ ಅಪೀಲ್‌ಗೆ ಸುಂದರ ನೀಳ ಕೇಶರಾಶಿಯ ಮಾದಕ ಸೌಂದರ್ಯಕ್ಕೆ, ಚಿರ ಯೌವನೆಯ ಮೃದುನವಿರು ಚರ್ಮಕ್ಕೆ, ಇತ್ಯಾದಿ ಮತ್ತು ವಸ್ತ್ರವಿನ್ಯಾಸಕಾರನ 'ಪರಿಣಾಮಕಾರಿ' ಯಾದ ದೇಹದ ಸೌಂದರ್ಯ ಪ್ರದರ್ಶನದ ಕರಾಮತ್ತುಗಳಿಗೆ ಆತ ಪ್ರಜ್ಞಾಪೂರ್ವಕವಾಗಿಯೊ, ತಿಳಿಗೇಡಿತನದಿಂದಲೋ ಬಲಿಪಶುವಾಗಿರುವುದೇ. ಹಿಂದಿನ ದಿನಗಳಲ್ಲಿ ಹೆಣ್ಣಿನ ಲೈಂಗಿಕ ಪಾತ್ರವೇನಿದ್ದರೂ ಖಾಸಗಿ ವಿದ್ಯಮಾನವಾಗಿತ್ತು. ಆದರೆ ಇಂದಿನ ದಿನಗಳಲ್ಲಿ ಆಕೆಯ 'ವ್ಯಕ್ತಿತ್ವ' ವನ್ನೇ ಅವಳ ದೈಹಿಕ ಅಂಗಾಂಗ ವಿನ್ಯಾಸಗಳ ಸುತ್ತ, ಅದರಲ್ಲೂ ಆಕೆಯ 'ಸೆಕ್ಸ್ ಅಪೀಲ್' ಎನ್ನಲಾಗುವ ಸಂಗತಿಗಳ ಸುತ್ತವೇ ವೈಭವೀಕರಿಸಲಾಗಿದೆ.

ಲೈಂಗಿಕ ಪರಿಶುದ್ಧತೆಯತ್ತ ನಿರ್ಲಕ್ಷ್ಯ ಮಾಡಿದರೆ ಆಗಬಹುದಾದ ದುಷ್ಪರಿಣಾಮಗಳ ಬಗ್ಗೆ ಚೆನ್ನಾಗಿ ತಿಳಿದಿರುವ ಮತ್ತು ಲೈಂಗಿಕ ಕ್ರಿಯೆ ಗರ್ಭಧಾರಣೆಯಲ್ಲೇ ಪರ್ಯಾಪ್ತವಾಗಬೇಕೆಂಬ ನಿಯಮವೇನಿಲ್ಲ ಎಂಬ ಅರಿವು ಕೂಡಾ ಇರುವ ಮನುಷ್ಯ ಹಿಂದು ಮುಂದು ಯೋಚಿಸಿಯೇ ಮಾಡಿದ ನಿರ್ಧಾರ ಇದಾಗಿದೆ. ಮಾತೃತ್ವದ ಪರಿಕಲ್ಪನೆಯನ್ನು ಎರಡನೆಯ ಸ್ಥಾನಕ್ಕೆ ತಳ್ಳಿ ಲೈಂಗಿಕ ಸುಖ ಎಂಬುದು ಆಘಾತಕಾರಿಯಾದ ತುರ್ತಾಗಿ, ಒಂದು ಚಟವಾಗಿ ಪ್ರಾಮುಖ್ಯತೆ ಗಳಿಸಿದೆ. ಆಧುನಿಕ ಗರ್ಭನಿರೋಧಕ ವಿಧಾನಗಳು ಅಣುಬಾಂಬಿನಂತೆ ಎರಡು ವಿಭಿನ್ನವಾದ ಮುಖಗಳನ್ನು ಹೊಂದಿದೆ. ಒಂದು ಸದಾಶಯದ್ದು ಮತ್ತು ರಚನಾತ್ಮಕವಾದದ್ದು.

ಇನ್ನೊಂದು ಹಾನಿಕಾರಕ ಮತ್ತು ವಿಪತ್ಕಾರಕ. 'ಶಾಂತಿಗಾಗಿ ಅಣುಶಕ್ತಿ' ಎಂಬ ಘೋಷಣೆಯು ಒಂದೆಡೆ ಇರುವಾಗಲೇ, ಹಿರೋಶಿಮಾ–ನಾಗಸಾಕಿಯ ಘೋರ ಚಿತ್ರಗಳಿನ್ನೂ ಮನಸ್ಸಿನಲ್ಲಿ ಹಸಿರಾಗಿವೆ. ಹಾಗೆಯೇ ಗರ್ಭನಿರೋಧಕಗಳು ಒಂದೆಡೆ ತಾಯಿಯ ಆರೋಗ್ಯ ಮತ್ತು ಸಂತಾನದ ಆಕಸ್ಮಿಕತೆಯನ್ನು ನಿವಾರಿಸಿ, ಒಳಿತನ್ನು ಮಾಡಿದರೆ, ಇನ್ನೊಂದೆಡೆ ಲೈಂಗಿಕ ಸ್ವೇಚ್ಛಾಚಾರವನ್ನು ಅನಗತ್ಯ ಅಥವಾ ಕಿರಿಕಿರಿಯ ಗರ್ಭಧಾರಣೆಯನ್ನು ನಿವಾರಿಸುವುದರ ಮೂಲಕ ವಿವಾಹದ ಮತ್ತು ವಿವಾಹೇತರದ ಸಂಬಂಧಗಳನ್ನು ಹೆಚ್ಚಿಸುತ್ತದೆ.

ಇನ್ನೊಂದು ಬೇಸರದ ವಿದ್ಯಮಾನವೆಂದರೆ ಹೆಣ್ಣು ಇವತ್ತು ಅರೆಬೆತ್ತಲೆ ಮತ್ತು ಬೆತ್ತಲೆ ವಸ್ತುವಾಗಿ ಬೇರೆ ಬೇರೆ ಸ್ತರದಲ್ಲಿ, ಕಲೆಯ ಹೆಸರಿನಲ್ಲಿ 'ಮೆಚ್ಚುವ ವಸ್ತು' ಎಂಬ ಮುಸುಕಿನಲ್ಲಿ ವಾಣಿಜ್ಯ ಮತ್ತಿತರ ಹಲವು ಕ್ಷೇತ್ರಗಳಿಂದ ಶೋಷಣೆಗೊಳಗಾಗು ತ್ತಿದ್ದಾಳೆ. ವ್ಯಾಪಾರವನ್ನು ಹೆಚ್ಚಿಸುವುದಕ್ಕಾಗಿ ಎಂಬಂತೆ ಕಾಣಿಸಿಕೊಳ್ಳುತ್ತ ಅಶ್ಲೀಲ ಜಾಹೀರಾತು ಮತ್ತು ಚಲನಚಿತ್ರ ಉದ್ಯಮಗಳಿಂದ ಲೈಂಗಿಕತೆ ಎಂಬುದು ಆಕರ್ಷಕವಾಗಿ ಕಾಣುವುದು ಎಂಬ ಅರ್ಥದಲ್ಲಿ ಸುಪ್ತವಾಗಿ ಹಲವು ಬಗೆಯ ಆಕಾಂಕ್ಷೆಗಳನ್ನು ಈಡೇರಿಸಿಕೊಳ್ಳುವ ಸುಲಭ ಅಸ್ತ್ರವಾಗಿಯೂ ಬಳಕೆಯಾಗುತ್ತಿದೆ. ಉದ್ಯೋಗವನ್ನು ಗಳಿಸಿಕೊಳ್ಳುವುದು, ರೂಪದರ್ಶಿಯರಾಗುವುದು, ಸಿನಿಮಾತಾರೆ ಯಾಗುವುದು ಮತ್ತು ಎಲ್ಲಕ್ಕಿಂತ ಹೆಚ್ಚಾಗಿ ಒಬ್ಬ ಗಂಡನನ್ನು ಪಡೆಯುವುದು. ಹೀಗೆ ಅವಳ ಸಮ್ಮತಿಯೊಂದಿಗೇ ಸ್ತ್ರೀಗೆ ವಿಪುಲ ಸ್ವಾತಂತ್ರ್ಯ ನೀಡಲಾಗಿದೆ ಎನ್ನುತ್ತ ಗಂಡಸು ಆವಳನ್ನು ಸ್ವ ಇಚ್ಛೆಯ ಗುಲಾಮಳನ್ನಾಗಿಸಿದ್ದಾನೆ; ಅವಳ ಮತ್ತು ಅವಳ ಕೃತಕ ಆಕರ್ಷಣೆಯನ್ನು ಒಂದು ವ್ಯಾಪಾರಿ ಸರಕನ್ನಾಗಿಸಿದ್ದಾನೆ. 'ಹೆಣ್ಣು ಮತ್ತು ಹೆಣ್ಣಿನ ಸೆಳೆತ ವ್ಯಾಪಾರಕ್ಕಿದೆ' ಎಂಬುದೇ ಘೋಷವಾಕ್ಯವೋ ಎಂಬಂತಾಗಿದೆ! ಅವಳದೇ ಒಳಿತಿಗಾಗಿ ಅವಳನ್ನು ಹೀಗೆ ಲೈಂಗಿಕ ಶೋಷಣೆಗೆ ಗುರಿಪಡಿಸಲಾಗುತ್ತಿದೆ ಎನ್ನುವುದನ್ನು ನಂಬುವಂತೆ ಸಮ್ಮೋಹನಕ್ಕೆ ಒಳಗಾಗಿಸಿದ್ದಾನೆ. ಒಂದು ತಲೆಮಾರಿನ ಹಿಂದೆ ಹೆಂಗಸರು ಮರೆಯಲ್ಲಿದ್ದರು, ಅವರ ಸ್ವಾತಂತ್ರ್ಯ ನಿಯಂತ್ರಿಸಲಾಗಿತ್ತು ಮತ್ತು ಗಂಡಸರೊಂದಿಗೆ ಸಾರ್ವಜನಿಕವಾಗಿ ಕಾಣಿಸಿಕೊಳ್ಳುವುದು ತೀರ ಕಡಿಮೆಯಾಗಿತ್ತು. ಆಮೇಲೆ ಅವಳನ್ನು ಜೀತದಾಳು ಎಂಬಂತೆ ಬಿಂಬಿಸಲಾಯಿತು. ಆದರೆ ನಿಜ ಏನು? ಮಹಿಳೆ ಈಗ ಹೆಚ್ಚು ಸ್ವತಂತ್ರಳಾಗಿದ್ದಾಳೆಯೆ? ನಿಜ, ಅವಳ ಸ್ವಾತಂತ್ರ್ಯವನ್ನು ಹಿಂದೆ ಉದ್ದೇಶಪೂರ್ವಕವಾಗಿ ಕಡಿತಗೊಳಿಸಲಾಗಿತ್ತು, ಆದರೆ ಆಗ ಯಾರ‍್ಯಾರೋ ಅವಳ ಶೋಷಣೆ ಮಾಡುವುದಕ್ಕೆ ಅವಕಾಶವಿರಲಿಲ್ಲ. ಈ ನಿಯಂತ್ರಣ ರಕ್ಷಣಾತ್ಮಕವಾಗಿತ್ತು, ಅವಳ ಮತ್ತು ಗಂಡಿನ ಒಳಿತಿಗಾಗಿ ಅದು ಹಾಗಿತ್ತು.

ಎಲ್ಲಾ ಧಾರ್ಮಿಕ ಮತ್ತು ನೈತಿಕ ಉಪದೇಶಗಳೂ ಕಾಮನೆಗಳನ್ನು ಹಿಡಿತ ದಲ್ಲಿಡುವ ಉದ್ದೇಶವನ್ನು ಪೂರ್ತಿಯಾಗಿ ಅವುಗಳನ್ನು ನಿವಾರಿಸಲಾಗದು ಎಂಬ ಕಾರಣಕ್ಕಾಗಿ ಹೊಂದಿವೆ.

''ಕಾಮನೆಗಳು ಮರುಕಳಿಸುತ್ತಿದ್ದರೆ ಸಂತರಲ್ಲದ ಹೆಚ್ಚಿನೆಲ್ಲಾ ಮಾನವರು ನಿಶ್ಚಿತವಾಗಿ ಅದರ ಅಡಿಯಾಳಾಗುತ್ತಾರೆ. ಅದಕ್ಕಾಗಿಯೇ, ಕ್ರಿಸ್ತ ತನ್ನ ಶಿಷ್ಯರಿಗೆ ತಮ್ಮನ್ನು ಕಾಮನೆಗಳು ಮುನ್ನಡೆಸದಿರಲಿ, ಎಂದು ಪ್ರಾರ್ಥಿಸುವಂತೆ ಬೋಧಿಸಿದ. ಇದು ಎಲ್ಲಾ ಸಾಮಾಜಿಕ ಪರಿವರ್ತನೆಯ ಮಾರ್ಗದರ್ಶಿ ಸೂತ್ರವಾಗಬೇಕು.

ಮನುಷ್ಯರ ನಡುವಿನ ಎಲ್ಲಾ ಆರ್ಥಿಕ, ರಾಜಕೀಯ, ಸಾಮಾಜಿಕ ಸಂಬಂಧಗಳು ಸಮಾಜದ ಯಾವುದೇ ವ್ಯಕ್ತಿ ಅಥವಾ ಗುಂಪು ಯಜಮಾನಿಕೆಯ, ಹೆಮ್ಮೆಯ, ಕ್ರೌರ್ಯದ ಮತ್ತು ಅಧಿಕಾರದ ಲಾಲಸೆಗೆ ಕನಿಷ್ಠತಮ ಕಾಮನೆಗೊಳಗಾಗುವಂತೆ ರೂಪಿಸಬೇಕು. ಹೆಣ್ಣು ಮತ್ತು ಗಂಡು ಕೇವಲ ತುಡಿತದ ತೀವ್ರತೆಯನ್ನು ಕಡಿಮೆ ಮಾಡುವುದರ ಮೂಲಕ ಮಾತ್ರವೇ ಮಾನವ ಜನಾಂಗವನ್ನು ಸ್ವಲ್ಪಮಟ್ಟಿಗಾದರೂ ನೀಚತನದಿಂದ ರಕ್ಷಿಸಬಹುದಾಗಿದೆ.'' ಗಂಡು ಹೆಣ್ಣು ಒಬ್ಬರಿಗೊಬ್ಬರು ತೀರ ಜೊತೆಜೊತೆಯಾಗಿರುವ, ಅದರಲ್ಲೂ ಏಕಾಂತದಲ್ಲಿ ಜೊತೆಯಾಗುವ ಸಂದರ್ಭಗಳನ್ನೇ ಹಲವಾರು ನಿಯಮಗಳ ಮೂಲಕ ನಿವಾರಿಸುವ ಮೂಲಕ ಹಿಂದಿನವರು ಅವರದೇ ಜಾಣ ರೀತಿಯಲ್ಲಿ ಕಾಮುಕ ತುಡಿತಗಳನ್ನು ಹದ್ದುಬಸ್ತಿನಲ್ಲಿರಿಸಿದ್ದರು.

ಪಾವಿತ್ರ್ಯದ ಮಹತ್ವ

ನಮ್ಮ ವಿಷಯಕ್ಕೆ ನೇರವಾಗಿ ಬರೋಣ. ಪಾವಿತ್ರ್ಯ. ಸ್ವಾಭಾವಿಕವಾಗಿ ಪಾವಿತ್ರ್ಯಕ್ಕೆ ಒಂದು ಮೌಲ್ಯವಾಗಿ ಗಂಡು ಹೆಣ್ಣುಗಳಿಬ್ಬರಲ್ಲೂ ಬಹಳ ಮಹತ್ವದ ಸ್ಥಾನವಿದೆ. ಗಂಡಸರಲ್ಲಿ ತುಂಬ ಸುಸಂಸ್ಕೃತರೆನಿಸಿಕೊಂಡವರು ಕೂಡಾ ಪಾವಿತ್ರ್ಯವಿಲ್ಲದ ಹೆಣ್ಣನ್ನು ಮದುವೆಯಾಗಲು ಇಚ್ಛಿಸುವುದಿಲ್ಲ. ಸ್ತ್ರೀಯ ಸೌಂದರ್ಯವನ್ನು ಹಾಡಿ ಹೊಗಳುವ ಕವಿವರ್ಯರು ಪಾವಿತ್ರ್ಯ, ಕನ್ಯತ್ವ, ಪರಿಶುದ್ಧತೆಯ ಪ್ರಭಾವಳಿ, ಮುಗ್ಧತೆ, ಸೌಂದರ್ಯ ಮತ್ತು ಅನನ್ಯತೆಯನ್ನು ಕೂಡಾ ಹಾಡಿಹೊಗಳಿದ್ದಾರೆ. 'ಕ್ರಿಸ್ತನು ಕನ್ಯೆ ಮೇರಿಯಲ್ಲಿ ಉದ್ಭವಿಸಿದನು' ಎನ್ನುವಲ್ಲಿಯೂ ಕನ್ಯತ್ವದ ಮಹತ್ವವನ್ನೇ ಎತ್ತಿ ಹೇಳಲಾಗಿದೆ ಅನಿಸುತ್ತದೆ.

ವೈದ್ಯಕೀಯ ವಿಜ್ಞಾನಿಗಳು ಕೂಡಾ ಪಾವಿತ್ರ್ಯದ ಸ್ಥಾನಮಾನವನ್ನು ಗುರುತಿಸಿದ್ದಾರೆ. ಡಾ.ಇಸಾಬೆಲ್ ಎಮಿಸಿಲಿ ಹಟನ್, ಎಂ.ಡಿ. ಹೇಳುತ್ತಾರೆ ''ತಾಯಿಯಾಗುವ ಅಪಾಯ ಒಂದಕ್ಕಾಗಿಯೇ ಆಧುನಿಕ ಹೆಣ್ಣು ಪರಿಶುದ್ಧಳಾಗಿ ಉಳಿಯ ಬಯಸುತ್ತಾಳೆನ್ನುವುದಾದರೆ ಇಂದಿನ ಮೌಲ್ಯಗಳ ಮಟ್ಟ ತೀರಾ ಕುಸಿದಿದೆ ಎಂದೇ ಹೇಳಬೇಕಾಗುತ್ತದೆ.[1] ಬಹುತೇಕ ಯುವತಿಯರು ಮದುವೆಯಾಗುವವರೆಗೂ

---

1. ಒಬ್ಬ ವಿಜ್ಞಾನಿ ಈ ವಿಚಾರದ ಪರಿಶುದ್ಧತೆಯ ಬಗ್ಗೆ ಮಾತನಾಡುವುದು! ಇದು ನಿಶ್ಚಯವಾಗಿಯೂ ಅಂತರಂಗದ ಒತ್ತಡದಿಂದಲೇ, ಯಾಕೆಂದರೆ, **Chastity** ಶಬ್ದವೇ ಲ್ಯಾಟಿನ್ **Castus** ಎಂಬ ಶಬ್ದದಿಂದ ಬಂದಿರುವುದು, ಅದರ ಅರ್ಥ **pure!**

ಕನ್ಯೆಯಾಗಿಯೇ ಉಳಿಯುತ್ತಿರುವುದರ ಕಾರಣ ಅದರ ಉನ್ನತ ಆದರ್ಶಗಳು ಮತ್ತು ಗುರಿಗಳು. ಅಥವಾ ಕುಟುಂಬದ ಮತ್ತು ಸಮಾಜದ ಮಾತಿಗೆ.''

ಸಾಮಾನ್ಯವಾಗಿ ನಾವು ಒಪ್ಪಿಕೊಂಡಿರುವ ನೈತಿಕ ಕಟ್ಟುಪಾಡುಗಳಿಗೆ ವಿರುದ್ಧವಾದ ಏನನ್ನೇ ಮಾಡಿದರೂ ಅದು ಒಂದು ಬಗೆಯ ಪಾಪಪ್ರಜ್ಞೆಗೆ ಕಾರಣವಾಗುತ್ತದೆ ಮತ್ತು ಅದರಿಂದಾಗಿ ಮಾನಸಿಕ ಸಮಸ್ಯೆಗಳು ಹುಟ್ಟಿಕೊಳ್ಳುತ್ತವೆ. ಹಾಗಾಗಿ ಫ್ರೆಡರಿಕ್ ನೀಶೆ ಹೇಳುತ್ತಾನೆ, ''ನಾವು ಬದುಕುತ್ತಿರುವ ಸಮಾಜದ ಒಪ್ಪಿಗೆಯ ಮುದ್ರೆಯಿಲ್ಲದ ಯಾವ ಕ್ರಿಯೆಯೂ ಸಂತೋಷ ನೀಡಲಾರದು.''

ಸ್ವನಿಯಂತ್ರಣ ಮತ್ತು ಸ್ವಯಂ ಶಿಸ್ತಿನ ನೆಲೆಯಲ್ಲಿ ಪಾವಿತ್ರ್ಯದ ಮಹತ್ವ ಇದೆ. ಅನೇಕ ಮೌಲ್ಯಗಳಂತೆಯೇ ಇದೂ ಆಂತರಿಕ ಶಿಸ್ತಿನ ಬಾಹ್ಯ ಅಭಿವ್ಯಕ್ತಿಯಾಗಿದೆ. ಡಾ. ಗ್ಲಾಡಿಸ್ ಎಂ. ಕಾಕ್ಸ್ ಸುಂದರವಾಗಿ ಹೀಗೆ ಇದನ್ನು ಸಂಗ್ರಹಿಸಿ ಹೇಳುತ್ತಾರೆ-

''ತಿಳಿದೊ ತಿಳಿಯದೆಯೊ ಕಾಮನೆಗಳಿಗೆ ಬಲಿಯಾಗಿ ಶಿಸ್ತು ಪಾಲಿಸದ ಹುಡುಗಿಗಿಂತ, ಸಾಕಷ್ಟು ಶಿಸ್ತಿನ ದೈನಂದಿನ ಜೀವನದ ಸ್ವಯಂನಿಯಂತ್ರಣವು ಅಭ್ಯಾಸವಾಗಿರುವ ಒಬ್ಬ ಹುಡುಗಿಯೇ ಲೈಂಗಿಕ ಜೀವನವನ್ನು ಹೆಚ್ಚು ವ್ಯವಸ್ಥಿತವಾಗಿ ನಿಯಂತ್ರಿಸಬಲ್ಲಳು.''

ಹೆವೆಲಾಕ್ ಎಲ್ಲೀಸ್ ಕೂಡಾ ಪಾವಿತ್ರ್ಯದ ತುಡಿತವನ್ನು ಸೊಗಸಾಗಿ ವಿವರಿಸಿದ್ದಾರೆ.

''ಲೈಂಗಿಕತೆಯ ವ್ಯಾಪ್ತಿಯೊಳಗೆ ಪಾವಿತ್ರ್ಯವನ್ನು ಸ್ವ-ನಿಯಂತ್ರಣವೆಂದು ಹೇಳುವುದೇ ಸೂಕ್ತ...ನಾನೊಮ್ಮೆ ಸುಮಾರು ಹದಿನಾಲ್ಕರ ಹರೆಯದ ಹುಡುಗಿ ಯೊಬ್ಬಳು ತನ್ನ ಜೊತೆಗಾತಿಯ ಜೊತೆ ಅತಿಯಾಸೆಯ ಬಗ್ಗೆ ವಾದಿಸುವುದನ್ನು ಕೇಳಿಸಿಕೊಂಡೆ. ''ನೀನು ಯಾವತ್ತೂ ಹಿಡಿತ ಕಲಿಯಲಿಲ್ಲ''

''ಅದೇನೂ ಅಗತ್ಯವಿಲ್ಲ ಬಿಡು'' ಇನ್ನೊಬ್ಬಳ ಮಾತು. ''ಅಗತ್ಯವಿಲ್ಲ? ಬಹಳ ಚೆನ್ನಾಯ್ತು ಬಿಡು.'' ಇವಳ ಉತ್ತರ. ಈ ಹುಡುಗಿಗೆ ಮುಂದೆ ಪಾವಿತ್ರ್ಯದ ಬಗ್ಗೆ ತಿಳಿದುಕೊಳ್ಳುವುದು ಏನೇನೂ ಕಷ್ಟವಾಗಲಿಕ್ಕಿಲ್ಲ. ಅದು ತುಡಿತ-ಮಿಡಿತಗಳ ಹೊಯ್ದಾಟ, ತವಕ ತಲ್ಲಣ. ಗ್ರೀಕ್‌ನ ಸೊಫ್ರೊಂಸೀನ್- ''ಲೈಂಗಿಕ ವಿಷಯದಲ್ಲಿ, ಪಾವಿತ್ರ್ಯ ಎಂಬುದು ಎಲ್ಲಾ ಧರ್ಮ-ವರ್ಗಗಳಿಂದ ಸ್ವತಂತ್ರವಾದದ್ದು, ಪೂರ್ತಿ ಯಾಗಿ ಮಾನವೀಯ ನೆಲೆಯಲ್ಲಿ ಪಾವಿತ್ರ್ಯವು ಇಂದಿಗೂ ಒಂದು ಮೌಲ್ಯವಾಗಿದೆ.''

ಪಾವಿತ್ರ್ಯವು ಸ್ವಾಭಾವಿಕವಾಗಿದ್ದಲ್ಲಿ ಮಾತ್ರವೇ ಅದೊಂದು ಮೌಲ್ಯ. ಅದನ್ನು ಬಲಾತ್ಕಾರವಾಗಿ ಹೊರಿಸಿದಾಗ, ಮುಖ್ಯವಾಗಿ ಪುರುಷ, ಅದು ಮೌಲ್ಯವಾಗಿ ಉಳಿಯುವುದಿಲ್ಲ. ಹ್ಯಾವ್‌ಲಾಕ್ ಎಲ್ಲೀಸ್ ಮಾತುಗಳಲ್ಲೆ ''ಯಾವಾಗ ಪಾವಿತ್ರ್ಯ ವೆನ್ನುವುದನ್ನು ಒಂದು ಕಟ್ಟುನಿಟ್ಟಿನ ನಿಯಮಾವಳಿ ಎಂಬಂತೆ ರೂಢಿಗೊಳಿಸಲಾಗು ವುದೋ ಆಗ ಅದು ಸ್ವಾಭಾವಿಕವಾಗಿಯೋ, ಮೌಲ್ಯವಾಗಿಯೋ ಸದಾಶಯ ದ್ದಾಗಿಯೋ ಉಳಿಯುವುದಿಲ್ಲ, ಅದರ ಮೂಲಗುಣವೇ ಮಾಯವಾಗಿ ಬಿಡುತ್ತದೆ.''

ತೀರ ಕಟ್ಟುನಿಟ್ಟಿನ ನಿಯಂತ್ರಣವನ್ನು ಕುರಿತು ಹೇಳುತ್ತ, ಸಮಾಜ ಅಥವಾ ಧರ್ಮ ಇಂಥದ್ದನ್ನು ಹೇರಿದಾಗ, ಆಗುವಂತೆ, ಮತ್ತೊಂದೆಡೆ ಅನಿಯಂತ್ರಿತ ಲೈಂಗಿಕ ಸ್ವೇಚ್ಛೆಯನ್ನು ಕುರಿತು ''ಈ ಅತಿರೇಕಗಳು ದುರಾದೃಷ್ಟವಶಾತ್ ಮೌಲ್ಯವೊಂದರ ಅತಿಶಯ ತಿರುಚುವಿಕೆಯಾಗಿದೆ ಮತ್ತದರ ಬಗ್ಗೆ ಮಂಥನದ ಅಗತ್ಯವಿದೆ. ಅದು ಕೇವಲ ಮಾನವ ಜನಾಂಗದ ಸಭ್ಯತೆಯನ್ನು ಕಾದುಕೊಳ್ಳಲಿಕ್ಕಾಗಿ ಇರುವ ಬೇಡಿಕೆಯಲ್ಲ.'' ಎನ್ನುತ್ತಾರೆ. ಇದನ್ನು ಮೀರಿ, ಯಾವುದೇ ಔದಾರ್ಯಪೂರ್ಣ ಪ್ರೇಮದ ಕಲೆಯಲ್ಲಿಯೂ ಅದು ಅಗತ್ಯ. ''ಲೈಂಗಿಕವಾದ ಇತರೆ ಸಂಗತಿಯ ಸ್ಪರ್ಶದ ಲಾಲಿತ್ಯದಲ್ಲೂ ಕೂಡಾ ಜೀವನ ಪರ್ಯಂತ ನೆನೆಯಬಲ್ಲ ಆಪ್ತಭಾವ ವೊಂದು ಆ ಕೈಗಳಲ್ಲಿರಬೇಕು'' ಎಂಬಂತೆ.

ಗ್ಲಾಡಿಸ್ ಎಂ ಕಾಕ್ಸ್‌ನ ಮಾತುಗಳಲ್ಲಿ ''ಸ್ವಯಂಶಿಸ್ತು ಇಲ್ಲದ ಒಂದು ರೀತಿನೀತಿ ಯನ್ನು ಮಾನಸಿಕ ಕಾರಣಗಳಿಗಾಗಿ ಸಹಿಸಿಕೊಳ್ಳುವ ಪ್ರವೃತ್ತಿಯೊಂದು ಈಚೆಗೆ ಬಂದಿದೆ. ಆಧುನಿಕ ಮನಶ್ಶಾಸ್ತ್ರವನ್ನು ತಪ್ಪಾಗಿ ಅರ್ಥೈಸಲಾಗಿದೆ. ಕೆಲವೊಮ್ಮೆ ಉದ್ದೇಶ ಪೂರ್ವಕ ಅಪ್ರಾಮಾಣಿಕತೆಯಿಂದಲೂ ಅನೈಚ್ಛಿಕವಾದ ವರ್ತನೆಗಳಿಗೆಲ್ಲ ಸಿಕ್ಕ ಸಿಕ್ಕ ಸಮರ್ಥನೆಯನ್ನು ಒದಗಿಸುತ್ತ, ನೈಸರ್ಗಿಕವಾದ ತುಡಿತಗಳನ್ನು ನಿಯಂತ್ರಿಸುವುದು ಹಾನಿಕಾರಕ ಎನ್ನಲಾಗುತ್ತಿದೆ. ತೀರ ಪ್ರಬಲವಾದ ಲೈಂಗಿಕ ಕಾಮನೆಗಳ ಮಟ್ಟಿಗೆ ನಿರ್ದಿಷ್ಟವಾಗಿ ಇದು ಹೀಗೆ. ಸಲಹೆ ಏನೆಂದರೆ, ನಿಯಂತ್ರಣ ಪ್ರಕ್ರಿಯೆಯೇ ಹಾನಿಕಾರಕ ಎಂಬುದು. ಈ ವಾದವು ಹುರುಳಿಲ್ಲದ್ದು ಎಂಬುದು ಸ್ವಲ್ಪ ಯೋಚಿ ಸಿದರೆ ತಿಳಿಯುತ್ತದೆ. ನಾವೆಲ್ಲರೂ ಪ್ರತಿನಿತ್ಯ ಹಲವು ಬಗೆಯ ತುರ್ತು ತುಡಿತಗಳನ್ನು ಅನುಭವಿಸುತ್ತಲೇ ಇರುತ್ತೇವೆ. ಕೆಲವು ಒಂದಕ್ಕೊಂದು ಸಂಘರ್ಷಕ್ಕಿಳಿದರೆ ಇನ್ನು ಕೆಲವು ನಮ್ಮ ಜೊತೆಯವರೊಂದಿಗೆ ತೀಕ್ಷ್ಣವಾದ ಭಿನ್ನಾಭಿಪ್ರಾಯಕ್ಕೆ ಕಾರಣವಾಗುವಂಥವು. ನಮಗೆಷ್ಟೇ ಬಯಕೆಯಿದ್ದರೂ ಅಂಥ ಎಲ್ಲ ಸಂಗತಿಗಳಲ್ಲಿ ನಾವು ವ್ಯಸ್ತರಾಗುವುದು ಸಾಧ್ಯವಿಲ್ಲ. ನಮ್ಮ ಮನಸ್ಸಿನಲ್ಲೇ ನಾವಿದನ್ನು ಸಂಭಾಳಿಸಿ ಕೊಳ್ಳುವುದಂತೂ ಬಹಳ ಮುಖ್ಯವಾದದ್ದು. ಮದುವೆಗೂ ಮುನ್ನದ ಲೈಂಗಿಕ ಪಿಪಾಸೆಯನ್ನು ಸಮರ್ಥಿಸಿಕೊಳ್ಳಬೇಕೆ ಬೇಡವೆ ಎಂಬುದನ್ನು ತೀರ್ಮಾನಿಸಿ ಕೊಂಡಲ್ಲಿ ಮುಂದಿನ ಸಂಘರ್ಷಗಳನ್ನೆದುರಿಸಲು ಸಹಾಯವಾಗುತ್ತದೆ.

ಹಿಂದಿನ ಹಲವಾರು ತಲೆಮಾರುಗಳ ಅನುಭವ ಮತ್ತು ಬುದ್ಧಿವಂತಿಕೆಯಿಂದ ಸಂಪ್ರದಾಯಗಳು ರೂಪುಗೊಂಡಿರುವಂಥವು. ತೆರಬೇಕಾದ ಬೆಲೆಯನ್ನು ತೆತ್ತು ಕಲಿತ ಪಾಠಗಳಿಂದ ಮತ್ತು ತಪ್ಪಿಗೆ ಶಿಕ್ಷೆಯನ್ನು ಅನುಭವಿಸಿ ಇಂಥ ನಿಯಮಗಳನ್ನು ಮನುಷ್ಯ ಮಾಡಿಕೊಂಡಿದ್ದಾನೆ. ಡಾ. ಗ್ಲಾಡಿಸ್ ಕಾಕ್ಸ್‌ನಂಥ ವೈದ್ಯಕೀಯ ವೃತ್ತಿಯವ ರಿಂದ ಇಂಥಾ ಮಾತುಗಳನ್ನು ಕೇಳುವುದು ನಿಜಕ್ಕೂ ಆನಂದಾಶ್ಚರ್ಯವನ್ನುಂಟು ಮಾಡುತ್ತದೆ.

''ಅಸಹಜ ಲೈಂಗಿಕ ಸಂಬಂಧದಲ್ಲಿ, ಅಸಭ್ಯವೂ ಅಸಹ್ಯವೂ ಆದ 'ಹಾದಿಗೆಟ್ಟ' ಛಾಯೆ ಇದೆ. ಅಪವಾದಗಳಿಲ್ಲದಂತೆ, ಪ್ರತಿ ಹೆಣ್ಣೂ ಇಂಥ ಅನೈತಿಕ ಸಂಬಂಧದ ಬಗ್ಗೆ ವಿಷಾದಿಸುವ ದಿನ ಬಂದೇ ಬರುತ್ತದೆ.''

ನಿಷ್ಠೆ ಮತ್ತು ಬದ್ಧತೆಯಿಲ್ಲದ ಸಂಬಂಧ

ಏಕವ್ಯಕ್ತಿಗೆ ನಿಷ್ಠೆಯಿಂದಿರುವುದು ಮತ್ತು ಪಾವಿತ್ರ್ಯಕ್ಕೆ ವಿಚ್ಛೇದನ ಎಂಬುದು ತೀರ ನೇರವಾಗಿ ಸಂಬಂಧಿಸಿದೆ ಎನ್ನುವುದನ್ನು ಅಲ್ಲಗಳೆಯುವಂತಿಲ್ಲ. [1]ಪಾವಿತ್ರ್ಯವನ್ನು ಒಂದು ಮೌಲ್ಯವನ್ನಾಗಿ ಸ್ವಯಂ ಪ್ರೇರಣೆಯಿಂದ ಸ್ವೀಕರಿಸಿದ್ದೇ ಆದಲ್ಲಿ ಖಂಡಿತ ವಾಗಿಯೂ ವಿಚ್ಛೇದನ ಪ್ರಕರಣಗಳಲ್ಲಿ ತೀವ್ರ ಇಳಿಕೆಯಾಗುವುದು ನಿಶ್ಚಿತ. ನಿಷ್ಠೆ ಮತ್ತು ಮೌಲ್ಯಗಳಿಗೆ ಬೆಲೆಕೊಡುವ ಪತ್ನಿಯು ಪತಿಯ ಹೊರತಾಗಿ ಇನ್ನಾವ ಪುರುಷನನ್ನಾಗಲೀ ಅಂಥ ಯೋಚನೆಯನ್ನಾಗಲೀ ಬಿಟ್ಟುಕೊಳ್ಳುವುದಿಲ್ಲ. ಒಮ್ಮೆ ಒಬ್ಬಾಕೆ ತನ್ನ ಕಾನೂನುಬದ್ಧ ಸಂಗಾತಿಗೆ ನಿಷ್ಠಳಾಗಿರುವುದಕ್ಕೆ ನಿಶ್ಚಯಿಸಿದ್ದೇ ಆದಲ್ಲಿ, ಅವಳ ಇಡೀ ಮಾನಸಿಕ ನಿಲುವೇ ಅದಕ್ಕೆ ಭದ್ರವಾಗಿ ಅಂಟಿಕೊಂಡು ಸದಾ ಕಾಲಕ್ಕೆ ಆ ಆದರ್ಶಕ್ಕೆ ಬದ್ಧವಾಗಿ ಉಳಿಯುವುದೆಂದು ಎಲ್ಲರೂ ಬಲ್ಲರು.

ಕೇವಲ ಮನೋಧಾರ್ಢ್ಯದ ಕೊರತೆಯಿಂದಷ್ಟೇ ನಾವು ಸ್ವೇಚ್ಛೆಯನ್ನು ಸ್ವಾಗತಿಸುತ್ತೇವೆ. ಅದೇ ಕ್ರಮಕ್ರಮೇಣವಾಗಿ ನಮ್ಮನ್ನು ನಿಷ್ಠರಾಗಿರುವುದರಿಂದ ದೂರ ಸರಿಸುತ್ತದೆ; ವಿಚ್ಛೇದನದತ್ತ ತಳ್ಳುತ್ತದೆ. ಅದೇ ಸಂಚಾರೀ ಭಾವವೊಂದರ ಭೂತಾಕರವೇ ಹೆಣ್ಣು ಚಂಚಲೆಯಾಗಲು ಮತ್ತು ಗಂಡು ಅದರ ಲಾಭ ಪಡೆಯಲು ಕಾರಣವಾಗುತ್ತದೆ.

ಲೈಂಗಿಕ ಸ್ವಾತಂತ್ರ್ಯವೆಂಬುದು ಲೈಂಗಿಕ ಸ್ವೇಚ್ಛೆ ಎಂಬುದಾಗಿ ಅರ್ಥೈಸಲಾಗಿ, ಹೆಣ್ಣನ್ನು ಸಭ್ಯ ಮಾನವ ಜೀವಿಯೆಂಬಲ್ಲಿಂದ, ಸುಖಭೋಗದ ಒಂದು ವಸ್ತುವನ್ನಾಗಿ ಕುಗ್ಗಿಸಿದೆ. ವಿವಾಹೇತರ ಲೈಂಗಿಕ ಸಂಬಂಧಗಳು ಯಾವತ್ತೂ ಪರಸ್ಪರ ಗೌರವದಿಂದ ಹುಟ್ಟಿರುವುದಿಲ್ಲ. ಸಿಮೋನ್ ದ ಬುವರಾ ತನ್ನ 'ದಿ ಸೆಕೆಂಡ್ ಸೆಕ್ಸ್' ಕೃತಿಯಲ್ಲಿ ಆಳವಾಗಿ ವಿಶ್ಲೇಷಿಸಿರುವಂತೆ, ಗಂಡಿಗೆ ಅದೊಂದು ಬಗೆಯ ಸವಾಲು ಅಥವಾ ವಿಜಯೋತ್ಸಾಹ ಮತ್ತು ಹೆಣ್ಣಿಗೆ ಅದು ತನ್ನ ಆಕರ್ಷಣೆಯ ಸಮರ್ಥನೆಯಾಗಿದೆ. ಹೆಣ್ಣಿಗೆ ತನ್ನ ಮನೆಯಲ್ಲಿ ಒಬ್ಬ ತಾಯಿ, ತಂಗಿ, ಮಗಳಾಗಿ ಒಂದು ಗೌರವಾನ್ವಿತ ಸ್ಥಾನವಿದೆಯೆಂಬುದನ್ನು ಮರೆಯಬಾರದು. ಆಕೆ ತನ್ನ ಈ ಸಂಬಂಧಗಳ ಸ್ಥಾನಮಾನದ ಗೌರವಾರ್ಹತೆಯನ್ನು ಉಳಿಸಿಕೊಳ್ಳಬೇಕೆಂದಿದ್ದರೆ ಅವಳು ತನ್ನ ಸಭ್ಯತೆ

---

1. ಅನುಭವದಿಂದ ಕಂಡುಕೊಂಡಿದ್ದೇನೆ, ಪಾವಿತ್ರ್ಯ ಮತ್ತು ಏಕವ್ಯಕ್ತಿ ನಿಷ್ಠೆ ಅವಳಿಗಳಿದ್ದಂತೆ. ಅವು ಗಂಡು ಹೆಣ್ಣು ಇಬ್ಬರ ಸಭ್ಯತೆಯನ್ನು ನಿರ್ಧರಿಸುತ್ತವೆ.

- ಅರ್ನೆಸ್ಟ್ ಗಾರ್ಡನ್

ಮತ್ತು ಪಾವಿತ್ರ್ಯವನ್ನು ಉಳಿಸಿಕೊಳ್ಳಬೇಕಾಗುತ್ತದೆ. ಪ್ರಶ್ನಾರ್ಹವಾದ ವ್ಯಕ್ತಿತ್ವದಿಂದ ಸ್ವಾಭಿಮಾನ ಮತ್ತು ಗೌರವವನ್ನು ನಿರೀಕ್ಷಿಸುವುದು ಸಾಧ್ಯವಾಗದು. ಅಪರೂಪಕ್ಕೆಂಬಂತೆ ನಾವು ಒಬ್ಬ ತಂದೆ, ಮಗ ಅಥವಾ ಸಹೋದರ, ಏಕೆ ಒಬ್ಬ ತಾಯಿ, ಮಗಳು ಅಥವಾ ತಂಗಿ ಕೂಡಾ ಹೆಣ್ಣಿನ ತಪ್ಪನ್ನು ಮನ್ನಿಸಿ ಮರಳಿ ಸ್ವೀಕರಿಸಿದ ವಿದ್ಯಮಾನವನ್ನು ಕಾಣುವುದುಂಟು.

ಪ್ರೇಮವಿವಾಹ ಅಥವಾ ರಮ್ಯ ಪ್ರೇಮದ ವಿಚಾರದಲ್ಲೂ ಪಾವಿತ್ರ್ಯ ವೆಂಬುದು ಕಾಕತಾಳೀಯವಾಗಿ ಇರುವುದೆ? ಈಗಾಗಲೇ ಹೇಳಿರುವಂತೆ, ಅದು ಏಕವ್ಯಕ್ತಿಗೆ ನಿಷ್ಠೆಯಿಂದಿರುವುದರಲ್ಲಿದೆ ಮತ್ತು ವಿವಾಹಪೂರ್ವ ಲೈಂಗಿಕತೆಯನ್ನು ಗಮನಿಸಿ ಹೇಳಲಾಗಿದೆ. ಪಾಶ್ಚಿಮಾತ್ಯ ರಾಷ್ಟ್ರಗಳಲ್ಲಿ ವಿಶೇಷವಾಗಿ ಅಮೆರಿಕಾದಲ್ಲಿ ಅನುಸರಿಸುವಂತೆ, ಜೊತೆಗಾರನನ್ನು ಆರಿಸಿಕೊಳ್ಳುವ ಪ್ರಕ್ರಿಯೆ ಡೇಟಿಂಗ್‌ನೊಂದಿಗೆ ತೊಡಗಿದಲ್ಲಿ, ಹಲವು ಭೇಟಿಯ ನಂತರ ಆಯ್ಕೆ ನಡೆಯುವಲ್ಲಿ ಮುಗ್ಧವಾದ ಯಾವುದೂ ಉಳಿದಿರುವುದಿಲ್ಲ, ಯಾವುದೇ ವಿವಾಹೇತರ ಸಂಬಂಧದಲ್ಲಿ ಗಂಡು - ಹೆಣ್ಣುಗಳ ಪರಸ್ಪರ ಸಂಬಂಧವಷ್ಟೇ ಮನಸ್ಸಿನಲ್ಲಿ ಮುಖ್ಯವಾಗಿರುತ್ತದೆ. ಅದೇ ಮದುವೆಯ ಬಂಧದಲ್ಲಿ ಮಕ್ಕಳ ವಿಚಾರ, ಮಕ್ಕಳ ಏಳ್ಗೆಯ ವಿಚಾರವೇ ಮಹತ್ವದ ವಿಚಾರವಾಗಿರುತ್ತದೆ. ಬ್ರಟ್ರಂಡ್ ರಸ್ಸೆಲ್ ತನ್ನ 'ಮ್ಯಾರೇಜ್ ಆ್ಯಂಡ್ ಮಾರಲ್ಸ್' ಕೃತಿಯಲ್ಲಿ ಹೇಳುತ್ತಾನೆ :

''ಮದುವೆಗೆ ರಮ್ಯವಾದ ಪ್ರೇಮಭಾವವೇ ಬಹುಮುಖ್ಯವಾದದ್ದು ಎಂಬ ನಿಲುವೇ ಅತಾರ್ಕಿಕವಾದದ್ದು. ವಿರುದ್ಧಾರ್ಥದಲ್ಲಿಯೇ ಆಗಿದ್ದರೂ ಸಂತ ಪೌಲ್ಸ್ ಹೇಳುವಂತೆ, ಆ ನಿಲುವು ಮದುವೆಯಲ್ಲಿ ಮುಖ್ಯವಾದದ್ದು ಮಕ್ಕಳ ವಿಚಾರ ಎಂಬುದನ್ನು ಮರೆಗೆ ಸರಿಸುತ್ತದೆ. ಮಕ್ಕಳಿಗಾಗಿ ಅಲ್ಲವಾದರೆ ಲೈಂಗಿಕತೆಗಾಗಿ ಯಾವುದೇ ಒಂದು ವ್ಯವಸ್ಥೆಯ ಅಗತ್ಯವಾದರೂ ಏನಿದೆ? ಅದೇ ಮಕ್ಕಳ ವಿಚಾರ ಬಂದದ್ದೇ ಗಂಡ ಮತ್ತು ಹೆಂಡತಿ, ಅವರಿಗೇನಾದರೂ ಜವಾಬ್ದಾರಿ ಪ್ರಜ್ಞೆ ಎಂಬುದು ಇದ್ದರೆ, ಅಥವಾ ತಮ್ಮ ಕರುಳಕುಡಿಯ ಮೇಲಿನ ಮಮತೆಯಿದ್ದರೆ, ತಮ್ಮಿಬ್ಬರ ನಡುವಿನ ಭಾವ ತೀವ್ರತೆ ಅದೇನಿದ್ದರೂ ಅದಷ್ಟೊಂದೇನೂ ಮಹತ್ವದ್ದಲ್ಲ ಎಂಬುದನ್ನು ತಾವಾಗಿಯೇ ತಿಳಿದುಕೊಳ್ಳುತ್ತಾರೆ.'' ರಸೆಲ್, ಮದುವೆ, ಲೈಂಗಿಕತೆ ಮತ್ತು ಪಾವಿತ್ರ್ಯದ ಕುರಿತ ತನ್ನ ಅಸಾಂಪ್ರದಾಯಿಕ ವಿಚಾರಗಳಿಗಾಗಿ ಶಿಕ್ಷೆಗೊಳಗಾದ ಮಹಾನುಭಾವರಲ್ಲಿ ಮೊದಲಿಗನೆಂಬುದನ್ನು ಮರೆಯದಿರೋಣ.

ಸ್ವಯಂ ನಿರಾಕರಣ ಎಂಬ ಆದರ್ಶವು ನಾಗರಿಕತೆಯಷ್ಟೇ ಹಳೆಯದು. ಧಾರ್ಮಿಕ ಮತ್ತು ನೈತಿಕ ಮೌಲ್ಯಗಳನ್ನು ಧಿಕ್ಕರಿಸಿ ಲೈಂಗಿಕತೆಯಲ್ಲಿ ವ್ಯಸ್ತರಾಗುವುದನ್ನು ಏನಿಲ್ಲವೆಂದರೂ ಸ್ವಾರ್ಥಪರವಾದದ್ದು ಎಂದೇ ಎಲ್ಲಾ ನಾಗರಿಕತೆಯೂ, ತೀರಾ ಅಮುಖ್ಯವೆನಿಸುವವುಗಳು ಕೂಡಾ ಕಾಣುತ್ತವೆ. ಯಾಕೆಂದರೆ, ಅವೆಲ್ಲವೂ

ತ್ಯಾಗದ ಸುತ್ತ ಬೆಳೆದಂಥವು. ಯಾರೂ ಕೇವಲ ಸಂತಾನವೃದ್ಧಿಗಷ್ಟೇ ಲೈಂಗಿಕತೆಯಲ್ಲಿ ತೊಡಗಬೇಕೆಂಬ ಅತಿರೇಕವನ್ನು ಬೋಧಿಸುವುದಕ್ಕೆ ಹೋಗುವುದಿಲ್ಲ. ಲೈಂಗಿಕತೆಯನ್ನು ವೈವಾಹಿಕ ಸಂಬಂಧದ ಚೌಕಟ್ಟಿನೊಳಗೇ ಉಳಿಸಿಕೊಳ್ಳಬೇಕೆಂದು ಹೇಳುವಲ್ಲಿ ದೇಹ ಮತ್ತು ಮನಸ್ಸಿನ ಆರೋಗ್ಯಕ್ಕೂ ಅದು ಒಳ್ಳೆಯದು ಎಂದು ಹೇಳುವುದು ಸಹಜವೇ ಆಗಿದೆ. ಅಲ್ಲಿಯೂ ಒಂದು ಇತಿಮಿತಿಯ ಶಿಸ್ತು ಅಪೇಕ್ಷಣೀಯ. ಬರಹಗಾರನೊಬ್ಬ ಆಪ್ತವಾಗಿ ಹೇಳಿರುವಂತೆ ''ವಿವಾಹೇತರ ಸಂಬಂಧಗಳಲ್ಲಿ ವಿವಾಹಿತ ಸಂಬಂಧದಿಂದ ಸಿಗಲಾರದ್ದೇನೂ ಇಲ್ಲ.'' ಮದುವೆಯ ಸಂಬಂಧದಲ್ಲಿ ಹಿಂಜರಿಕೆಯ ಆತಂಕ, ಗೌಪ್ಯತೆ ಬಯಲಾಗುವ ಭಯ, ಆತುರ, ಸಮರ್ಪಕ ಬಾಂಧವ್ಯ ಮತ್ತಿತರ ಹೊಂದಾಣಿಕೆಯ ಸಮಸ್ಯೆಗಳಾವುವೂ ಇರುವುದಿಲ್ಲ. ಮದುವೆಯು ಒಂದು ಸುಭದ್ರ ಕೋಟೆಯಂತೆ ಅದರ ಗೋಡೆಗಳೊಳಗೆ ದೈಹಿಕ ಆರೋಗ್ಯವೊಂದೇ ಏಕೆ, ಮಾನಸಿಕ ಆರೋಗ್ಯ ಮತ್ತು ಸ್ವಸ್ಥ ಮನಸ್ಸು ಸುರಕ್ಷಿತವಾಗಿರುತ್ತದೆ. ಮನುಷ್ಯನನ್ನು ಉನ್ನತವಾದ ಕೆಲಸ ಕಾರ್ಯಗಳಿಗದು ಸದಾ ಸಜ್ಜಾಗಿರಿಸಬಲ್ಲುದು. ಹೀಗೆ ಧಾರ್ಮಿಕ ಮತ್ತು ಪಾರಮಾರ್ಥಿಕ ಬಂಧನವಾಗಿ ಮದುವೆಯ ಪವಿತ್ರ ಸಂಬಂಧವು ಹೆಣ್ಣಿನ ತಾಯ್ತನದ ಬಯಕೆಯನ್ನೂ ತುಂಬುವ ಮಕ್ಕಳ ಆಗಮನದಲ್ಲಿ ಸಂಪನ್ನವಾಗುವುದು.

ಪಾವಿತ್ರ್ಯವನ್ನು ಧಾರ್ಮಿಕ ನೆಲೆಯಲ್ಲಿ ಮೌಲ್ಯವನ್ನಾಗಿ ಪರಿಗಣಿಸಿರುವುದೇನೂ ಆಕಸ್ಮಿಕವಲ್ಲ. ಧರ್ಮವು ಮನುಷ್ಯನನ್ನು ಆತ್ಮೋನ್ನತಿಯ ಮೇಲ್‌ಸ್ತರಕ್ಕೆ ಒಯ್ಯಲು ಸದಾ ಪ್ರಯತ್ನಿಸುತ್ತಿರುತ್ತದೆ, ಅಂಧಕಾರ ಮತ್ತು ಅಜ್ಞಾನದ ಪಾತಾಳಕ್ಕೆ ಒಯ್ಯುವ ವಿವಿಧ ದೈಹಿಕ ಹಸಿವುಗಳಿಂದ ಪಾರಾಗಿಸಲು ಬಯಸುತ್ತದೆ. ಈ ಅಧ್ಯಾಯದ ಸುರುವಿನಲ್ಲೇ ನಾವು ದೇಹವನ್ನು ಗಮನಿಸಿಕೊಳ್ಳುವ ಬಗ್ಗೆ ಚರ್ಚಿಸಿದೆವು. ಆದರೆ ದೇಹದ ಚಟುವಟಿಕೆಗಳು, ಸಹಜ ಮತ್ತು ಕಲ್ಪಿತ ಅಗತ್ಯಗಳು ಮುಂತಾದವುಗಳ ಬಗ್ಗೆ ಅಗತ್ಯಕ್ಕಿಂತ ಹೆಚ್ಚು ಗಮನ ನೀಡುವುದು ಅನಪೇಕ್ಷಿತ ಪರಿಣಾಮಗಳಿಗೆ ಕಾರಣವಾಗುತ್ತದೆಂಬುದನ್ನು ಮುಂದಿನ ಒಂದು ಅಧ್ಯಾಯದಲ್ಲಿ ಚರ್ಚಿಸಲಾಗಿದೆ.

ವಿವಾಹಬಂಧನದಲ್ಲಿ ಹೊಂದಾಣಿಕೆಯಿಲ್ಲದಿರುವುದು

ಏಕವ್ಯಕ್ತಿಗೆ ನಿಷ್ಠೆಯಿಂದಿರುವ ನೆಲೆಯಿಂದ ವಿಚ್ಛೇದನ ಮತ್ತು ಆ ಬಳಿಕದ ಮರುಮದುವೆ ಎಂಬುದು ಪಾವಿತ್ರ್ಯಕ್ಕೆ ಕುಂದುಂಟುಮಾಡುತ್ತದೆ. ಮೊದಲ ಮದುವೆಯ ಸಂಗಾತಿಯ ಸಾವಿನ ಬಳಿಕ ನಡೆಯುವ ಮರುಮದುವೆಯನ್ನು ಸಾಮಾನ್ಯ ಮದುವೆಯ ಜೊತೆ ಸಮಾನವಾಗಿ ಕಾಣಬಹುದಾಗಿದೆ. ಆದರೆ ಹೊಂದಾಣಿಕೆಯಿಲ್ಲ ಎಂಬುದು ಪಾಪಗಳ ಒಂದು ಹೊರೆಯನ್ನು ಮುಚ್ಚಿಡುವ ನುಡಿಗಟ್ಟಾಗಿ ಕಾಣುತ್ತದೆ. ಮದುವೆಯ ಬಂಧ ಎಂಬುದು ಸುಲಭವಾಗಿ ಕಳಚಿಕೊಳ್ಳ

ಬಹುದಾದ್ದು ಎಂದು ತಿಳಿಯುವುದಾದರೆ ಅಥವಾ ವಿಚ್ಛೇದನ ಮತ್ತು ಮರು ಮದುವೆಯ ಸಾಧ್ಯತೆ ಸುಲಭವಾಗಿ ಬಿಟ್ಟರೆ ಮೇಲ್ನೋಟಕ್ಕೆ ಹೊಂದಾಣಿಕೆಯ ಕೊರತೆಯಿದೆ ಎಂಬಂತೆ ಕಾಣಬರುವ ಎಷ್ಟೋ ಮದುವೆಗಳಲ್ಲಿ ಭಿನ್ನಾಭಿಪ್ರಾಯ ಗಳನ್ನು ಸರಿಪಡಿಸಿಕೊಳ್ಳುವ ಗಂಭೀರ ಯತ್ನವೇ ನಡೆಯದಿರಬಹುದು. ಪರಸ್ಪರ ತಿದ್ದಿಕೊಳ್ಳುವ, ವ್ಯಕ್ತಿಗತ ಭಾವನೆಗಳನ್ನು ತ್ಯಜಿಸಿ ನಿಲ್ಲುವ, ಮತ್ತು ಕುಟುಂಬ ವ್ಯವಸ್ಥೆಯ ನಿಜವಾದ ಫಲಾನುಭವಿಗಳಾದ ಮಕ್ಕಳ, ಸಂಸಾರದ ಒಳಿತಿಗಾಗಿ ವಿಚ್ಛೇದನ ಒಂದೇ ಸಮಸ್ಯೆಗೆ ಪರಿಹಾರವಲ್ಲ ಎಂಬುದನ್ನಾಗಲೀ; ಎಷ್ಟೋ ಸಂದರ್ಭಗಳಲ್ಲಿ ಕೆಲಕಾಲದ ನಂತರ ಬೇರೆಯಾದ ದಂಪತಿಗಳು ಕೂಡಾ ಹಳೆಯ ನೆನಪುಗಳಿಂದಾಗಿ ಮರಳಿ ಒಂದಾದ ಉದಾಹರಣೆಗಳಿವೆ ಎಂಬುದನ್ನಾಗಲೀ; ಮರುಮದುವೆಯ ಬಳಿಕವೂ ಸಂಗಾತಿಯಲ್ಲಿ ಉತ್ತಮವಾದುದೇನನ್ನೂ ಕಾಣಲಾರದೆ ನಿರಾಶರಾದ ಉದಾಹರಣೆ ಗಳಿವೆ ಎಂಬುದನ್ನಾಗಲೀ, ಅನೇಕ ಬಾರಿ ಎಷ್ಟೇ ಜಗಳವಿದ್ದರೂ ಹೃದಯಗಳ ಪುನರ್ಮಿಲನ, ಬೆಸುಗೆ ಸಾಧ್ಯವಿದೆಯೆಂಬುದನ್ನಾಗಲೀ ಅಸಮಾಧಾನಗೊಂಡ ಸಂಗಾತಿ ಅಥವಾ ದಂಪತಿಗಳು ತಿಳಿದುಕೊಳ್ಳುವುದೇ ಇಲ್ಲ.

ಲೈಂಗಿಕ ತುರ್ತು ಅನೇಕಬಾರಿ ತನ್ನ ಆಸೆ ಪೂರೈಕೆಗೆ ಹುಡುಕಿಕೊಳ್ಳುವ ಮಾರ್ಗಗಳ ಬಗ್ಗೆ ತೀರಾ ಕುರುಡಾಗಿರುತ್ತದೆ. ವಾಸ್ತವದಲ್ಲಿ ಅಂಥ ಒಂದು ಗ್ರಹಿಕೆ ಮಾನವ ಸಮಾಜದ ಸುವ್ಯವಸ್ಥಿತ ಅಸ್ತಿತ್ವದೊಂದಿಗೆ ಹೊಂದುವುದಿಲ್ಲ. ಮತ್ತು ಅಂಥ ಕುರುಡುತನದ ವರ್ತನೆ ಖಂಡಿತಕ್ಕೂ ಪರಿಹಾರವಲ್ಲ. ಅಂಥವುಗಳಲ್ಲಿ ವ್ಯಸ್ತರಾಗುವುದರಿಂದ ಆಸೆಯ ಜ್ವಾಲಾಗ್ನಿಯನ್ನು ನಂದಿಸುತ್ತೇವೆಂದಾಗಲಿ, ತೃಪ್ತಗೊಳಿಸುತ್ತೇವೆಂದಾಗಲೀ ತಿಳಿಯುವುದೂ ಸರಿಯಲ್ಲ. ಬದಲಿಗೆ ಅಂಥವುಗಳಿಗೆ ಹೆಚ್ಚು ಹೆಚ್ಚು ಅವಕಾಶ ಕೊಟ್ಟಷ್ಟೂ ಅವುಗಳ ಹಸಿವು ಹೆಚ್ಚುತ್ತಾ ಹೋಗುತ್ತದೆ. ಅನಾರೋಗ್ಯಕರ ಹಪಹಪಿಕೆಗಳನ್ನು ಹೆಣ್ಣು-ಗಂಡು ಇಬ್ಬರೂ ಸ್ವನಿಯಂತ್ರಣದ ಮೂಲಕವೇ ತಡೆಯುವುದು ಸಾಧ್ಯ. ಪ್ರತಿಯೊಂದು ಸ್ವನಿಯಂತ್ರಣದ ಪ್ರಯತ್ನವೂ ಭವಿಷ್ಯದಲ್ಲಿ ಸ್ವನಿಯಂತ್ರಣವನ್ನು ಸುಲಭಗೊಳಿಸುತ್ತಿರುತ್ತದೆ.

ಶೇಕ್ಸ್‌ಪಿಯರ್ ಸ್ಪಷ್ಟವಾಗಿ ಹೇಳಿರುವಂತೆ,

''ಈ ರಾತ್ರಿ ತಡೆದುಕೋ
ಅದು ನಿನ್ನ ಮುಂದಿನ ಹಾದಿಯನ್ನು ಸುಗಮಗೊಳಿಸಲಿದೆ
ಮುಂದಿನಾ ನಿರ್ಲಿಪ್ತತೆಯಲ್ಲಿ; ಮುಂದಿನದು ಮತ್ತೂ ಸುಲಭ
ಅಭ್ಯಾಸವು ಪ್ರಕೃತಿಯ ಗುಣವನ್ನು ಬದಲಿಸಬಲ್ಲದು
ಪಿಶಾಚಿಯನ್ನು ಮೆಟ್ಟಬಹುದು, ಇಲ್ಲವೇ ಎತ್ತಿ ಹೊರಗೆ ಒಗೆಯಬಹುದು
ಅಚ್ಚರಿಯ ಶೌರ್ಯದಲಿ....''

- ಹ್ಯಾಮ್ಲೆಟ್

ಹೆಣ್ಣಿಗೆ ಪಾವಿತ್ರ್ಯ ಹೇಗೋ ಹಾಗೆ, ಗಂಡಿಗೆ ಕಾಮದ ನಿಯಂತ್ರಣ ಅಥವಾ ವಿವೇಚನಾಯುಕ್ತ ನಿರ್ವಹಣೆ. ಬಹುತೇಕ ಎಲ್ಲಾ ಧರ್ಮಗಳೂ ಅಶ್ಲೀಲತೆಯ ಬಗ್ಗೆ ಏಕಾಭಿಪ್ರಾಯ ಹೊಂದಿವೆ. ಹೆಚ್ಚಿನವು ಲೈಂಗಿಕ ಶಕ್ತಿಯನ್ನು ವ್ಯಯಿಸದಿರುವುದರಿಂದ ಅದು ಅದ್ಭುತವಾದ ಮಾನಸಿಕ ಮತ್ತು ದೈಹಿಕ ಸಾಮರ್ಥ್ಯವಾಗಿ ಪರಿವರ್ತನೆಗೊಂಡು ಆಯುಷ್ಯವೃದ್ಧಿಯನ್ನುಂಟು ಮಾಡುತ್ತದೆ ಮಾತ್ರವಲ್ಲ, ಆಧ್ಯಾತ್ಮಿಕ ಸಾಧನೆಗೆ ಅಗತ್ಯವಾದ ಅನನ್ಯ ಏಕಾಗ್ರತೆಯ ಸಿದ್ಧಿಯನ್ನೂ ಉಂಟುಮಾಡುತ್ತದೆ, ಎನ್ನುತ್ತವೆ.

ಹೆಣ್ಣಿಗಿರುವ ಸ್ವಾಭಾವಿಕವಾದ ಭಯ ಅಥವಾ ಸಂಕೋಚಗಳಿಲ್ಲದ ಕಾರಣ ಹೆಚ್ಚಿನ ಎಚ್ಚರಿಕೆಯಿಂದ ಗಮನಿಸಬೇಕಾದ ಅಗತ್ಯ ಗಂಡಿನ ವಿಚಾರದಲ್ಲಿದೆ ಎಂದು ತಿಳಿದುಕೊಳ್ಳುವುದು ಕಷ್ಟವೇನಲ್ಲ.[1] ಅವನ ಧಾರ್ಷ್ಟ್ಯಯುಕ್ತ ಮಾಂಸಲ ದೇಹ (ಅವನೊಳಗಿನ ಪಶು) ಸಾಂಪ್ರದಾಯಿಕ ಸಮಾಜ ಹಾಗೂ ಧರ್ಮದ ರೀತಿನೀತಿಗಳ ಮಾರ್ಗದರ್ಶನದಲ್ಲಿ ಜಾಣ ಸ್ವನಿಯಂತ್ರಣವನ್ನು ಸಾಸಿ ವಿವೇಚನಾಯುಕ್ತ ನಿಯಂತ್ರಣ ಇಲ್ಲವಾದಲ್ಲಿ ಹೇಳಲಾಗದ ಸಂಕಟಗಳನ್ನೊಡ್ಡಬಹುದು. ನಿಯಂತ್ರಣವು ಅವನ ಪ್ರತಿಯೊಂದು ಚಲನೆಯನ್ನು ಕಣ್ಣಲ್ಲಿ ಕಣ್ಣಿಟ್ಟು ಕಾಯುತ್ತಿದ್ದಾಗ್ಯೂ ಅವನ ತುಡಿತಗಳನ್ನು ನಿಯಂತ್ರಣದಲ್ಲಿರಿಸಿಕೊಳ್ಳುವುದು ಅವನಿಗೆ ಕಷ್ಟವೇ ಎನ್ನುವಾಗ ನಮಗೆ ಆತನ ಮೂಲಭೂತ ಕಾಮನೆಗಳಿಗೆ ಅಡೆತಡೆಯಿಲ್ಲದಂಥ ಒಂದು ಸಮಾಜದಲ್ಲಿ ಇದು ಯಾವ ಬಗೆಯ ಅರಾಜಕತನವನ್ನು ಮಾಡೀತೆಂಬುದನ್ನು ಕಲ್ಪಿಸಲು ಕಷ್ಟವಾಗದು.[2]

ಮೇಲಾಗಿ, ಲೈಂಗಿಕ ತಪ್ಪುಗಳು ಅವನ ಸೂಕ್ಷ್ಮ ಸಂವೇದನೆಗಳನ್ನು ಜಡ್ಡುಗಟ್ಟಿಸುತ್ತವೆ ಎಂಬುದು ಸಾಮಾನ್ಯವಾಗಿ ಎಲ್ಲರಿಗೂ ತಿಳಿದೇ ಇದೆ. ಅದು

---

1. ಕಾಮವನ್ನು ನಿನ್ನ ನಿರ್ದಿಷ್ಟ ಮತ್ತು ಉನ್ನತ ಗುರಿಸಾಧನೆಗಾಗಿ ಬೇಕೆಂದಾಗ ಪರಿವರ್ತಿಸಲು ಕಲಿ, ಆ ಅನನ್ಯ ಸೃಜನಾತ್ಮಕ ಶಕ್ತಿಯು ಅಪರಿಮಿತ ಸಾಧ್ಯತೆಗಳನ್ನುಳ್ಳದ್ದು ಎನ್ನುವುದನ್ನು ನೆನೆ.

–ನೆಪೋಲಿಯನ್ ಹಿಲ್

'ದ ಟೆನ್ ಕಮಾಡ್‌ಮೆಂಟ್ಸ್ ಆಫ್ ಸಕ್ಸಸ್' (ಹೊಸದು) ಮಾರ್ಚ್ 1968.

2. ಹಾರ್ಮೋನುಗಳು ಕುದಿಯುತ್ತಿರುವ ತರುಣನೊಬ್ಬ ಅಚ್ಚರಿಪಡುತ್ತಾನೆ, ಯಾಕೆ ತನ್ನ ಲೈಂಗಿಕ ಕಾಮನೆಗಳಿಗೆ ಪೂರ್ತಿ ಸ್ವಾತಂತ್ರ್ಯ ನೀಡಲಾಗಿಲ್ಲ? ಅವನು ಸಂಪ್ರದಾಯ, ನೀತಿ ಮತ್ತು ಕಾನೂನುಗಳಿಂದ ತಡೆಹಿಡಿಯದೇ ಇರುತ್ತಿದ್ದರೆ ಅವನು ಲೈಂಗಿಕತೆಯು ಬೆಂಕಿಯ ಒಂದು ಪ್ರವಾಹ, ಅದನ್ನು ದಂಡೆಕಟ್ಟಿ ನೂರು ಬಗೆಯ ಅಡೆತಡೆಗಳಿಂದ ತಂಪಾಗಿಸಬೇಕು ಎಂದು ಅರಿತು ಅದು ವ್ಯಕ್ತಿ ಮತ್ತು ಸಮಾಜವನ್ನು ಅಲ್ಲೋಲ ಕಲ್ಲೋಲಗೊಳಿಸದೇ ಇರಬೇಕಾದಲ್ಲಿ ನಿಯಂತ್ರಣ ಅಗತ್ಯವಿದೆ ಎಂದು ತಿಳಿಯುವಷ್ಟು ಪ್ರಬುದ್ಧನಾಗುವ ಮೊದಲೇ ತನ್ನ ಜೀವನವನ್ನು ಸರ್ವನಾಶ ಮಾಡಿಕೊಳ್ಳುತ್ತಿದ್ದ.

–ವಿಲ್ ಆ್ಯಂಡ್ ಏರಿಯಲ್ ಡ್ಯುರಾಂಟ್, 'ದ ಲೆಸನ್ಸ್ ಆಫ್ ಹಿಸ್ಟರಿ'

ಧರ್ಮ ಮತ್ತು ಸಮಾಜದ ಟೀಕೆಗಳಿಗೆ ಒರಟಾಗುವಂತೆ ಮಾಡುತ್ತದೆ ಮತ್ತು ನಿಧಾನವಾದ ಆದರೆ ನಿಶ್ಚಿತವಾದ ಅವನತಿಗೆ ಕಾರಣವಾಗುತ್ತದೆ. ಚರಿತ್ರೆಯು ಮೆರೆದಾಡಿದ ಸಾಮ್ರಾಜ್ಯಗಳು ಮತ್ತು ಪುರಾತನ ನಾಗರಿಕತೆಗಳು ಸಮಾಜ ಮತ್ತು ಧರ್ಮದ ಉದ್ಧಾರದ ಒಳಿತನ್ನು ನಿರ್ಲಕ್ಷಿಸಿ ಜನ ಅನೈತಿಕ ವಿಚಾರಗಳಲ್ಲಿ, ವಿಶೇಷವಾಗಿ ಲೈಂಗಿಕತೆಯಲ್ಲಿ ವ್ಯಸ್ತರಾದಂತೆಲ್ಲನಾಶವಾದುದನ್ನು ದಾಖಲಿಸಿದೆ.

ನಾವು ಈ ಅಧ್ಯಾಯವನ್ನು ಡಾ. ಹೆನ್ರಿ ಎಮರ್ಸನ್ ಫೊಸ್ಡಿಕ್ ಅವರ ಒಂದು ಮಾತಿನೊಂದಿಗೆ ಆರಂಭಿಸಿದೆವು. ಆ ಮಹಾನುಭಾವನದೇ ಇನ್ನೊಂದು ಮಾತಿನೊಂದಿಗಲ್ಲದೆ ಈ ಅಧ್ಯಾಯವನ್ನು ಸಮರ್ಪಕವಾಗಿ ಮುಗಿಸುವ ಬೇರೆ ಒಳ್ಳೆಯ ದಾರಿಯಿಲ್ಲ. ಆತ ನಮಗೆ ಪಾರಮಾರ್ಥಿಕ ಸಮಸ್ಯೆಯೊಂದನ್ನು ಆಡಿ ತೋರಿಸಿಕೊಟ್ಟಿದ್ದಾನೆ, ''ನಮ್ಮೆದುರಿಗಿರುವ ಆಯ್ಕೆ, ನಾವು ನಮ್ಮ ನೈಸರ್ಗಿಕ ಬಯಕೆಗಳನ್ನು ನಿಯಂತ್ರಿಸಬೇಕೆ ಹಿಡಿತದಲ್ಲಿಡಬೇಕೆ ಬೇಡವೆ ಎನ್ನುವುದಲ್ಲ, ಬದಲಿಗೆ ಅದನ್ನು ಹೇಗೆ ಮಾಡಬೇಕೆಂಬುದಾಗಿದೆ.''

□□

8

ಕೃಪೆಯ ಅರ್ಥ

''ಯೋಗ್ಯವಾದ ಯಾವುದನ್ನಾದರೂ ಪಡೆಯಲು ಬೆಲೆ ತೆರಬೇಕಾಗುತ್ತದೆ. ಆ ಬೆಲೆಯು ಸದಾ ಕಾಯಕ, ಸಹನೆ, ಪ್ರೀತಿ, ತ್ಯಾಗಗಳ ರೂಪದಲ್ಲಿರುತ್ತದೆ.''

- ಜಾನ್ ಬೋರ್ಹೇಸ್

''ಆಶೀರ್ವಾದವು ಸದಾ ಸತ್ಕಾರ್ಯವನ್ನು ಕಾದಿರುತ್ತವೆ''

- ಕಾನ್‌ಗ್ರೀವ್

ಬೆಲೆಯನ್ನು ನೀಡುವುದು

ಜೋನ್ಸ್ ಮತ್ತು ಜೇಮ್ಸ್ ಎಂಬಿಬ್ಬರು ಗೆಳೆಯರು. ಸಾಕಷ್ಟು ಸುಸ್ಥಿತಿಯಲ್ಲಿದ್ದವರು. ವಿದ್ಯಾವಂತರು ಮತ್ತು ಬದುಕಿನಲ್ಲಿ ನೆಲೆ ಕಂಡುಕೊಂಡವರು. ಜೋನ್ಸ್ ತಾತ್ವಿಕವಾಗಿ ತುಂಬ ಅಂತರ್ಮುಖಿ. ಅವನ ಪ್ರಕಾರ ಪ್ರತಿಯೊಬ್ಬರು ಪ್ರತಿ ಹೆಜ್ಜೆಯಲ್ಲೂ ಕಾನೂನುಬದ್ಧರಾಗಿ ವರ್ತಿಸಬೇಕು, ತಮ್ಮ ಕಾಲ ಮೇಲೆ ತಾವು ಸ್ವತಂತ್ರರಾಗಿ ನಿಲ್ಲಬೇಕು, ಅವನದೇ ನೀತಿಗನುಗುಣವಾಗಿ ಅವನೆಂದೂ ಸಾಲ ಕೊಟ್ಟವನೂ ಅಲ್ಲ, ಪಡೆದವನೂ ಅಲ್ಲ. ಅವನೊಬ್ಬ ಸ್ವಯಂ ಬದುಕು ನಿರ್ಮಿಸಿಕೊಂಡ ಸ್ವತಂತ್ರ ವ್ಯಕ್ತಿ. ಹಾಗಾಗಿ, ಕೆಳಸ್ತರದಲ್ಲಿ ಒದ್ದಾಡುತ್ತಿರುವ ಯಾರನ್ನೂ ಉದ್ಧಾರ ಮಾಡುವ ಕೆಲಸಕ್ಕೂ ಹೋದವನಲ್ಲ. ಅವನು ತನ್ನಷ್ಟಕ್ಕೇ ಎಂಬಂತಿರುತ್ತಿದ್ದ ವ್ಯಕ್ತಿ. ತಮಾಷೆ, ನಗು ಇತ್ಯಾದಿಗಳಿಂದಲೂ ದೂರವಿದ್ದ ಮನುಷ್ಯ. ಸುಖಮಯವಾದ ವೈಭವದ ಬದುಕನ್ನು ಬದುಕುತ್ತಿದ್ದನಾದರೂ ಕಮಾಂಡ್‌ಮೆಂಟ್ಸ್‌ನ್ನು ಅಚ್ಚುಕಟ್ಟಾಗಿ ಪಾಲಿಸುತ್ತ ನಿಯಮಿತವಾಗಿ ಚರ್ಚಿಗೆ ಹೋಗುತ್ತ ಇದ್ದವನು.

ಜೇಮ್ಸ್‌ನದ್ದು ತದ್ವಿರುದ್ಧ ರೀತಿ. ನಗುತ್ತ, ನಲಿಯುತ್ತ ಎಲ್ಲರೊಳಗೊಂದಾಗಿ ಇದ್ದ ವ್ಯಕ್ತಿ. ಧಾರಾಳವಾಗಿ ಖರ್ಚು ಮಾಡುತ್ತಿದ್ದ. ಬಹಳ ಬಹಿರ್ಮುಖಿ ವ್ಯಕ್ತಿತ್ವ. ಸ್ಥೂಲವಾಗಿ ಹೇಳುವುದಾದರೆ ತತ್ವ-ನಿಯಮಗಳಿಗೆಲ್ಲ ಅವನೆಂದೂ ಬದ್ಧನಾದವನೇ ಅಲ್ಲ. ಜೊತೆಯವರಿಗೆ ಸಹಾಯ ಬೇಕಾದಾಗ ಅವನು ತನು-ಮನ-ಧನದೊಂದಿಗೆ ತಯಾರಾಗಿರುತ್ತಿದ್ದ. ಅತಿ ಎಂಬಷ್ಟು ಧಾರಾಳಿ. ಅವನಿದ್ದಲ್ಲಿ ನಗು, ತಮಾಷೆ, ಗೆಲುವಿನ ಗಾಳಿ. ಕೆಲವೊಮ್ಮೆ ಪೋಲಿ ಮಾತು, ಕಟ್ಟುನಿಟ್ಟಾಗಿ ನೋಡಿದರೆ ಆಡಬಾರದ ಮಾತುಗಳಿಗೂ ಕೊರತೆಯಿಲ್ಲದ ಹಗುರ ಹೃದಯಿ. ಜೋನ್ಸ್‌ಗೆ ಇದೇನೂ ಸರಿಬರುತ್ತಿರಲಿಲ್ಲ. ಸಾಮಾನ್ಯವಾದ ನೆಲೆಯಲ್ಲಿ ಜೇಮ್ಸ್ ಧಾರ್ಮಿಕ ಮನುಷ್ಯನೇನಲ್ಲ. ಬೈಬಲ್ ಓದುವ; ಚರ್ಚಿಗೆ ಹೋಗುವ ವ್ಯವಧಾನ ಅವನಿಗಿದ್ದಂತಿರಲಿಲ್ಲ.

ನೀವೀಗ ಊಹಿಸಬಲ್ಲಿರಿ, ಈ ಇಬ್ಬರು ಮನುಷ್ಯರು ತಮ್ಮ ಸುತ್ತಲಿನವರ ಮೇಲೆ, ಹೆಂಡತಿ, ಮಕ್ಕಳು, ಸ್ನೇಹಿತರು ಮತ್ತು ಬಂಧು ಬಾಂಧವರು - ಇವರ ಮೇಲೆಲ್ಲ ಮಾಡಿದ ಪರಿಣಾಮ. ಜೋನ್ಸ್‌ಗೆ ಗೌರವ, ಜೇಮ್ಸ್‌ಗೆ ಪ್ರೀತಿ.[1]

ಆಗ ಬಂತು, ವಾಲ್‌ಸ್ಟ್ರೀಟ್ ಕುಸಿತ. ತೀವ್ರ ಆರ್ಥಿಕ ಕುಸಿತದಲ್ಲಿ ಭವಿಷ್ಯ ಕಳೆದುಕೊಂಡ ಅನೇಕರಲ್ಲಿ ಜೇಮ್ಸ್ ಮತ್ತು ಜೋನ್ಸ್ ಕೂಡಾ ಇದ್ದರು. ಅವರಿಗೆ ಬಹು ಕಷ್ಟದ ಕಾಲ ಬಂತು. ಆದರೆ ಜೇಮ್ಸ್‌ಗೆ ಸ್ನೇಹಿತರು ಸಹಾಯ ಮಾಡಲು ಮುಂದಾದರು.

---

1. ಬಹುಶಃ ಜೇಮ್ಸ್ ಜೆರ್ಮಿಟೇಲರ್ ತರ ಹೇಳಿಕೊಳ್ಳುತ್ತಿದ್ದನೇನೋ. (ಜೆರ್ಮಿ ಟೇಲರ್ ಎಲ್ಲವನ್ನೂ ಕಳೆದುಕೊಂಡವ. ಅವನ ಮನೆ ಸುಟ್ಟು ಹೋದಾಗ, ಕುಟುಂಬ ಬೀದಿಗೆ ಬಂದಾಗ, ಅವನೆಲ್ಲ ಭೌತಿಕ ಆಸ್ತಿಪಾಸ್ತಿಗಳನ್ನು ಮುಟ್ಟುಗೋಲು ಹಾಕಿಕೊಂಡಾಗ.) ''ನಾನು ಸಾಲಗಾರರ ಮತ್ತು ಮುಟ್ಟುಗೋಲಿನವರ ಕೈಗೆ ಬಿದ್ದೆ. ಅವರು ನನ್ನದೆಲ್ಲವನ್ನೂ ನನ್ನಿಂದ ಕಿತ್ತುಕೊಂಡಿದ್ದಾರೆ. ಈಗೇನು? ನನ್ನನ್ನೇ ನಾನು ನೋಡಿಕೊಳ್ಳುತ್ತೇನೆ. ಅವರು ನನಗೆ ಸೂರ್ಯಚಂದ್ರರನ್ನು, ಪ್ರೀತಿಯ ಮಡದಿಯನ್ನು, ಹಲವು ಮಂದಿ ಗೆಳೆಯರನ್ನು, ಅನುಕಂಪ ತೋರಿಸಲು ಮತ್ತು ಸಾಂತ್ವನ ಹೇಳಲು ಬಿಟ್ಟಿದ್ದಾರೆ. ಮತ್ತು ನಾನಿನ್ನೂ ಹೋರಾಡಬಲ್ಲೆ; ಪಟ್ಟಿ ಮಾಡಿ ಹೇಳುವುದಾದರೆ, ನನ್ನ ಚೈತನ್ಯ, ವಿವೇಕ ಮತ್ತು ತಾಳ್ಮೆಯನ್ನು ಅವರು ಕೊಂಡೊಯ್ದಿಲ್ಲ. ದೇವರ ಕೃಪಾಕಟಾಕ್ಷವನ್ನು ಇನ್ನೂ ನನಗೇ ಬಿಟ್ಟಿದ್ದಾರೆ. ಗಾಸ್ಪೆಲ್‌ನ ಎಲ್ಲಾ ಭರವಸೆಗಳು, ನನ್ನ ಧರ್ಮ, ನನ್ನ ಸ್ವರ್ಗದ ವಿಶ್ವಾಸ, ನನ್ನ ದಾನಧರ್ಮವೂ ನನ್ನೊಂದಿಗಿದೆ. ನಾನಿನ್ನೂ ನಿದ್ರಿಸಬಲ್ಲೆ..... ಮತ್ತು ಯಾರು ಇಷ್ಟೊಂದು ಕಾರಣಗಳನ್ನಿಟ್ಟುಕೊಂಡಿದ್ದಾನೋ ಇಷ್ಟು ಅದ್ಭುತವಾಗಿದ್ದಾನೋ ದುಃಖ ಮತ್ತು ದಿವಾಳಿತನದಲ್ಲಿ ಪ್ರೀತಿಯೊಂದಿಗಿದ್ದಾನೋ ಈ ಎಲ್ಲ ಸುಖವನ್ನು ಪ್ರೀತಿಸಬಲ್ಲನೋ ಮತ್ತು ಮುಳ್ಳುಗಳೊಂದಿಗೆ ಕೂತಿರಲು ಒಪ್ಪಿಕೊಳ್ಳುತ್ತಾನೊ ಅವನಿಗೆ ಸಂತಸದಿಂದಿರಲು ಎಷ್ಟೊಂದು ಸಂಗತಿಗಳಿವೆ !''

ಕೇಳದಿದ್ದರೂ ಜನ ಅವನಿಗೆ ಅನುಕಂಪ ತೋರಿಸಿದರು, ಕೊಡುಗೆಗಳು ಪ್ರವಾಹದಂತೆ ಬಂದು ಬಿದ್ದವು. ಬರೇ ಕೊಟ್ಟು ತಿಳಿದಿದ್ದ, ಪಡೆದು ಗೊತ್ತಿರದಿದ್ದ ಜೇಮ್ಸ್‌ಗೆ ಇದು ಮುಜುಗರ. ಆದರೂ ಇಷ್ಟೊಂದು ನೆರವು ಪಡೆಯುವ ಭಾಗ್ಯವೇನೂ ಸಣ್ಣದಾಗಿರಲಿಲ್ಲ ಅವನಿಗೆ. ಕಾಲಕ್ರಮೇಣ ಅವನ ಅದೃಷ್ಟವೂ ಖುಲಾಯಿಸಿತು. ಅವನು ಮತ್ತೆ ಮೊದಲಿನಂತೆಯೇ ಆದ.

ಆದರೆ ಜೋನ್ಸ್‌ಗೆ ಮಾತ್ರ ಕುಸಿತವೆಂಬುದು ಅಕ್ಷರಶಃ ಕುಸಿತವೇ ಆಗಿಬಿಟ್ಟಿತು. ಅವನಿಗೆ ಬಿದ್ದ ಪೆಟ್ಟು ಚೇತರಿಸಿಕೊಳ್ಳಲಾಗದಷ್ಟು ಬಲಯುತವಾಗಿತ್ತು. ಅಲ್ಲಿ ಅನುಕಂಪ ತೋರುವವರಾಗಲಿ ಸಹಾಯಕ್ಕೆ ಬರುವವರಾಗಲಿ ಇರಲಿಲ್ಲ. ಅವನ ಆರೋಗ್ಯ ಹದಗೆಡುತ್ತ ಬಂತು ಮತ್ತು ಕಾರ್ಮೋಡಗಳ ನಡುವಿನ ಬೆಳ್ಳಿರೇಖೆಯ ಮಿಂಚು ಎಲ್ಲೂ ಕಾಣಿಸಲಿಲ್ಲ. ಅವನು ಹಾಸಿಗೆ ಹಿಡಿದು ಬಿಟ್ಟ. ಅವನ ದುರಾದೃಷ್ಟವು ಹೃದಯವನ್ನೇ ಹಿಂಡಿ ಒಂದು ವರ್ಷದಲ್ಲಿ ತೀರಿಕೊಂಡು ಬಿಟ್ಟ. ಅವನ ತೀರ ಪುಟ್ಟ ವೃತ್ತದಾಚೆಗಿನ ಯಾರಾದರೂ ಅನುಕಂಪದ ನುಡಿಯನ್ನು ಆಗಲಾದರೂ ಆಡಿದರೋ ಅನುಮಾನವೇ. ಅಳುವವರಿಲ್ಲದೆ, ಹಾಡಿಹೊಗಳುವವರಿಲ್ಲದೆ ಆತ ಮರೆಯಾದ.

ಈಗ ಈ ಇಬ್ಬರು ಗೆಳೆಯರ ಅದೃಷ್ಟ ಕೈಕೊಟ್ಟಾಗಿನ ಸ್ಥಿತಿಯನ್ನು ಹೋಲಿಸಿ. ವ್ಯತ್ಯಾಸವನ್ನು ಹೇಗೆ ವಿವರಿಸುತ್ತೀರಿ? ಜೇಮ್ಸ್ ಮತ್ತು ಜೋನ್ಸ್ ಇಬ್ಬರೂ ತಮ್ಮ ಉತ್ತಮ ದಿನಗಳಲ್ಲಿ ಏನನ್ನು ಕೊಟ್ಟರೋ ಅದನ್ನೇ ತಿರುಗಿ ಪಡೆದರು ಎಂಬುದು ಸ್ಪಷ್ಟವಲ್ಲವೆ? ಜೇಮ್ಸ್ ಎಂದೂ ಯಾರಿಂದಲೂ ಏನನ್ನೂ ಹಿಂದೆ ಪಡೆಯುವ ಬಗ್ಗೆ ಯೋಚಿಸಿರಲಾರ. ಆದರೂ ಅವನ ಕಷ್ಟಕಾಲದಲ್ಲಿ ಹಿಂದೆ ಅವನಿಂದ ಉಪಕೃತರಾದ ಮಂದಿ ಅವನನ್ನು ಮರೆಯದಾದರು. ಅದೇ ಜೋನ್ಸ್‌ನ ವಿಷಯದಲ್ಲಿ ಅವರವರ ಕಾಲ ಮೇಲೆ ಅವರವರು ನಿಂತು ಸ್ವತಂತ್ರವಾಗಿರಬೇಕೆಂದು ಅಂತೆಯೇ ನಡೆದುಕೊಂಡ. ಅದೇ ಅವನಿಗೆ ತಿರುಮಂತ್ರವಾಯಿತು. ಏಕಾಂಗಿಯಾಗಬೇಕಾಯಿತು. ಅವನ ತತ್ವಗಳು ಕಾರ್ಯತಃ ಏನೂ ಉಪಯೋಗಕ್ಕೆ ಬರಲಿಲ್ಲ. ಮತ್ತೆ ಮೊದಲಿನಿಂದ ಎಲ್ಲವನ್ನೂ ತಿದ್ದಿಕೊಳ್ಳಲು ಕಾಲ ಮಿಂಚಿಹೋಗಿತ್ತು.

ಡಾನ್ ಕಾಸ್ಟರನ ಸಂತ ಜಾರ್ಜ್ ಚರ್ಚ್‌ನಲ್ಲಿದೆ ಎನ್ನಲಾದ ಒಂದು ಸೂಕ್ತಿಯನ್ನು ಇಲ್ಲಿ ಗಮನಿಸಬಹುದಾಗಿದೆ.

''ನಾನೇನು ಕಳೆದೆನೋ ಅದು ನನ್ನ ಗಳಿಕೆ. ನಾನೇನು ಕೊಟ್ಟೆನೋ ಅದಿಲ್ಲಿದೆ. ನಾನೇನು ಬಿಟ್ಟೆನೋ ಅದ ಕಳೆದೆ.''

ಸಾಲೊಮನ್‌ನ ನುಡಿಗಟ್ಟುಗಳಲ್ಲಿ ಓದುತ್ತೇವೆ, ''ಬಡವನಿಗೆ ಕೊಟ್ಟಿದ್ದು ಭಗವಂತನಿಗೇ ಕೊಟ್ಟಂತೆ.'' ಮತ್ತೆ ಹೊಸ ಒಡಂಬಡಿಕೆಯಲ್ಲಿ ಆಪದ್ಬಾಂಧವನ

ಮಾತುಗಳು ''ಬೆತ್ತಲಾರುವವನ ಅರಿವೆ, ಹಸಿದವನ ಅನ್ನ, ಬಂಧಿತನ ಬಂಧು ಅವು ತನ್ನವು ಎಂದು ತಿಳಿದು ಅಂತೆ ಬದುಕಲಿ.''

ಮುಗ್ಧರೂ ಅವಿದ್ಯಾವಂತರೂ ಕೂಡಾ ಕೃಪೆಯ ಅನುಭವವನ್ನು ಅಂತರಂಗದಲ್ಲಿ ಕಂಡುಕೊಂಡವರಿರುತ್ತಾರೆ. ಲ್ಯಾಟಿನ್ ಶಬ್ದ **'merit'** ಎಂಬಲ್ಲಿಂದ **'Mereor'** ಎಂಬ ಶಬ್ದ ಬಂದಿದೆ ಎಂಬುದು ಕುತೂಹಲಕರ. ಅದರರ್ಥ 'ಗಳಿಕೆ'. ಕೃಪೆ ಸಿಗುವುದು ಎಂಬುದರ ಅರ್ಥ ನಾವು ಮಾಡಿದ ಏನೋ ಒಂದರ ಪ್ರತಿಫಲವಾದ ಗಳಿಕೆ ಅದು ಎಂದು.

ನಾವು ಬೇರೊಂದು ಅಧ್ಯಾಯದಲ್ಲಿ ಗಮನಿಸಿರುವಂತೆ ಯಾವುದೇ ಕೆಲಸವೂ ಪೂರ್ತಿಯಾಗಿ ಕೆಟ್ಟದೂ ಅಲ್ಲ, ಪೂರ್ತಿಯಾಗಿ ಒಳ್ಳೆಯದೂ ಆಗಿರುವುದಿಲ್ಲ. ''ಬೆಂಕಿಯನ್ನು ಹೊಗೆ ಆವರಿಸಿಕೊಂಡಿರುವಂತೆ ಪ್ರತಿ ಕಾರ್ಯವೂ ಕೆಟ್ಟದರಿಂದ ಆವರಿಸಿರುತ್ತದೆ.'' ಅಂತಿಮವಾಗಿ ಪರಿಣಾಮ ಅಥವಾ ಫಲಿತಾಂಶ ಒಳ್ಳೆಯದೋ ಕೆಟ್ಟದೋ ಎಂಬುದರ ಮೇಲೆ ಒಂದು ಕೆಲಸ ಒಳ್ಳೆಯದೋ ಕೆಟ್ಟದೋ ಎನಿಸಿಕೊಳ್ಳುತ್ತದೆ. ಕೃಪೆ ಅಥವಾ ಪಾಪವನ್ನು ಗಳಿಸುವ ವಿಧಾನ ಕೂಡಾ ಖಾತೆಯನ್ನು ಬರೆದಿಡುವ ರೀತಿಗೆ ತಕ್ಕಂತಿದೆ. ನೀವು ಹಣವನ್ನು ಠೇವಣಿ ಇರಿಸಿದಾಗ ನಿಮ್ಮ ಖಾತೆಗೆ ಬ್ಯಾಂಕಿನವರು ತಮ್ಮ ಪ್ರತಿ ಗ್ರಾಹಕನ ಖಾತೆಗೆ ಜಮಾ ಮಾಡುತ್ತಾರೆ ಅಥವಾ ನೀವು ಬಡ್ಡಿ ಗಳಿಸಿದಾಗ ನಿಮ್ಮ ಖಾತೆಗೆ ಜಮಾ ಬರೆಯಲಾಗುತ್ತದೆ ಮತ್ತು ಹಣ ಬಿಡಿಸಿಕೊಂಡಾಗ ಅಥವಾ ಏನಾದರೂ ವೆಚ್ಚವಾದಾಗ ಖರ್ಚು ಬರೆಯಲಾಗುತ್ತದೆ. ಹೀಗೆ ನಿರ್ದಿಷ್ಟ ಸಮಯದಲ್ಲಿ ಏನು ಶಿಲ್ಕು ಉಳಿಯುವುದೋ ಅದೇ ನಿಮ್ಮ ಉಳಿತಾಯ. ಬ್ಯಾಂಕಿನ ಖಾತೆ ಓವರ್‌ಡ್ರಾಫ್ಟ್ ಖಾತೆಯಾಗಿದ್ದರೆ ಅದು ಸಾಲವನ್ನು ತೋರಿಸುತ್ತದೆ. ಮುಸಲ್ಮಾನ ಪಂಗಡದವರ ನಂಬಿಕೆಯಂತೆ ದೇವಕನ್ಯೆಯರು ಸದಾ ಮನುಷ್ಯನ ಹಿಂದೆಯೇ ಮುಂದೆ ನಿಂತು ಅವನ ಸತ್ಕಾರ್ಯ, ದುಷ್ಕಾರ್ಯಗಳ ಲೆಕ್ಕ ಬರೆಯುವುದರಲ್ಲಿ ನಿರತರಾಗಿರುತ್ತಾರಂತೆ. (ಕುರಾನ್‌ನ VI ನೇ ಅಧ್ಯಾಯದ ಅರವತ್ತೊಂದನೆಯ ಶ್ಲೋಕ ಮತ್ತು XIII ಅಧ್ಯಾಯದ ಹನ್ನೆರಡನೆಯ ಶ್ಲೋಕ.)

ನಮ್ಮ ಜೀವನದಲ್ಲಿ ನಾವು ತಿಳಿದು ಅಥವಾ ತಿಳಿಯದೆ ಕೂಡಾ ಒಳ್ಳೆಯ ಮತ್ತು ಕೆಟ್ಟ ಕೆಲಸಗಳೆರಡನ್ನೂ ಮಾಡುತ್ತೇವೆ. ಬೇರೊಂದು ಕಡೆ ಉದ್ಧರಿಸುವಂತೆ ಎಮರ್ಸನ್ ಹೇಳುತ್ತಾನೆ, ''ಪ್ರತಿ ಕ್ರಿಯೆಯೂ ಮೊದಲಿಗೆ ನಮಗೆ ಆತ್ಮತೃಪ್ತಿಯನ್ನು ನೀಡಬೇಕು. ಬೇರೆಲ್ಲ ಸಾಂದರ್ಭಿಕವಾದದ್ದು. ಆದರೆ ಜನ ಅದನ್ನೇ ಪ್ರತಿಫಲ ಎಂದು ತಿಳಿಯುತ್ತಾರೆ.'' ನಾವು ಅಲ್ಲೊಂದು ನಿರಂತರವೂ, ಸ್ವಯಂಚಾಲಿತವೂ ಆದ ವ್ಯವಸ್ಥೆಯಿದ್ದು ಅದು ನಮ್ಮ ಒಳ್ಳೆಯ ಮತ್ತು ಕೆಟ್ಟ ಕೆಲಸಗಳ ದಾಖಲೆಯಿಡುತ್ತಿರುತ್ತದೆ ಎಂದು ಭಾವಿಸಬಹುದು. ಅದು ಕೊನೆಯಲ್ಲಿ ಅಥವಾ ಯಾವುದೋ ಒಂದು ನಿರ್ದಿಷ್ಟ ಸಮಯಕ್ಕೆ ಪಾಪ ಪುಣ್ಯಗಳ ಜಮಾ ವೆಚ್ಚಗಳ ಶಿಲ್ಕು ನೋಡಿ ಹೇಳುತ್ತದೆ.

ಇದು ನಾಗರಿಕತೆಯಷ್ಟೇ ಹಳೆಯದಾದ ಒಂದು ಕಲ್ಪನೆ ಮತ್ತು ನ್ಯಾಯದಾನ ಪ್ರಕ್ರಿಯೆಯ ಮೂಲದಲ್ಲಿರುವುದು ಇದೇ. ಬುಕ್ ಆಫ್ ಜಾಬ್ ನಲ್ಲಿ ಜಾಬ್ ಹುಯಿಲಿಡುವುದು ಕೇಳಿಸುತ್ತದೆ, ''ಸಮನಾದ ತಕ್ಕಡಿಯಲ್ಲಿಟ್ಟು ತೂಗಲಿ, ನನ್ನ ಪ್ರಾಮಾಣಿಕತೆಯು ದೇವರಿಗೆ ಗೊತ್ತು.'' ಎನ್ನುತ್ತ ಅವನು ಬಡವರಿಗಾಗಿ ಮಾಡಿದ ಸತ್ಕಾರ್ಯಗಳ ಬಗ್ಗೆ ಹೇಳುತ್ತ ಹೋಗುತ್ತಾನೆ. ''ಬಡವರು, ತೀರ ಕೆಳವರ್ಗದವರು ಮತ್ತು ಎಲ್ಲ ಕಳೆದುಕೊಂಡವರು'' ಪ್ರಾಮಾಣಿಕತೆ ಎನ್ನುವಾಗ ಅವನು ನ್ಯಾಯಪರತೆ, ಸತ್ಯನಿಷ್ಠೆಯನ್ನು ಹೇಳುತ್ತಿದ್ದಾನೆಯೇ ಹೊರತು ಭೌತಿಕ ಹಣ, ವಸ್ತುಗಳನ್ನಲ್ಲ. ಆದರೆ ಆತ ಬಯಸಿದ್ದು ದೇವರ ಪುಸ್ತಕದಲ್ಲಿನ ಶಿಲ್ಕು .

ಒಟ್ಟು ಒಳ್ಳೆಯತನದ ಶಿಲ್ಕು

ಭೌತಿಕ ಜಗತ್ತಿನಲ್ಲಿ ಪ್ರತಿಯೊಬ್ಬರೂ ಐಹಿಕ ಸಂಪತ್ತನ್ನು ಕೂಡಿಡಲು ಬಯಸು ತ್ತಾರೆ, ಅದಕ್ಕಾಗಿ ಕಷ್ಟಪಡುತ್ತಾರೆ. ಖರ್ಚು ವೆಚ್ಚಕ್ಕಿಂತ ಆದಾಯವೇ ಹೆಚ್ಚಿರುವುದನ್ನು ಬಯಸುತ್ತಾರೆ. ಅಂಥ ಶಿಲ್ಕು ಹೆಚ್ಚಿದಷ್ಟೂ ಆತ ಸಿರಿವಂತನೆಂಬುದರಲ್ಲಿ ಅನುಮಾನ ವಿಲ್ಲ. ಅದೇ ರೀತಿಯಲ್ಲಿ ಎಲ್ಲಾ ಧರ್ಮಗಳೂ ಪ್ರತಿಯೊಬ್ಬನನ್ನೂ ಸತ್ಕಾರ್ಯದ ಪುಣ್ಯದ ಉತ್ತಮ ಸಂಗ್ರಹವನ್ನು ಮಾಡುವಂತೆ ಉತ್ತೇಜಿಸುತ್ತವೆ, ಉಪದೇಶಿಸುತ್ತವೆ. ಕರುಣೆಯನ್ನು ತೋರಿ ಮಾಡುವ ಕೆಲಸವನ್ನಷ್ಟೇ ಅಲ್ಲ, ದಾನ ಧರ್ಮದ ಮೂಲಕ ಕೂಡ. ಯಾವಾಗ ಪ್ರತಿ ಮನುಷ್ಯ, ಹೆಂಗಸು, ಮಗು ಕೂಡಾ ಸಾಕಷ್ಟು ಪುಣ್ಯದ ಸಂಗ್ರಹವನ್ನು ಮಾಡುತ್ತ ಕೂಡುತ್ತ ಹೋಗುವುದೋ ಆಗ ಒಟ್ಟು ಸತ್ಕಾರ್ಯಗಳು, ಪುಣ್ಯ ಎಂಬುದು ಕುಟುಂಬದಲ್ಲಿ, ಊರಿನಲ್ಲಿ, ನಗರದಲ್ಲಿ, ದೇಶದಲ್ಲಿ, ಕೊನೆಗೆ ಜಗತ್ತಿನಲ್ಲಿ ತುಂಬಿ ತುಳುಕುವುದು. ಇದೇನೂ ಕಲ್ಪನಾವಿಲಾಸದ ಮಾತಲ್ಲ ಎಂಬುದು ಭೌತಿಕ ಅಥವಾ ಐಹಿಕ ಸಂಪತ್ತು, ಹಣಕ್ಕೆ ಹೋಲಿಸಿದಂತೆಯೆ ಇದೂ ಕೂಡಾ ಎಂದು ಕಂಡರೆ ಅರ್ಥವಾದೀತು.

ಹಾಗಾಗಿ ಪುಣ್ಯವನ್ನು ಸಂಪಾದಿಸುವುದು, ಸಂಗ್ರಹಿಸುವುದು ನಮ್ಮಲ್ಲಿ ಪ್ರತಿಯೊಬ್ಬನ ಕರ್ತವ್ಯವಾಗಬೇಕು, ತನಗಾಗಿ ಮತ್ತು ಇತರರಿಗಾಗಿ, ತನ್ನ ಮಕ್ಕಳು ಮರಿಗಾಗಿ, ಆಸುಪಾಸಿನವರಿಗಾಗಿ, ಜಗತ್ತಿನ ಸಹವರ್ತಿಗಳೆಲ್ಲರಿಗಾಗಿ. ಪ್ರತಿಯೊಂದು ಸತ್ಕಾರ್ಯವೂ ಹಣಹೂಡಿಕೆಯಂತೆಯೇ ಒಂದು ಬಗೆಯ ಹೂಡಿಕೆ. ಈ ಬೆಳಕಿನಲ್ಲಿ ಜೀಸಸ್‌ನ ಮಾತುಗಳನ್ನು ಓದಿ, ''ಬಡವನಿಗೆ ಕೊಟ್ಟ ಸಾಲ ದೇವರಿಗಿತ್ತ ಸಾಲ.'' ಯಾಕೆ ಬಡವನಿಗೆ? ಯಾಕೆಂದರೆ ಬಡವ ಸಾಲವನ್ನು ಹಿಂದಿರುಗಿಸಲಾರ.

ನಾವು ದೇಶದ ಎಲ್ಲ ಜನರ ಒಟ್ಟಾರೆ ಮೊತ್ತದ ಬಗ್ಗೆ ಹೇಳುತ್ತಿದ್ದೆವು. ಹೆಚ್ಚಿನ ಧರ್ಮಗಳು ಒಂದು ದೇಶದ ಜನರ ಅಭ್ಯುದಯ ಅಥವಾ ಅವನತಿಯನ್ನು ಈ ಬಗೆಯ ಮೊತ್ತಕ್ಕೆ ತಳುಕು ಹಾಕುತ್ತವೆ. **Visitation** ಎಂಬ ಶಬ್ದದ ಅರ್ಥವನ್ನು ನಿಮ್ಮ

ಶಬ್ದಕೋಶದಲ್ಲಿ ಹುಡುಕಿ, ದೇವರು ನೀಡಿದ ಶಿಕ್ಷೆ ಎಂಬಂಥ ಅರ್ಥ ಸಿಗುತ್ತದೆ. ಶಿಕ್ಷೆ ಎಂದರೆ ಯಾವುದಕ್ಕಾಗಿ? ಸತ್ಕಾರ್ಯಗಳಿಗಾಗಿಯೆ? ಯಾರಿಗಾದರೂ ಅರ್ಥ ವಾಗುವುದಿಲ್ಲವೆ? ಈ ಸಂಗತಿಯನ್ನು ಹಾಗೆಯೇ ಬದಿಗೆ ಸರಿಸಿ ಬಿಡುವಂತಿಲ್ಲ. ಯಾಕೆ ಒಂದು ಯುದ್ಧವು ಹಲವಾರು ದೇಶಗಳನ್ನೊಳಗೊಳ್ಳುತ್ತದೆ ಮತ್ತು ಹೇಳಲಾಗದ ಸಂಕಟ, ನೋವು ಮತ್ತು ಊಹಿಸಲಾರದ ಲೂಟಿ, ಅತಿಕ್ರಮಣ, ದಬ್ಬಾಳಿಕೆ ಅತ್ಯಾಚಾರಗಳು ಉಂಟಾಗುತ್ತವೆ. ವಾಯುಮಾರ್ಗದ ಬಾಂಬ್‌ದಾಳಿ, ದಿನನಿತ್ಯದ ಅಗತ್ಯ ವಸ್ತುಗಳು ಸಿಗದ ಸ್ಥಿತಿ ನಿರ್ಮಾಣ ಮತ್ತು ಸೆರೆಸಿಕ್ಕವರ ಮೇಲೆ ನಡೆಯುವ ಬರ್ಬರ ಹಿಂಸೆ - ಎಲ್ಲ ಯಾಕಾಗಿ ನಡೆಯುತ್ತವೆ. ಇಂಥ ಯುದ್ಧಗಳ ನಡುವೆಯೇ ಪ್ರಪಂಚ ಯುದ್ಧದಂಥ ಸಂದರ್ಭದಲ್ಲೂ ಯಾಕೆ ಕೆಲವು ದೇಶಗಳು ಪವಾಡವೆಂಬಂತೆ ಶಾಂತಿಯ ವರಪ್ರಸಾದ ಪಡೆದಂತೆ ನೆಮ್ಮದಿಯಿಂದಿರುತ್ತವೆ? ಸರಕಾರದ ನೀತಿ-ನಿಯಮಾವಳಿಗಳಿಂದಲೆ? ಯಾರು ಅಥವಾ ಏನು ಈ ಸರಕಾರವೆಂದರೆ? ಯಾರು ಮಾಡಿರುತ್ತಾರೆ ಈ ನೀತಿ-ನಿಯಮಾವಳಿಗಳನ್ನು? ದೇಶದ ಜನರಲ್ಲವೆ, ಪ್ರಜಾಪ್ರಭುತ್ವ ಎಂದು ಕರೆಸಿಕೊಳ್ಳುವಂಥ ಪ್ರಜಾಪ್ರಭುತ್ವ ವಿಲ್ಲದಾಗ್ಯೂ ದೇಶದ ಗಮ್ಯವನ್ನು ಪಥಕ್ಕರಿಸುವವರು?

ಓಯಸಿಸ್ ಆಫ್ ಯುರೋಪ್ ಎಂದು ಕರೆಸಿಕೊಳ್ಳುವ ಸ್ವಿಟ್ಜರ್‌ಲ್ಯಾಂಡ್‌ನಂಥ ದೇಶದ ಮಾನವೀಯ ಗುಣಗಳನ್ನು ಅರಿಯದಿರುವ ನಮ್ಮವರು ಎರಡೂ ಪ್ರಪಂಚ ಯುದ್ಧದ ಕಲದಲ್ಲಿ ತಟಸ್ಥವಾಗುಳಿದ ಈ ದೇಶದ ಜನಜೀವನ ಮತ್ತು ಸರಕಾರದ ಬಗ್ಗೆ ಕೂಲಂಕಶವಾಗಿ ತಿಳಿದುಕೊಳ್ಳುವ ಶ್ರಮ ತೆಗೆದುಕೊಂಡರೆ ಒಳ್ಳೆಯದು. ಆಗ ನಿಮಗದು ತಿಳಿಯುತ್ತದೆ, ಒಂದು ಪುಟ್ಟ ದೇಶವು ಹೊಟ್ಟೆಕಿಚ್ಚಾಗುವಷ್ಟು ಶಾಂತಿ ಮತ್ತು ಸಂತೃಪ್ತಿಯ ಅಭ್ಯುದಯವನ್ನು ಕಂಡುಕೊಂಡಿರುವುದು ಕೇವಲ ಆಕಸ್ಮಿಕವಲ್ಲ ಎಂಬುದು. ಒಬ್ಬ ಲೇಖಕನು ಹೇಳಿದ್ದಾನೆ, ''ಸ್ವಿಸ್ ಜನ ನೀವು ಆಯಬಹುದಾದ ನಾಲ್ಕು ಮಿಲಿಯನ್ ನಷ್ಟು ಮಹಾನ್ ವ್ಯಕ್ತಿಗಳನ್ನು ಕೊಟ್ಟಿದೆ.'' ಮಾತ್ರವಲ್ಲ ''ಅವರು ಅದ್ಭುತವಾದ ಕಲಾತ್ಮಕ ವಸ್ತುಗಳನ್ನು, ಬಡತನವಿಲ್ಲದ ಸಮಾಜವನ್ನು, ಯಾವ ಕಹಿ ಅಥವಾ ಬೊಗಳೆಯಿಲ್ಲದೆ ನಿರ್ಮಿಸಿದ್ದಾರೆ.''

ಯುದ್ಧಕಾಲದ ಮಹಾನ್ ನಾಯಕನಾದ ಕಟ್ಟಾ ಧಾರ್ಮಿಕನೆಂದಾಗಲೀ ಚಿಂತಕನೆಂದಾಗಲೀ ಕರೆಸಿಕೊಳ್ಳದ ವಿನ್‌ಸ್ಟನ್ ಚರ್ಚಿಲ್ ಪುಣ್ಯ ಸಂಪಾದನೆ ಮತ್ತು ಪುಣ್ಯಸಂಗ್ರಹದ ಕುರಿತು ಹೇಳಿದ್ದರು ಎನ್ನಲಾದ ಮಾತುಗಳಿಲ್ಲಿ ಪ್ರಸ್ತುತವಾಗಿವೆ. ಇವನ್ನು ಆತನ ನಿಕಟವರ್ತಿಯೊಬ್ಬ ಬರೆದಿದ್ದಾನೆ.

> *''ನಾಗರಿಕತೆಯನ್ನು ಕಾಪಾಡಲು ನಮಗೆ ಬೇಕಿರುವುದೇನು? ಸರ್ ವಿನ್‌ಸ್ಟನ್ ಬಹುಹಿಂದೆಯೇ ನಮಗೆ ಮಹಾನ್ ಸತ್ಯವನ್ನು ಹೇಳಿದ್ದಾರೆ!*

ಅದು ಒಂದು ಸಂಗತಿ, ಒಂದೇ ಒಂದು ಸರಳ ಸಂಗತಿ. ಮಿಲಿಯಗಟ್ಟಲೆ ಗಂಡಸರು ಮತ್ತು ಹೆಂಗಸರುಗಳಲ್ಲಿ ಕೆಲವು ನೂರು ಮಂದಿ ಕೇವಲ ಒಳ್ಳೆಯದನ್ನೇ ಮಾಡುವುದಕ್ಕೆ ಪಣತೊಡಬೇಕು, ಕೆಟ್ಟದೇನೂ ಮಾಡದಿರಬೇಕು ಮತ್ತು ಹಾಗಿದ್ದು ಶಾಪಗಳ ಬದಲಾಗಿ ಸದಾಶಯದ, ಆಶೀರ್ವಾದದ ಮಳೆ ಸುರಿಯುವಂತೆ ಮಾಡಬೇಕು.''

ಆಶೀರ್ವಾದಗಳ ಬಗ್ಗೆ ಮಾತನಾಡುತ್ತ ಬುಕ್ ಆಫ್ ಜಾನ್ ತುಂಬ ಮಾರ್ಮಿಕ ವಾಗಿ ಹೇಳುತ್ತದೆ. ಇದು ಓದಲು ಕೆಲವರಿಗೆ ತುಂಬ ತಮಾಷೆಯಾಗಿಯೂ ಕಾಣಬಹುದು.

''ನಾನು ಯಾರಾದರೂ ಬಟ್ಟೆಯಿಲ್ಲದ ಫಕೀರನನ್ನು ಕಂಡಿದ್ದರೆ, ಸೂರಿಲ್ಲದ ಬಡವನನ್ನು ಕಂಡಿದ್ದರೆ; ಅವನ ಅಂತಃಕರಣ ನನ್ನನ್ನು ಹರಸದೇ ಇದ್ದಿದ್ದರೆ... ಆಗ ನನ್ನ ತೋಳುಗಳು...'' ಇತ್ಯಾದಿ.

ಬೈಬಲ್‌ನ ಭರವಸೆಯ ಈ ಸಾಲುಗಳನ್ನು ಮನನ ಮಾಡೋಣ.

''ಒಳಿತು ಮಾಡಲು ಹಿಂದೆ ಮುಂದೆ ನೋಡದಿರೋಣ ಮುಂದಿನ ದಿನಗಳಲ್ಲಿ ಫಲ ಉಣ್ಣುತ್ತೇವೆ, ಹಿಂಜರಿಯದಿದ್ದರೆ. ''

-7-9, ಸಂತ ಪೌಲ್, 6ನೆಯ ಅಧ್ಯಾಯ,
Epistle to the Galatians

ದಾನವು ತ್ಯಾಗವೂ ಮನೆಯಿಂದಲೇ ತೊಡಗುವುದು

ಹಲವಾರು ಇತರೆ ಸಂಗತಿಗಳು ಕೂಡಾ ಮನೆಯಲ್ಲೆ ಸುರುವಾಗುವುದೆನ್ನಲು ಅಡ್ಡಿಯೇನಿಲ್ಲ. ಧರ್ಮ, ಪ್ರೇಮ, ಕರುಣೆ, ಸೇವೆ. ಹೌದು, ಸೇವೆ. ಔದಾರ್ಯ ಪೂರ್ಣ ಸೇವೆ. ಅನಾರೋಗ್ಯ ಮತ್ತು ವೃದ್ಧಾಪ್ಯದ ದಿನಗಳಲ್ಲಿ ಪ್ರೀತಿಯಿಂದ ಕಾಳಜಿ ತೋರುವ ಮತ್ತು ಸೇವೆಗೈಯ್ಯುವ ಮಕ್ಕಳು ಸುತ್ತಾ ಇರುವುದಕ್ಕಿಂತ ಹೆಚ್ಚಿನದೇನನ್ನು ಹೆತ್ತವರು ಬಯಸುತ್ತಾರೆ? ಜೀವನದ ಸಂತೋಷವನ್ನು ದುಪ್ಪಟ್ಟಾಗಿಸುವಂತೆ ಬೇಸರದ ಕ್ಷಣಗಳನ್ನು ಹಂಚಿಕೊಂಡು ಸಾಂತ್ವನ ನೀಡಬಲ್ಲ ಪರಸ್ಪರ ಸಹಾಯ ಸಹಕಾರ ನೀಡಬಲ್ಲ ದಂಪತಿಗಳಿಗಿಂತ ಹೆಚ್ಚಿನ ಐಶ್ವರ್ಯವಾಗಲೀ ಅಂತಸ್ತಾಗಲೀ ಎಲ್ಲಿದೆ?

ನಮ್ಮ ಜೀವನದ ಬಹುವಂಶ ಕಳೆಯುವ ಸ್ಥಳವಾದ ಮನೆಯಲ್ಲಿ ಶಾಪಗಳ ಬದಲಾಗಿ ಹರಕೆ-ಹಾರೈಕೆ-ಆಶೀರ್ವಾದಗಳನ್ನು ಬೆಳೆಯೋಣ, ಸ್ವಯಂಸೇವೆಯ ಉದಾಹರಣೆಯಿಂದ. ಮಕ್ಕಳಿಗೆ ನಾವೇ ಒಂದು ಆದರ್ಶ ಮಾದರಿಯಾಗೋಣ, ಪ್ರೀತಿಯುತ ಸೇವೆಯಿಂದ ಆವರಿಸಿಕೊಳ್ಳುವುದರಲ್ಲೆ ನಿಜವಾದ ಪವಾಡವಿದೆ. ನಿಮ್ಮ

ಮಕ್ಕಳು ಮರಿಗಳು ಸ್ವತಃ ದೇವತೆಗಳಲ್ಲದಿದ್ದರೇನಂತೆ, ಅವರು ಸದಾ ದೇವತೆಗಳೊಂದಿಗೆ ವಿಹರಿಸಿಕೊಂಡಿರುವಂತೆ ಮಾಡಬಲ್ಲ ರಹಸ್ಯ ಇಲ್ಲಿದೆ. ಪ್ರೀತಿಯುತ ಸೇವೆ. [1]

ಕ್ರಮೇಣವಾಗಿ ಅದು ವಿಸ್ತರಿಸಿ ಹರಡುವುದು. ಸುತ್ತಲಿನ ಎಲ್ಲರಲ್ಲೂ ದೇಶದೆಲ್ಲೆಡೆ ಕೂಡಾ ಹಾಗಾಗಲು ಸಾಧ್ಯವಿದೆ. ಮಾತ್ರವಲ್ಲ, ಇಡೀ ಜಗತ್ತನ್ನೇ ಅದು ಆವರಿಸ ಬಲ್ಲುದು. ಸೇವೆ ನೀಡುವ ಮನಸ್ಸಿನಿಂದ ಕಾದಿರುವವನಿಗೆ ಅವಕಾಶಗಳು ಮತ್ತು ಸಾಧ್ಯತೆಗಳು ಸದಾ ಹೇರಳವಾಗಿರುತ್ತವೆ. ಪ್ರೀತಿಯಿಂದ ಸೇವೆ ನೀಡಿದರೆ ಅದೆಂದೂ ವ್ಯರ್ಥವಾಗುವುದಿಲ್ಲ. ಈಗಲೇ ಅಲ್ಲದಿದ್ದರೆ ನಂತರ. ಇಲ್ಲಿ ಅಲ್ಲದಿದ್ದರೆ ಇನ್ನು ಮುಂದೆ. ಇದೇ ನಾಣ್ಯದಿಂದಲ್ಲವಾದಲ್ಲಿ ಸ್ವರ್ಗಸಾಮ್ರಾಜ್ಯದಲ್ಲಿ ಚಲಾವಣೆಗೆ ಬರಬಹುದಾದ ಮಾನವ ಜನಾಂಗದ ನಾಣ್ಯದಿಂದ.

□□

---

1. ಸಣ್ಣ ಸಣ್ಣ ಚಿಪ್ಪುಗಳು ಶಾಂತ ಸರೋವರದಲ್ಲಿ ಪುಟ್ಟಪುಟ್ಟ ಅಲೆಗಳನ್ನೆಬ್ಬಿಸುವಂತೆ
   ಪ್ರೇಮವು ಔದಾರ್ಯವನ್ನರಳಿಸುವುದು
   ಕಂಪನವಿಸ್ತಾರ ಕೇಂದ್ರದಿಂದಾವೃತ್ತ ವೃತ್ತ
   ಇದರಿಂದೊಂದು ಇನ್ನೊಂದು ಮತ್ತದರಿಂದಿನ್ನೊಂದು
   ಗೆಳೆಯಾ, ಹೆತ್ತವರು ಅಕ್ಕಪಕ್ಕದವರು ತಬ್ಬುವುದದು ಎಲ್ಲರನು
   ದೇಶವ ತಬ್ಬುವುದು ಮತ್ತಿಡೀ ಮಾನವ ಸಂಕುಲವ
   ವಿಸ್ತಾರ ಸವಿಸ್ತಾರ ಮನದಾಳದೆತ್ತರ ಸುವಿಸ್ತಾರ
   ಸಕಲ ಜಲ ನೆಲ ಚರಾಚರವನ್ನೆಲ್ಲ ತಬ್ಬಿತಿದೋ
   ಭುವಿಯ ನಗುವ ಅರಳಿಸುವುದು ಶುಭೋದಯದ ಹರಕೆ
   ಸ್ವರ್ಗದೊಡಲ ಹೃದಯದಲ್ಲಿ ಭುವಿಯ ಬಿಂಬದ ಮೊಳಕೆ

   – ಅಲೆಗ್ಸಾಂಡರ್ ಪೋಪ್ 'ಆನ್ ವರ್ಚ್ಯು'

9

ನಿನ್ನನ್ನು ನೀನು ಅರಸುತ್ತ.....

''ಅಂತರಾತ್ಮದೊಳಗೆ ಅಡಗಿರುವ ಮುಂದೆ ಬರಲಿರುವ ದಿವ್ಯ ಕಾಂತಿಯ ಎದುರು ಈ ನರಳಾಟ ಏನೂ ಅಲ್ಲವೆಂದು ನೀನು ಅರಿತೇ ಅರಿಯುವೆ''

-Rom, VIII. 18

ಸಕಾರಾತ್ಮಕ ಚಿಂತನೆಯ ಶಕ್ತಿ

ಡೇಲ್ ಕಾರ್ನಿಜ್ ಮತ್ತು ಡಾ. ನಾರ್ಮನ್ ವಿನ್ಸೆಂಟ್ ಪೀಲೆ ಅಮೆರಿಕಾದ ಅತ್ಯಂತ ಯಶಸ್ವಿ ಮತ್ತು ಜನಪ್ರಿಯರಾದ ಸಮಕಾಲೀನ ಸೃಜನೇತರ ಸಾಹಿತ್ಯದ ಬರಹಗಾರರಲ್ಲಿ ಇಬ್ಬರು. ಅಸಂಖ್ಯಾತ ಮಂದಿ ಓದುಗರಿರುವ ಇವರ ಕೃತಿಗಳು ಹಲವು ಹತ್ತು ಮರುಮುದ್ರಣಗಳನ್ನು ಕಂಡಿವೆ. ಡೇಲ್ ಕಾರ್ನಿಜ್‌ರ ಪುಸ್ತಕಗಳು ಹಲವಾರು ದೇಶಗಳಲ್ಲಿ ಪ್ರಕಟವಾಗಿವೆ ಮಾತ್ರವಲ್ಲ ಜಗದಾದ್ಯಂತ ಹಲವಾರು ಭಾಷೆಗಳಿಗೆ ಅನುವಾದಗೊಂಡಿವೆ. ಸಾಹಿತ್ಯಿಕ ಯಶಸ್ಸಿನ ಮಟ್ಟಿಗೆ ಇಬ್ಬರೂ ಸಮಾನರಾದರೂ ಉಳಿದಂತೆ ಇಬ್ಬರೂ ಎರಡು ವಿಭಿನ್ನ ಧ್ರುವಗಳಿರುವಂತೆ, ತೀರ ವಿಭಿನ್ನವಾದ, ತದ್ವಿರುದ್ಧ ಎನ್ನಲಾಗದಿದ್ದರೂ ವಿಭಿನ್ನ ನೆಲೆಯ ಜೀವನದ ನೀತಿ ನಿಲುವನ್ನು ಪ್ರತಿನಿಸುವವರು, - ಸೆಕ್ಯುಲರ್ ಮತ್ತು ಧಾರ್ಮಿಕ.

ಹೇಗೆ ತನ್ನ ಕೃತಿ (ಸ್ನೇಹಿತರನ್ನು ಗೆಲ್ಲುವುದು ಮತ್ತು ಜನರನ್ನು ಪ್ರಭಾವಿಸುವುದು ಹೇಗೆ?) ಅಸ್ತಿತ್ವಕ್ಕೆ ಬಂತೆಂಬುದರ ಕುರಿತು ಬರೆಯುತ್ತ ಕಾರ್ನಿಜ್ ಗಮನಿಸುತ್ತಾರೆ 'ಮಾನವ ಸಂಬಂಧಗಳ ಕುರಿತಾಗಿ ಕಾರ್ಯಸಾಧ್ಯವಾದ ಕ್ರಿಯಾಶೀಲ ಕೈಪಿಡಿಯೊಂದು ತಾನು ಬರೆದು ಆ ಅಗತ್ಯವನ್ನು ಪೂರೈಸುವವರೆಗೆ ಇರಲೇ ಇಲ್ಲ ಎನ್ನುವ ಇವರಿಗೆ ಏನು ಹೇಳುವುದಿತ್ತೆನ್ನುವುದನ್ನು ಓದುವುದು ಕುತೂಹಲಕರ ವಾಗಿದೆ. 'ಈ ಕೃತಿಯ ತಯಾರಿಯಲ್ಲಿ ನಾನು ದೊರೊತಿ ಡಿಕ್ಸ್ ಬರೆದುದೆಲ್ಲವನ್ನೂ

ಓದಿದೆ, ವಿಚ್ಛೇದನಾ ನ್ಯಾಯಾಲಯದ ದಾಖಲೆಗಳನ್ನು ಮತ್ತು ಪೇರೆಂಟ್ಸ್ ಮ್ಯಾಗಝೀನ್, ಪ್ರೊಫೆಸರ್ ಓವರ್‌ಸ್ಟ್ರೀಟ್‌ರಿಂದ ತೊಡಗಿ ಆಲ್‌ಫ್ರೆಡ್ ಆಡ್ಲರ್ ಮತ್ತು ವಿಲಿಯಂ ಜೇಮ್ಸ್ ತನಕ. ಇದಕ್ಕೆ ಹೆಚ್ಚುವರಿಯಾಗಿ ಒಬ್ಬ ಸುಶಿಕ್ಷಿತ ಸಂಶೋಧನಾರ್ಥಿಯನ್ನು ಒಂದೂವರೆ ವರ್ಷಕಾಲ ಬೇರೆ ಬೇರೆ ಲೈಬ್ರರಿಗಳಲ್ಲಿ ಮನಶ್ಶಾಸ್ತ್ರದ ಪಾಂಡಿತ್ಯಪೂರ್ಣ ವಿಶ್ಲೇಷಣೆಗಳ ನಡುವೆ ಸಂಚರಿಸಿ ನೂರಾರು ಪತ್ರಿಕೆಗಳ ಲೇಖನಗಳ ಮಳೆಯಲ್ಲಿ ನೆನೆದು ನಾನು ಗಮನಿಸದೇ ಹೋಗಿರಬಹುದಾದ ಎಲ್ಲವನ್ನೂ ಓದಲು ನಿಯೋಜಿಸಿದೆ.' ನಾನು ಭಾವಿಸುತ್ತೇನೆ, ಡಾ.ಪೀಲೆ ಬಹುಶಃ ಈ ಮಾತುಗಳನ್ನು ಓದುತ್ತ ಸುಮ್ಮನೆ ನಕ್ಕಿರಬಹುದು. ''ಅವರು ಒಂದು ನಿಮಿಷದ ಶ್ರಮವನ್ನೂ ಹಾಳು ಮಾಡುವ ಅಗತ್ಯವಿರಲಿಲ್ಲ.'' ಡಾ.ಪೀಲೆ ಬಹುಶಃ ಹೀಗೆ ಹೇಳುತ್ತಿದ್ದರೆಂದು ಭಾವಿಸುತ್ತೇನೆ. ''ಡೇಲೆ ಕಾರ್ನೀಜ್ ಕೈಯಲ್ಲಿ ದೀಪ ಹಿಡಿದುಕೊಂಡು ಬೆಳಕಿಗಾಗಿ ಸದಾಕಾಲ ಅರಸುತ್ತಿದ್ದರು! ಗಂಡಸರು, ಹೆಂಗಸರು, ಮಕ್ಕಳಿಂದ, ಮೂಢರು ಮತ್ತು ಜಾಣರು, ಸಿರಿವಂತರು ಮತ್ತು ಬಡವರು ಎಂಬ ವ್ಯತ್ಯಾಸವಿಲ್ಲದೆ ತಲೆಮಾರುಗಳಿಂದ ಒಂದು ಮತ್ತು ಒಂದೇ ಒಂದು ಪುಸ್ತಕ ಶತಮಾನಗಳಿಂದ ಇದ್ದುದು, ಓದಿದ್ದು, ಉಪದೇಶಿಸಿದ್ದು, ಅನುಸರಿಸಿದ್ದು. ಡೇಲೆ ಖಂಡಿತಾ ಆ ಪುಸ್ತಕಗಳ ಪುಸ್ತಕದ ಬಗ್ಗೆ ತಿಳಿಯದವರಾಗಿರಲು ಸಾಧ್ಯವಿಲ್ಲ. ಬೈಬಲ್.'' ನಾನೇಕೆ ಹೀಗೆಂದು ಕಲ್ಪಿಸುತ್ತೇನೆ? ತಮ್ಮದೇ ಪುಸ್ತಕದ, 'ದ ಪವರ್ ಆಫ್ ಪಾಸಿಟಿವ್ ಥಿಂಕಿಂಗ್' ಬಗ್ಗೆ ಡಾ.ಪೀಲೆ ಘೋಷಿಸುತ್ತಾರೆ, ''ಇಲ್ಲಿರುವ ಪ್ರಭಾವಶಾಲಿ ತತ್ವಗಳೆಲ್ಲ ನನ್ನದೇ ಸಂಶೋಧನೆಗಳಲ್ಲ ಎಂಬುದನ್ನು ನಾನು ಕುರಿತಿಟ್ಟು ಹೇಳಬೇಕಾಗಿಲ್ಲ, ಬದಲಿಗೆ ಇವುಗಳನ್ನು ನಮಗೆ ಮನುಕುಲದ ಇದುವರೆಗೆ ಜೀವಿಸಿದ್ದ ಮತ್ತು ಜೀವಂತ ಮಹಾಗುರು ನೀಡಿದ್ದ. ಈ ಪುಸ್ತಕವು ಕ್ರಿಶ್ಚಿಯಾನಿಟಿಯನ್ನು ಬದುಕಿಗೆ ಅಳವಡಿಸಿದೆ ಅಷ್ಟೆ. ಸರಳವಾದ ಆದರೆ ವೈಜ್ಞಾನಿಕವಾದ ರೀತಿಯಲ್ಲಿ ಕಾರ್ಯಸಾಧ್ಯ ತತ್ವಗಳನ್ನು ಯಶಸ್ವಿ ಬದುಕಿಗೆ ಅಳವಡಿಸಿದೆ ಮತ್ತಿದು ಕೆಲಸ ಮಾಡುತ್ತದೆ.'' ಬೇರೆ ಮಾತುಗಳಲ್ಲಿ ಸ್ನೇಹಿತರನ್ನು ಗೆಲ್ಲುವ ಮತ್ತು ಜನರನ್ನು ಪ್ರಭಾವಿಸುವ ವಿಧಾನದ ಹಿಂದಿರುವ ತಾತ್ವಿಕತೆ 'ಸಾಮಾಜಿಕ ಮತ್ತು ನೇರವಾದ ಏಕಾಗ್ರ ಆಸಕ್ತಿ ಮತ್ತು ಪ್ರೀತಿ' ಬಹುಶಃ ನೀವು ಈ ಮೂಲಭೂತ ಗುಣವನ್ನು ಬೆಳೆಸಿಕೊಂಡಲ್ಲಿ ಉಳಿದುದೆಲ್ಲವೂ ಸ್ವಾಭಾವಿಕವಾಗಿಯೇ ಬೆಳೆಯುತ್ತವೆ. ಇದೆಲ್ಲವೂ ಬೈಬಲಿನ ಮಾತಲ್ಲೇ ಆವಿರ್ಭವಿಸುತ್ತದೆ. ''ದೇವನ ಸಾಮ್ರಾಜ್ಯವನ್ನು ಮೊದಲು ಬಯಸು, ಹುಡುಕು. ಮತ್ತೆ...ಈ ಎಲ್ಲವೂ ನಿನ್ನ ಹಿಂದೆ ತಾವಾಗಿ ಬರುತ್ತವೆ.''

ದೇವನ ಸಾಮ್ರಾಜ್ಯ! ಎಲ್ಲಿದೆ ಅದು? ಬೈಬಲಿನಲ್ಲಿದೆ ಉತ್ತರ. ''ದೇವನ ಸಾಮ್ರಾಜ್ಯವು ನಿನ್ನಂತರಂಗದಲ್ಲೇ ಇದೆ.'' ಅದು ನಮ್ಮೊಳಗೇ ಇದ್ದರೆ ನಾವದನ್ನೇಕೆ ಹುಡುಕಬೇಕು? ಅಮೆರಿಕಾವು ಅನಾದಿಯಿಂದಲೂ ಅಲ್ಲಿತ್ತು. ಆದರೂ ಅದು

ಜಗತ್ತಿನ ಅಸ್ತಿತ್ವಕ್ಕೆ ಬಂದಿದ್ದು ಕೊಲಂಬಸ್ ಅದನ್ನು ಕಂಡುಹಿಡಿದಾಗಲೇ. ಹಾಗೆಯೇ ನಾವು ದೇವನ ಸಾಮ್ರಾಜ್ಯವನ್ನು ಹುಡುಕಲು ಕೇಳಿಕೊಂಡಿದ್ದರೆ ಅದಕ್ಕೇನೋ ವಿಶೇಷವಾದ ಕಾರಣವಿರಲೇ ಬೇಕು. ದೇವನ ಸಾಮ್ರಾಜ್ಯವು ನಮ್ಮ ಅಂತರಂಗದಲ್ಲೇ ಇದೆ ಎಂಬ ಸಂಗತಿ ಯಾಕೆ ನಮಗೆ ತಿಳಿದಿಲ್ಲ ? ಉತ್ತರವಿಷ್ಟೇ, ನಾವು ಒಂದು ಕೃತಕವಾದ ಜೀವನವನ್ನು ಬದುಕುತ್ತ, ಆತ್ಮದ ದಿವ್ಯಚೇತನವನ್ನು ಮರೆತು ನಿರ್ಲಕ್ಷಿಸಿ, ನಮ್ಮದೇ ಆದ ಒಂದು ಪುಟ್ಟ ಚೌಕಟ್ಟಿನೊಳಗಿನ ಶೂನ್ಯ ಬದುಕಿನಲ್ಲಿ ಕುರಿಮಂದೆಯಲ್ಲಿ ಸಾಗುತ್ತಿರುವ ಒಂದಾನೊಂದು ಕುರಿಯಂತೆ ಇದ್ದೇವೆ. ಆದಾಗ್ಯೂ, ಕೇವಲ ಭೌತಿಕ ಜಗತ್ತಿನ ಐಹಿಕ ಆಕಾಂಕ್ಷೆಗಳ ನೆಲೆಯಿಂದಲೇ ನೋಡಿದರೂ ಈ ಕೃತಕವಾದ ಜೀವನಶೈಲಿಯು ಎಂದಿಗೂ ನಾವು ಹಾತೊರೆಯುತ್ತಿರುವ ಸಂಗತಿಗಳನ್ನು ನಮಗೆ ಒದಗಿಸಲಾರದು. ಹೇಗೆ?

ನಮ್ಮಲ್ಲಿ ಪ್ರತಿಯೊಬ್ಬರೂ ಜೀವನದಲ್ಲಿ ನಮ್ಮ ನಮ್ಮ ಗುರಿಗಳಿಗಾಗಿ ಏನೇನೋ ಮಾಡುತ್ತೇವೆ. ಅದು ತುಂಬ ಸ್ವಾಭಾವಿಕವಾದದ್ದು. ಆದರೆ ಯಾವ ವಿಧದಲ್ಲಿ ಮತ್ತು ರೀತಿಯಲ್ಲಿ ನಾವು ಅವುಗಳ ಈಡೇರಿಕೆಗಾಗಿ ಪ್ರಯತ್ನಿಸುತ್ತಿದ್ದೇವೆ? ಇದು ನಿಮಗೆ ಅತಾರ್ಕಿಕವೆನಿಸಬಹುದು ಆದರೆ ಕೊಂಚ ಯೋಚಿಸಿದರೆ ತಿಳಿಯುತ್ತದೆ. ನೇರ ಕ್ರಮ, ನೇರವಾಗಿ ಫಲಿತಾಂಶದತ್ತಲೇ ತೆಗೆದುಕೊಂಡ ಹೆಜ್ಜೆಗಳು ಯಶಸ್ಸಾಗುವ ಸಂಭವವೇ ತೀರ ಕಡಿಮೆ. ಅಂಥ ಉಪಕ್ರಮಗಳಿಂದ ಯಶಸ್ಸೇ ಸಿಗಲಾರದು ಎಂದಲ್ಲ, ಆದರೆ ಅದು ಅತ್ಯುತ್ತಮವಾದ ರೀತಿಯಲ್ಲ. ಇದನ್ನು ವಿವರಿಸುತ್ತೇನೆ.

ಬೊಜ್ಜಿನಿಂದಾಗಿ ಕಿರಿಕಿರಿ ಅನುಭವಿಸುತ್ತಿದ್ದ ಒಬ್ಬಾತ ವೈದ್ಯರಲ್ಲಿಗೆ ಹೋಗುತ್ತಾನೆ. ದೇಹದ ಕಾಯಿಲೆಗಳನ್ನಷ್ಟೇ, (ಆತ್ಮದ ಕಾಯಿಲೆಗಳನ್ನಲ್ಲ) ಗುಣಪಡಿಸಬಲ್ಲ ವೈದ್ಯಕೀಯ ವೃತ್ತಿಯ ವೈದ್ಯ ಪರೀಕ್ಷಿಸಿ ವಿವರವಾದ ವ್ಯಾಯಾಮಗಳನ್ನೂ, ಪಥ್ಯಾಹಾರಕ್ರಮಗಳನ್ನೂ, ಕೆಲವು ಔಷಧವನ್ನೂ ಬಳಸಲು ಹೇಳುತ್ತಾನೆ. ಈಗ ರೋಗಿಯು ತನ್ನ ಗುರಿಗೆ ನೇರವಾಗಿ ನಿಂತಿದ್ದಾನೆ. ತೂಕ ಇಳಿಸುವುದು. ಆತ ತನ್ನ ಸ್ವಾಭಾವಿಕವಾದ ಅಭ್ಯಾಸಗಳೊಂದಿಗೆ ಸಂಘರ್ಷಕ್ಕಿಳಿಯುತ್ತಾನೆ. ದೈಹಿಕ ವ್ಯಾಯಾಮ ವನ್ನು ಮಾಡುವಲ್ಲಿ ವಿಸ್ಮೃತಿ, ತಿನ್ನುವ ಚಪಲದೊಂದಿಗೆ ಪಥ್ಯ ಮಾಡುವ ಕಷ್ಟ, ರುಚಿರುಚಿಯಾದ ಭಕ್ಷ್ಯಭೋಜ್ಯಗಳು ಬಾಯಲ್ಲಿ ನೀರೂರಿಸುವಾಗ ಅವುಗಳು ನೀಡಬಹುದಾದ ರುಚಿಕರ ಸುಖದ ಕಲ್ಪನೆಯೊಂದಿಗೆ ಕೂಡಾ ಸಂಘರ್ಷ. ಅವನ ಆತಂಕ, ಕುತೂಹಲಗಳು ಕೂಡಾ ಹೆಚ್ಚುತ್ತ ಹೋಗುತ್ತವೆ, ತೂಕವೇನೂ ನಿರೀಕ್ಷಿಸಿ ದಷ್ಟು ವೇಗದಲ್ಲಿ ಜರ್‍ರನೆ ಇಳಿದುಬಿಡುವುದಿಲ್ಲ. ಅಲ್ಲದೆ ಪುಷ್ಟಿದಾಯಕ ಆಹಾರ ಗಳನ್ನೆಲ್ಲ ವರ್ಜಿಸಿದ್ದರಿಂದಾಗುವ ಆಯಾಸ ಬೇರೆ. ಈ ತೂಕ ಇಳಿಸುವ ಯುದ್ಧದಲ್ಲಿ ಗೆಲ್ಲುವೆನೋ ಸೋಲುವೆನೋ ಎಂಬ ಅನುಮಾನದೊಂದಿಗೆ ಮನಸ್ಸು ತೂಗುಯ್ಯಾಲೆ ಆಗತೊಡಗುತ್ತದೆ. ಕೊನೆಗೂ ಅವನ ಅಥವಾ ವೈದ್ಯರ 'ಸರಿಯಾದ

ತೂಕ' ದ ಕಲ್ಪನೆಗೆ ಬಂದು ತಲುಪಿದರೂ ಸದಾ ಕಾಡುತ್ತ ಉಳಿಯುವ ಭಯ, ಇದು ತಾತ್ಕಾಲಿಕವಾಗಿಬಿಟ್ಟರೆ! ಅಕಸ್ಮಾತ್ ಈ ಎಲ್ಲಾ ವ್ಯಾಯಾಮ, ಪಥ್ಯದ ನಂತರವೂ ಈ ತೂಕ ಇಳಿಯುವಿಕೆಯು ಬರೇ ಅವನ ಚಿಂತೆ ಆತಂಕಗಳ ಪ್ರತಿಫಲವಾಗಿದ್ದರೂ ಅದರಲ್ಲಿ ಅಚ್ಚರಿಪಡುವಂಥದ್ದೇನಿಲ್ಲ! ಮಿತಿಮೀರಿದ ತೂಕದ ರೋಗಿಯೊಬ್ಬನಿಗೆ ಸಾವಿನ ಭಯ ಹುಟ್ಟಿಸಿಯೇ ಅಗತ್ಯವಾದ ಆತಂಕ-ಚಿಂತೆಗಳನ್ನು ಹುಟ್ಟಿಸಿ ಗುಣಪಡಿಸಲೆತ್ನಿಸಿದ ವೈದ್ಯನೊಬ್ಬನ ಕತೆಯನ್ನು ಇದು ನೆನಪಿಗೆ ತರುತ್ತದೆ!

ಈ ಮೇಲಿನ ಕಲ್ಪಿತ ರೋಗಿಯ ಕತೆಯ ಇನ್ನೊಂದು ಆವೃತ್ತಿಯನ್ನೀಗ ನೋಡೋಣ. ಒಳ್ಳೆಯ ನಾಗರಿಕನೊಬ್ಬ ತೂಕ ಹೆಚ್ಚಿಸಿಕೊಂಡಿರುತ್ತಾನೆ, ಆದರೆ ಧಾರ್ಮಿಕವಾಗಿ ಅಂಥ ಹೆಚ್ಚಳವನ್ನೇನೂ ಮಾಡಿಕೊಂಡಿರುವುದಿಲ್ಲ. ಅವನಿಗೆ ಆಸುಪಾಸಿನ ಒಬ್ಬ ಪಾದ್ರಿ ಆತನಲ್ಲಿ ಸೋದರ ವಾತ್ಸಲ್ಯದಿಂದ ಆಸಕ್ತಿವಹಿಸುತ್ತಾನೆ. ಅವನಿಗೆ ಕೆಲವು ಆಪ್ತಸಲಹೆ ಸೂಚನೆಗಳನ್ನು ನೀಡಿ ಕ್ರಮಬದ್ಧವಾಗಿ ಚರ್ಚಿಗೆ ಹೋಗುವಂತೆಯೂ, ಧಾರ್ಮಿಕ ಕರ್ತವ್ಯವೆಂಬಂತೆ ಉಪವಾಸವನ್ನಾಚರಿಸುವಂತೆಯೂ, ಮನಸ್ಸನ್ನು ತಿಳಿಯಾಗಿಸುವುದಕ್ಕಾಗಿ ಪ್ರಾರ್ಥನೆಯನ್ನು ಮಾಡುವಂತೆಯೂ ಮುಂತಾಗಿ ಸೂಚಿಸುತ್ತಾನೆ. ಮುಂದೆ ಚರ್ಚಿನ ಪಾದ್ರಿಯು ಕ್ರಮೇಣ ಆತನನ್ನು ಬೆಟ್ಟವೊಂದರ ಮೇಲಿರುವ ಚರ್ಚಿನಲ್ಲಿ ನಿತ್ಯವೂ ಮೌನದಲ್ಲಿ ಹೆಚ್ಚು ಏಕಾಗ್ರವಾಗಿ ಪ್ರಾರ್ಥಿಸುವಂತೆಯೂ, ಬೈಬಲನ್ನು ಕ್ರಮಬದ್ಧವಾಗಿ ಓದುವಂತೆಯೂ, ಅವನ ಹೆಚ್ಚಾದ ಆಹಾರ ಇತ್ಯಾದಿಗಳನ್ನು ಬಡವರೊಂದಿಗೆ ಹಂಚಿಕೊಳ್ಳುವಂತೆಯೂ, ಸದಾ ಬೇರೆಯವರ ಒಳಿತನ್ನು ಕುರಿತು ಪ್ರಾರ್ಥಿಸುವಂತೆಯೂ ಉತ್ತೇಜಿಸುತ್ತಾನೆ. ಆತ ಈ ಹೊಸಹಾದಿಯನ್ನು ಹಿಡಿಯುತ್ತಾನೆ. ಕ್ರಮೇಣ ನಿತ್ಯವೂ ಬೆಟ್ಟ ಹತ್ತುವ ವ್ಯಾಯಾಮದಿಂದ, ಕಡಿಮೆ ಆಹಾರ ಸೇವನೆಯ ಕ್ರಮದಿಂದ ದೇಹದ ಸ್ಥಿತಿಯ ಬಗ್ಗೆ ಯಾವ ಚಿಂತೆಯನ್ನೂ ಮಾಡದೇನೆ ಆತನ ತೂಕ ಇಳಿಯುತ್ತದೆ! ಅವನ ದೇಹದ ಗಾತ್ರ ಸಾಮಾನ್ಯ ಸ್ಥಿತಿಯ ಮಟ್ಟಕ್ಕೆ ಬಂದುದು ಮಾತ್ರವಲ್ಲ, ಬೋನಸ್ ಎಂಬಂತೆ ಆತನ ಉತ್ಸಾಹ, ಮಾನಸಿಕ ಚುರುಕುತನಗಳೂ ಹೆಚ್ಚಿ ಆತನ ವ್ಯಕ್ತಿತ್ವವೇ ಗಣನೀಯ ಪ್ರಗತಿಯನ್ನು ಕಂಡಿರುತ್ತದೆ. ಸಂತಸದ, ಆರಾಮಾಗಿ ಸಾವಧಾನಿಯಾಗಿರುವ, ದೈಹಿಕವಾಗಿ ಸಮರ್ಥವಾದ, ಮಾನಸಿಕವಾಗಿ ಉಲ್ಲಸಿತನಾದ ಧಾರ್ಮಿಕವಾದ ಕೃಪೆಯನ್ನು ಸಂಪಾದಿಸಿದ ಒಂದು ತೃಪ್ತಿಯಿಂದ ತುಂಬಿರುತ್ತಾನೆ.

ಎರಡು ದಾರಿಗಳು

ಯಾವ ಮಾರ್ಗ ಇವೆರಡರಲ್ಲಿ ಒಳ್ಳೆಯದೆನಿಸುತ್ತದೆ? ಎರಡೂ ಮಾರ್ಗಗಳಲ್ಲೂ ಫಲಿತಾಂಶ ಒಂದೇ. ಆದಾಗ್ಯೂ ಒಂದು ನೇರವಾದ ಕ್ರಮವಾಗಿತ್ತು ಮತ್ತು ಇನ್ನೊಂದು ಗುರಿ ಏನೆಂಬುದನ್ನು ಪೂರ್ತಿಯಾಗಿ ಮರೆತು ಹೆಚ್ಚು ಉಲ್ಲಾಸಕರವಾಗಿಯೂ

ದೀರ್ಘಾವಧಿ ಪರಿಣಮಕಾರಿಯಾಗಿಯೂ ಅದನ್ನು ಸಾಧಿಸಿತು. ಇದು ಎಲ್ಲಾ ಮಾನವ ಚಟುವಟಿಕೆಗಳ ವಿಚಾರದಲ್ಲೂ ನಿಜ. ನಿರ್ವಿವಾದವಾಗಿ ಯಾವಾಗಲೂ ನಾವು ನಿಜವಾಗಿ ಏನನ್ನು ನಿರೀಕ್ಷಿಸುತ್ತೇವೆಯೋ, ಬಯಸುತ್ತೇವೆಯೋ ಅದು ಉಪ ಉತ್ಪನ್ನವಾಗಿಯೇ ಬರುವಂಥದ್ದು. ಆರೋಗ್ಯ, ಐಶ್ವರ್ಯ, ಅಂತಸ್ತು ಇವುಗಳನ್ನು ಇವುಗಳಿಗಾಗಿಯೇ ಯಾವತ್ತೂ ಹಿಂಬಾಲಿಸಬಾರದು. ಇದು ಈ ಹಿನ್ನೆಲೆಯಲ್ಲಿ ಬೈಬಲಿನ ಘೋಷವಾಕ್ಯವು ಹೆಚ್ಚು ಅರ್ಥಪೂರ್ಣವೆನ್ನಿಸುವುದು. 'ದೇವನ ಸಾಮ್ರಾಜ್ಯವನ್ನು ಅರಸು.' 'ಜೀವನದ ಸಂತೋಷವು ಒಂದು ಉದ್ದೇಶಕ್ಕಾಗಿ ಜೀವಿಸುವುದರಲ್ಲಿದೆ ಮತ್ತದು ತಕ್ಷಣದ ಆಸೆ-ಆಕಾಂಕ್ಷೆಗಳನ್ನು ಮೀರಿದ್ದಾಗಿದೆ.' -ಹೀಗೆಂದು ಬರೆದವರು ಮೇಧಾವಿಯೂ ಜಾಗತಿಕವಾಗಿ ಬುದ್ಧಿಜೀವಿ ಎಂದು ಖ್ಯಾತರಾದ ಬರ್ನಾರ್ಡ್ ಷಾ. ಡಾ.ಹ್ಯಾರಿ ಎಮರ್ಸನ್ ಫೋಸ್ಡಿಕ್ ಹೇಳುತ್ತಾರೆ, ''ಆರೋಗ್ಯಕರ ಜೀವನದ ಇನ್ನೊಂದು ಪ್ರಮುಖ ಸಂಗತಿಯೆಂದರೆ ನಮ್ಮಿಂದ ಹೊರತಾದ ವ್ಯಕ್ತಿ ಮತ್ತು ಉದ್ದೇಶಗಳಲ್ಲಿ ನಿಸ್ವಾರ್ಥ ಅರ್ಪಣೆಯ ಮನೋಭಾವ ಇಟ್ಟುಕೊಳ್ಳುವುದು.'' ಆಧುನಿಕ ಮನಶ್ಶಾಸ್ತ್ರಜ್ಞರ ಪ್ರಕಾರ ಮಾನಸಿಕ ಆರೋಗ್ಯಕ್ಕೆ ಅತ್ಯಂತ ಮುಖ್ಯವಾದ ಅಂಶವೆಂದರೆ ದೊಡ್ಡ ಆದರ್ಶವನ್ನಿಟ್ಟುಕೊಂಡು ದಿನನಿತ್ಯದ ವ್ಯವಹಾರದಲ್ಲಿ ಅದರಿಂದ ಮಾರ್ಗದರ್ಶನ, ಸ್ಫೂರ್ತಿ ಪಡೆಯುವುದೇ ಆಗಿದೆ. ಇದು ಮಹತ್ತರವಾದ ಸಂತೃಪ್ತಿ ಮತ್ತು ಸುಖವನ್ನೀಯುತ್ತದೆ. ಮತ್ತದು ಎಷ್ಟೇ ಹಿನ್ನಡೆಗಳು ಬಂದರೂ ಅದನ್ನು ತಡೆದುಕೊಳ್ಳುವ ಶಕ್ತಿಯನ್ನೂ ನೀಡುತ್ತದೆ. ಕೀರ್ತಿಭಾಜನರಾದ ಅನೇಕ ವ್ಯಕ್ತಿಗಳ ಕ್ರಿಯೆಗಳು ಗಟ್ಟಿಯಾಗಿ ಕೆಲವೊಂದು ಆದರ್ಶಗಳಿಗೆ ಅಂಟಿಕೊಂಡವರ ಸಾಧನೆಗಳು ಎಂಬುದು ಎಲ್ಲರಿಗೂ ಗೊತ್ತು. ಮಾನವ ಜನಾಂಗದ ಚರಿತ್ರೆಯಲ್ಲಿ ಅವರು ಹೊಳೆಯುತ್ತಿರುತ್ತಾರೆ ಯಾಕೆಂದರೆ ಸಾಮಾನ್ಯ ಜನರು ಅವರ ಆದರ್ಶಗಳ ಬೆಳಕಿನಲ್ಲಿ ಜೀವನದ ಸಂತೋಷ ಮತ್ತು ಆನಂದವನ್ನು ಕಂಡುಕೊಳ್ಳುತ್ತಾರೆ ಮಾತ್ರವಲ್ಲ ಕೆಲವೊಮ್ಮೆ ಸಾವನ್ನೂ ಗೆಲ್ಲುತ್ತಾರೆ. ಅಂಥ ಆದರ್ಶವನ್ನು ಬೆನ್ನಟ್ಟಿಯೇ ಸಾಮಾನ್ಯ ಮನುಷ್ಯರು ಕೂಡಾ ಕೆಲವೊಮ್ಮೆ ಮಹಾನ್ ನಾಯಕರು, ಸಾಧು ಸಂತರು ಆಗಿ ಪರಿವರ್ತಿತರಾಗುತ್ತಾರೆ. ನಿಜವಾಗಿಯೂ ಶ್ರೇಷ್ಠವಾದ, ನಿಸ್ವಾರ್ಥವಾದ, ಮಹಾನ್ ಆದ ಏನಾದರೊಂದನ್ನು ಆತುಕೊಳ್ಳಿ. ನಿಪುಣತೆ ಮತ್ತು ಘನತೆಯನ್ನು ಸಂಪಾದಿಸಿಕೊಳ್ಳಿ. ದೈಹಿಕವಾಗಿ ಸಾಮರ್ಥ್ಯ ಮತ್ತು ಮಾನಸಿಕವಾಗಿ ಚುರುಕಾಗಿರಿ. ಎಲ್ಲಾ ಬಗೆಯ ಅನ್ಯಮನಸ್ಕತೆ ಮತ್ತು ದುಂದುವೆಚ್ಚವನ್ನು ನಿವಾರಿಸಿ. ಆಗ ನೋಡಿ ಏನು ಸಂಭವಿಸುತ್ತದೆಂಬುದನ್ನು!

ದೇವನ ಸಾಮ್ರಾಜ್ಯ ನಿಮ್ಮೊಳಗೇ ಇದೆ! ಇನ್ನೊಂದು ಬೈಬಲ್ ವಾಕ್ಯದತ್ತ ಗಮನ ಹರಿಸೋಣ. 'ಇಡೀ ಜಗತ್ತನ್ನು ಗೆದ್ದರೇನು ಬಂತು, ಆತ್ಮವನ್ನೆ ಕಳೆದುಕೊಂಡ ಮೇಲೆ!'

(ಮಾರ್ಕ್ 8:36) ಈ ಮಾತುಗಳೆಲ್ಲ ಒಂದು ಸರಪಳಿಯ ಕೊಂಡಿಗಳಂತೆ. 'ನಿನ್ನೊಳಗೇ ಇರುವ ದೇವನ ಸಾಮ್ರಾಜ್ಯವನ್ನು ಮೊದಲು ಹುಡುಕು, ಯಾಕೆಂದರೆ ಆತ್ಮವನ್ನೇ ಕಳೆದುಕೊಂಡವನಿಗೆ ಇಡೀ ಜಗತ್ತನ್ನು ಗೆದ್ದರೂ ಫಲವೇನು ಬಂತು!' ಅಂತರಾತ್ಮದಲ್ಲೇ ಇರುವ ದೇವನ ಸಾಮ್ರಾಜ್ಯಕ್ಕೂ ಹೊರಗಿನ ಜಗತ್ತಿಗೂ ಸ್ಪಷ್ಟವಾದ ವ್ಯತ್ಯಾಸವಿದೆ. ಮೊದಲೇ ಹೇಳಿರುವಂತೆ ಮನುಷ್ಯ ಭೌತಿಕ ದೇಹಕೇಂದ್ರಿತನೂ, ಐಹಿಕ ಸುಖಭೋಗಗಳ ಜಗತ್ತಿನಲ್ಲೇ ಮುಳುಗಿರುವುವವನೂ ಆಗಿರುವುದೇ ಅಂತರಾತ್ಮದೊಳಗಿನ ದೇವನ ಸಾಮ್ರಾಜ್ಯವನ್ನು ಕಂಡುಕೊಳ್ಳಲು ಇರುವ ಮೊದಲ ತಡೆಗೋಡೆಯಾಗಿದೆ. ಮನುಷ್ಯ ತನ್ನ ದೇಹವನ್ನೇ ತನ್ನ ಅಸ್ತಿತ್ವವೆಂದುಕೊಳ್ಳುತ್ತಾನೆ ಮತ್ತು ಆತ್ಮವನ್ನು ಮರೆತವನಂತಿದ್ದಾನೆ. ಈ ಭೌತಿಕವಾದ ಪಾತ್ರೆ, ಮಾಂಸದ ತಡಿಕೆ ಮತ್ತು ಈ ದೈಹಿಕ ಜಗತ್ತು ಬದುಕೆಂಬ ಕೊಚ್ಚೆಯಲಿ ಪರಮಾನಂದದಿಂದ ತೇಲಾಡುತ್ತಿರುವ ದೈಹಿಕ ಬದುಕಿನಲ್ಲಿರುವವರೆಗೆ ಮನುಷ್ಯನೊಂದಿಗೆ (ಆತ್ಮನೊಂದಿಗೆ) ಸಂತುಲಿತವಾಗಿಲ್ಲ ಎನಿಸುತ್ತದೆ. ಬದಲಿಗೆ ದೇವನ ಸಾಮ್ರಾಜ್ಯವನ್ನು ಮೊದಲೇ ಅರಸುವುದಾದರೆ, ಈ ಭೌತಿಕ ಜಗತ್ತು ಮತ್ತು ಐಹಿಕ ಜೀವನವನ್ನು ಅದರ ಸರಿಯಾದ ನೆಲೆಯಲ್ಲಿ ಅರಿಯುವುದು ನಮಗೆ ಸಾಧ್ಯವಾಗುತ್ತದೆ.

ಇಲ್ಲೊಂದು ಉದಾಹರಣೆ ತೆಗೆದುಕೊಳ್ಳೋಣ. ಒಬ್ಬ ಹುಡುಗ ಬೈಸಿಕಲ್ ಕಲಿಯುತ್ತಿದ್ದಾನೆ. ಮೊದಲು ಅವನು ಸಮತೋಲ ಸಾಧಿಸಲು ಕಲಿಯುತ್ತಾನೆ. ಆಗೆಲ್ಲ ಸಮತೋಲನದ ಬಗ್ಗೆ ಮಾತ್ರ ಗಮನ. ದೇಹ ಮತ್ತು ಸೈಕಲನ್ನು ಸಮತೋಲನ ದಲ್ಲಿರಿಸಿಕೊಳ್ಳುವುದು. ಅವನ ಗಮನ ಏಕತ್ರವಾಗಿ ದೇಹ ಮತ್ತು ಸೈಕಲ್‌ಗೆ ನೀಡುತ್ತಾನೆ. ಅವನಿಗೆ ಭಯವಿರುತ್ತದೆ. ಬೀಳಬಹುದು, ಯಾರಿಗಾದರೂ ಬಡಿಯ ಬಹುದು, ಅಥವಾ ಬೇರಾವುದಾದರೂ ವಾಹನ ತನ್ನ ಸೈಕಲ್‌ಗೆ ಬಡಿಯಬಹುದು ಎಂದೆಲ್ಲ. ಅವನು ಮುಂದೆ ನೋಡುವುದಕ್ಕಾಗಲೀ ಬೇರೇನಾದರೂ ನೆನಪು ಮಾಡಿಕೊಳ್ಳುವುದಕ್ಕೋ ನೆನೆಯಲೋ ಸಾಧ್ಯವಿಲ್ಲ ಆಗ. ಆದರೆ, ಒಮ್ಮೆ ಅವನು ಸಮತೋಲನ ಸಾಧಿಸುವುದನ್ನು, ಬೈಸಿಕಲ್ ಚಲಾಯಿಸುವುದನ್ನು ಕಲಿತ ಮೇಲೆ ಅವನು ಮನಸ್ಸನ್ನು ವಾಹನದಿಂದಲೂ ಸಮತೋಲನದಿಂದಲೂ (ಆಗ ಅದು ತನ್ನಿಂತಾನೇ ಸಾಧ್ಯವಾಗಿರುತ್ತದೆ) ಬೇರ್ಪಡಿಸಿ ರಸ್ತೆಯನ್ನು ನೋಡಬಲ್ಲ, ಅತ್ತಿತ್ತ ನೋಡಿ ದಾರಿಯ ಸುಂದರ ದೃಶ್ಯಗಳನ್ನು ಸವಿಯಬಲ್ಲ, ಗಂಭೀರವಾದ ಚಿಂತನೆ ಯನ್ನೂ ನಡೆಸಬಲ್ಲ, ಹಾಡು ಹಾಡಬಲ್ಲ, ಏನೂ ಮಾಡಬಲ್ಲ! ಕಲಿಯುವಾಗ ಹಿಂದೆ ಒಬ್ಬನನ್ನು ಕೂರಿಸಿಕೊಳ್ಳುವ ಬಗ್ಗೆ ಯೋಚಿಸಲು ಸಾಧ್ಯವಿದೆಯೆ? ಅದೂ ಸಾಧ್ಯ ವಾಗುತ್ತದೆ ಒಮ್ಮೆ ಕಲಿತುಕೊಂಡ ಮೇಲೆ. ಕಲಿಯುವಾಗ ಎಲ್ಲೋ ಜನರಿಲ್ಲದ ಕಡೆ ಕಲಿತರೆ ಈಗ ಜನಜಂಗುಳಿಯ ಸಂತೆಯಲ್ಲೂ ಭಯವಿಲ್ಲದೆ ಸವಾರಿ ಮಾಡಬಲ್ಲ!

ಹಾಗೆಯೇ ಒಮ್ಮೆ ನೀವು ಆತ್ಮದ ಜೀವನವನ್ನು ನಡೆಸಲು ಕಲಿತ ಮೇಲೆ ನೀವು ನಿಮ್ಮ ಮನಸ್ಸನ್ನು ವಿಷಯ, ಘಟನೆಗಳಿಂದ ಮೇಲೆತ್ತಬಲ್ಲವರಾಗುತ್ತೀರಿ. ಆಗ ಅದು ಮಹಾನ್ ಅಥವಾ ಮುಖ್ಯ ಅನಿಸಿದವುಗಳೆಲ್ಲ ಬಣ್ಣ ಕಳೆದುಕೊಳ್ಳುತ್ತವೆ ಮತ್ತು ಮನಸ್ಸು ಈ ಬ್ರಹ್ಮಾಂಡದಲ್ಲಿ ಯಾವುದರ ಮೇಲಿರಬೇಕೊ ಅದರ ಮೇಲೆಯೇ ಸ್ಥಿರವಾಗಿ ಸರಿಯಾಗಿ ಕೂರಿಸಲ್ಪಡುತ್ತದೆ. ದೈಹಿಕ ಬದುಕಿಗೆ ಪ್ರತಿಯೊಂದೂ ದೇಹದ ನೆಲೆಯಿಂದ ಒಳ್ಳೆಯದೋ ಕೆಟ್ಟದೋ ಆಗಿ ಕಾಣುತ್ತಿರುತ್ತದೆ. ಅದೇ ಆತ್ಮನ ಬಾಳಿಗೆ ಯಾವುದೂ ಅದರಷ್ಟಕ್ಕೇ ಒಳ್ಳೆಯದೋ ಕೆಟ್ಟದೋ ಇಲ್ಲ. ವಿಶ್ವಾತ್ಮನ ವಿಶ್ವದಲ್ಲಿ ಎಲ್ಲವೂ ಅದರದರ ಸ್ಥಾನದಲ್ಲಿರುವಂತೆ ಕಾಣುತ್ತದೆ.

ಆತ್ಮಾನುಸಂಧಾನದ ಬದುಕಿಗೆ ಸ್ಫೂರ್ತಿ

ಆತ್ಮಾನುಸಂಧಾನದ ಬದುಕಿಗೆ ಮೊದಲ ಮೆಟ್ಟಿಲು ವ್ಯಕ್ತಿತ್ವವನ್ನು ರೂಪಿಸು ವುದು. ಪ್ರಾರ್ಥನೆ, ಏಕಾಗ್ರತೆ, ಧ್ಯಾನ, ನಿರ್ಲಿಪ್ತತೆ ಮತ್ತು ದೈವಿಕ ಸದ್ಗುಣಗಳನ್ನು ಬೆಳೆಸಿ ಕೊಳ್ಳುವುದು. ಭಾರತದ ಪ್ರಾಚೀನ ಸಾಹಿತ್ಯದಲ್ಲಿ ಉಪದೇಶಿಸಿದಂತೆ ಆತ್ಮಾನು ಸಂಧಾನದ ಜೀವನದ ಮಾರ್ಗದರ್ಶಿ ಸೂತ್ರಗಳನ್ನು ನಿಮಗಿಲ್ಲಿ ನೀಡುವುದು ಅಪ್ರಸ್ತುತವಾಗಲಾರದು ಎಂದು ಭಾವಿಸುತ್ತೇನೆ.

ಒಬ್ಬ ಜ್ಞಾನಾರ್ಥಿಗೆ ಈ ಎಂಟು ಅತ್ಯಗತ್ಯ ಗುಣಗಳಿರಬೇಕಾಗುತ್ತದೆ.

1. **ಶಾಂತ ಮನಸ್ಥಿತಿ** : ಇಂದ್ರಿಯಗಮ್ಯ ಸಂಗತಿಗಳತ್ತ ಅವುಗಳ ಮಿತಿಯನ್ನರಿತ ನಿರ್ಲಿಪ್ತಿಯಿಂದೊಡಗೂಡಿದ ಮನಸ್ಸನ್ನು ಗುರಿಯತ್ತಲೇ (ಭಗವಂತ) ಸ್ಥಿರಗೊಳಿಸಿಡಬಲ್ಲ ಶಾಂತ ಮನಸ್ಥಿತಿ.
2. **ಸ್ವನಿಯಂತ್ರಣ** : ಮನಸ್ಸು ಬಾಹ್ಯಾಕರ್ಷಣೆಗಳಿಗೆ ಬಲಿಬೀಳದಂತೆ ನೋಡಿಕೊಳ್ಳುವುದು.
3. **ನಿರ್ಲಿಪ್ತತೆ** : ಜವಾಬ್ದಾರಿಯನ್ನು, ಸಂಕಷ್ಟಗಳನ್ನು ಪರಿಹಾರದ ಚಿಂತೆಯಿಲ್ಲದೇ ಸ್ವೀಕರಿಸುವುದು.
4. **ಇಂದ್ರಿಯ ನಿಗ್ರಹ** : ಇಂದ್ರಿಯಗಳ ಸುಖಕ್ಕೆ ವಿಮುಖನಾಗಿರುವುದು.
5. **ಶ್ರದ್ಧೆ** : ಶ್ರುತಿಯ ಸತ್ಯದಲ್ಲಿ ಅಚಲನಿಷ್ಠೆ ಮತ್ತು ಶ್ರದ್ಧೆ.
6. **ಸ್ಥಿರ ಚಿತ್ತ** : ದೈವೀಕ ಶಕ್ತಿಯಲ್ಲಿ ಸ್ಥಿರ ಮತ್ತು ಏಕಾಗ್ರ ಚಿತ್ತ.
7. **ಭಕ್ತಿ** : ಸುಡುತ್ತಿರುವಂಥ ಬಯಕೆ, ದೈಹಿಕ ಮಿತಿಗಳಿಂದ ಬಿಡುಗಡೆಗಾಗಿ, ದೇವನ ಸಾಮ್ರಾಜ್ಯದಲ್ಲಿ ಶಾಶ್ವತವಾಗಿ ನೆಲೆಯಾಗುವುದಕ್ಕಾಗಿ ಆಳವಾದ ಭಕ್ತಿ. ಆಧ್ಯಾತ್ಮಿಕ ಭಾಷೆಯಲ್ಲಿ ಮುಕ್ತಿಗಾಗಿ ಭಕ್ತಿ.

8. ಮಾಯೆಯ ಅರಿವು : ನಿಜವಾದ ಮತ್ತು ಮಾಯೆಯಂಥ ಭ್ರಾಂತಿಯ ನಡುವಿನ ಭೇದದ ಅರಿವು, ಪಾರಮಾರ್ಥಿಕ ಮತ್ತು ಸಂಚಾರೀಭಾವದ ನಡುವಿನ ನಿರಂತರ ಎಚ್ಚರ.

ಈ ತತ್ವಗಳು ಕೊಂಚ ಅಸ್ಪಷ್ಟವೆನಿಸಿದರೆ ಅಚ್ಚರಿಯೇನಿಲ್ಲ. ಇದನ್ನು ಒಂದು ಪುಟ್ಟ ಮಾತಲ್ಲಿ ಸಂಗ್ರಹಿಸಿ ಹೇಳಬಹುದು. 'ದ್ವಿಜತ್ವ'. ಅಥವಾ, ಸ್ವಾರ್ಥವನ್ನು, ಸ್ವಚಿಂತನೆಯನ್ನು, ಸ್ವಾರ್ಥದ ಮಾತನ್ನು, ಸ್ವಾರ್ಥಪರ ನಡವಳಿಕೆಯನ್ನು ಪರಿಪೂರ್ಣ ಜ್ಞಾನಿಯಾಗಿ ವಿಸರ್ಜಿಸುವುದು.

ನಾವು ಆಗಾಗ ದೈವೀಕ ಮತ್ತು ಅಸುರೀ ಭಾವದ ಬಗ್ಗೆ ಹೇಳುವುದನ್ನು ಕೇಳುತ್ತಿರುತ್ತೇವೆ. ದೈವೀಕ ಭಾವ ಆತ್ಮದ ಕುರಿತು ಚಿಂತಿಸುತ್ತದೆ; ಆದರೆ ಅಸುರೀ ಅಥವಾ ಪೈಶಾಚಿಕ ಭಾವವು ಐಹಿಕ ಸುಖಲೋಲುಪ್ತಿಯ ಕುರಿತು !

ಎಲ್ಲವನ್ನೂ ಬೇಡ ಎಂದು ಬಿಟ್ಟವನ ಹಿಂದೆ ಅವು ಹಿಂಬಾಲಿಸಿ ಬರುವುದೂ ಅವುಗಳನ್ನೆ ಬೆನ್ನಟ್ಟಿ ಹೊರಟವನ ಕೈಯಿಂದ ಅವು ತಪ್ಪಿ ಹೋಗುವುದೂ ನಮ್ಮ ದೈನಂದಿನ ಜೀವನದಲ್ಲಿ ನಾವು ನೋಡುತ್ತಿರುತ್ತೇವೆ. ಹಾಗೆಯೇ ಆತ್ಮಿಕವಾದ ಜೀವನದಲ್ಲಿ ಉನ್ನತವಾಗಿ ಬದುಕುವುದರಲ್ಲಿನ ಯಶಸ್ಸು ತನ್ನಿಂದ ತಾನೇ ನಶ್ವರವಾದ ಜೀವನದ ಯಶಸ್ಸನ್ನೂ ತರುವುದು. ಪರಿಪೂರ್ಣ ಜ್ಞಾನಿಯು ಐಹಿಕ ಭೋಗಾಕಾಂಕ್ಷೆಯನ್ನು ಮಾನ್ಯ ಮಾಡದಿರುವುದರಿಂದ ಅದಕ್ಕಾಗಿ ಪ್ರಯತ್ನಿಸುವುದಿಲ್ಲ. ಆದರೆ ಅದಾಗಿ ಅದು ಅವನಲ್ಲಿಗೆ ಬಂದಾಗ ಅವನೇನೂ ತನ್ನ ಜವಾಬ್ದಾರಿಯಿಂದ ನುಣುಚಿಕೊಳ್ಳುವುದಿಲ್ಲ. ಹೊಗಳಿಕೆ ತೆಗಳಿಕೆಗಳು ಅವನನ್ನೇನೂ ಮಾಡವು; ಯಾಕೆಂದರೆ ಅವನಿಗೆ ತಾನೊಂದು ನಿಮಿತ್ತ ಮಾತ್ರ ಎಂಬ ಅರಿವಿದೆ. ಅವನ ಗುರಿ 'ಭಗವಂತನ ಚಿತ್ತವನ್ನು ಅನುಸರಿಸುವುದು.' ಸೋಲು ಅವನ ಸೋಲಲ್ಲ - ಯಾಕೆಂದರೆ, ಅವನು ನಿಮಿತ್ತ ಮಾತ್ರ ಎಂಬ ಭಾವದಲ್ಲಿ ಸ್ಥಿರವಾಗಿ ನಿಂತು ಬಿಟ್ಟಿರುವುದರಿಂದ. ಅವನು ತಪ್ಪೇ ಮಾಡಲಾರ. ಯಾಕೆಂದರೆ ಅವು ಸ್ವಾರ್ಥದಿಂದ ಸ್ವ ಚಿಂತನೆಯಿಂದ ಮುಕ್ತವಾಗಿವೆ. [1]

---

1. ಅರಿಸ್ಟಾಟಲನ ಈ ಮಹಾತ್ಮನಾದ ಮಾನವನ ಚಿತ್ರದ ವಿವರವನ್ನು ಓದಿ :
ಮಹಾತ್ಮನು ಶುಭೋದಯ ಮತ್ತು ವಿನಾಶ ಎರಡೂ ಸಂದರ್ಭಗಳಲ್ಲೂ ಸಮಚಿತ್ತದಿಂದಿರುತ್ತಾನೆ. ಅವನಿಗೆ ಸ್ತುತಿ ನಿಂದೆ ಎರಡೂ ತಿಳಿದಿರುತ್ತದೆ. ಯಶಸ್ಸಿಗೆ ಹಿಗ್ಗದ, ಸೋಲಿಗೆ ಕುಗ್ಗದ ಹಾಗಿರುತ್ತಾನೆ. ಅಪಾಯಗಳಿಗೆ ಹೆದರುವುದೂ ಇಲ್ಲ, ಅವುಗಳನ್ನು ತಾನಾಗಿ ಕರೆದುಕೊಳ್ಳುವುದೂ ಇಲ್ಲ, ಯಾಕೆಂದರೆ ಅವನು ಯಾವುದಕ್ಕೂ ಮಿಸುಕದಂತಿರುತ್ತಾನೆ. ಅವನು ಪಠಿಸಿದಂತೆ ನಿಧಾನವಾಗಿ ಮಾತನಾಡುತ್ತಾನೆ ಆದರೆ ಸಂದರ್ಭ ಬಂದಾಗ ಮನಸ್ಸು ತೆರೆದಿಡಬಲ್ಲ, ನೇರವಾಗಿ ನುಡಿಯಬಲ್ಲ. ಅವನಲ್ಲಿ ಅಚ್ಚರಿಗೆ ವಿಶೇಷ ಒಲವಿಲ್ಲ ಅವನಿಗಾವುದೂ ಮಹಾನ್ ಅನಿಸುವುದಿಲ್ಲ ನೋವುಗಳನ್ನು

ಅದಕ್ಕಾಗಿಯೇ ಪ್ಲೇಟೋ ತನ್ನ ಕಾಲ್ಪನಿಕ ಸ್ವರ್ಗದಲ್ಲಿ ಒಬ್ಬ ಚಿಂತಕ ರಾಜನನ್ನು ಕಲ್ಪಿಸಿದ್ದಾನೆ. ಒಬ್ಬ ಚಿಂತಕ (ಕುಶಲಿಯಾದ ವಿದ್ವಾಂಸನಲ್ಲ) ಭಗವತ್ ಪ್ರಜ್ಞೆಯ ಮನುಷ್ಯ ಏನನ್ನೂ ಸೀಳಿ ನೋಡಬಲ್ಲ.

ಅವನು ಸಾವಧಾನಿ, ಸಮಾಧಾನಿ. ವಿವೇಚನೆಯ ವಿವೇಕಿ ಮತ್ತು ಶುದ್ಧಹಸ್ತ - ಯಾಕೆಂದರೆ ಪವಿತ್ರಭೂಮಿಯಿಂದ ಅವನ ಜೀವಸೆಲೆಯು ಚಿಮ್ಮಿದೆ. ಈ ಚಿತ್ರಣ ನಿಜ ಜೀವನದಲ್ಲಿ ವಾಸ್ತವಿಕವಾಗಿರಲು ಸಾಧ್ಯವಿಲ್ಲ ಎಂದುಕೊಳ್ಳಬೇಡಿ. ಪ್ರತಿಕಾಲ ಮಾನವೂ ಮಹಾನ್ ಸಂತರನ್ನು ಸೃಷ್ಟಿಸಿದೆ. ಇನ್ನೆಷ್ಟೋ ಮಂದಿ ಹೆಸರಿಲ್ಲದೆಯೇ ತಮ್ಮಷ್ಟಕ್ಕೆ ತಾವುಳಿದು ಪವಿತ್ರ ಜೀವನದ ವಿಭಿನ್ನ ನೆಲೆಗಳನ್ನು ತೋರಿಸಿಕೊಟ್ಟು ಸರಳವಾಗಿ ಬದುಕಿ ಮರೆಯಾಗಿದ್ದಾರೆ.

ನಮಗೆ ಐಹಿಕ ಸುಖಭೋಗದ ಬಯಕೆಗಿಂತ ಮೇಲ್ಮಟ್ಟದ ಮತ್ತು ಮಹತ್ತರವಾದ ಏನನ್ನು ಕುರಿತೂ ಯೋಚಿಸುವುದು ಸಾಧ್ಯವಾಗುತ್ತಿಲ್ಲ ಎಂದರೆ ಅದರರ್ಥ ನಾವೆಂದೂ ಅಂಥ ದಿವ್ಯತ್ವದ ರುಚಿಯನ್ನು ಕಂಡಿಲ್ಲ ಎಂದಷ್ಟೇ. ಅನನುಭವಿಗಳ ಅನುಮಾನವನ್ನು ಬಾಯಿಮುಚ್ಚಿಸುವಂಥ ಒಂದು ಸಂಸ್ಕೃತ ಶ್ಲೋಕ ಹೀಗಿದೆ :

> *'ಪತಿಯ ಮನೆಯ ಸಂತೋಷದ ಅರಿವಿಲ್ಲದ ಹೊಸ ಮದುಮಗಳು ತವರಿನಿಂದ ಹೊರಟಾಗ ಅಳುತ್ತಾಳೆ. ಆದರೆ ದಾಂಪತ್ಯದ ಸೊಗಸು ಕಂಡ ಬಳಿಕ ಅದೇ ಹೆಣ್ಣು ತವರಿಗೆ ಹೋಗಲು ನಿರಾಕರಿಸುತ್ತಾಳೆ.'*

ಇಲ್ಲಿ ತಾಯಿಯ ಮನೆ ಎಂದರೆ ಭೌತಿಕ ಜಗತ್ತು. ದಾಂಪತ್ಯ ಜೀವನವೆಂದರೆ ಭಗವಂತನೊಡನೆಯ ಅನುಬಂಧ. ಇದೇ ಅರ್ಥದ ಇನ್ನೊಂದು ಮಾತು ದ ಇಮಿಟೇಶನ್ ಆಫ್ ಕ್ರೈಸ್ಟ್‌ನಲ್ಲಿದೆ.

> *'ಅಯ್ಯೊ! ಪಾಪದ ಪೊರೆ ಭೌತಿಕ ಜಗತ್ತಿನ ಆತ್ಮದ ಮೇಲೆ ಕವುಚಿಕೊಂಡಿದೆ ಮತ್ತಾಕೆ ಅದರಲ್ಲೇ ಅದನ್ನೇ ಸುಖವೆಂದು ಭ್ರಮಿಸಿದ್ದಾಳೆ. - ಜಾಬ್ \\\.7; ಯಾಕೆಂದರೆ ಅವಳೆಂದೂ ದೈವತ್ವದ ಸಿಹಿಯನ್ನು ನೋಡಿಯೂ ಇಲ್ಲ ಸವಿದೂ ಇಲ್ಲ. ಪುಣ್ಯದ ಆಂತರಿಕ ಸೊಗಸು ಕೂಡಾ ಅವಳಿಗೆ ತಿಳಿದಿಲ್ಲ.'*
>
> ***ಸಂಪುಟ ಮೂರು, ಅಧ್ಯಾಯ ಇಪ್ಪತ್ತು.***

ಅವನು ಗಮನಿಸದೆ ಕಳೆಯುತ್ತಾನೆ. ತನ್ನ ಬಗ್ಗೆಯೇ ಬೇರೆಯವರ ಕುರಿತೋ ಮಾತನಾಡುವುದರಲ್ಲಿ ಅವನಿಗೆ ಆಸಕ್ತಿಯಿಲ್ಲ. ಏಕೆಂದರೆ ತನ್ನನ್ನು ಹೊಗಳಿಸಿಕೊಳ್ಳುವುದಾಗಲೀ ಇತರರನ್ನು ಕೀಳುಗಯ್ಯುವುದಾಗಲೀ ಅವನಿಗೆ ಬೇಕಾಗಿಲ್ಲ. ಸಂಕಟಗಳು ಬಂದಾಗ ಹುಯಿಲಿಡುವುದಿಲ್ಲ, ಯಾರಿಂದಲೂ ಸಹಾಯವನ್ನು ನಿರೀಕ್ಷಿಸುವುದಿಲ್ಲ.''

ನಿಜವಾದ ಸಂತೋಷ

ತ್ಯಾಗದಿಂದ ಮಾತ್ರವೇ ಜೀವನದಲ್ಲಿ ಅಭಿವೃದ್ಧಿಯತ್ತ ಸಾಗಲು ಸಾಧ್ಯ. ಅನಿವಾರ್ಯವಾಗಿಯೇ ಶೈಶವ, ಬಾಲ್ಯ, ತಾರುಣ್ಯ ಮತ್ತು ಯೌವನವನ್ನು ಹಾದು ಪ್ರಬುದ್ಧರಾಗಬೇಕು. ಭೌತಿಕವಾದ ಬದುಕಿನಲ್ಲಿ ನಾವು ಭದ್ರತೆಗಾಗಿ ತ್ಯಾಗಮಾಡಿ ಗಳಿಸಿದ್ದರಲ್ಲಿ ಸ್ವಲ್ಪವನ್ನಾದರೂ ಮುಂದಿನ ಅನಿಶ್ಚಿತತೆಗಾಗಿ ತೆಗೆದಿರಿಸುತ್ತೇವೆ. ದಿವ್ಯವಾದ ಯೋಚನೆ ಮತ್ತು ದಿವ್ಯವಾದ ಬದುಕಿಗಾಗಿ ಕೂಡಾ ಅಂಥ ಪರಿಶುದ್ಧ ಆನಂದಮಯ ಬದುಕು ನಮಗೆ ಬೇಕೆಂದಿದ್ದಲ್ಲಿ ನಾವು ಸಂಚಾರೀಭಾವದ ತಾತ್ಕಾಲಿಕವಾದ ಕ್ರಿಯೆಗಳಲ್ಲಿ ಮುಳುಗುವುದನ್ನು ಬಿಟ್ಟುಕೊಡಬೇಕು. ಯಾರೂ ಇಬ್ಬರು ಯಜಮಾನರ ಕೈಕೆಳಗೆ ಏಕಕಾಲಕ್ಕೆ ದುಡಿಯಲು ಸಾಧ್ಯವಿಲ್ಲ. ಕೇಕನ್ನು ಒಂದೋ ತಿನ್ನಬೇಕು, ಇಲ್ಲವೇ, ಉಳಿಸಿಕೊಳ್ಳಬೇಕು. ಎರಡೂ ಬೇಕೆಂದರೆ ಸಾಧ್ಯವಿಲ್ಲ. ನಿಜವಾದ ಸಂತೋಷ ಮತ್ತು ದೇವನ ಸಾಮ್ರಾಜ್ಯ ಕೊನೆಗೂ ದಕ್ಕುವುದು ತತ್ಕಾಲೀನ ಸುಖಗಳ ಬೆಂಬತ್ತಿ ಹೋಗದೆ ತನ್ನನ್ನು ತಾನು ಹಿಡಿತದಲ್ಲಿಟ್ಟುಕೊಳ್ಳ ಬಲ್ಲವನಿಗೇ.

> *''ಐಹಿಕ ಸಂಪತ್ತಿನ ಹಿಂದೋಡಬೇಡ, ಗೆದ್ದಲು ಮತ್ತು ತುಕ್ಕು ಹಿಡಿಯುವುದು, ಕಳ್ಳರು ಕನ್ನ ಕೊರೆಯುವರು. ಸ್ವರ್ಗದ ಸಂಪತ್ತಿಗೆ ಕೈಚಾಚು, ಅವಕ್ಕಿಲ್ಲ ಗೆದ್ದಲು, ತುಕ್ಕುಗಳ ಕಾಟ; ಕದಿಯಲಾರ ಯಾವ ಕಳ್ಳನೂ ಅದನ್ನು. ಯಾಕೆಂದರೆ, ಈ ಸಂಪತ್ತು ನಿನ್ನ ಹೃದಯದೊಳಗೆ ಭದ್ರ.''*

ಮತ್ *6-19-21*

□□

10

ಧ್ಯಾನ ಮತ್ತು ಪ್ರಾರ್ಥನೆ - 1

''ಧ್ಯಾನವು ಮೋಹವನ್ನು ಆಳುತ್ತದೆ, ಕ್ರಿಯೆಯನ್ನು ನಿರ್ದೇಶಿಸುತ್ತದೆ, ಅತಿರೇಕವನ್ನು ಸರಿಪಡಿಸುತ್ತದೆ, ನಡೆನುಡಿಯನ್ನು ಸೌಮ್ಯಗೊಳಿಸುತ್ತದೆ, ಜೀವನವನ್ನು ದಿವ್ಯವೂ ಭವ್ಯವೂ ಆಗುವಂತೆ ಮಾಡುತ್ತದೆ ಮತ್ತು ಕೊನೆಯದಾಗಿ ದೈವೀಕ ಮತ್ತು ಮಾನವೀಯ ಸಂಗತಿಗಳನ್ನು ಸಮನಾಗಿ ಅರಿವಿಗಿಳಿಸುತ್ತದೆ.''

- ಕ್ಲೇರ್‌ವಾಕ್ಸ್‌ನ ಬರ್ನಾರ್ಡ್

''ಇಲ್ಲಿ ಜಗತ್ತು ಹೇಳಿದಂತೆ ಕೇಳಿ ಬದುಕುವುದು ಸುಲಭ. ಒಬ್ಬನೇ ಇರುವಲ್ಲಿ ತನ್ನಿಚ್ಛೆಯಂತೆ ಬದುಕುವುದು ಕೂಡಾ ಸುಲಭ. ಮಹಾನ್ ವ್ಯಕ್ತಿ ಹೇಗಿರುತ್ತಾನೆಂದರೆ ಜನಜಂಗುಳಿಯ ನಡುವೆಯೂ ಕೂಡ ಏಕಾಂತದ ಸ್ವಾತಂತ್ರ್ಯವನ್ನು, ಅದರ ಪರಿಪೂರ್ಣ ಆನಂದದೊಂದಿಗೆ ಉಳಿಸಿಕೊಂಡಿರಬಲ್ಲ.''

-ಎಮರ್ಸನ್

''ಮೌನವಿಳಿದಲ್ಲಿ ಎಂಥ ಆನಂದವಿದೆಯೆಂಬುದ
ನಾನರಿತೆನಿಂದು ಆ ನಿಶ್ಚಲ ನೀರವ ನಲಿವಿನಲಿ
ಸಾಟಿಯಾಗದು ಕೇಕೆ-ನಗುವಿನ ಸಂಭ್ರಮದಟ್ಟಹಾಸದುನ್ಮಾದ
ಅದೆಷ್ಟೇ ಸಡಗರದ ಹಬ್ಬವಾಗಿರಲಿ.''

-ಎಮಿಲೆ ಬ್ರಾಂಟೆ

ಮಹಾನ್ ವಾಗ್ದಾನ

ಧರ್ಮವು ವಿಜ್ಞಾನಕ್ಕೇ ಆಗಲಿ ವಿಶ್ವಭ್ರಾತೃತ್ವದ ಭಾವನೆಗೇ ಆಗಲಿ ವಿರೋಧಿಯಾದುದಲ್ಲ ಎಂಬ ಅರಿವು ಕೊನೆಗೂ ಜಗದಾದ್ಯಂತ ಚಿಂತಕರಲ್ಲಿ ಮೂಡಿದೆ.

ಹೆಚ್ಚಿನ ತತ್ವಗಳು ವಿಜ್ಞಾನದ ಪ್ರಶ್ನೆಗಳನ್ನು ಸಮರ್ಥವಾಗಿ ಎದುರಿಸಿವೆ. ದಿನದಿಂದ ದಿನಕ್ಕೆ ಹೆಚ್ಚೆಚ್ಚು ಜನರು ಧಾರ್ಮಿಕ ಆಚರಣೆಗಳು ವಿಶ್ವಬ್ರಾತೃತ್ವದ ಪರಿಕಲ್ಪನೆಯನ್ನು ಹೆಚ್ಚು ಸಮರ್ಥವಾಗಿ ಮತ್ತು ಆರೋಗ್ಯಪೂರ್ಣವಾಗಿ ಮಾಡುತ್ತಿದೆ ಎನ್ನುವುದನ್ನು ಕಂಡುಕೊಳ್ಳುತ್ತಿದ್ದಾರೆ. ಅದು ವ್ಯಾಪಾರ ವ್ಯವಹಾರದ ಅನೇಕ ಜಟಿಲ ಸಮಸ್ಯೆಗಳನ್ನು ಎದುರಿಸುವಲ್ಲಿಯೂ ಕೂಡಾ ಸಹಾಯಕ್ಕೆ ಒದಗುತ್ತಿದೆ. ಹಾಗೆ ನೋಡಿದರೆ, ಈ ಜ್ಞಾನೋದಯ ಮಹಾನ್ ವಾಗ್ದಾನದ ಭರವಸೆಯಾಗಿದೆ. ಯಾರೂ ಪೂರ್ತಿಯಾಗಿ ನಾಸ್ತಿಕರಲ್ಲ ಎಂದು ಖಂಡಿತವಾಗಿ ಹೇಳಬಹುದಾಗಿದೆ. ತಾನು ದೇವರನ್ನಾಗಲೀ ಪ್ರಾರ್ಥನೆಯನ್ನಾಗಲೀ, ಧ್ಯಾನವನ್ನಾಗಲೀ ನಂಬುವುದಿಲ್ಲ ಎನ್ನುವವರೂ ಕೂಡಾ ದೀರ್ಘಕಾಲ ಹಾಗೆಯೇ ಇರಬಲ್ಲರು. ಯಾಕೆಂದರೆ, ಆಳದಲ್ಲಿ ಅವರೂ ಕೂಡಾ ತಮ್ಮ ಸಂಕಟಾತಿರೇಕಗಳನ್ನು ಒಂಟಿಯಾಗಿ ಎದುರಿಸಲು ತಾವು ಅಸಮರ್ಥರು ಎಂಬುದನ್ನು ಕಂಡುಕೊಳ್ಳುತ್ತಾರೆ ಮತ್ತು ಅಪ್ರಯತ್ನಪೂರ್ವಕವಾಗಿ ಜಗತ್ತನ್ನು ಪೊರೆಯುತ್ತಿರುವ ಆ ದಿವ್ಯಚೇತನಕ್ಕೆ ಮೊರೆಹೋಗುತ್ತಾರೆ. ಸಹಾಯ ಮಾಡುವಂತೆ ಕೇಳಿಕೊಳ್ಳುತ್ತಾರೆ. ಎಷ್ಟೋ ಸಂತರು ಕೂಡಾ ಮಹಾ ಸಂಶಯಾತ್ಮ ರಾಗಿಯೇ ಜೀವನವನ್ನು ಸುರುಮಾಡಿರುತ್ತಾರೆ. ಹಣದಿಂದ ಏನನ್ನು ಬೇಕಾದರೂ ಪಡೆಯಬಹುದೆಂದೇ ಅಂದುಕೊಂಡಿರುತ್ತಾರೆ. ಅವರು ಇಂದ್ರಿಯ ಗಮ್ಯ ಸುಖವನ್ನು ಮೀರಿದ ಆನಂದದ ಅಸ್ತಿತ್ವದ ಕುರಿತೇ ಅಜ್ಞಾನಿಗಳಾಗಿರುತ್ತಾರೆ. ಬಹುಮಂದಿ ಯಾವುದೋ ಅನಿರೀಕ್ಷಿತ ಘಟನೆಯಲ್ಲಿ ಮುಖಮುಖಿಯಾಗುವ ಯಾವುದೋ ಆಘಾತದಿಂದ ತಮ್ಮ ಅದುವರೆಗಿನ ಗ್ರಹಿಕೆಗಳೆಲ್ಲವೂ ಪೊಳ್ಳು ಎಂಬ ಅರಿವಿನಿಂದ ಕಣ್ಣುಗಳು ತೆರೆಯಲ್ಪಟ್ಟು ಸಂತರಾದವರೇ.

ಪ್ರಾರ್ಥನೆ ಮತ್ತು ಧ್ಯಾನ, ಅತ್ಯಂತ ಎತ್ತರದ ಸ್ತರದಲ್ಲಿ ನಮ್ಮ ಅಸ್ಮಿತೆಯನ್ನು ದಿವ್ಯಾತ್ಮನಲ್ಲಿ ಕಂಡುಕೊಳ್ಳುವ ಉನ್ನತ ಮಾರ್ಗವಾಗಿದೆ. ಅಷ್ಟೇನೂ ಉನ್ನತವಾದ ನೆಲೆಯಲ್ಲಿಲ್ಲದಾಗಲೂ, ಸಾಮಾನ್ಯರಿಗೂ ದಿವ್ಯಾನುಭವವನ್ನು ನೀಡಬಲ್ಲ ಸಾಮರ್ಥ್ಯ ಅವುಗಳಿಗಿದೆ. ನಾವು ಹೆಚ್ಚು ಹೆಚ್ಚು ಆಳಕ್ಕಿಳಿದು ಅಸ್ತಿತ್ವದ ಹಲವು ಬಗೆಗಳ ಅರಿವನ್ನು ಪಡೆಯುತ್ತ ಹೋದಂತೆ ನಮ್ಮ ದೇಹ, ಮನಸ್ಸು ಮತ್ತು ಬುದ್ಧಿಗಳು ಈ ಮಾಧ್ಯಮದ ಮೂಲಕ ಹೆಚ್ಚಿನ ಸಾಮರ್ಥ್ಯ ಪಡೆಯುತ್ತ ಹೋಗುತ್ತವೆ. ಡಾ.ನಾರ್ಮನ್ ವಿನ್ಸೆಂಟ್ ಪೀಲೆ ತಮ್ಮ ಸಂಚಲನ ಸೃಷ್ಟಿಸಿದ ಕೃತಿ 'ದ ಪವರ್ ಆಫ್ ಪಾಸಿಟಿವ್ ಥಿಂಕಿಂಗ್'ನಲ್ಲಿ ತಿಳಿಸಿ ಹೇಳಿದ ಹಾಗೆ, ''ಇದು ಮಹತ್ವದ್ದು. **holiness** ಎಂಬ ಶಬ್ದವು **wholeness** ಎಂಬ ಶಬ್ದದಿಂದ ಬಂದಿರುವುದು ಮತ್ತು ಸಾಧಾರಣವಾಗಿ ಧಾರ್ಮಿಕ ನೆಲೆಯಲ್ಲಿ ಬಳಸಲಾಗುವ **Meditation** ಎಂಬ ಶಬ್ದವು **Medication** ಎಂಬ ಶಬ್ದದಲ್ಲಿ ತನ್ನ ಬೇರುಗಳನ್ನಿರಿಸಿ ಕೊಂಡಿದೆ ಎಂಬುದು ಪ್ರಾಮಾಣಿಕವಾದ ಮತ್ತು ಕ್ರಿಯಾತ್ಮಕವಾದ ಭಗವಂತನ ಮತ್ತಾತನ ಸತ್ಯದ ಧ್ಯಾನ ದೇಹ ಮತ್ತು ಆತ್ಮಗಳಿಗೆ

ಚಿಕಿತ್ಸೆಯಂತೆ ಕೆಲಸಮಾಡುವುದು ಎಂಬುದನ್ನು ಅರಿತಾಗ ಈ ಎರಡೂ ಶಬ್ದಗಳ ಸಂಬಂಧವು ಅಚ್ಚರಿದಾಯಕವಾಗಿ ನಿಚ್ಚಳವಾಗುತ್ತದೆ.'' ಹೇಗೆಂದು ತಿಳಿಯೋಣ ಬನ್ನಿ.

ವಿಪರ್ಯಾಸವೆಂದರೆ, ನಮ್ಮ ಪ್ರಾಪಂಚಿಕವಾದ ದಿನನಿತ್ಯದ ವ್ಯವಹಾರಗಳು ಕೂಡಾ, ವಾಣಿಜ್ಯಿಕವಾದವುಗಳು ಮಾತ್ರವಲ್ಲ, ಇತರೆ ವ್ಯವಹಾರಗಳು ಕೂಡಾ ಕೊಡು-ಕೊಳ್ಳುವ ವ್ಯಾಪಾರೀತನದ ಛಾಯೆ ಹೊಂದಿದಂತಾಗಿದೆ. ಕೆಲವು ಖ್ಯಾತ ಅಮೆರಿಕನ್ ಬರಹಗಾರರು ಮುಕ್ತವಾಗಿ ಒಪ್ಪಿಕೊಂಡಿರುವಂತೆ ಅವರು ಜೀವನದ ಪ್ರತೀ ಚಟುವಟಿಕೆಯನ್ನು ಒಂದು ಮಾರಾಟದ ವಿದ್ಯಮಾನವೆಂಬಂತೆ ಗ್ರಹಿಸುತ್ತಾರಂತೆ. 'ಮಾರಾಟ' ಎಂಬ ಶಬ್ದದ ಬಳಕೆ ಇಲ್ಲಿ ಬಹಳ ಮಹತ್ವದ್ದು. ಮೂಲಭೂತವಾಗಿ ಪ್ರತೀ ಮಾರಾಟವೂ ಒಂದು ನಿರ್ದಿಷ್ಟ ಲಾಭಕ್ಕಾಗಿ ನಡೆಯುತ್ತದೆ. ನೀವು ಪ್ರೀತಿಸಿದಾಗ, ಮದುವೆಯಾದಾಗ, ಸಮಾಜದ ಚಟುವಟಿಕೆಗಳಲ್ಲಿ ತೊಡಗಿದಾಗ ಮತ್ತು ನಿಮ್ಮದೇ ಹೆಂಡತಿ ಮಕ್ಕಳಿಗೆ ಒಂದು ಕಾಣಿಕೆಯನ್ನು ನೀಡುವಾಗ ಕೂಡಾ ನೀವು ಅದರ ಆಂತರಿಕ ಮೌಲ್ಯಕ್ಕಿಂತ ಕೊಂಚ ಹೆಚ್ಚು ಬೆಲೆಯುಳ್ಳದರ ಇನ್ನ್ಯಾವುದರೊಂದಿಗೋ ಬದಲಿಸಿಕೊಳ್ಳುತ್ತಾ ಇದ್ದೀರಿ ಎಂದು ಅರ್ಥ. ಕಲ್ಪಿಸಿ, ಅಮೆರಿಕನ್ ಶಿಷ್ಟಾಚಾರದಂತೆ ನೀವು ನಿಮ್ಮ ಪತ್ನಿಗೆ ಒಂದಿಷ್ಟು ಹೂವು ಮತ್ತು ಸಿಹಿಯನ್ನು ತರುತ್ತೀರಿ. ಅದೊಂದು ಪ್ರೇಮದ ಕಾಣಿಕೆ ಎಂಬುದರಲ್ಲಿ ಅನುಮಾನವಿಲ್ಲ. ಆದರೆ ಖಂಡಿತವಾಗಿಯೂ ಅದನ್ನು ಏನೋ ಒಂದು ಪ್ರತಿಫಲದ ನಿರೀಕ್ಷೆಯಿಲ್ಲದೆ ಮಾಡುತ್ತಿರುವುದಲ್ಲ! ನೀವು ಆಕೆಗೆ ಅನಿರೀಕ್ಷಿತವಾಗಿ ಇದನ್ನು ನೀಡುವುದರಿಂದ ಅಕೆಯನ್ನು ಸಂತೋಷಗೊಳಿಸುವುದನ್ನು ಬಯಸುತ್ತಿದ್ದೀರಿ. ಆ ಸಂತೋಷವು ಇನ್ನ್ಯಾವುದೋ ಸ್ವಾರ್ಥಸಾಧನೆಗಾಗಿ ಬಳಸಲಾಗುತ್ತಿದೆ. ಕಿರಿಕಿರಿಯ ಅಥವಾ ಕೆದಕಿ ಕೆದಕಿ ಕೇಳುವ ಜೊತೆಗಾತಿಯನ್ನು ಮೌನವಾಗಿಸಲು ಅಥವಾ ನಿಮ್ಮ ಸುಖವನ್ನು ಹೆಚ್ಚಿಸುವುದಕ್ಕಾಗಿ ನಿಮ್ಮ ಬಗೆಗಿನ ಆಕೆಯ ವರ್ತನೆಯನ್ನು ಬದಲಾಯಿಸುವ ಇರಾದೆ ನಿಮಗಿದೆ.

ಆಂತರಿಕ ಶಾಂತಿಧಾಮ

ಆದರೆ ಈ ವ್ಯಾಪಾರದಿಂದಾಚೆ ನಿಲ್ಲುವ ಅಗತ್ಯವೂ ನಮಗಿದೆ. ನಾವು ಬದುಕಿನ ಎಲ್ಲಾ ಕ್ಷಣವನ್ನೂ ವ್ಯಾಪಾರಕ್ಕಿಳಿಸಿಕೊಂಡು ವಣಿಜನಂತೆ ಬದುಕಲು ಸಾಧ್ಯವಿಲ್ಲ. ನಮಗೆ ಶಾಂತಿ, ನೆಮ್ಮದಿ ಬೇಕು. ಶಬ್ದ ಮತ್ತು ವೇಗ ಈ ಜೆಟ್ ಯುಗದ ಎರಡು ಶಾಪಗಳಗಿವೆ. ಕರ್ಕಶವೂ ತೀವ್ರವೂ ಆದ ಶಬ್ದವು ನರಮಂಡಲಕ್ಕೇ ಹಾನಿ ಮಾಡಬಲ್ಲ ಗಂಭೀರ ಅಪಾಯವನ್ನು ತರಬಹುದಾಗಿದೆ. ಹಾಗೆಯೇ, ಅತಿವೇಗವು ಚಾಲಕನ ರಕ್ತದೊತ್ತಡವನ್ನು ಹೆಚ್ಚಿಸುವುದೆಂಬುದು ಪತ್ತೆಯಾಗಿದೆ. ಜೆಟ್

ವಿಮಾನಯಾನಿಗಳು ಪ್ರಯಾಣಾನಂತರ ಕುಸಿದು ಬೀಳುವಂಥ ಸುಸ್ತನ್ನು ಅನುಭವಿಸುತ್ತಾರೆನ್ನಲಾಗಿದೆ. ದಿನನಿತ್ಯದ ಅನುಭವದಿಂದಲೇ ನಮಗೆ ಕಿವುಡಾಗಿಸುವ ಶಬ್ದದಿಂದ ನಮ್ಮ ಆಲೋಚನಾ ಸರಣಿ ಕಡಿದು ಬೀಳುವುದು ತಿಳಿದಿದೆ. ಕ್ರಿಸ್ಟೋಫರ್ ಮೋರ್‌ಲೇ 'ಮೆಂಟಲ್ ಇರೋಶನ್ ನೆಕ್ಸ್ಟ್' ಕುರಿತು ಬರೆದಿರುವುದನ್ನು ಓದಿ:

> ''ಪ್ರತಿ ಮಾನವ ಜೀವಿಯೂ ಒಂದು ಸೀಮಿತ ಮತ್ತು ಅದ್ವಿತೀಯವಾದ ಏಕಾಗ್ರತೆಯ ಶಕ್ತಿಯಿಂದ ಅನುಗ್ರಹೀತವಾಗಿದೆ. ಆದರೆ ಇವತ್ತಿನ ಜೀವನಶೈಲಿಯು ಹೇಗಿದೆಯೆಂದರೆ, ವ್ಯಕ್ತಿಯೊಬ್ಬ ವೈಯಕ್ತಿಕವಾಗಿ ನುಣುಚಿಕೊಳ್ಳುವ ಬುದ್ಧಿಯವ ಮತ್ತು ವಂಚಕನಾಗಿರದೇ ಇದ್ದಲ್ಲಿ ಈ ಒಂದು ಮನಸ್ಸಿನ ಸಾಮರ್ಥ್ಯವನ್ನು ಸುಲಭವಾಗಿ ನಿರ್ನಾಮ ಮಾಡುವುದೋ ಅನುಪಯುಕ್ತಗೊಳಿಸುವುದೋ ಸಂಭವಿಸುತ್ತದೆ. ಅಪರಿಮಿತವಾದ ಸ್ಪರ್ಧಾತ್ಮಕ ಆಕರ್ಷಣೆಗಳಿಂದ - ದಿನಪತ್ರಿಕೆಗಳು, ವಿದ್ಯುದ್ದೀಪಗಳು, ಟೆಲಿಫೋನುಗಳು, ರೇಡಿಯೋ, ಚಲನಚಿತ್ರಗಳು, ವಿಮಾನಗಳು, ವಾಹನಗಳು, ಧಾರ್ಮಿಕ ಕೇಂದ್ರಗಳು, ಶಾಲೆ ಮತ್ತು ಸರಕಾರ ಸಾವಿರ ಸಾವಿರ ಬಗೆಯ ಬೇಡಿಕೆ, ಆಕರ್ಷಣೆ ಮತ್ತು ಕಿರುಕುಳಗಳಿಂದ ಮನಸ್ಸನ್ನು ಅಪಹರಿಸಿ, ಚಂಚಲಗೊಳಿಸಿ ಬಿಡುತ್ತವೆ. ನಾವು ತುಂಬಾ ಕೇಳುತ್ತಿದ್ದೇವೆ. ಕೃಷಿಯ ಸಮಸ್ಯೆಗಳು ಮತ್ತು ಮಣ್ಣಿನ ಸವಕಳಿಯ ಬಗ್ಗೆ. ಗುಡ್ಡಗಾಡುಗಳ ಫಲವತ್ತಾದ ಮೇಲ್ಪದರದ ಮಣ್ಣು ಪ್ರವಾಹದಿಂದ ಅಥವಾ ಧೂಳಿನ ಬಿರುಗಾಳಿಯಿಂದಾಗಿ ಗೋಧಿಯ ಜಮೀನುಗಳಿಂದ ಮಣ್ಣಿನ ಸವಕಳಿಯಾಗುತ್ತಿದೆ ಎಂದು. ಖಂಡಿತವಾಗಿಯೂ ಮಾನಸಿಕ ಸವಕಳಿಯೂ ಕಡಿಮೆ ಪ್ರಾಶಸ್ತ್ಯದ ಸಂಗತಿಯೇನಲ್ಲ. ದೈನಂದಿನ ಉನ್ಮಾದಕರ ಮತ್ತು ನಿರಂತರವಾದ ಮೂಗು ತೂರಿಸುವಿಕೆಯಿಂದ ಸೂಕ್ಷ್ಮ ಸಂವೇದನೆಯ ಮೇಲ್ಪದರವು ಅಂತರಾತ್ಮದಿಂದ ಧೂಳೀಪಟವಾಗುತ್ತಿದೆ.''

ಹೀಗಾಗಿ, ನಮಗೆ ಶಾಂತಿ, ನೆಮ್ಮದಿ ಬೇಕೆಂಬುದು ನಿರ್ವಿವಾದ. ಸಂತೆಯಂಥ ಜಗತ್ತಿನಿಂದ ಪಾರಾಗಲು ನಿಮಗೆ ನಿಮ್ಮ ಮನೆಯೇ ಒಂದು ಶಾಂತಿಧಾಮವಾದರೆ ನಿಮ್ಮದೇ ಮನೆಯೆಂಬ ಸಂತೆಯಿಂದ ಪಾರಾಗಲು ನಿಮಗೆ ಇನ್ನೂ ಒಂದು ಶಾಂತಿಧಾಮದ ಅಗತ್ಯವಿದೆ. ಎಲ್ಲಿ ಮತ್ತು ಯಾವುದು ಅಂಥ ಶಾಂತಿಧಾಮ? ಅದು ನಿಮ್ಮ ಅಂತರ್ಗತವಾದ ಹೃದಯ ಮತ್ತು ಆತ್ಮದಲ್ಲಿರುವ ಶಾಂತಿಧಾಮ.

> ''ಓಡುವ ಜಗದೊಳಗೆ ನನ್ನೊಳಗ ನಾ ಮರೆತು
> ಬಹುಕಾಲದ ಬಳಿಕ ಸುಸ್ತಾಗಿ ಅಸ್ವಸ್ಥನಾಗಿ

ಈ ಸಂತೆ ಸಾಕಾಗಿ ಸುಖದಾಟ ಸೋತಂತೆ
ಕೂಗಾಗ ಒಂಟಿಯಾಗಿ, ಸ್ವಸ್ಥವಾಗಿ, ಹಿತವಾಗಿ, ಸುಖವಾಗಿ
ವರಪ್ರಸಾದ ಏಕಾಂತ!''

- ವರ್ಡ್ಸ್‌ವರ್ತ್

ಈ ಒಂದು ಬಿಡುವು ನಮ್ಮತನದ ಹದವನ್ನು ನಾವೇ ಕಂಡುಕೊಳ್ಳಲು ಸಹಾಯ ಮಾಡಬಹುದು. ನಾವು ನಮ್ಮದೇ ಒಂದು ಶಾಂತಿಧಾಮವನ್ನು, ಆನಂದದ ಸ್ವರ್ಗ ವನ್ನು, ಆತ್ಮಾನುಸಂಧಾನದ ಕುಟೀರವನ್ನು ರಚಿಸಿಕೊಳ್ಳಬಹುದಲ್ಲಿ. ತನ್ನ 'ಮೆಡಿಟೇಶನ್' ಕೃತಿಯಲ್ಲಿ ರೋಮ್‌ನ ಚಕ್ರವರ್ತಿ ಮಾರ್ಕಸ್ ಔರ್‌ಲೀಸ್ ಹೀಗೆ ಹೇಳುತ್ತಾನೆ, ''ಅಲ್ಲಿ ಬೆಟ್ಟದ ತಪ್ಪಲಿನಲ್ಲಿ ಅರಮನೆಯಲ್ಲಿರುವಂತೆ ಬದುಕು. ನಿಜವಾದ ವಿಹಾರವು ಮಾನವನ ಹೃದಯದಾಳದಲ್ಲೇ ಇದೆಯೆಂಬ,ಸಾಗರದ ತೀರದಲ್ಲಿ, ಗಿರಿಶಿಖರದ ತುದಿಯಲ್ಲಿ ಮುಂತಾದಲ್ಲಿ ಹುಡುಕುವ ಆ ಎಲ್ಲಾ ಶಾಂತಿಯು ಇಲ್ಲೇ ಇದೆ ಎಂಬುದನ್ನು ಸಾಗರದ ತೀರದಲ್ಲಿ, ಗಿರಿಶಿಖರದ ತುದಿಯಲ್ಲಿ ಮುಂತಾದಲ್ಲಿ ಹುಡುಕುವ ಆ ಎಲ್ಲಾ ಶಾಂತಿಯು ಇಲ್ಲೇ ಇದೆ ಎಂಬ ಭಾವಸಂವೇದನೆಯನ್ನು ಯಾವುದೂ ಕೆಡಿಸದಿರಲಿ.''

ಆಮೆಯು ಅಪಾಯವನ್ನರಿತಾಗ ತನ್ನ ಕೈಕಾಲು ತಲೆಯನ್ನು ತಕ್ಷಣ ಚಿಪ್ಪಿನೊಳಕ್ಕೆ ಸೆಳೆದುಕೊಳ್ಳುವಂತೆ, ಬಾಹ್ಯ ಜಗತ್ತಿನಿಂದ ನಮ್ಮನ್ನು ನಾವು ಒಳಸೆಳೆದುಕೊಳ್ಳುವುದೇ ಮೊದಲ ಹೆಜ್ಜೆ. ಯಾವುದೇ ಬಗೆಯ ಕಿರಿಕಿರಿ, ತೊಂದರೆಗಳಿದ್ದಲ್ಲಿ ನಾವು ಮೊದಲು ಎಲ್ಲೋ ಒಂದೆಡೆ ಏಕಾಂತವನ್ನು ಕಂಡುಕೊಳ್ಳಲೇ ಬೇಕು. ಎರಡನೆಯ ಹೆಜ್ಜೆ ಎಂದರೆ, ಹೊರಜಗತ್ತಿನಿಂದ ಸೆಳೆಯುವ ಇಂದ್ರಿಯಗಳನ್ನು ಹಿಂದಕ್ಕೆಳೆದುಕೊಂಡು ನಿಯಂತ್ರಿಸುವುದು. ಆರಾಮದಾಯಕವಾದ ಒಂದು ಭಂಗಿಯಲ್ಲಿ - ಕೊಂಚ ಕಷ್ಟವಾದರೂ ಕಾಲು ಮಡಚಿ ಪದ್ಮಾಸನ ಮಾದರಿಯಲ್ಲಿ ಕೂರುವುದು ಅತ್ಯುತ್ತಮ. ಅಭ್ಯಾಸವಾದ ಮೇಲೆ ಕೂರುವುದು ಸುಲಭವಾಗುತ್ತದೆ. ಆಮೇಲೆ ನಿರುಮ್ಮಳವಾಗಿರಿ. ದೇಹವನ್ನು ಒಂದು ಕಳಚಿದ ಕೋಟನ್ನು ಹ್ಯಾಂಗರಿನ ಮೇಲೆ ತೂಗು ಹಾಕಿದಂತೆ ಭುಜದ ಮೇಲೆ ದೇಹವನ್ನು ಇಳಿಬಿಟ್ಟು ಕುಳಿತುಕೊಳ್ಳಿ. ಪ್ರಜ್ಞಾಪೂರ್ವಕವಾಗಿ ಪ್ರತಿಯೊಂದು ಅಂಗದಿಂದ ಒತ್ತಡ ಮತ್ತು ಗಮನವನ್ನು ತೆಗೆಯುತ್ತಾ ಬನ್ನಿ. ಕಣ್ಣು-ಮುಖದಿಂದಲೇ ಆರಂಭಿಸಿ. ಕಣ್ಣನ್ನು ಹಗುರವಾಗಿ ಮುಚ್ಚಿ, ಬಿಗಿಯಾಗಿ ಮುಚ್ಚಿದಲ್ಲಿ ಕತ್ತಲು ಕವಿದಂತಾಗುತ್ತದೆ. ಅದೇ ಕಣ್ಣನ್ನು ಅರ್ಧದಷ್ಟೇ ಮುಚ್ಚಿದಂತಿದ್ದರೆ ಮೂಗನ್ನು, ಅದರ ತುದಿಯನ್ನು ಗಮನಿಸಲು ಸಾಧ್ಯವಾಗುತ್ತದೆ. ಹೀಗೆ ಮಾಡಿದಾಗ ಹುಬ್ಬುಗಳ ನಡುವೆ ಒಂದು ಬಗೆಯ ಬೆಳಕಿನ ಕಾಂತಿಯನ್ನು ಕಂಡಂತೆ ಭಾಸವಾಗುತ್ತದೆ.

ಸರಿಯಾದ ಒಂದು ವಾತಾವರಣವನ್ನು ನಿರ್ಮಿಸಿಕೊಳ್ಳುವುದಕ್ಕಾಗಿ ನೀವು ವಿಭಿನ್ನ ಆಕರಗಳಿಂದ ಸಹಾಯ ಪಡೆದುಕೊಳ್ಳಬಹುದು. ನಿಮ್ಮ ಇಷ್ಟದೇವರ ಒಂದು ಚಿತ್ರವನ್ನು ಸ್ಫೂರ್ತಿಗಾಗಿ ಎದುರಿಗಿಟ್ಟುಕೊಳ್ಳಬಹುದು. ಸುಂದರ ಪ್ರಕೃತಿಯ ಚಿತ್ರವೋ, ಮಂದವಾದ ಬೆಳಕೋ, ಸುಮಧುರ ಸುವಾಸನೆಯೋ - ಸಹಕಾರಿ ಯಾಗುವಂತೆ ಬಳಸಬಹುದು. ಈ ವಾತಾವರಣದಲ್ಲಿ ನೀವು ಶಾಂತಿ-ನೆಮ್ಮದಿಯನ್ನು ಅನುಭವಿಸಬಲ್ಲಿರಾದರೆ ಅದೇ ಮುಂದೆ ಶಾಂತಿ, ನೆಮ್ಮದಿ ಮತ್ತು ಆನಂದವನ್ನು ತುಂಬಿಕೊಡಬಲ್ಲದು. ಮಂದ್ರಸ್ಥಾಯಿಯಲ್ಲಿ ಒಂದು ಸ್ತೋತ್ರವನ್ನೋ ಅಥವಾ ನಿಧಾನ ವಾದ ಒಂದು ಭಕ್ತಿಗೀತೆಯನ್ನೋ ಕೇಳಿಸಿಕೊಳ್ಳಬಹುದು ಅಥವಾ ಪಠಿಸಬಹುದು.

ಈಗ ಉಸಿರಾಟವೊಂದನ್ನು ಬಿಟ್ಟು ಬೇರೆಲ್ಲಾ ಚಟುವಟಿಕೆಗಳನ್ನು ಸ್ಥಗಿತಗೊಳಿಸಿ ಕೆಲವು ಬಾರಿ ಆಳವಾಗಿ ಉಸಿರೆಳೆದುಕೊಳ್ಳಿ. ಈಗ ನೀವು ಮಾಡಬೇಕಾಗಿರುವುದು ಎಲ್ಲಾ ಯೋಚನೆಗಳನ್ನು ನಿಲ್ಲಿಸುವುದು. ಇದೇ ನಿಜವಾದ ಕೆಲಸ. ಮನಸ್ಸನ್ನು ಮೌನವಾಗಿಸುವುದು ಅಷ್ಟೇನೂ ಸರಳವಲ್ಲ. ನಿಮ್ಮ ಮನಸ್ಸಿಗೆ ನೀವೇ ನೇರವಾಗಿ ಕೆಲವು ಆದೇಶಗಳನ್ನು ನೀಡಬಹುದು. ''ಶಾಂತವಾಗು, ಸಂಪೂರ್ಣವಾಗಿ ನಿರಾಳ ವಾಗು'' ಎನ್ನುತ್ತ ವಿರಮಿಸಬೇಕು. ಹಾಗೆ ನಿರುಮ್ಮಳವಾದ ಬಳಿಕ ಓಂ ಎಂಬ ಬೀಜಾಕ್ಷರವನ್ನು ಪಠಿಸಬಹುದು. ಇದು ಆತ್ಮಸ್ವರೂಪಿಯಾದ ಬೀಜಾಕ್ಷರವಾಗಿದ್ದು ಬ್ರಹ್ಮಾಂಡವನ್ನು ಪ್ರತಿನಿಸುತ್ತದೆ. ಒಮ್ಮೆ ನೀವು ಕೆಲವು ಶಬ್ದಗಳನ್ನು ಈ ವಿರಮಿಸುವ ಮತ್ತು ಮನಸ್ಸನ್ನು ಮೌನಗೊಳಿಸುವ ಪ್ರಕ್ರಿಯೆಯೊಂದಿಗೆ ಸಹಯೋಗವುಂಟು ಮಾಡಿ ಕ್ರಮೇಣ ಸಂಯೋಗಗೊಳಿಸಿಕೊಂಡಿದ್ದೇ ಆದರೆ ಮುಂದೆ ಅಂಥ ಶಬ್ದವೇ ಉಳಿದ ಪ್ರಕ್ರಿಯೆಯನ್ನು ಕ್ರಿಯಾಶೀಲಗೊಳಿಸುತ್ತದೆ.

ಶೂನ್ಯ ಮನಸ್ಸು

ಹೀಗೆ ಮನಸ್ಸನ್ನು ಖಾಲಿಯಾಗಿಸಿ ಶೂನ್ಯದಲ್ಲಿ ನೆಲೆಸಿದಾಗ ನೀವು ದೇಹದಿಂದಲೂ ಬೇರೆಯಾದಂತೆ, ದೈಹಿಕವಾಗಿಯೂ ಶೂನ್ಯವಾದಂತೆ ಭಾಸವಾಗುತ್ತದೆ. ನೀವು ಕೇವಲ ಪ್ರಜ್ಞೆಯಾಗಿರುತ್ತೀರಿ. ಈಗ ಈ ಶಾಂತಿಯನ್ನು ಆಳವಾಗಿ ಒಳಕ್ಕೆಳೆದುಕೊಳ್ಳಿ, ಈ ನಿರಾಳತೆಯನ್ನು ಪೂರ್ತಿಯಾಗಿ ಅನುಭವಿಸಿ, ಈ ದೇಹ, ಮನಸ್ಸು, ಬುದ್ಧಿಗಳ ನಿರಾಕರಣ ಮತ್ತು ಆತ್ಮದ ಸಾಕ್ಷಾತ್ಕಾರದಲ್ಲಿ ಲೀನವಾಗಿ. ನೀವು ಮುಕ್ತರಾದಂತೆನ್ನಿಸು ವುದು. ಸಂಪೂರ್ಣವಾಗಿ ಮುಕ್ತರಾದಂಥ ಅನುಭವ. ದಿನದಿಂದ ದಿನಕ್ಕೆ ಈ ಸ್ಥಿತಿಯನ್ನು ಹೆಚ್ಚು ಹೆಚ್ಚು ಉನ್ನತ ಸ್ತರಕ್ಕೆ ಕೊಂಡೊಯ್ಯಬಹುದಾಗಿದೆ. ಆಗ ಸಂಪೂರ್ಣ ಮತ್ತು ಸಂಪನ್ನ ಆನಂದದೊಂದಿಗೆ ಮಿಲನವಾಗುತ್ತದೆ. ಈ ಸ್ಥಿತಿಯನ್ನು ಕೆಲವೊಮ್ಮೆ ಮೌನದೊಂದಿಗೆ ಹೋಲಿಸಲಾಗುತ್ತದೆ. ಯಾಕೆಂದರೆ, ಮೌನವೆಂಬುದು ಈ ಸ್ಥಿತಿಯ ಮೂಲಭೂತ ಅಗತ್ಯವಾದ ಅಂಶವಾಗಿದೆ. ಇದು ದೇಹ, ಮನಸ್ಸು ಮತ್ತು

ಬುದ್ಧಿಯನ್ನು ಏಕತ್ರ ಸ್ಥಿರವಾಗಿ ನಿಲ್ಲಿಸುವ ಪ್ರಕ್ರಿಯೆಯಾಗಿದೆ. ಥಾಮಸ್ ಕಾರ್ಲೈಲ್ ಹೇಳುತ್ತಾರೆ, ''ಮೌನವು ಮಹಾನ್ ಸಂಗತಿಗಳು ತಮ್ಮ ದಿವ್ಯಸ್ವರೂಪವನ್ನು ಪ್ರದರ್ಶಿಸುವ ಮಾರ್ಗವಾಗಿದೆ.''

'ಮನದ ಪವಿತ್ರ ಮೌನದಲ್ಲಿ ಕಂಡೆ
ನಾ ನನ್ನ ಸ್ವರ್ಗ, ನನ್ನ ದೈವ.'

ಯಾಕಾದರೂ ಒಬ್ಬ ವ್ಯಕ್ತಿ ತನ್ನ ದೇಹ ಮನಸ್ಸುಗಳನ್ನು ಹಾಗೆ ಏಕತ್ರ ಸ್ಥಿರಗೊಳಿಸಬೇಕು? ಇಲ್ಲಿದೆ ಉತ್ತರ :

''ಮನಸ್ಸನ್ನು ಸಮಾ ಸ್ಥಿತಿಗೇರಿಸಿ ಅದನ್ನು ಅದರ ಮೂಲಶುದ್ಧತೆಯಲ್ಲಿ ಸ್ಥಿರಗೊಳಿಸುವ ಇಚ್ಛೆ ನಿಮಗಿದ್ದಲ್ಲಿ ನೀವು ಹೂಜಿಯ ಕದಡಿದ ನೀರನ್ನು ಸ್ವಚ್ಛಗೊಳಿಸಲು ಅನುಸರಿಸುವ ಕ್ರಮವನ್ನೇ ಅನುಸರಿಸಬೇಕಾಗುತ್ತದೆ. ಮೊದಲು ನೀರನ್ನು ತಿಳಿಗೊಳ್ಳಲು ಬಿಡಬೇಕು. ಆಗ ಮಣ್ಣೆಲ್ಲವೂ ತಳಸೇರಿ ನಿಲ್ಲುತ್ತದೆ ಮತ್ತು ಮೇಲೆ ತಿಳಿಯಾದ ನೀರು ನಿಲ್ಲುತ್ತದೆ. ಇದು ಛಿದ್ರವಿಚ್ಛಿದ್ರಗೊಳಿಸುವ ಸಂಗತಿಗಳಿಂದ ರಾಡಿಗೊಂಡ ಮನಸ್ಸಿಗೂ ಅನ್ವಯಿಸುತ್ತದೆ. ಆಮೇಲಷ್ಟೇ ತಿಳಿಗೊಂಡ ನೀರನ್ನು ನಿಧಾನವಾಗಿ, ಜಾಗ್ರತೆಯಿಂದ ತೆಗೆಯಲು ಸಾಧ್ಯವಾಗುತ್ತದೆ. ಯಾವಾಗ ನಿಮ್ಮ ಮನಸ್ಸು ಧ್ಯಾನಸ್ಥಗೊಂಡು ಪರಿಪೂರ್ಣ ಸಾಮರಸ್ಯದಲ್ಲಿ ಏಕತ್ರ ನೆಲೆಗೊಳ್ಳುವುದೋ, ಆಗ ಎಲ್ಲವೂ ನಿಚ್ಚಳವಾಗಿ ಕಾಣುತ್ತದೆ, ಬಿಡಿಬಿಡಿಯಾಗಿ ಅಲ್ಲ, ಒಂದುಗೂಡಿ. ಅಲ್ಲಿ ಕಲಕುವ ಸಂಗತಿಗಳಿಗೆ ಪ್ರವೇಶವೇ ಇಲ್ಲ. ಮತ್ತಿದು ಅದ್ಭುತವೂ ನಿಗೂಢವೂ ಆದ ನಿರ್ವಾಣದ ಪಾವಿತ್ರ್ಯದಿಂದ ಸಂತುಲಿತವಾಗಿರುತ್ತದೆ.''

–ಸುರಾಂಗಮ ಸೂತ್ರ

''ಮೂರು ವಿಧದ ಮೌನಗಳಿವೆ. ಮೊದಲನೆಯದು ಶಬ್ದಗಳಿಗೆ ಸಂಬಂಧಿಸಿದ್ದು. ಎರಡನೆಯದು ಆಸೆಗಳಿಗೆ ಸಂಬಂಧಿಸಿದ್ದು ಮತ್ತು ಮೂರನೆಯದು ಆಲೋಚನೆಗಳಿಗೆ ಸಂಬಂಧಿಸಿದ್ದು. ಮೊದಲನೆಯದು ಪೂರ್ಣ. ಎರಡನೆಯದು ಪರಿಪೂರ್ಣ. ಮೂರನೆಯದು ಸಂಪೂರ್ಣ. ಮಾತನಾಡದೆ, ಬಯಸದೆ ಮತ್ತು ಯೋಚಿಸದೇ ಒಬ್ಬ ವ್ಯಕ್ತಿ ನಿಜವಾದ ಮತ್ತು ಸಂಪನ್ನವಾದ ಆಧ್ಯಾತ್ಮಿಕ ಮೌನವನ್ನಪ್ಪುತ್ತಾನೆ ಮತ್ತು ಅಲ್ಲಿ ಭಗವಂತನು ಆತ್ಮನೊಂದಿಗೆ ಮಾತನಾಡುವ, ಸಂವಹಿಸುವ ಮತ್ತು ಅದರ ಆಂತರ್ಯದಲ್ಲಿ ಸಮ್ಯಕ್ ಜ್ಞಾನವನ್ನು ತಿಳಿಸಿಕೊಡುವ ನೆಲೆಯನ್ನು ಕಾಣುತ್ತಾನೆ.''

–ಮೈಕೇಲ್ ಡಿ ಮಾಲಿನಸ್ ''ಸ್ಪಿರಿಚುವಲ್ ಗೈಡ್'' ನಲ್ಲಿ.

ಡಾ. ಪೀಲೆಯವರ ಕೃತಿಯ 'ಎ ಪೀಸ್‌ಫುಲ್ ಮೈಂಡ್ ಜನರೇಟ್ಸ್ ಪವರ್' ಎಂಬ ಅಧ್ಯಾಯವನ್ನು ಓದಿದರೆ ಇಲ್ಲಿ ಕೊಡಲಾದ (ಮೂರನೆಯ ಅನುಬಂಧವನ್ನು ಗಮನಿಸಿ) ಧ್ಯಾನದ ಕ್ರಮ ಮತ್ತು ಅದರ ಪ್ರಕ್ರಿಯೆಯು ತೀರ ಹೊಸತೇ ಆದ ವಿಚಾರವೇನಲ್ಲ ಎಂಬುದು ತಿಳಿಯುತ್ತದೆ. ''ಅಮೆರಿಕದ ಈ ತಲೆಮಾರು ನಮ್ಮ ಹಿರಿಯರಿಗೆ ತಿಳಿದಿದ್ದ ಚಾರಿತ್ರ್ಯವನ್ನು ರೂಪಿಸಬಲ್ಲಷ್ಟು ಸಶಕ್ತವಾದ ಕೆಲವು ಅಮೂಲ್ಯ ಸಂಗತಿಗಳನ್ನು ಕಳೆದುಕೊಂಡಿದೆ'' ಎಂದು ಅವರು ವಿಷಾದಿಸಲು ಕಾರಣಗಳಿವೆ.[1]

ನಾವೀಗಾಗಲೇ ಧ್ಯಾನಕ್ಕಿರುವ ಚಿಕಿತ್ಸಕ ಶಕ್ತಿಯ ಬಗ್ಗೆ ಗಮನಿಸಿದ್ದೇವೆ. ಡಾ. ಪೀಲೆಯವರು ಉದ್ಧರಿಸಿರುವಂತೆ ಸ್ಟಾರ್ ಡೈಲಿ ಹೇಳುತ್ತದೆ, ''ಮೌನವನ್ನು ಆಚರಿಸುವುದು ಹೇಗೆ ಎಂದು ತಿಳಿದಿರುವ ಮತ್ತದನ್ನು ಆಚರಿಸುತ್ತಿರುವ ನನ್ನ ಸಹವರ್ತಿಗಳಾರಾರೂ ನನಗೆ ತಿಳಿದ ಮಟ್ಟಿಗೆ ಅಸ್ವಸ್ಥರಾಗಿದ್ದೇ ಇಲ್ಲ.'' ನೊಬೆಲ್ ಪ್ರಶಸ್ತಿ ವಿಜೇತ ಡಾ. ಎಲೆಕ್ಸಿಸ್ ಕ್ಯಾರಲ್ ಹೆಚ್ಚು ನೇರವಾಗಿ ಹೇಳುತ್ತಾರೆ, ''ಗದ್ದಲದ ಗೂಡಾದ ಆಧುನಿಕ ನಗರದ ನಡುವೆಯೂ ತಮ್ಮಂತರ್ಯದ ನಿಶ್ಯಬ್ದವನ್ನು, ಶಾಂತಿಯನ್ನು ಕಾಯ್ದುಕೊಳ್ಳಬಲ್ಲವರು ನರದೌರ್ಬಲ್ಯದ ಕಾಯಿಲೆಗಳಿಗೆ ಅತೀತರಾಗಿ ಉಳಿಯಬಲ್ಲರು.''

ಸುಲಭವಾಗಿ ಮತ್ತು ಸರಳವಾಗಿ ವಿವರಿಸಲಾಗದಂಥ ಸಂಗತಿಗಳನ್ನು ಕುರಿತು ಮಾತನಾಡುವಾಗ ನಾವು ಅಂಥ ವಿಚಾರಗಳನ್ನು ಮನಮುಟ್ಟುವಂತೆ ಹೇಳಿದ ಪ್ರಾಜ್ಞರ ಮಾತುಗಳನ್ನೆ ಅವಲಂಬಿಸಬೇಕಾಗುತ್ತದೆ. ಮೊದಲನೆಯ ಮತ್ತು ಎರಡನೆಯ ಅನುಬಂಧ ಅತೀಂದ್ರಿಯ ಪ್ರಜ್ಞಾವಸ್ಥೆಯನ್ನು ಸಮೀಕರಿಸುವ 'ಸಮಾ' ಸ್ಥಿತಿಯ ಬಗ್ಗೆ ಹೆಚ್ಚು ಸಮರ್ಥವಾದ ಚಿತ್ರಣವನ್ನು ನೀಡುತ್ತದೆ.

ಜಾಸೆಫ್ ಅಡಿಸನ್ ಸುಮಾರು ಹದಿನೆಂಟನೆಯ ಶತಮಾನದಷ್ಟು ಮೊದಲೇ ಬರೆದ ಮಾತುಗಳು ಇವತ್ತಿನ ದಿನಕ್ಕೆ ಸರಿಯಾಗಿ ಅನ್ವಯಿಸುವುದರಿಂದ ಅದನ್ನಿಲ್ಲಿ ಕಾಣಿಸುವುದು ಅಪ್ರಸ್ತುತವಾಗಲಾರದು:

''ಏನೂ ಮಾಡದೆ, ಅಜ್ಞಾನಿಗಳ ಹಾಗೆ ಇದ್ದುಬಿಡುವುದು ಅಥವಾ ಅಪರಾಧ ಎಂದೇನೂ ಹೇಳಲಿಕ್ಕಾಗದ ರೀತಿಯಲ್ಲಿ ಮಜಾ ಉಡಾಯಿಸುವ ಬಗ್ಗೆ ಗೊತ್ತೇ ಇಲ್ಲದ ಮಂದಿ ಹೆಚ್ಚೇನಿಲ್ಲ. ಇವರು ಹಿಡಿಯುವ ಪ್ರತಿಯೊಂದು ಅಡ್ಡದಾರಿಯೂ ಒಂದಿಲ್ಲಾ ಒಂದು ಮೌಲ್ಯವನ್ನು ಹಾಳುಗೆಡಹುತ್ತದೆ. ನೇರ ವ್ಯವಹಾರವಲ್ಲದ ಪ್ರತಿಯೊಂದು ಹೆಜ್ಜೆಯೂ ನೈತಿಕ ಅಧಃಪತನದ್ದು ಇಲ್ಲವೇ ಮೂರ್ಖತನದ್ದು. ಹಾಗಾಗಿ ಪ್ರತಿಯೊಬ್ಬ ಮನುಷ್ಯನೂ ಅವನ ಸುಖಲೋಲುಪತೆಯ ರೀತಿನೀತಿಗಳನ್ನು ವಿಶಾಲಾರ್ಥದಲ್ಲಿ ಪರಿಗಣಿಸಿಕೊಳ್ಳಬೇಕು ಮತ್ತು ಅದು ಸಂತೃಪ್ತ ಮನಸ್ಸಿನ

---

1. ಅನುಬಂಧ ಸಿ ನೋಡಿ.

ನಿಲುವಾಗಿ ಅವನಿಗೆ ಮುಂದೆ ನಾಚಿಕೆಯಾಗದ ರೀತಿಯಲ್ಲಿ ಖುಶಿಕೊಡುವ ಹಾಗಿರಬೇಕು. ಇದಕ್ಕೆ ಮಹಾಶ್ರಮದ ಗಂಭೀರ ಚಿಂತನೆಯೇನೂ ಅಗತ್ಯವಾಗದು. ನಿರ್ಲಕ್ಷ್ಯ ಮತ್ತು ಉಡಾಫೆಯು ತಂದೊಡ್ಡುವ ತಲೆನೋವೂ ಇಲ್ಲಿಲ್ಲ. ಅಂಥದ್ದೆಲ್ಲ ನಮ್ಮ ಹೆಚ್ಚು ಸಂಭ್ರಮದ ಜೋಡಿ ಬರುವಂಥವು. ಆದರೆ ಆಲಸ್ಯ ಮತ್ತು ಜಾಡ್ಯದಿಂದೆಚ್ಚರಿಸಿ ಕಟ್ಟುನಿಟ್ಟಿನ ಶ್ರಮವಿಲ್ಲದ ಬಗೆಯಲ್ಲಿ ಇದನ್ನು ನಿಭಾಯಿಸಿ.''

ಅಡಿಸನ್ ಹೇಳಿದ ಕಾಲ್ಪನಿಕ ಸಂತೋಷದ ಇನ್ನೊಂದು ಅವೃತ್ತಿಯಾಗಿ ನಾನು ನಿಮಗೊಂದು ನಿತ್ಯ ಧ್ಯಾನದ ಶಿಸ್ತನ್ನು ಶಿಫಾರಸು ಮಾಡಲೆ? ಪ್ರಯತ್ನ ಮಾಡುವುದಕ್ಕೆ ಏನೂ ನಷ್ಟವಿಲ್ಲ, ಆದರೆ ಅದರ ಉಪಯುಕ್ತತೆ ಮಾತ್ರ ಯಾವುದಕ್ಕೂ ಕಡಿಮೆಯಿಲ್ಲ. ಮೈಕೆಲ್ ಏಂಜೆಲೊ ಹೇಳಿದಂತೆ ''ಸಣ್ಣಪುಟ್ಟ ಬಾಕಿಕೆಲಸಗಳು ಪರಿಪೂರ್ಣತೆಯತ್ತ ಕೊಂಡೊಯ್ಯುತ್ತವೆ ಮತ್ತು ಪರಿಪೂರ್ಣತೆಯೆಂಬುದು ಸಣ್ಣಪುಟ್ಟ ಕೆಲಸವೇನಲ್ಲ.'' ಈ ಅದ್ಭುತ ಚಿಕಿತ್ಸೆಯಲ್ಲಿ ನಿರ್ದಿಷ್ಟವಾದ ಪರಿಮಾಣ ಇಷ್ಟೇ ಎಂದೇನೂ ಹೇಳಲು ಬರುವುದಿಲ್ಲ. ಆದರೆ ಹೆಚ್ಚು ಹೆಚ್ಚು ಪ್ರಯತ್ನದಿಂದ ಸಿಗುವ ಮಹಾನ್ ಪ್ರತಿಫಲವನ್ನು ನೀವು ಖಂಡಿತ ಕಾಣುತ್ತೀರಿ. ಕ್ರಮಬದ್ಧತೆ ಎಂಬುದು ಅತ್ಯಂತ ಮುಖ್ಯವಾದದ್ದು ಮತ್ತು ಸಾಧ್ಯವಾದ ಮಟ್ಟಿಗೂ ಕ್ರಮಬದ್ಧವಾದ ಸಮಯದಲ್ಲೇ ಇದನ್ನು ಅನುಸರಿಸುವುದು ಅಗತ್ಯ. ಇದನ್ನು ಅನುಸರಿಸುವುದು ಅಗತ್ಯ. ನಿಶ್ಶಬ್ದವಾದ, ಸ್ವಚ್ಛ ಗಾಳಿ ಬೀಸುತ್ತಿರುವ, ತಂಪಾದ ಅರುಣೋದಯ ಕಾಲ, ದಿನವು ಇನ್ನೇನು ಮೂಡಲಿದೆಯೆನ್ನುವಾಗ ಪೂರ್ವದಿಗಂತದಲ್ಲಿ ಪವಾಡಸದೃಶ ಮೋಹಕತೆ ಯೊಂದು ಹರಡುವ ಹೊತ್ತಿದೆಯಲ್ಲ, ಅದೇ ಧ್ಯಾನಕ್ಕೆ ಅತ್ಯಂತ ಪ್ರಶಸ್ತವಾದದ್ದು.

□□

11

ಧ್ಯಾನ ಮತ್ತು ಪ್ರಾರ್ಥನೆ -2

''ನಿಜವಾದ ಪ್ರಾರ್ಥನೆಯೇ ಬದುಕಿನ ಕ್ರಮ; ನಿಜವಾದ ಬದುಕು ಎಂದರೇ ಅಕ್ಷರಶಃ ಒಂದು ಪ್ರಾರ್ಥನೆಯಂತಿರುವುದು''

- ಅಲೆಕ್ಸಿಸ್ ಕ್ಯಾರೆಲ್

ಪ್ರಾರ್ಥನೆ - ಒಂದು ದಿವ್ಯ ನಿವೇದನೆ

ಪ್ರಾರ್ಥನೆಯೆಂಬುದು ತಾತ್ವಿಕವಾಗಿ ಧ್ಯಾನದ್ದೇ ಇನ್ನೊಂದು ಆಯಾಮವಾಗಿದೆ. ದೈನಂದಿನ ಪ್ರಾರ್ಥನೆಯ ಒಂದು ದೊಡ್ಡ ಕೊರತೆಯೆಂದರೆ ಬರಬರುತ್ತ ಅದೊಂದು ಮಾನಸಿಕ ಮತ್ತು ಯಾಂತ್ರಿಕ ಪುನರಾವರ್ತನೆಯ ಪ್ರಕ್ರಿಯೆಯಾಗಿ ಬಿಡುತ್ತದೆ. ಅದು ಮನಸ್ಸು ತನಗೆ ಬೇಕಾದ ಕಡೆ ಹರಿಯಲು ಅನುವು ಮಾಡಿಕೊಡುತ್ತದೆ. ಶೇಕ್ಸ್‌ಪಿಯರ್ ಹೇಳಿರುವಂತೆ,

''ನನ್ನ ಶಬ್ದಗಳೆಲ್ಲಾ ಹಾರುತ್ತಿವೆ, ಯೋಚನೆ ಮಾತ್ರ ಇಲ್ಲೇ ನೆಲದಲ್ಲಿ ಉಳಿದಿವೆ
ಮನದ ಜೊತೆಗಲ್ಲದೆ ಮಾತು ತಲುಪುವುದೆ ಸ್ವರ್ಗವ?''

ಇನ್ನೋರ್ವ ಕವಿ ಕೂಡಾ ಇದೇ ಭಾವವನ್ನು ಪ್ರತಿಧ್ವನಿಸುವ ಮಾತುಗಳನ್ನು ಹೀಗೆ ಹೇಳುತ್ತಾನೆ,

''ಹೃದಯದ ಸಿಹಿ ಪರಿಮಳವು ಬೆರೆಯದೇ ಉಳಿದಲ್ಲಿ
ಪ್ರಾರ್ಥನೆಯಲ್ಲಿ ತುಟಿಗಳಿಗಿಲ್ಲ ಸಾಧನೆಯ ಗಂಧ''

- ಹೆರ್ರಿಕ್ 'ದ ಹಾರ್ಟ್'

'ಮನವು ಬೆರೆತಿರದ ಮಾತುಗಳು' ಅದು ಕೇವಲ ಪ್ರಾರ್ಥನೆಯ ಪಠನದ

ಪುನರಾವರ್ತನೆ, ಅದರಲ್ಲಿ ಮನಸ್ಸು ಮಿಳಿತವಾಗುವುದಿಲ್ಲ, ಟೊಳ್ಳಾದ ವಟ ಗುಟ್ಟುವಿಕೆ. ಪ್ರಜ್ಞಾಪೂರ್ವಕವಾದ ಪ್ರಾರ್ಥನೆ, ತನ್ನ ಉದ್ದೇಶದ ಜಾಗೃತಿಯುಳ್ಳದ್ದು, ಸಂದರ್ಭ ಮತ್ತು ಉಚ್ಚರಿಸುತ್ತಿರುವುದರ ಅರ್ಥಾನುಸಂಧಾನದ ಬಗ್ಗೆ ಅರಿತಿರುವಂಥಾದ್ದು ಮಾತ್ರ ಪ್ರಯೋಜನಕಾರಿ ಮತ್ತು ಉದ್ಧರಿಸುವ ಸಾಮರ್ಥ್ಯ ಉಳ್ಳದ್ದು. ಈ ಪ್ರಾರ್ಥನೆಯ ಕುರಿತು ಮತ್ತೆ ಮತ್ತೆ ನಮ್ಮ ಬರಹಗಾರರು, ಕವಿಗಳು, ಉಪದೇಶಕರು, ಉಪನ್ಯಾಸಕರು, ತತ್ವಜ್ಞಾನಿಗಳು ಮತ್ತು ವಿಜ್ಞಾನಿಗಳು ಚರ್ಚಿಸಿದ್ದಾರೆ. ವಿಜ್ಞಾನ ಮತ್ತು ಧರ್ಮಕ್ಕೆ ತಾಳಮೇಳವಿಲ್ಲ ಎಂಬ ಪ್ರಚಲಿತ ಭಾವನೆಯಿರುವಾಗ, ಅಚ್ಚರಿದಾಯಕವೂ ಹರ್ಷದಾಯಕವೂ ಆಗುವಂತೆ ಪ್ರಾರ್ಥನೆಯ ಕುರಿತಾಗಿ ಜಗತ್ಪ್ರಸಿದ್ಧ ವಿಜ್ಞಾನಿ ಡಾ. ಅಲೆಕ್ಸಿಸ್ ಕ್ಯಾರೆಲ್ ನೀಡಿರುವ ಅತ್ಯಂತ ಸುಂದರ ಭಾಷ್ಯವೊಂದನ್ನು ನಾಲ್ಕನೆಯ ಅನುಬಂಧದಲ್ಲಿ ನೋಡಬಹುದಾಗಿದೆ.

ಅಲ್ಡೌಸ್ ಹಕ್ಸ್ಲೀ ತಮ್ಮ ಪ್ರಖ್ಯಾತ ಕೃತಿ ''ದ ಪೆರೆನಿಯಲ್ ಫಿಲಾಸಫಿ''ಯಲ್ಲಿ ಪ್ರಾರ್ಥನೆಯನ್ನು ನಾಲ್ಕು ಪ್ರಭೇದಗಳಲ್ಲಿ ವಿಂಗಡಿಸುತ್ತಾರೆ.

1. ನಿವೇದನೆ
2. ಹರಕೆ
3. ಭಕ್ತಿ
4. ಶರಣಾಗತಿ

ನಿವೇದನೆಯು ಉನ್ನತವೂ ನಿಸ್ವಾರ್ಥವೂ ಆದ ಪ್ರಾರ್ಥನೆಯಾಗಿರಬಹುದು ಅಥವಾ ಮುಗ್ಧ ಮಕ್ಕಳಾಟಿಕೆಯಂತೆಯೂ, ದೀನವಾದ ಮೊರೆಯಂತೆಯೂ ಇರಬಹುದು. ನೀವು ಭಗವಂತನಲ್ಲಿ ಆತನನ್ನೇ ಮೈದೋರುವಂತೆಯೋ, ಆತನಿಚ್ಛೆಯಿದ್ದಂತಾಗಲಿ ಎಂದೋ ಕೇಳಿಕೊಂಡರೆ ಅದು ಒಂದು ಉನ್ನತವಾದ ನಿವೇದನೆಯಾಗಿರುತ್ತದೆ. ಇಂಥ ಉನ್ನತ ಪ್ರಾರ್ಥನೆಗೊಂದು ಉದಾಹರಣೆ ಅಸ್ಸೀಸಿಯ ಸಂತ ಫ್ರಾನ್ಸಿಸ್‌ಗೆ ಅರ್ಪಿಸಲಾಗಿರುವ ತುಣುಕಿನಲ್ಲಿದೆ:

> *''ದೇವ, ನನ್ನನ್ನು ನಿನ್ನ ಶಾಂತಿಯ ಒಂದು ಸಾಧನವನ್ನಾಗಿಸು. ಎಲ್ಲೆಲ್ಲಿ ದ್ವೇಷವಿಹುದೋ ಅಲ್ಲಲ್ಲಿ ಪ್ರೀತಿಯ ಬೀಜಬಿತ್ತುವಂತೆನ್ನ ಮಾಡು. ಸಂಶಯವಿದ್ದಲ್ಲಿ ವಿಶ್ವಾಸವನ್ನೂ; ನಿರಾಶೆಯಿರುವಲ್ಲಿ ಭರವಸೆ; ಕತ್ತಲಿರುವಲ್ಲಿ ಬೆಳಕು ಮತ್ತು ಬೇಸರವಿದ್ದಲ್ಲಿ ಉತ್ಸಾಹದುಲ್ಲಾಸವನ್ನು ಬಿತ್ತುವಂತೆನ್ನ ಮಾಡು.*
>
> *''ಓ ದಿವ್ಯಚೇತನವೇ, ಸಂತೈಸ ಬೇಕಾಗುವಷ್ಟು ಸಾಂತ್ವನವನ್ನು ಬೇಡದಿರುವಂತೆ, ಅರ್ಥಮಾಡಿಕೊಳ್ಳುವವರೇ ಇಲ್ಲವೇನೋ*

ಎಂಬಂತೆ ನನ್ನನ್ನು ಅರಿಯುವವರ ಬೇಡದಿರುವಂತೆ, ಪ್ರೀತಿಗಾಗಿ ಹಂಬಲಿಸಿ ಪ್ರೀತಿಯನ್ನು ಬೇಡದಿರುವಂತೆ ಹರಸೆನ್ನ; ಯಾಕೆಂದರೆ, ಕೊಡುವುದರಿಂದಲ್ಲದೆ ಪಡೆಯುವೆವೆ ಇವನ್ನೆಲ್ಲ? ಪರರ ಕ್ಷಮಿಸುವುದ ರಲ್ಲಿ ನಾವು ಕ್ಷಮೆಗೆ ಪಾತ್ರರಾಗುತ್ತ ಮೃತ್ಯುವಿನಲ್ಲಿ ಹೊಸಹುಟ್ಟ ಪಡೆಯುತ್ತೇವಲ್ಲವೆ.''

ಬದಲಿಗೆ, ನೀವು ಭೌತಿಕ ಭಾಗ್ಯಸಂಪದಗಳನ್ನು ಕೇಳಿಕೊಳ್ಳುವಿರಾದರೆ ಪ್ರಾರ್ಥನೆಯು ಭಿಕ್ಷೆ ಬೇಡುವ ದುಸ್ಥಿತಿಗಿಳಿದುಬಿಡುತ್ತದೆ. ಜಾರ್ಜ್ ಬರ್ನಾರ್ಡ್ ಷಾ ಹೇಳಿರುವಂತೆ, 'ಸಾಮಾನ್ಯ ಮನುಷ್ಯರು ಪ್ರಾರ್ಥಿಸುವುದಿಲ್ಲ, ಅವರು ಬರೇ ಬೇಡುತ್ತಾರೆ.' ಮರ್ತ್ಯರು ಬೇಡುವ ಯಾವುದೇ ವರವೂ, ಫಲಿಸಿದರೂ ಅದು ಅವರಿಗೆ ಪರಿಪೂರ್ಣವಾದ ಒಳಿತನ್ನೇ ಮಾಡುವುದೆಂದಿಲ್ಲ ಎನ್ನುವುದು ಕೂಡಾ ಅಷ್ಟೇ ನಿಜ. ವರವೆಂದು ನಾವು ತಿಳಿದುಕೊಂಡದ್ದೇ ಶಾಪವಾಗಿ ಪರಿಣಮಿಸುವುದೂ ಉಂಟು.

''ನಮ್ಮನ್ನೇ ನಾವು ಮರೆತ ವಿಸ್ಮೃತಿಯಲಿಹೆವು
ನಮ್ಮದೇ ಕೇಡ ಬೇಡುವೆವು ನಾವು, ಅರಿಯದೇ
ಇಲ್ಲವೆಂದರೂ ಕೇಳದೆ, ನಮ್ಮೊಳಿತು
ಅದಿಲ್ಲದಿರುವುದರಲ್ಲಿಹುದೆಂಬುದನರಿಯದೆ
ಕಳೆಯುವೆವು ಕೃಪೆಯ ಹೀಗೆ ಶೂನ್ಯ ಸಂಪಾದನೆಯಲ್ಲೇ''

– ಶೇಕ್ಸ್‌ಪಿಯರ್, ಆಂಟನಿ ಮತ್ತು ಕ್ಲಿಯೊಪಾತ್ರ

ಹರಕೆಯಲ್ಲಿ ನಿವೇದನೆಯು ನಿಸ್ಸಂಶಯವಾಗಿ ಇನ್ನೊಬ್ಬರ ಸಲುವಾಗಿ ಇರುವುದರಿಂದ ಸ್ವಂತದ ಕುರಿತ ನಿವೇದನೆಗಿಂತ ಇದು ಹೆಚ್ಚು ಉನ್ನತಸ್ತರದಲ್ಲಿತ್ತದೆ. ಅನ್ಯರ ಕುರಿತ ಸಂವೇದನೆಗಳಿಗೆ ಸ್ಪಂದಿಸುವುದರಿಂದ ಅದು ಹುಟ್ಟುವುದರಿಂದ, ಸಹಜೀವನದ ಒಂದು ವಿಶಾಲ ಪರಿಕಲ್ಪನೆಯನ್ನು ಹಾರೈಕೆಯ ನಿವೇದನೆಯು, ಅದು ಪ್ರಾಮಾಣಿಕವಾಗಿದ್ದಲ್ಲಿ, ಬೆಳೆಸುತ್ತದೆ. ಸಾಧ್ಯವಾದಾಗಲೆಲ್ಲ ಅದು ಇತರರ ನೋವು ಸಂಕಟಗಳನ್ನು ನಿವಾರಿಸುವ ಉದ್ದೇಶದಿಂದ ಕಾರ್ಯತತ್ಪರವಾಗಿರಬೇಕು ಮತ್ತು ತ್ಯಾಗ ಮನೋಭಾವದಿಂದ ಕೂಡಿರಬೇಕು.

ವೈಯಕ್ತಿಕವಾಗಿ ಭಗವಂತನೊಂದಿಗೆ ಅಥವಾ ಅವನ ಮಾನವರೂಪೀ ಅವತಾರದೊಂದಿಗೆ ಅನುಸಂಧಾನಗೊಳ್ಳುವ ಉದ್ದೇಶದಿಂದ ಬುದ್ಧಿ-ಭವದ ಬಳಕೆ, ಕಲ್ಪನೆ ಮತ್ತು ಅರ್ಪಣಾ ಮನೋಭಾವವನ್ನು ಆವಾಹಿಸಿಕೊಳ್ಳುವ ಮನಸ್ಸು ಎಂದು ಭಕ್ತಿಯನ್ನು ವಿವರಿಸಲಾಗಿದೆ. ಭಗವಂತನ ಮಹತ್ತನ್ನೂ, ಕೀರ್ತಿಯನ್ನೂ, ಕೃಪಾಕಟಾಕ್ಷವನ್ನೂ ಮುಂತಾಗಿ ಇದು ಎತ್ತಿ ಹಿಡಿಯುತ್ತ ಹೋಗುವುದರಿಂದಾಗಿ

ಮೊದಲಿನೆರಡೂ ವರ್ಗಗಳಿಗಿಂತ ವಿಭಿನ್ನವಾಗಿ ನಿವೇದನೆ ಮತ್ತು ಹರಕೆಗಳಿಗಿಂತ ಇದು ಮೇಲ್ಮಟ್ಟದ್ದು ಎನಿಸಿಕೊಳ್ಳುತ್ತದೆ. ಬೈಬಲ್ ನಮಗೆ ಈ ಬಗೆಯ ಪ್ರಾರ್ಥನಾ ವಿಧಾನವನ್ನು ತೋರಿಸಿಕೊಡುತ್ತದೆ.

> *''ಸ್ವರ್ಗದಲ್ಲಿರುವ ನಮ್ಮ ತಂದೆಯೇ ನಿನಗೆ ಪ್ರಣಾಮ*
> *ಸ್ವರ್ಗದಲ್ಲಿರುವಂತೆಯೇ ಇಲ್ಲಿಯೂ ನಿನ್ನ ಸಾಮ್ರಾಜ್ಯವನ್ನು ಕಾಣುವಂತಾಗಲಿ.''*

ಭಗವಂತನನ್ನು ಮನುಷ್ಯರೂಪದ ಅವತಾರವೆಂದು ನಾವು ಪರಿಭಾವಿಸುವಾಗ ನಾವು ಅವನ ಪರಮಾದ್ಭುತ ರೂಪವನ್ನೂ, ಅದರ ವಿಭಿನ್ನ ಲೀಲಾವಿನೋದಗಳನ್ನೂ, ಲೋಕಕಲ್ಯಾಣಕಾರ್ಥ ಅವನು ನಡೆಸುವ ಕಾರ್ಯವಿಧಾನವನ್ನು ವರ್ಣಿಸುವುದರಲ್ಲೇ ಆನಂದವನ್ನೂ ಕಾಣುತ್ತೇವೆ. ಭಕ್ತಿಪರವಶರಾದಾಗ ನಾವು ನಮ್ಮನ್ನೇ ಮರೆತು ಮನಸ್ಸು,ಹೃದಯಗಳು ಭಗವಂತನಲ್ಲೇ ಐಕ್ಯವಾದ ಅನುಭಾವವನ್ನು ಪಡೆಯುತ್ತೇವೆ.

ಆಮೇಲಿನದು ಬಹುಶಃ ಅತ್ಯುನ್ನತವಾದ ಪರಮಶ್ರೇಷ್ಠವಾದ ಪ್ರಾರ್ಥನಾ ಕರ್ಮ ಅರ್ಪಣಾಭಾವದ ಶರಣಾಗತಿ. ಅಲ್ಡೌಸ್ ಹಕ್ಸ್ಲೀ ಶರಣಾಗತಿಯನ್ನು ಹೀಗೆ ನಿರೂಪಿಸುತ್ತಾರೆ.

''ಆತ್ಮವು ಜಾಗೃತಾವಸ್ಥೆಯಲ್ಲೇ ಸಂಪೂರ್ಣವಾಗಿ ನಿರ್ವಾಣವನ್ನು ಹೊಂದಿ ಆಮೂಲಾಗ್ರ ಪರಿವರ್ತನೆಯ ಹಾದಿಯಲ್ಲಿ ಆ ಮಹಾನ್ ಚೇತನದೊಂದಿಗೆ ಇದ್ದೂ ಇಲ್ಲದಂತೆ ಲೀನವಾಗುವ ಸ್ಥಿತಿ''

ಶರಣಾಗತಿಯ, ಅರ್ಪಣಾಭಾವದ ಪ್ರಾರ್ಥನೆಗೂ ಧ್ಯಾನಕ್ಕೂ ಅಂಥಾ ವ್ಯತ್ಯಾಸವೇನಿಲ್ಲ. ಯೂನಿಟಿ ಸ್ಕೂಲ್ ಆಫ್ ಹೆಲ್ತ್‌ನ ವೈಸ್ ಪ್ರೆಸಿಡೆಂಟ್ ಆಗಿರುವ ಶ್ರೀ ಚಾರ್ಲ್ಸ್ ಆರ್ ಫಿಲ್‌ಮೋರೆಯವರು ವೈಜ್ಞಾನಿಕ ಪ್ರಾರ್ಥನೆಯ ಕುರಿತು ಬರೆಯುತ್ತ ಹೇಳುತ್ತಾರೆ,

> *''ತನ್ನ ಅತ್ಯಂತ ಪರಿಶುದ್ಧ ರೂಪದಲ್ಲಿ ಪ್ರಾರ್ಥನೆ ಎಂಬುದು ಸರಳವಾದದ್ದು. ಅದು ತನ್ನ ಸಂಪೂರ್ಣ ಚಿತ್ತವನ್ನು ಭಗವಂತನಲ್ಲೇ ಕೇಂದ್ರೀಕರಿಸುವ ಪ್ರಕ್ರಿಯೆ. ಸತ್ಯದ ಸ್ವೀಕಾರ, ದೈವೀಕ ತತ್ವದ ಧ್ಯಾನ ಮತ್ತು ಆ ಭಗವಂತನ ಪಿಸುನುಡಿಯನ್ನು ಕೇಳಿಸಿಕೊಳ್ಳುವ ಮಟ್ಟಿಗೆ ಒಳಗಿನ ಮೌನವನ್ನು ಸಾಧಿಸಬಲ್ಲ ಆ ಒಂದು ದಿವ್ಯಕ್ಷಣದೊಂದಿಗೆ ನಡೆಸುವ ಅನುಸಂಧಾನ.''*

ನಿಜ ಹೇಳಬೇಕೆಂದರೆ, ಈ ಯಾವತ್ತೂ ಪ್ರಾರ್ಥನೆಯ ಮಾದರಿಗಳ ನಡುವೆ, ನಿವೇದನೆ, ಹರಕೆ, ಭಕ್ತಿ, ಅರ್ಪಣೆ ಅಥವಾ ಶರಣಾಗತಿಗಳ ನಡುವೆ ಸ್ಪಷ್ಟವಾದ

ರೇಖೆಗಳನ್ನೆಳೆಯುವುದು ಕಷ್ಟವೇ ಸರಿ. ಎಲ್ಲಿಯವರೆಗೆ ಸ್ವ-ಪ್ರಜ್ಞೆ (ಭೌತಿಕ ಪ್ರಜ್ಞೆ) ಯನ್ನು ಅಮಾನತಿನಲ್ಲಿಡುತ್ತೇವೆಯೋ ಮತ್ತು ಆರ್ತವಾದ, ಭಕ್ತಿಪೂರ್ವಕ, ತೀವ್ರವಾದ ಅರ್ಪಣಾಭಾವವು ಆ ಒಂದು ಮತ್ತು ಒಂದೇ ಒಂದು ದಿವ್ಯಚೇತನದತ್ತ ಶರಣಾರ್ಥಿಯಾಗಿ ಹೃತ್ಪೂರ್ವಕ ಮಿಡಿಯುತ್ತಿರುವುದೋ ಅಲ್ಲಿಯವರೆಗೆ ಯಾರೂ ಈ ಎಲ್ಲ ವಿವಿಧ ಪ್ರಕಾರಗಳ ಬಗ್ಗೆ ತಲೆಕೆಡಿಸಿಕೊಳ್ಳಬೇಕಾದ ಅಗತ್ಯವೇನೂ ಇಲ್ಲ.

ಪ್ರಾಮಾಣಿಕ ಪ್ರಾರ್ಥನೆಯ ಸವಿರುಚಿ

ಯಾರು ಪ್ರಾಮಾಣಿಕವಾದ ಪ್ರಾರ್ಥನೆಯ ಸವಿಯಾದ ರುಚಿಯನ್ನು ಸವಿದಿರುವರೋ ಅವರು ಸದಾ ಉಲ್ಲಾಸದಿಂದ ಪ್ರಾರ್ಥನೆಯಲ್ಲೇ ತಲ್ಲೀನರಾಗುವುದನ್ನೇ ಮತ್ತೆ ಮತ್ತೆ ಬಯಸುತ್ತಿರುತ್ತಾರೆ. ಪೌರ್ವಾತ್ಯ ಸಂತರು ತಮ್ಮದೇ ವಿವೇಕಪೂರ್ಣ ನುಡಿಗಳಲ್ಲಿ ದೇವನಿಗಿಂತ ಅವನ ನಾಮದೊಡ್ಡದು ಎಂದು ಹಾಡಿ ಹೊಗಳಿದ್ದಾರೆ. ದೇವರೇನಾದರಲೂ ಎರಡು ವಿಭಿನ್ನ ಸ್ತರದಲ್ಲಿ ಪ್ರಕಟವಾಗುವನೆ? ಯಾಕೆಂದರೆ, ಭಗವಂತನನ್ನು ನೆನೆಯುವುದಕ್ಕೆ ನಾವು ಅವನ ನಾಮವನ್ನು ನೆನೆಯಬೇಕಿದೆ.

''ಆರಂಭದಲ್ಲಿ ಒಂದು ಪದವಿತ್ತು
ಮತ್ತು ಆ ಪದವು ಭಗವಂತನ ಜೊತೆಗಿತ್ತು
ಮತ್ತು ಆ ಪದವೇ ಭಗವಂತನಾಗಿತ್ತು. ''

– ಸಂತ ಜಾನ್ ಅವರ ಸತ್ಯ ಸಂದೇಶ

ಮೇಲಾಗಿ, ಸಾಮಾನ್ಯ ಮನುಷ್ಯರಾದ ನಮಗೆ ಅವನ ನಿರಾಕಾರ, ನಿರ್ಗುಣ, ಸರ್ವಾಂತರ್ಯಾಮಿ ಚೈತನ್ಯವನ್ನು ಗ್ರಹಿಸುವುದು ಸುಲಭಸಾಧ್ಯವಲ್ಲದಿರುವುದರಿಂದ, ನಮಗೆ ಅವನಿಗೊಂದು ಆಕಾರ, ರೂಪ ಮತ್ತು ಹೆಸರು ಇರುವುದರ ಅಗತ್ಯವಿದೆಯೇ ಹೊರತು ಅವನಿಗಲ್ಲ.

ನಮ್ಮ ಬದುಕಿನಲ್ಲಿ ಪ್ರಾರ್ಥನೆಯ ಪಾತ್ರವೇನೆಂಬುದನ್ನು ಹೇಳುವ ಸವಿಯಾದ, ಸರಳವಾದ, ಭಾವನಾತ್ಮಕವಾದ ಅಭಿವ್ಯಕ್ತಿಯಿದೆ:

''ಭಯಬೇಡ ಅವನಲ್ಲಿ ಮೊರೆಯಿಡಲು, ಅದಂತೂ ತಪ್ಪೇನಲ್ಲ
ಭರವಸೆಯೊಂದಿಗೆ ಬೇಡುವುದಾದರೆ, ಅದಿಲ್ಲವಾದರೂ ಬೇಡು
ಭರವಸೆಯು ಕ್ಷೀಣಿಸಿದ್ದರೂ, ಕಾದು ಕಾದು ಸೋತಿದ್ದರೂ
ಅಂಧಕಾರದಲ್ಲೂ ಬೇಡಿಕೋ, ಬೆಳಕಿಲ್ಲವಾದರೂ
ದೂರವೆಂಬುದು ಸನಿಹವಿಲ್ಲ ಈ ನಿನ್ನ ಕಂಗಳಿಗೆ
ಯುದ್ಧ ಮತ್ತು ಅಶಾಂತಿಯು ಕೊನೆಯಾಗುವುದಿಲ್ಲಿ

ಜಾಗತಿಕ ನೆಮ್ಮದಿಗೆ ಮೊರೆಯಿಟ್ಟ ಬೇಡಿಕೆಗೆ
ಕಾಲ ಹಿಡಿಯುವುದು ತಪ್ಪುವುದಿಲ್ಲ
ಒಳಿತೇನಿಹುದೋ ಬೇಡದನ್ನು ಸ್ವರ್ಗದಿಂದಿಳಿಯಲಿ
ನಿನಗದನು ಕಾಂಬೆನೆಂಬ ನಂಬುಗೆಯಿಲ್ಲದಿರೇನು
ಪರಿಪೂರ್ಣತೆಯ ಬೇಡು, ಜಗದಿ ಯಾರೂ ಹಾಗಿರಲು
ಬಾರದೆಂದು ನೀ ಬಲ್ಲೆಯಾದೊಡೇನು, ಬೇಡು
ಇಲ್ಲಾನ್ನೋದಾದರೆ ಕೊನೆಗೂ ಇಷ್ಟವ ಬೇಡಲು ಗೆಳೆಯ
ಬೇಡು ಆ ಇಷ್ಟವ ನಿವಾರಿಸಿಬಿಡೆಂದು ಆ ದಿವ್ಯದೇವನ.''

-ಹಾರ್ಟ್ಲೇ ಕೊಲರಿಡ್ಜ್

□□

12

ಶಾಶ್ವತ ತತ್ವಜ್ಞಾನದ ಪ್ರತಿಫಲನ

''ಯಾಕೆಂದರೆ ನಾನು ನಿನ್ನ ನೋವನ್ನು ನಿವಾರಿಸುವೆ ಮತ್ತು ಆತ್ಮಿಕಶಾಂತಿಯನ್ನು ಪಡೆಯುವಂತೆ ಮಾಡುತ್ತೇನೆ.''

''ನಾನು ನಿನ್ನೆದುರು ಶ್ರುತಿಪಾಠಗಳ ಸುಂದರ ಜಗತ್ತನ್ನು ತೆರೆದಿಡುತ್ತೇನೆ ಮತ್ತು ಆಗ ನೀನು ವಿಶಾಲ ಹೃದಯದಿಂದ ನನ್ನ ನೀತಿನಿಯಮದ ಹಾದಿಯಲ್ಲಿ ಓಡಾಡಬಹುದು.''

- Ps. C XVIII.32

ನಾಸ್ತಿಕತೆಯೆಂಬುದು ಕುರುಡರ ಅಡ್ಡೆ

ಜಗತ್ತಿನಲ್ಲಿ ಹಲವಾರು ಧರ್ಮಗಳಿವೆ. ಪ್ರತಿಯೊಂದಕ್ಕೂ ಅದರದೇ ಆದ ಒಳ ವಿಭಾಗಗಳಿವೆ, ಮತ ಪಂಗಡಗಳಿವೆ. ಬ್ರಹ್ಮಾಂಡದ ಸೃಷ್ಟಿ ರಚನೆ ಕುರಿತ ತನ್ನದೇ ಆದ ತತ್ವ ದರ್ಶನ, ಶಾಸ್ತ್ರ ಸಂವಿಧಾನ ಇತ್ಯಾದಿ ಇವೆ. ಆದಾಗ್ಯೂ, ತೋರಿಕೆಗೆ ಇರುವ ವಿಭಿನ್ನತೆಯ ಆಳದಲ್ಲಿ ನಿಜವಾದ ಒಂದು ಏಕರೂಪತೆಯೂ ಇದೆ. 'ಶಾಶ್ವತ ತತ್ವಶಾಸ್ತ್ರ'ವೆಂದು ಕರೆಯಬಹುದಾದ ಅನೇಕ ಮೂಲಭೂತ ಸಮಾನ ಅಂಶಗಳು ಅಲ್ಲಿ ಇವೆ. ಅಡ್ಲೌಸ್ ಹಕ್ಸ್‌ಲೀ ಇದನ್ನೇ 'ಮೇರು ಸಾಮಾನ್ಯ ಅಂಶಗಳು' ಎಂದು ಕರೆದಿದ್ದಾರೆ. ಭಗವಂತನಲ್ಲಿ ನಂಬಿಕೆ ಎಂಬುದು ಹೆಚ್ಚಿನೆಲ್ಲಾ ಧರ್ಮಗಳು ನಿಂತ ತಳಹದಿಯಾಗಿದೆ. ಕೆಲವು ಪಂಗಡಗಳಲ್ಲಿ ನಾಸ್ತಿಕವಾದದ ಒಳಸುಳಿಯೂ ಅಪವಾದದಂತಿಲ್ಲದಿಲ್ಲ. ಎಲ್ಲವನ್ನೂ ಸಾಬೀತು ಮಾಡುವುದರಲ್ಲಿ ವಿಶ್ವಾಸವಿರಿಸುವ ವಿಜ್ಞಾನವು ಧರ್ಮ ಪ್ರತಿಪಾದಿಸುವ ಅನೇಕ ತಾತ್ವಿಕ ವಿಚಾರಗಳನ್ನು ಒಪ್ಪದಿರ ಬಹುದು. ಆದರೆ ನಾಸ್ತಿಕವಾದವು ಕಗ್ಗತ್ತಲ ಹಾದಿಯಾಗಿದ್ದು ಅದು ನಿಮ್ಮನ್ನು ಎಲ್ಲಿಗೂ ತಲುಪಿಸುವುದಿಲ್ಲ. ಡಾ. ಹೆನ್ರಿ ಸಿ. ಲಿಂಕ್ ಅವರ ಮಾತುಗಳಲ್ಲಿ ಹೇಳುವುದಾದರೆ, ''ದೇವರ ಅಸ್ತಿತ್ವವನ್ನೇ ನಿರಾಕರಿಸುವ ವಾದವು ಒಂದು ಬುದ್ಧಿಜೀವಿಗಳ

ರೋಗವಾಗಿದೆ ಮತ್ತು ಭ್ರಮೆಯನ್ನು ನಂಬುವುದು ಯಾವುದರಲ್ಲೂ ವಿಶ್ವಾಸವಿಲ್ಲದೇ ಇರುವುದಕ್ಕಿಂತ ಉತ್ತಮವಾದದ್ದು.'' ಜಗತ್ತಿನ ಉಗಮ ಮತ್ತು ವಿಕಾಸದ ಬಗ್ಗೆ ಉಪನ್ಯಾಸ ನೀಡುತ್ತಿದ್ದ ಓರ್ವ ಪ್ರೊಫೆಸರ್ ಕುರಿತ ಪ್ರಸಿದ್ಧ ಕತೆಯೊಂದಿದೆ. ಅವರು ಆರಂಭದಲ್ಲಿ ಎಲ್ಲೆಲ್ಲೂ ನೀರಿತ್ತು, ನೀರು ಮತ್ತು ನೀರು ಎಂದು ಸುರು ಮಾಡಿದರು. ಆದರೆ ಅವರಿನ್ನೂ ಮುಂದುವರಿಸುವ ಮೊದಲೇ ಅಷ್ಟೇನೂ ಶಿಷ್ಟಾಚಾರಿಯಲ್ಲದಾತನೊಬ್ಬ ಪ್ರಶ್ನೆಯೊಂದನ್ನೆಸೆದ. ''ಆ ಆ ಆದರೆ ಎ ಎಲ್ಲಿಂದ ಬಬ್ ಬಂತು ಆ ಆ ನಿ ನೀರು...ಸ್ವ್...ಸ್ವಾಮಿ ?'' ಸಭೆಯಲ್ಲಿ ನಗೆಯುಕ್ಕಿ ಹರಿಯಿತು ಮತ್ತು ಉಪನ್ಯಾಸಕಾರ ತಬ್ಬಿಬ್ಬಾಗಿ ಕೆಂಪು ಕೆಂಪಾದರು. ಈ ಪ್ರಸಂಗದ ನೀತಿ ಸ್ವಯಂವೇದ್ಯವಿದೆ.

ಮಾರ್ಕಸ್ ಔರ್ಲೀಸ್ ಬಗ್ಗೆ ನಾವೆಲ್ಲ ಕೇಳಿದ್ದೇವೆ. ರೋಮ್‌ನ ಚಕ್ರಾಧಿಪತಿಯಾಗಿದ್ದ ಆತ ಝೆನೊ ಎಂಬಾತ ಸ್ಥಾಪಿಸಿದ ಸ್ಟೊಯಿಸಿಸಮ್ ಎಂಬ ತಾತ್ವಿಕ ದರ್ಶನದ ಹಾದಿಯನ್ನು ಅನುಸರಿಸುತ್ತಿದ್ದ ವ್ಯಕ್ತಿ. ಆದರೆ ಸ್ಟೊಯಿಸಿಸಮ್‌ನ್ನು ಒಂದು ಧರ್ಮವೆಂದೇನೂ ಪರಿಗಣಿಸುತ್ತಿರಲಿಲ್ಲವಾದ್ದರಿಂದ ಔರ್ಲೀಸ್ ಒಬ್ಬ ನಿರೀಶ್ವರವಾದಿ ಎಂದೇ ಪರಿಗಣಿತನಾಗಿದ್ದ. ಆದರೂ ಚರಿತ್ರೆ ನಮಗೆ ಆತ ಕ್ರಿಶ್ಚಿಯಾನಿಟಿಯ ತತ್ವಗಳತ್ತ ತೀವ್ರವಾಗಿ ಸೆಳೆತಕ್ಕೆ ಒಳಗಾಗಿದ್ದನೆನ್ನುವುದನ್ನು ತಿಳಿಸುತ್ತದೆ. ಜೀವನದಿಂದ ಆಯ್ದ ಚದುರಿದ ಚಿತ್ರಗಳ ಪ್ರತಿಬಿಂಬದಂತಿರುವ ಆತನ ಪ್ರಸಿದ್ಧ ''ಮೆಡಿಟೇಶನ್ಸ್'' ಕೃತಿಯ ಭೌತಿಕ, ಧಾರ್ಮಿಕ ಮತ್ತು ಪಾರಮಾರ್ಥಿಕ ವಿಚಾರಗಳನ್ನು ಅವರಿವರೆನ್ನದೆ ಎಲ್ಲಾ ಬಗೆಯ ಬರಹಗಾರರಿಂದ ಪ್ರಶಂಸೆಗೂ ಪಾತ್ರವಾಗಿದೆ

ನಿಜ, ಮಾರ್ಕ್ಸ್ ಔರ್ಲೀಸ್ ಯಾವುದೇ ಹೊಸ ತತ್ವವನ್ನು ಪ್ರಚಾರಕ್ಕೆ ತರಲಿಲ್ಲ. ಮಾತ್ರವಲ್ಲ, ತನ್ನ ಕಾಲದ ಧಾರ್ಮಿಕ ನಂಬಿಕೆಗಳನ್ನೂ ಮುಕ್ತವಾದ ನಿಷ್ಠೆಯಿಂದ ಪಾಲಿಸಲಿಲ್ಲ. ಆದಾಗ್ಯೂ, ಅದೆಲ್ಲ ಒಂದು ನ್ಯೂನತೆಯೆನಿಸಿಕೊಳ್ಳದೆ ಎರಡು ಸಾವಿರ ವರ್ಷಗಳ ನಂತರವೂ ತಾಜಾತನದಿಂದ ಉಳಿದಿದ್ದು ಮಹಾನ್ ಜನಪ್ರಿಯತೆ ಮತ್ತು ಯಶಸ್ಸನ್ನು ಪಡೆದಿರುವುದರ ಹಿಂದಿನ ಗುಟ್ಟಾಗಿದೆ. ಹಾಗಾಗಿ, ಈ ಕ್ಲಾಸಿಕ್ ಕೃತಿಯನ್ನು ನಾವು ಶಾಶ್ವತ ತತ್ವಶಾಸ್ತ್ರದ ಒಂದು ಪ್ರತಿಬಿಂಬ ಎಂದು ಉತ್ಪ್ರೇಕ್ಷೆಯಿಲ್ಲದೆ ಒಪ್ಪಿಕೊಳ್ಳಬಹುದಾಗಿದೆ. ಓರ್ವ ಪ್ರಕಾಶಕರು ಬರೆದಿರುವಂತೆ, ''ನೀವು ಮಹಾನ್ ಚಕ್ರವರ್ತಿ - ತತ್ವಜ್ಞಾನಿ ಔರ್ಲೀಸ್‌ನ 'ಮೆಡಿಟೇಶನ್ಸ್' ಓದುತ್ತಿರುವಂತೆ ಸಮಕಾಲೀನ ಜಗತ್ತಿನ ಪ್ರತಿರೂಪವನ್ನಲ್ಲಿ ಕಂಡು ಅಚ್ಚರಿಗೊಳ್ಳುತ್ತೀರಿ.'' ಹೇಗೆ ಬೇರೆ ಬೇರೆ ಧಾರ್ಮಿಕ ಪಥಗಳ ಮಂದಿ 'ಮೆಡಿಟೇಶನ್ಸ್'ನಲ್ಲಿ ತಮ್ಮ ತಮ್ಮ ನಂಬಿಕೆ, ನೀತಿ, ಮೌಲ್ಯ ಮತ್ತು ತತ್ವಗಳ ಸಮಾಂತರ ವಿಚಾರಗಳನ್ನು ಕಂಡುಕೊಳ್ಳುತ್ತಾರೆಂಬುದು ನಿಜಕ್ಕೂ ಗಮನಾರ್ಹ ಸಂಗತಿಯಾಗಿದೆ. ನಾವು ಹೇಗೆ ನಮ್ಮದೇ ನಿರ್ದಿಷ್ಟ ಮತ ಯಾ ಪಂಗಡದ ಧಾರ್ಮಿಕ ಯೋಚನಾಕ್ರಮಕ್ಕೆ ಎಷ್ಟೊಂದು ಬದ್ಧರಾಗಿಯೂ ನಿಷ್ಠರಾಗಿಯೂ ಹೊಂದಿಕೊಂಡಿರುತ್ತೇವೆ. ಬೇರೆ ನಾಯಕರಿಂದ ಪ್ರತಿಪಾದಿಸಲಾದ್ದ

ಧರ್ಮದ ಸತ್ಯಗಳನ್ನು ಮನಗಾಣಲು ಅದೆಷ್ಟು ಕಷ್ಟವಾಗುತ್ತದೆ ನಮಗೆ ಎಂಬುದರ ಹಿನ್ನೆಲೆಯಲ್ಲಿ ಇದು ಬಹಳ ಮುಖ್ಯವಾದದ್ದು. ಉದಾಹರಣೆಗೆ, ಅತ್ಯಂತ ಪ್ರಗತಿಶೀಲ ಕ್ರಿಶ್ಚಿಯನ್‌ಗೂ ಕೂಡಾ ಬೈಬಲಿನಲ್ಲಿ ಹೇಳಲಾದ ಸೃಷ್ಟಿಯ ಕತೆಯನ್ನು ಪ್ರಶ್ನಿಸುವುದು ಸಾಧ್ಯವಾಗುವುದಿಲ್ಲ. ಕ್ರಿಸ್ತನ ಹೊರತು ಮುಕ್ತಿಗೆ ಅನ್ಯ ಮಾರ್ಗವಿಲ್ಲ ಎಂಬುದನ್ನೂ ಆತ ಪ್ರಶ್ನಿಸಲಾರ.

ಹಿಂದೂ ದರ್ಶನದ ಅಚ್ಚರಿದಾಯಕ ಹೋಲಿಕೆ

ಪ್ಲೇಟೋನ ಕನಸಿನ ಆದರ್ಶ ರಾಜ್ಯದ ಚಿಂತಕ - ರಾಜನ ಪರಿಕಲ್ಪನೆಗೆ ಭಾರತದ ಚರಿತ್ರೆಯಲ್ಲಿ ಸಂವಾದಿಯಾದ ಅಂಶಗಳಿವೆ. ಭಾರತದ ಮಹಾನ್ ದೊರೆಗಳು ಶ್ರೇಷ್ಠ ಚಿಂತಕರೂ ಆಗಿದ್ದರೆಂಬುದನ್ನು ಕಾಣುತ್ತೇವೆ. ಹಾಗಾಗಿ ಮಾರ್ಕ್ಸ್ ಔರ್ಲೀಸ್ ಹೇಳುವ ಭಾರತದ್ದೇ ಆದ 'ರಾಜರ್ಷಿ' ಪರಿಕಲ್ಪನೆಯೇನಿದೆ? ಅದು ಭಾರತೀಯರಿಗೆ ಜನಕರಾಜನಂಥ, ಸಾಮ್ರಾಟ ಅಶೋಕನಂಥ ರಾಜರ ನೆನಪು ತಂದರೆ ಅದರಲ್ಲಿ ಅಚ್ಚರಿಯೇನಿಲ್ಲ.

ಅದೇ ರೀತಿ ಔರ್ಲೀಸ್ ಹೀಗೆ ಹೇಳುವಾಗ ಆತ ಹಿಂದೂ ಧರ್ಮಗ್ರಂಥಗಳಲ್ಲಿನ ಚಿಂತನೆ ಮತ್ತು ಕಲ್ಪನೆಗಳಿಗೆ ಬಹಳ ಹತ್ತಿರದಲ್ಲಿದ್ದಾನೆನಿಸುತ್ತದೆ. ''ಇರುವುದು ಕೇವಲ ಒಂದೇ ಒಂದು ಸಾರ್ವತ್ರಿಕವಾದ, ಸಾರ್ವಕಾಲಿಕವಾದ ವಸ್ತು. ಅದೇ ಹಲವಾರು ವಿಶಿಷ್ಟ ಗುಣಗಳಿರುವ ಅಸಂಖ್ಯಾತ ಸಂಸ್ಥೆಗಳಾಗಿ ವಿಭಜಿಸಲಾಗಿದೆ. ಇರುವುದು ಒಂದೇ ಆತ್ಮ. ಆದರೂ ಅದು ಮನುಷ್ಯನ ವ್ಯಕ್ತಿಗತ ಸ್ವಭಾವ ಮತ್ತು ಮಿತಿಗಳಿಂದಾಗಿ ಅಸಂಖ್ಯಾತವೆಂಬಂತೆ ಗೋಚರವಾಗುತ್ತದೆ. ಇರುವುದೊಂದೇ ಬೌದ್ಧಿಕ ಆತ್ಮ. ಆದರೂ ಅದು ವಿಭಾಗಿಸಿದಂತೆ ಕಾಣುತ್ತದೆ.'' ಭಗವದ್ಗೀತೆ ಹೇಳುತ್ತದೆ, 'ಕೆಲಸ ಮಾಡುವುದಕ್ಕಷ್ಟೇ ನಿನಗೆ ಅಧಿಕಾರ, ಫಲಾಪೇಕ್ಷೆ ಮಾಡುವ ಹಾಗಿಲ್ಲ.' ಮತ್ತದು ಧ್ಯಾನದಲ್ಲಿ ಪ್ರತಿಪಾದಿತವಾಗಿದೆ. 'ಕರ್ತವ್ಯವೇ ಫಲಪ್ರಾಪ್ತಿಯೆಂದು ತಿಳಿ.' ಅದೃಷ್ಟವಶಾತ್ ಹರಿದುಹಂಚಿ ಹೋಗಿರುವ ಜಗದ ಭವಿಷ್ಯದ ಕಲ್ಯಾಣಕ್ಕೋ ಎಂಬಂತೆ ಹೆಚ್ಚು ಹೆಚ್ಚು ಜನರು ವಿಶ್ವದ ಧರ್ಮಗಳ ನಡುವಿನ ಭಿನ್ನಾಭಿಪ್ರಾಯಗಳನ್ನು ಬದಿಗಿಟ್ಟು ಸಮಾನವಾದ ಸಂಗತಿಗಳತ್ತಲೇ ಹೆಚ್ಚು ಒತ್ತು ನೀಡಲು ಆರಂಭಿಸಿದ್ದಾರೆ. 'ನಿವ್' ಮತ್ತು 'ಯುನಿಟಿ'ಯಂಥ ಕ್ರಿಶ್ಚಿಯನ್ ನಿಯತಕಾಲಿಕೆಗಳಲ್ಲಿ ಹಿಂದೂ ಚಿಂತನೆಯ ಕೇಂದ್ರ ತಾತ್ವಿಕತೆಯ ಜೊತೆ ಅತ್ಯಂತ ನಿಕಟ ಹೋಲಿಕೆಯಿರುವ ಹಲವಾರು ಲೇಖನಗಳನ್ನು ಓದುವುದು ನನಗೆ ನಿಜಕ್ಕೂ ಆಹ್ಲಾದಕರವೂ ಅಚ್ಚರಿದಾಯಕವೂ ಆಗಿತ್ತು. ಇದೇ ರೀತಿಯ ಪ್ರತಿಧ್ವನಿ ಮೇಲೆ ಉಲ್ಲೇಖಿಸಿದ ಪರಿಚ್ಛೇದದಲ್ಲೂ ಕಾಣುತ್ತದೆ.

ಧ್ಯಾನದ ಹಿನ್ನೆಲೆಯಲ್ಲಿ ಶಾಶ್ವತ ತತ್ವಜ್ಞಾನದ ಈ ಕೆಳಗಿನ ವ್ಯಾಖ್ಯಾನವು ಖಂಡಿತವಾಗಿಯೂ ಗಮನಾರ್ಹವಾದದ್ದು. ಅಧ್ಯಯನ ಯೋಗ್ಯವಾದದ್ದು.

ರೋಮನ್ ಚಕ್ರವರ್ತಿಯು ಜೀವನವನ್ನು ಅದು ಇದ್ದ ಹಾಗೆಯೇ ನೋಡಲು ಹೇಗೆ ಸಾಧ್ಯವಾಯಿತು; ಯಾವ ರೀತಿಯಿಂದ ಆತ ಧರ್ಮನಿರಪೇಕ್ಷವಾಗುಳಿಯುವುದರ ನಿರರ್ಥಕತೆಯನ್ನು ಕಂಡುಕೊಂಡ, ಆದರ್ಶ ಜೀವನದ ಬಗ್ಗೆ ಆತನ ಪರಿಕಲ್ಪನೆಯೇನು, ಗುರಿಯನ್ನು ತಲುಪುವುದಕ್ಕೆ ಆತ ಸೂಚಿಸುವ ಮಾರ್ಗ ಯಾವುದು ಎಂಬುದನ್ನೆಲ್ಲ ಗಮನಿಸೋಣ.

ನಮಗೆ ತಿಳಿದಿರುವಂತೆ, ಅಣುವಿನಿಂದ ಗ್ರಹತಾರೆಗಳವರೆಗೆ ಈ ಬ್ರಹ್ಮಾಂಡದ ಪ್ರತಿ ಕಣಕಣವೂ 'ಅಹಂ'ಕಾರದ ಸುತ್ತ ಸುತ್ತುತ್ತಿದೆ ಮತ್ತು ಜಗತ್ತೆಂದು ನಾವು ಕರೆಯುವುದು ಇದನ್ನು. ಈ ಅಸ್ಮಿತೆ, ಪ್ರತ್ಯೇಕತೆಯ ಪ್ರಜ್ಞೆಯಿಂದ ಕಾಣಿಸಿಕೊಳ್ಳ ಬಯಸುವ 'ನಾನು' ಮತ್ತು 'ನನ್ನ' ಎಂಬುದೇ ಜಗತ್ತಿನ ಚಲನಶೀಲತೆಯ ಪ್ರಮುಖ ಅಂಗವಾಗಿದೆ. ಕೆಳಸ್ತರದ ಜೀವಾತ್ಮಗಳು ಅಥವಾ ಪ್ರಜ್ಞೆ ಸ್ವಾಭಾವಿಕವಾಗಿ ಈ ಅಹಂಕಾರವನ್ನು ಸಹಜ ಎಂಬಂತೆ ಹೊಂದಿದ್ದರೆ, ಮನುಷ್ಯನಲ್ಲಿ ಮೇಲ್ಮಟ್ಟದ ಗುರಿಸಾಧನೆಗಾಗಿ ತನ್ನ ಅಹಂಕಾರವನ್ನು ಪ್ರಜ್ಞಾಪೂರ್ವಕವಾಗಿ ಮೆಟ್ಟಿನಿಲ್ಲಬಲ್ಲ ಒಂದು ಅವಕಾಶವು ಕೇವಲ ಅವನಿಗಷ್ಟೇ ಲಭ್ಯವಿದೆ. ಸ್ವಾರ್ಥ ನಮ್ಮ ದೃಷ್ಟಿಕೋನವನ್ನು ಸೀಮಿತಗೊಳಿಸುತ್ತದೆ, ಒಬ್ಬರಿಗೊಬ್ಬರನ್ನು ಅನ್ಯರನ್ನಾಗಿಸುತ್ತದೆ, ಮಾತ್ರವಲ್ಲ, ಎಲ್ಲಾ ಸಂಘರ್ಷಗಳ ಮೂಲವಾಗಿದೆ. ನಾವು ಈ ಮಿತಿಗಳನ್ನು ಮೀರಿ ಬೆಳೆಯುವುದು ಸಾಧ್ಯವಾದರೆ, ಪ್ರಕೃತಿ ಮತ್ತು ಬ್ರಹ್ಮಾಂಡದೊಂದಿಗಿನ ನಮ್ಮ ಸಂಬಂಧವನ್ನು ಸರಿಯಾದ ಅರ್ಥ ಸಂಬದ್ಧ ರೀತಿಯಲ್ಲಿ ಕಾಣಬಲ್ಲೆವಾದರೆ, ಭಗವಂತನು ನಾವಿಲ್ಲಿ ಹೇಗೆ ನಿರ್ವಹಿಸಬೇಕೆಂದು ಬಯಸುತ್ತಾನೆಯೋ ಹಾಗೆಯೇ ನಮ್ಮ ಪಾತ್ರವನ್ನು ನಿರ್ವಹಿಸುವುದನ್ನು ನಮ್ಮ ಕರ್ತವ್ಯ ಎಂದು ತಿಳಿದು ಅದನ್ನು ಸ್ವೀಕರಿಸಿದೆವೆಂದರೆ, ಈ ಜಗತ್ತೇ ಸ್ವರ್ಗವಾಗಿ ಪರಿವರ್ತನೆಗೊಳ್ಳುತ್ತದೆ.

ವಿಪರ್ಯಾಸವೆಂದರೆ, ಅವನ ಅಹಂಕಾರದ ಪ್ರಧಾನ ಆಸರೆಯಾಗಿರುವ ಅವನ ಭೌತಿಕ ದೇಹವೇ ಮನುಷ್ಯನ ಉನ್ನತ ಜೀವನದ ಹಾದಿಯಲ್ಲಿ ಮೊದಲ ಮತ್ತು ಪ್ರಧಾನ ಅಡಚಣೆಯಾಗಿದೆ. ತನ್ನ ದೇಹವನ್ನೇ ಆತ ತಾನು ಎಂದು ಗ್ರಹಿಸಿದ್ದಾನೆ. ಜತೆಗೆ, ಆತ್ಮವನ್ನು ಮರೆತೇ ಬಿಟ್ಟಿದ್ದಾನೆ. ಈ ಭ್ರಮೆಯಿಂದಾಗಿ ತಪ್ಪಾಗಿ ತನ್ನ ದೈಹಿಕ ಅಗತ್ಯಗಳನ್ನು ಬೇರೆಲ್ಲದಕ್ಕಿಂತ ಮುಖ್ಯವಾದದ್ದು ಎಂದೇ ಭಾವಿಸಿಕೊಂಡಿದ್ದಾನೆ. ಉತ್ತಮವಾದ ಬಟ್ಟೆಬರೆ, ಆಭರಣಗಳೊಂದಿಗೆ ಅಲಂಕರಿಸುತ್ತ ದೇಹವನ್ನು ಎಲ್ಲಾ ಬಗೆಯಲ್ಲಿ ದೇಹವನ್ನು ಮುದ್ದುಗರೆಯುವ ಕೆಲಸದಲ್ಲಿ ವ್ಯಸ್ತನಾಗಿದ್ದಾನೆ. ಯಾವುದೇ ದೈಹಿಕವಾದ ನೋವು, ಅಡಚಣೆಗಳಿಗೆ ಆತ ಕಂಗಾಲಾಗುತ್ತಾನೆ. ಸಾವಿಗೆ ಹೆದರುತ್ತ, ನೋವಿಗೆ ಮುದುಡುತ್ತ, ಅಹಿತ ಅಸೌಖ್ಯಗಳಿಂದ ನುಣುಚಿಕೊಳ್ಳುತ್ತ, ಇಂದ್ರಿಯ ಸುಖಕ್ಕಾಗಿಯೇ ತುಡಿಯುತ್ತಿರುತ್ತಾನೆ. ಹೀಗಾಗಿ ಮನುಷ್ಯ ವಸ್ತು, ವ್ಯಕ್ತಿಗಳು, ಹೆಂಡತಿ, ಮಕ್ಕಳು - ಇವುಗಳೊಂದಿಗೆ ಗುರುತಿಸಿಕೊಳ್ಳುವ, ಅವುಗಳ ಜೊತೆ ತಾದ್ಯಾತ್ಮ

ಕಂಡುಕೊಳ್ಳುವ ಅಭ್ಯಾಸ ಬೆಳೆಸಿಕೊಳ್ಳುತ್ತಾನೆ. ಅವನ ಸುಖ ಮತ್ತು ಅನುಕೂಲಗಳು ಇಲ್ಲದೇ ಬದುಕು ಅಸಹನೀಯವಾಗಿ ಕಾಣುತ್ತದೆ. ಹಾಗಾಗಿ ಅವುಗಳ ಸುಖ ಅಥವಾ ಅಸೌಖ್ಯ ಅವನದೂ ಆಗಿಬಿಡುತ್ತದೆ. ಹೀಗೆ, ಹಿಂದೂಗಳು ಹೇಳುವಂತೆ ಸತತ ತಿರುಗುತ್ತಲೇ ಇರುವ, ಸಂಸಾರ ಚಕ್ರವು (ಭವಜೀವನ) ಸುತ್ತುವುದು ಶುರುವಾಗುತ್ತದೆ.

ಎರಡನೆಯದಾಗಿ, ಅಹಂಕಾರದಿಂದ ಪುಟಿಯುವ ಇನ್ನೊಂದು ಭ್ರಮೆಯಿದೆ. ಮನುಷ್ಯ ಸಂತೋಷವನ್ನು ಅರಸುತ್ತಾ ಅದನ್ನು ಸುಖಲೋಲುಪ್ತಿಯೊಂದಿಗೆ ಗೊಂದಲಿಸಿಕೊಳ್ಳುತ್ತಾನೆ. ಮತ್ತು ಇನ್ನೊಂದು ವಿಷವೃತ್ತದಲ್ಲಿ ಸಿಲುಕಿಕೊಳ್ಳುತ್ತಾನೆ. ನಾವು ಹಿಂದಿನ ಒಂದು ಅಧ್ಯಾಯದಲ್ಲಿ ಚರ್ಚಿಸಿರುವಂತೆ, ಅವನು ಸುಖಲೋಲುಪತೆಯ ಒಪ್ಪಿಗೆಯಾಗುವ ಸಂವೇದನೆಗಳ ಬೇಟೆಯಲ್ಲಿ ತೊಡಗುತ್ತಾನೆ ಮತ್ತಿದಕ್ಕೆ ಸಂಭ್ರಮವನ್ನುಂಟುಮಾಡುವ ಅಂಥ ಸಂಗತಿಗಳ ಅಗತ್ಯ ಬೀಳುತ್ತದೆ. ಇಂದ್ರಿಯಗಳು ಸದಾ ಹೆಚ್ಚಿನದನ್ನು ಕೇಳತೊಡಗುತ್ತವೆ - ಮತ್ತವುಗಳ ತೃಪ್ತಿಗಾಗಿ ಅವನು ಸ್ವತಃ ಇಂದ್ರಿಯಗಳ ಗುಲಾಮನಾಗಬೇಕಾಗುತ್ತದೆ. ಪರಿಣಾಮವಾಗಿ ದುರಾಸೆ, ಅಸೂಯೆ, ಭಯ ಮತ್ತು ಕ್ರೋಧದಂಥ ವಿವಿಧ ಬಗೆಯ ಅನಪೇಕ್ಷಿತ ಭಾವಾತಿರೇಕಗಳಿಗೆ ಅವನು ಬಲಿಬೀಳುತ್ತಾನೆ.

ಮಾರ್ಕ್ಸ್ ಔರೆಲೀಸ್ ಈ ಭ್ರಮೆಗಳನ್ನು ಬೇರೆಯೇ ಬಗೆಯಲ್ಲಿ ಎದುರಿಸುತ್ತಾರೆ. ಅವರ ಮೊದಲ ಎಚ್ಚರಿಕೆ, 'ಮಾನವನ ಪರಿಕಲ್ಪನೆಯಲ್ಲಿ ಎಂದಿಗೂ ಈ ಹೊರಗಿನ ಪಾತ್ರೆ, ಅಂದರೆ ದೇಹವನ್ನು ಸೇರಿಸಬೇಡಿ.' ಅವರು ದೇಹವನ್ನು ಸೀಳಿ ಅದನ್ನು ಮರಣವು ಕ್ಷಣಮಾತ್ರದಲ್ಲಿ ಸೆಳೆದೊಯ್ಯುವ ಕೊಳಕು, ಆತ್ಮದ ಮಾಂಸಲ ಸೆರೆಮನೆ ಎಂದು ತಿರಸ್ಕರಿಸಿಬಿಡುತ್ತಾರೆ. ಅವರು ಅಹಂಕಾರವನ್ನು ಕಿತ್ತೊಗೆಯುವು ದಕ್ಕೆ ಈ ದೈಹಿಕ ರಚನೆಯ ಸರಿಯಾದ ತಿಳುವಳಿಕೆ ಅಗತ್ಯ ಎಂಬ ಕಾರಣಕ್ಕೆ ಮೃತ್ಯು ಮತ್ತು ದೇಹದ ಅಲ್ಪಕಾಲಿಕ ಸ್ವಭಾವವನ್ನು ಸುದೀರ್ಘವಾಗಿ ಚರ್ಚಿಸಿದ್ದಾರೆ.

ಸುಖಲೋಲುಪ್ತಿಯ ಭ್ರಾಂತಿ

ಆ ಬಳಿಕ ಅವರು ಸುಖಲೋಲುಪತೆಯ ಭ್ರಾಂತಿಯನ್ನು ತೆರೆದಿಡುತ್ತಾರೆ. ಇದೊಂದು ಕೇವಲ ಸಂಚಾರೀಭಾವವಾಗಿದ್ದು ಇಂದ್ರಿಯವು ತಾನು ಬಯಸುವ ಸಂಗತಿಯ ಸಂಪರ್ಕದಲ್ಲಿರುವಷ್ಟು ಹೊತ್ತು ಮಾತ್ರವೇ ಇರುವಂಥದ್ದು. ಅವು ಬೇರೆಯಾಗುತ್ತಲೇ ಎಲ್ಲವೂ ಮುಗಿದು ಹೋಗುತ್ತದೆ. ಹಾಗಾಗಿ ಸುಖಲೋಲುಪತೆಯ ಹಿಂದೆ ಹೋಗುವುದೆಂದರೆ ಬಾಹ್ಯ ಮತ್ತು ಅನ್ಯ ಸಂಗತಿಗಳ ಮೇಲೆ ಅವಲಂಬಿತರಾಗುವುದು. ಈ ಬಾಹ್ಯ ಮತ್ತು ಅನ್ಯ ಸಂಗತಿಗಳ ಮೇಲೆ ನಮಗೆ ಯಾವುದೇ ಹಿಡಿತವಾಗಲಿ, ನಿಯಂತ್ರಣವಾಗಲೀ ಇಲ್ಲ. ಅವು ಮನಶ್ಶಾಂತಿಯನ್ನು ಕೆಡಿಸಬಲ್ಲ

ಸಾಮರ್ಥ್ಯವಿರುವ ಮಾನವ ದೇಹದಷ್ಟೇ, ನಶ್ವರವೂ ಮಿಥ್ಯೆಯೂ ಆಗಿರುವಂಥವು. ''ಸುಖಲೋಲುಪತೆಯು ಒಳ್ಳೆಯದೂ ಅಲ್ಲ, ಉಪಯುಕ್ತವೂ ಅಲ್ಲ'' ಎಂದವರು ಹೇಳುತ್ತಾರೆ.

ಆನಂತರ, ಆನಂದದ ಸ್ವಭಾವವನ್ನು ಅವರು ಪರೀಕ್ಷೆಗೊಡ್ಡುತ್ತಾರೆ. ಎಲ್ಲಾ ಬಗೆಯ ಆನಂದಾನುಭೂತಿಯ ಗುರಿ ಸರಿಯಾದುದು. ಮತ್ತು ನಮ್ಮ ಬದುಕಿನಲ್ಲಿ ದ್ವಂದ್ವವನ್ನು, ನೋವು-ನಲಿವು, ಸೆಕೆ ಮತ್ತು ಚಳಿ, ಸುಖ-ದುಃಖಗಳಂಥ ಭಾವಗಳನ್ನು ಮೀರಿ ನಿಲ್ಲಬಯಸುವ ಮನಸ್ಸಿಗೆ ಸಹಜವಾಗಿ ಬರುವಂಥದ್ದೇ ಆಗಿದೆ.

ಆನಂದವನ್ನು ಹೊಂದುವ ಬಗೆಯನ್ನು ಅವರು ವಿಶ್ಲೇಷಿಸುತ್ತಾರೆ ಮತ್ತು ಪ್ರಾಥಮಿಕವಾಗಿ ಸಂತೃಪ್ತಿಯೊಂದಿಗಿದ್ದು ಸಂಸಾರ ಮತ್ತು ಆಸ್ತಿಯೊಂದಿಗಿನ ಮೋಹವನ್ನು, ತಾತ್ಕಾಲಿಕ ಮತ್ತು ಕ್ಷಣಭಂಗುರ ಸುಖ ಸಂತೋಷಗಳನ್ನು ತೊರೆದು ಪರಿತ್ಯಜಿಸಿ ನಿಲ್ಲುವುದು ಅಗತ್ಯ ಎಂದು ನಿರ್ಧರಿಸುತ್ತಾರೆ. 'ಎಲ್ಲಾ ಬಗೆಯ ಆಸೆಗಳಿಂದ ದೂರವಿರಿ....' ರೋಮನ್ ಚಕ್ರವರ್ತಿ ಎಚ್ಚರಿಸುತ್ತಾರೆ.

ನಮ್ಮೆಲ್ಲರಲ್ಲೂ ನೀಚ ಮತ್ತು ಉಚ್ಚ(ದೈವೀಕ) ಸ್ತರದ ಸ್ವಭಾವಗಳು ಒಂದರ ಜೊತೆಗೊಂದರಂತೆ ಏಕಕಾಲಕ್ಕೆ ಅಸ್ತಿತ್ವದಲ್ಲಿವೆ. ಮೊದಲನೆಯದು ಮೌಢ್ಯ ಮತ್ತು ಸ್ವಾರ್ಥದ ಮೇಲೆ ನಿಂತಿದ್ದರೆ, ಎರಡನೆಯದು- ಅರಿವು ಮತ್ತು ನಿಸ್ವಾರ್ಥದ ಮೇಲೆ ನಿಂತಿದೆ. ನಾವು ಮೊದಲ ಸ್ತರವನ್ನು ಮೀರಿ ಬೆಳೆಯಬೇಕು ಮತ್ತು ಎರಡನೆಯದನ್ನು ಸಂಪುಷ್ಟಗೊಳಿಸಿ ವೃದ್ಧಿಸಿಕೊಳ್ಳಬೇಕು. ''ನಿನ್ನೊಳಗಿನಾಳಕ್ಕಿಳಿ. ಅಲ್ಲಿರುವುದು ಸತ್ ಎಂಬುದರ ಚಿಲುಮೆ. ನೀನು ನಿನ್ನಾಳಕ್ಕಿಳಿದು ನೋಡಿದಲ್ಲಿ ಆ ಚಿಲುಮೆಯ ಒರತೆಯು ಸದಾಕಾಲವು ಅಲ್ಲಿ ಹರಿಯುತ್ತಿರುತ್ತದೆ. ನಿನ್ನ ಅಸ್ತಿತ್ವವನ್ನು ಬ್ರಹ್ಮಾಂಡ ದೊಂದಿಗಿನ ಅದರ ಸಂಬಂಧದ ಹಿನ್ನೆಲೆಯಲ್ಲಿ ನೋಡು. ಈ ಯೋಚನೆಯು ಸದಾ ಕಾಲ ನಿನ್ನಲ್ಲಿರಲಿ. ಬ್ರಹ್ಮಾಂಡವೆಂಬುದು ಒಂದೇ ಜೀವನ, ಒಂದೇ ಆತ್ಮ, ಒಂದೇ ವಸ್ತು. ಎಲ್ಲಾ ಚರಾಚರ ಸಂಗತಿಗಳೂ ಈ ಸಾರ್ವತ್ರಿಕ ಗ್ರಹಿಕೆಯ ತಂತುವಿನಿಂದ ಬಿಗಿದಿದ್ದು ಒಂದೇ ಮಿಡಿತದಲ್ಲಿ ಕ್ರಿಯಾಶೀಲವಾಗಿವೆ. ಪರಸ್ಪರ ಅನುಸರಿಸಿ, ಸಹಕರಿಸಿ ವರ್ತಿಸುತ್ತಿವೆ. ಈ ಒಂದು ಸಂತುಲಿತ ಸಂಯುಕ್ತ ಜಾಲ ಅಭೇದ್ಯವೂ, ನಿರಂತರವೂ ಆಗಿದೆ.''

ಗೆಳೆಯನೂ ವೈರಿಯೂ ಎರಡೂ ಆಗಿರುವ ಈ ಮನಸ್ಸು ನಮ್ಮೊಂದಿಗೆ ಲೆಕ್ಕವಿಲ್ಲ ದಷ್ಟು ತಂತ್ರಗಳನ್ನು ಹೂಡುತ್ತಿರುತ್ತದೆ. ಸ್ನೇಹಿತನನ್ನುಳಿಸಿಕೊಂಡು, ನಿನ್ನೊಳಗಿನ ವೈರಿಯನ್ನು ಒದ್ದೋಡಿಸಬೇಕಾಗಿದೆ. ನಿಮ್ಮ ಜೀವನದ ತೀರ್ಥಯಾತ್ರೆಯಲ್ಲಿ ಮನಸ್ಸು ಸಹವರ್ತಿ ಆಗಿರಲಿ. ನಿಮ್ಮದೇ ಯೋಚನೆಗಳು ಮತ್ತು ಆಸೆಗಳ ತವರಾದ ಮನಸ್ಸಿನ ಮೇಲೆ ಹಿಡಿತ ಸಾಧಿಸಿ. ''ಪ್ರತೀ ಬಾಹ್ಯ ಮತ್ತು ಕಾಡುವ ಯೋಚನೆಗಳನ್ನು

ದೂರ ಸರಿಸಿ ಮಹಾನ್ ಶಾಂತಿಯನ್ನು ನೇರವಾಗಿ ಪ್ರವೇಶಿಸಿ.'' ಭಗವಂತನಲ್ಲಿ ಧ್ಯಾನವನ್ನು ಕೇಂದ್ರೀಕರಿಸಿ, ಅವನ ದಿವ್ಯ ಮತ್ತು ಸಚ್ಚಿದಾನಂದದ ಮಡಿಲನ್ನು ಸೇರಿಕೊಳ್ಳಿ.

ನಂತರ ನಿಮ್ಮ ಅಹಂಕಾರವನ್ನು ನಿಮ್ಮ ಸಹೋದರರ ಸೇವಾ ಕೈಂಕರ್ಯದಲ್ಲಿ ತೊಡಗಿ ಮಣ್ಣುಗೂಡಿಸಿ. ''ಮಾನವ ದೇಹ ಪರರ ಸೇವೆಗಾಗಿಯೇ ಇದೆ.'' ನಿಮ್ಮ ಕ್ರಿಯೆಗೆ ಪ್ರತಿಫಲದ ಅಥವಾ ಲಾಭದ ಕುರಿತ ಯಾವುದೇ ಯೋಚನೆಯಿದ್ದರೆ ಅದನ್ನು ಬಿಟ್ಟುಬಿಡಿ. ''ಬದುಕಿನ ಉದ್ದೇಶವನ್ನು ಅರಿತುಕೊಳ್ಳಿ.... ಭೌತಿಕ ಅಸ್ತಿತ್ವವು ನೀಡಬಹುದಾದ್ದು ಒಂದೇ, ವ್ಯಕ್ತಿತ್ವದ ಪಾವಿತ್ರ್ಯ ಮತ್ತು ಪರಹಿತದ ಕ್ರಿಯೆ....'' ಇದ್ದುದರಲ್ಲಿ ಸನಿಹದ ಮಾರ್ಗ ಹಿಡಿಯಿರಿ, ಅದು ಸ್ವಭಾವ; ಅಂದರೆ ಆರೋಗ್ಯಕರ ಮಾತು ಮತ್ತು ಕ್ರಿಯೆ. ಈ ಹಾದಿಯಲ್ಲಿ ಸಾಗುವ ಮನುಷ್ಯನಿಗೆ ಎಲ್ಲಾ ರೇಜಿಗೆಗಳಿಂದ ಮುಕ್ತಿಯಿರುವುದು.''

ಈ ಅರಿವಿನ ಜ್ಞಾನೋದಯದೊಂದಿಗೆ, ಕೇವಲ ಅರಿವಿನ ಮಾಹಿತಿಯೊಂದಿಗಲ್ಲ, ಪರಮಸತ್ಯದೊಂದಿಗಿನ ಸಂಪೂರ್ಣ ತಾದ್ಯಾತ್ಮದಿಂದ ಅನುಸಂಧಾನಗೊಂಡು, ಆತ್ಮನು ಪರಮಾತ್ಮನೊಂದಿಗೆ ಸಂಪರ್ಕ ಸಾಧಿಸುತ್ತಾನೆ. ಮಾತ್ರವಲ್ಲ, ಐಕ್ಯಗೊಳ್ಳುತ್ತಾನೆ. ಮಬ್ಬು ಹಿಡಿದ ಕನ್ನಡಿಯನ್ನು ಸ್ಫುಟಗೊಳಿಸಿದ ತಕ್ಷಣ ಅದು ಸ್ಪಷ್ಟವಾದ ಬಿಂಬವನ್ನು ತೋರಿಸುವಂತೆ, ಪರಿಶುದ್ಧಾತ್ಮನು ಪರಮಾತ್ಮನ ಪ್ರತಿಬಿಂಬವೇ ಆಗಿಬಿಡುತ್ತಾನೆ. ಈ ಸ್ಥಿತಿಯಲ್ಲಿ ಎಲ್ಲಾ ಬಂಧನಗಳೂ ಕಳಚಿಬೀಳುತ್ತವೆ. ಜತೆಗೆ, ಮನುಷ್ಯ ಜೀವನ್ಮುಕ್ತನಾಗುತ್ತಾನೆ.

ಇನ್ನೊಂದು ಮಹಾನ್ ಆಧ್ಯಾತ್ಮಿಕ ಕೃತಿಯಲ್ಲಿ ಹೇಳಲಾಗಿರುವಂತೆ ಮೆಡಿಟೇಶನ್ಸ್ ಕುರಿತೂ ಹೇಳಬಹುದಾದ ಮಾತು, ''ಸಾರ್ವಕಾಲಿಕ ಉಪಯುಕ್ತತೆಯ ಜತೆಗೆ, ಪ್ರತೀ ಮನುಷ್ಯನಿಗೂ ಉನ್ನತಿ ಮತ್ತು ಪರಿಶುದ್ಧತೆಯ ಮಾರ್ಗದರ್ಶನ ನೀಡುವಲ್ಲಿ ಮಾನವ ಜನಾಂಗದ ವಿಕಾಸದ ಪ್ರತಿಹಂತದಲ್ಲೂ ಒಂದು ಏಕರೂಪದ ನಾಡಿಮಿಡಿತವನ್ನು ಉಂಟುಮಾಡಿದೆ.''

ಟಿಪ್ಪಣಿ : ಈ ಅಧ್ಯಾಯವು ಎರಡು ಪ್ರಸಿದ್ಧ ಭಾರತೀಯ ವಿಶ್ವವಿದ್ಯಾಲಯಗಳ ತತ್ವಶಾಸ್ತ್ರದ ಪ್ರಾಚಾರ್ಯರು ತೀರ್ಪುಗಾರರಾಗಿದ್ದ 'ಮಾರ್ಕ್ಸ್ ಔರೀಲಿಸ್‌ರ ಮೆಡಿಟೇಶನ್ಸ್' ಕುರಿತ ಒಂದು ಮುಕ್ತಸ್ಪರ್ಧೆಯಲ್ಲಿ ಈ ಲೇಖಕನಿಗೆ ಪ್ರಥಮ ಬಹುಮಾನವನ್ನು ಗೆದ್ದುಕೊಟ್ಟ ಒಂದು ಪ್ರಬಂಧದ ಅಳವಡಿಕೆಯಾಗಿದೆ.

□□

13

ಕಾಲದ ಯಜಮಾನನಾಗುವುದು ಹೇಗೆ

''ನನ್ನ ಅಭಿಪ್ರಾಯದಲ್ಲಿ ಆಧುನಿಕ ಮನಶ್ಶಾಸ್ತ್ರದಲ್ಲಿ ಸ್ವಾರ್ಥತ್ಯಾಗ ಅಥವಾ ಸಂತೋಷವನ್ನು ಪಡೆಯಲು ತನ್ನನ್ನು ತಾನು ಅರಿಯುವ ಅಗತ್ಯ - ಇವನ್ನು ಕುರಿತು ಅದು ಮಾಡಿದ ಸಮರ್ಥನೆಯನ್ನು ಮೀರಿದ ಯಾವುದೇ ಸಂಶೋಧನೆಯೂ ಇಲ್ಲ.''

- ಡಾ. ಹೆನ್ರಿ ಸಿ ಲಿಂಕ್

ಸಂತರು ಮತ್ತು ಪ್ರವಾದಿಗಳ ಬೋಧನೆಗಳು

ಗ್ರಂಥಗಳು ಮತ್ತು ಇತರ ಧಾರ್ಮಿಕ ಮತ್ತು ಆಧ್ಯಾತ್ಮಿಕ ಸಾಹಿತ್ಯ ಮನುಷ್ಯನಿಗೆ ಮಾರ್ಗದರ್ಶನ ನೀಡುವ ಶಿಕ್ಷಕರಾಗಿವೆ. ಪರಿಪೂರ್ಣತೆಯ ಮಾರ್ಗವನ್ನು ತೋರಿಸುವುದರ ಜತೆಗೆ, ಅವು ನಮಗೆ ನಮ್ಮ ನೈಜ ಸ್ವಭಾವವನ್ನು ತೆರೆದು ತೋರಿಸುತ್ತವೆ, ನಮ್ಮ ದೌರ್ಬಲ್ಯಗಳನ್ನು ತೋರಿಸಿ, ಸಂಶಯಗಳನ್ನು ನಿವಾರಿಸುತ್ತವೆ. ನಮ್ಮ ಶಕ್ತಿಯನ್ನು ನಮಗೇ ಮನಗಾಣಿಸಿ ಆತ್ಮವಿಶ್ವಾಸವನ್ನು ಹೆಚ್ಚಿಸುತ್ತವೆ. ಪುಟಪುಟಗಳಲ್ಲಿ ಮಾತನಾಡುವ ಮಾತನಾಡುವ ಸಂತರ, ಪ್ರವಾದಿ ಮತ್ತು ಋಷಿಗಳ ಬೋಧನೆಗಳಿಂದಾಗಿ ಮಹಾಕೃತಿಗಳು ಮುಖ್ಯ.

ತುಂಬು ಗರ್ಭಿಣಿಯಾದ ಒಂದು ಸಿಂಹಿಣಿ ಕುರಿಮಂದೆಯ ಮೇಲೆ ನೆಗೆದು ಬೇಟೆಯಾಡುವಾಗಲೆ ಮರಿಯೊಂದಕ್ಕೆ ಜನ್ಮ ನೀಡಿ ಸಿಂಹದ ಮರಿಯನ್ನು ಕುರಿಮಂದೆಯಲ್ಲೇ ಬಿಟ್ಟು ಅಸುನೀಗಿತು. ಹುಲ್ಲು ಸೊಪ್ಪು ತಿನ್ನುವ ಕುರಿಗಳ ನಡುವೆಯೇ ಬೆಳೆಯುತ್ತ ಸಿಂಹದ ಮರಿಯು ತನ್ನನ್ನು ತಾನೇ ಕುರಿಯೆಂದೇ ನಂಬಿ ಹುಲ್ಲು ತಿನ್ನುತ್ತ, ಅವುಗಳಂತೆಯೇ ಕೂಗುತ್ತ, ಮಾಂಸಾಹಾರಿ ಕಾಡು ಪ್ರಾಣಿಗಳಿಗೆ ಹೆದರುತ್ತ ಬೆಳೆಯಿತು. ಒಂದು ದಿನ ದೊಡ್ಡ ಸಿಂಹವೊಂದು ಮತ್ತೆ ಕುರಿಮಂದೆಯ ಮೇಲೆ ದಾಳಿ ಮಾಡಿತು ಮತ್ತು ಕುರಿಯಂತೆ ವರ್ತಿಸುವ ಸಿಂಹದ ಮರಿಯನ್ನು ಕಂಡು

ಆಶ್ಚರ್ಯಚಕಿತವಾಯಿತು. ಅದು ಈ ಮರಿಯನ್ನು ಹಿಡಿದು ಗದರಿತು, ''ನೀನು ಹುಲ್ಲು ತಿನ್ನುತ್ತೀ, ಕುರಿಯಂತೆ ಕೂಗುತ್ತಿ ಮತ್ತು ಕುರಿಯಂತೆ ಹೆದರಿ ಓಡುತ್ತೀ, ಸಿಂಹಗಳ ವಂಶಕ್ಕೇ ನೀನೊಂದು ಅಪಮಾನದ ಕರಿಚುಕ್ಕಿಯಂತೆ ಕಳಂಕ. ಬಾ, ನನ್ನಂತೆ ಘರ್ಜಿಸು. ಮಾಂಸವನ್ನು ತಿನ್ನು ಮತ್ತು ಇನ್ಮುಂದೆ ನನ್ನ ಜತೆ ಬದುಕು.'' ಆದರೆ ಸಿಂಹದ ಮರಿಗೆ ನಂಬಿಕೆ ಬರಲಿಲ್ಲ, ಸಿಂಹದ ಮಾತುಗಳನ್ನು ನಂಬಲಾಗಲಿಲ್ಲ ಮತ್ತು ಕುರಿಯಂತೆಯೇ ಅಸಹಾಯಕವಾಗಿ ಕೂಗತೊಡಗಿತು. ಆಗ ಸಿಂಹವು ಅದನ್ನು ಬಲವಂತವಾಗಿ ಹತ್ತಿರದ ತೊರೆಯೊಂದಕ್ಕೆ ಎಳೆದೊಯ್ದು ಘರ್ಜಿಸಿತು, ''ನೋಡು ನಿನ್ನ ಪ್ರತಿಬಿಂಬವನ್ನು, ಈಗಲಾದರೂ ತಿಳಿದುಕೋ ನೀನು ಕುರಿಯಲ್ಲ ಎಂಬುದನ್ನು.'' ಸಿಂಹದ ಮರಿಗೆ ಒಂದುಕ್ಷಣ ಈ ಅರಿವು ಆಘಾತವನ್ನುಂಟುಮಾಡಿತು. ಅಲ್ಲಿಂದ ಮುಂದೆ ಅದು ದೊಡ್ಡ ಸಿಂಹವನ್ನು ಅನುಸರಿಸಿತು ಮತ್ತು ಕ್ರಮೇಣ ಅದು ತನ್ನ ನೈಜ ಸ್ವಭಾವಕ್ಕನುಗುಣವಾಗಿ ಸಿಂಹದಂತೆ ಬದುಕತೊಡಗಿತು.

ಶಿಕ್ಷಕರು ಮತ್ತು ಗ್ರಂಥಗಳು ಈ ಕತೆಯಲ್ಲಿನ ದೊಡ್ಡ ಸಿಂಹದ ಹಾಗೆ. ಸಿಂಹದ ಮರಿಯಂತೆಯೇ ನಾವು ದುರ್ಬಲರೆಂದೂ, ಅಸಮರ್ಪಕರೆಂದೂ ಆತ್ಮವಿಶ್ವಾಸವಿಲ್ಲದವರಂತೆ ಬದುಕನ್ನು ಎದುರಿಸುತ್ತೇವೆ. ಪ್ರತಿ ತಿರುವಿನಲ್ಲೂ ನಾವು ಕಂಗಾಲಾಗುತ್ತೇವೆ ಮತ್ತು ಪಲಾಯನವಾದಿಗಳಾಗುತ್ತೇವೆ. ನಮ್ಮಲ್ಲಿ ಹೆಚ್ಚಿನವರು ನಾವು ಸಮಯ-ಸಂದರ್ಭಗಳ ಕೈಗೊಂಬೆಗಳೆಂದು ತಿಳಿದುಕೊಳ್ಳುತ್ತೇವೆ. ಲಭ್ಯವಿರುವ ಅನನ್ಯ ಕೃತಿಗಳಲ್ಲಿ ಒಂದಾಗಿರುವ 'ಇಮಿಟೇಶನ್ ಆಫ್ ಕ್ರೈಸ್ಟ್' ಅತ್ಯಂತ ನೇರವಾಗಿ ಹೇಳುತ್ತದೆ, ನಾವು ಈ ಮಿತಿಗೆ ಅಧೀನರಾಗಿರಬಾರದು. ಬದಲಿಗೆ ಸಮಯ ಸಂದರ್ಭಗಳ ನಿಜವಾದ ಯಜಮಾನರು ನಾವಾಗಬೇಕು ಎಂದು. ತನ್ನ ಸ್ವಾತಂತ್ರ್ಯ ಮತ್ತು ಪಾರಮ್ಯವನ್ನರಿತುಕೊಳ್ಳುವವರೆಗೆ ಮನುಷ್ಯನು ಒಂದು ತೊಳಲಾಟದ ಪ್ರಾಣಿಯಂತೆಯೇ ತನ್ನದೇ ಉದ್ವೇಗಗಳ ಗುಲಾಮನಂತಿರುತ್ತಾನೆ. ಕೆಂಪೀಸ್‌ರ ಮಾತುಗಳನ್ನು ಕೇಳಿ :

> *''ಮಗೂ ನೀನು ಕ್ರಿಯಾಶೀಲನಾಗಿ ಇದನ್ನು ನಿನ್ನ ಗುರಿಯೆಂದು ತಿಳಿ. ನಿನ್ನ ಪ್ರತಿಯೊಂದು ಕ್ರಿಯೆಯಲ್ಲಿ ಅಥವಾ ಹೊರಗಿನ ವೃತ್ತಿಯಲ್ಲಿ ನಿನ್ನಂತರಂಗದಲ್ಲಿ ನೀನು ಮುಕ್ತನಾಗಿರು ಮತ್ತು ನಿನ್ನ ಯಜಮಾನ ನೀನೇ ಆಗಿರು. ಎಲ್ಲಾ ಸಂಗತಿಗಳು ನಿನ್ನ ಅಡಿಯಾಳಾಗಿರಬೇಕೇ ಹೊರತು ನೀನು ಅವುಗಳಿಗೆ ಅಡಿಯಾಳಾಗಿರಬೇಡ.''*

> *''ನಿನ್ನ ಕ್ರಿಯೆಗಳೆಲ್ಲದರ ಯಜಮಾನ ಮತ್ತು ನಿಯಂತ್ರಕ ನೀನೇ ಆಗಿರು, ಜೀತಗಾರನ ಗುಲಾಮನಾಗದಿರು.''*

ಅದು ಹೇಗೆ ನೀನು ಅಂತರ್ಯದಲ್ಲಿ ಮುಕ್ತನಾಗಿಯೂ, ನಿನ್ನ ನಿಜವಾದ

ಯಜಮಾನ ನೀನೇ ಆಗಿಯೂ, ಎಲ್ಲವೂ ನಿನ್ನ ಅಧೀನತೆಯಲ್ಲಿ ಇರುವಂತಾಗಲು ಸಾಧ್ಯ? ಇಲ್ಲಿದೆ ಉತ್ತರ:

''ಮಗೂ, ನಿನ್ನನ್ನು ನೀನು ಪರಿಪೂರ್ಣವಾಗಿ ನಿರಾಕರಿಸುವವರೆಗೆ ನೀನು ಪರಿಪೂರ್ಣವಾದ ಮುಕ್ತಾತ್ಮನಾಗುವುದು ಸಾಧ್ಯವಾಗುವುದಿಲ್ಲ.''

–ಮತ್ *XVA. 24*

''ಎಲ್ಲಾ ಆತ್ಮರತಿಯ ಮತ್ತು ಸ್ವಂತ ಸುಖದ ಹಿಂದೋಡುವ ಮಂದಿಯೂ, ಮೋಹ ತುಂಬಿರುವ ಬಂಧನದಲ್ಲಿ ಬಂಧಿಗಳು. ಸದಾ ಅತಂತ್ರರಾಗಿ, ತಮ್ಮ ಸುಖದ ಹುಡುಕಾಟದಲ್ಲಿ ಕಳೆದುಹೋಗಿರುತ್ತಾರೆ. ಅವರು ಏಸುಕ್ರಿಸ್ತನ ಹುಡುಕಾಟದಲ್ಲಿಲ್ಲ. *Phil. III.21*

ಮನುಷ್ಯನನ್ನು ಸಮ್ಮೋಹನಗೊಳಿಸಿರುವ ಈ ವೇಷವನ್ನು ಇದು ಬೇರು ಸಹಿತ ಕಿತ್ತೊಗೆಯಬೇಕಾದ ಮತ್ತು ಮೀರಿ ನಿಲ್ಲಬೇಕಾಗುವುದು ಅಗತ್ಯವಾಗಿದೆ. ಈ ಕೆಡುಕನ್ನು ಒಮ್ಮೆ ಗೆದ್ದು ನಿಯಂತ್ರಣದಲ್ಲಿರಿಸಲು ಸಾಧ್ಯವಾದದ್ದೆ. ಮಹಾನ್ ಶಾಂತಿ ಮತ್ತು ಆಮೂಲಾಗ್ರ ಪರಿವರ್ತನೆಯು ತತ್‌ಕ್ಷಣದಲ್ಲಿ ನಿಶ್ಚಿತವಾಗಿ ನೆಲೆಸುವುದು.

ಆದರೆ ತಮ್ಮಲ್ಲೇ ತಾವು ಪರಿಪೂರ್ಣವಾಗಿ ಬದುಕಿ ಸಾಯುವವರು ಮತ್ತು ಸಂಪೂರ್ಣವಾಗಿ ತಮ್ಮನ್ನು ತಾವು ಮೀರಿ ಬಾಳುವವರೂ ಯಾರಿಲ್ಲ. ಹಾಗಾಗಿ ಅವರು ತಮಗೇ ತಾವೇ ಬಂಧಿಸಿಕೊಂಡವರಂತೆ ತಮ್ಮ ಚೈತನ್ಯವನ್ನು ತಾವೇ ಉನ್ನತಿಗೇರಿಸಿಕೊಳ್ಳುವ ಸಾಧ್ಯತೆಯನ್ನು ಕಳೆದುಕೊಳ್ಳುತ್ತಾರೆ.

ಈ ಪುಟ್ಟ ಆದರೆ ಬಹುಯುಕ್ತವಾದ ಮಾತು ಕೇಳು, ಎಲ್ಲವನ್ನೂ ತೆರೆದು ಮುಕ್ತನಾಗು ಮತ್ತು ಎಲ್ಲವನ್ನೂ ಹಾಗೆ ನಿಂತು ನೋಡು. ಎಲ್ಲಾ ಆಸೆ- ಆಕಾಂಕ್ಷೆಗಳನ್ನು ತೊರೆ ಮತ್ತು ಆಗ ನೀನು ನೆಮ್ಮದಿಯನ್ನು ಕಾಣು.

''ನಿನ್ನನ್ನು ನೀನು ಪರಿಪೂರ್ಣವಾಗಿ ಮೀರುವುದು ಸಾಧ್ಯವಾದರೆ ಉಳಿದೆಲ್ಲವನ್ನೂ ಹೆಚ್ಚು ಸುಲಭವಾಗಿ ಮೆಟ್ಟಿ ನಿಲ್ಲುವುದು ಸಾಧ್ಯವಾಗುತ್ತದೆ.''

ಹೇಗೆ ತನ್ನನ್ನು ತಾನು ಮೀರಿ ನಿಲ್ಲುವುದು, ಹೇಗೆ ಎಲ್ಲವನ್ನೂ ತೊರೆಯುವುದು, ಹೇಗೆ ತನ್ನನ್ನು ತಾನು ನಿರಾಕರಿಸುವುದು?

''ಜ್ಞಾನಿಯೂ, ಅಂತರಾತ್ಮನ ನುಡಿಯನ್ನು ಕೇಳಬಲ್ಲವನೂ ಎಲ್ಲಾ ಚಾಂಚಲ್ಯವನ್ನೂ, ತನ್ನ ಭಾವನೆಗಳ ತಾಕಲಾಟವನ್ನು, ಅತಂತ್ರವಾದ ಸಂಗತಿಗಳತ್ತ ವಾಲುವುದನ್ನೂ ಮೀರಿ ನಿಲ್ಲಬಲ್ಲ. ಅವನ ಆತ್ಮದ ಏಕಾಗ್ರ ಗಮ್ಯ ಯಾವುದಿದೆಯೋ ಅದರತ್ತ ಸಾಗುತ್ತ ತನಗೆ ಸಿಗಬೇಕಾದುದನ್ನೂ ಅದು ಬಯಸಿದ್ದನ್ನೂ ಪಡೆಯಬಲ್ಲ.

ಮತ್ತು ಹಾಗೆ ಅವನು ಒಮ್ಮನಸ್ಸಿನಿಂದ ಮುಂದುವರಿದು, ತನ್ನ ಗಮ್ಯದಿಂದ ವಿಚಲಿತನಾಗದೆ, ಗುರಿಯಿಂದ ಕ್ಷಣಕೂಡಾ ಕಡಿದು ಕೊಳ್ಳದೆ ಈ ಎಲ್ಲಾ ವೈವಿಧ್ಯ, ಬದಲಾವಣೆಗಳತ್ತ ನೋಡದೆ ಏಕಾಗ್ರಚಿತ್ತವನ್ನು ನನ್ನಲ್ಲಿಡುವನೋ ಅವನು ನನ್ನನ್ನೇ ಪಡೆಯುವನು.''

-ಮತ್ *VI22*

''ಉದ್ದೇಶದತ್ತ ನಿನ್ನ ದೃಷ್ಟಿ ಎಷ್ಟು ಪ್ರಾಮಾಣಿಕ ಮತ್ತು ಸ್ವಚ್ಛವಾಗಿರುವುದೋ ಅಷ್ಟಷ್ಟು ಹೆಚ್ಚು ನಿಶ್ಚಯವಾಗಿ ನೀನು ಈ ಏರುಪೇರಿನ ಪ್ರವಾಹವನ್ನು ಸರಾಗವಾಗಿ ದಾಟಿಬಿಡುವಿ.

ಆದುದರಿಂದ ತಮ್ಮತ್ತ ಸೆಳೆದುಕೊಳ್ಳಲು ಕಾದಿರುವ ಅಸಂಖ್ಯ ಸಂಗತಿಗಳಿಂದ ವಿವಶವಾಗದೆ ನನ್ನತ್ತಲೇ ಕೇಂದ್ರೀಕರಿಸಿದ ಗಮ್ಯದತ್ತ ನೆಟ್ಟ ದೃಷ್ಟಿ ನಿಚ್ಚಳವಾಗಿ ಸ್ವಚ್ಛವಾಗಿ ಸ್ಪಷ್ಟವಾಗಿರಬೇಕಾದುದು, ಏಕಾಗ್ರತೆಯ ಮತ್ತು ಶುದ್ಧಮನಸ್ಸಿನಿಂದಿರಬೇಕಾದುದು ಮುಖ್ಯ.''

ಈ ಎಲ್ಲ ಸಾಧನಾಶೀಲ ತತ್ವದ ಮೂಲ ಧ್ಯೇಯವಾಕ್ಯಗಳು ಹೀಗಿವೆ :

ನಿನ್ನ ನೀನು ಪೂರ್ತಿಯಾಗಿ ನಿರಾಕರಿಸದೇ ಹೋದಲ್ಲಿ ಪರಿಪೂರ್ಣ ಮುಕ್ತಿಯು ಸಿಗಲಾರದು ಮತ್ತು
ನಿನ್ನ ನೀನು ಪರಿಪೂರ್ಣವಾಗಿ ಮೀರಿದಲ್ಲಿ ಮಾತ್ರ
ಜ್ಞಾನಿಯೂ ಅಂತರಾತ್ಮನ ನುಡಿಯನ್ನು ಕೇಳಿಸಿಕೊಳ್ಳಬಲ್ಲವನೂ ಎಲ್ಲವನ್ನೂ ಮೀರಿ ನಿಂತಾನು

ಹಾಗೆ ಅವನೊಬ್ಬನೇ ಮುಂದುವರಿದಾನು......ಗುರಿಯಿಂದ ಕ್ಷಣ ಕೂಡಾ ಕಡಿದುಕೊಳ್ಳದೆ, ನೆಟ್ಟ ದೃಷ್ಟಿಯಿಂದ ಏಕಾಗ್ರಚಿತ್ತನಾಗಿ ಅವನ ಗಮ್ಯವಾದ ನನ್ನತ್ತ.

ಎಲ್ಲರೂ ಭಗವಂತನಲ್ಲಿ ಸಂಪೂರ್ಣವಾದ ಸ್ವ-ಶರಣಾಗತಿಯನ್ನೂ ಸ್ವಾರ್ಥ ಪರವಾದ ಎಲ್ಲದರ ನಿರಾಕರಣೆಯನ್ನೂ ಪ್ರತಿಪಾದಿಸುತ್ತವೆ - ಮತ್ತದು ಮಾತ್ರ ನಿನಗೆ

ನಿನ್ನ ಯಜಮಾನಿಕೆ ನಿನ್ನದೇ, ಎಲ್ಲವೂ ನಿನ್ನ ಕೈಕೆಳಗೆ, ಸಮಯ ಸಂದರ್ಭಗಳು ನಿನ್ನ ನಿಯಂತ್ರಣದಲ್ಲಿ - ಸಾಧ್ಯವಾಗುವಂತೆ ಮಾಡಬಲ್ಲದು.

ಹಿಂದೆಯೇ ನಾವು ಎಲ್ಲವನ್ನೂ ಪಡೆದು ಸರ್ವಸ್ವವನ್ನೂ ತೊರೆದು ನಿಂತ ಮನುಷ್ಯನ ಕುತೂಹಲಕಾರಿ ವಿದ್ಯಮಾನವನ್ನೂ ಸಾಂದರ್ಭಿಕವಾಗಿ ಗಮನಿಸಿದ್ದೇವೆ. ಸ್ವಯಂ ಪರಿತ್ಯಾಗದ ರಸಾನುಭವ!

ಜನಪ್ರಿಯ ಸಂಸ್ಕೃತ ದ್ವಿಪದಿಯೊಂದು ಹೀಗೆ ಹೇಳುತ್ತದೆ:

> ''ಸಂಪತ್ತಿನಿಂದಲ್ಲ, ಸಂತಾನದಿಂದಲ್ಲ, ಯಾತರಿಂದಲೂ ಅಲ್ಲ, ಕೇವಲ ತ್ಯಾಗದ ಮೂಲಕವೇ ಕೆಲವರು ಅಮರತ್ವನ್ನೈದಿದ್ದಾರೆ.''

ಬೇರೊಬ್ಬ ಕವಿ ಹೇಳುತ್ತಾನೆ:

> ''ಮಜಾ ಮಾಡುವುದರಲ್ಲಿ ರೋಗರುಜಿನಗಳ ಭಯ
> ಅಂತಸ್ತಿನಲ್ಲಿ ಎಲ್ಲ ಕಳೆದುಕೊಳ್ಳುವ ಭಯ
> ಸಂಪತ್ತಿನಲ್ಲಿ ದೊರೆಗಳ, ತೆರಿಗೆಯ ಭಯ
> ಕೀರ್ತಿ ಗೌರವದಲ್ಲಿ ಅಪಮಾನದ ಭಯ
> ಅಧಿಕಾರದಲ್ಲಿ ವೈರಿಗಳ ಭಯ
> ಸೌಂದರ್ಯದಲ್ಲಿ ವಯಸ್ಸಾಗುವ ಭಯ
> ಧರ್ಮಗ್ರಂಥಗಳ ಪಾಂಡಿತ್ಯದಲ್ಲಿ ಟೀಕಾಕಾರದ ಭಯ
> ಸದ್ಗುಣಕ್ಕೆ ದುರ್ಗುಣಗಳ ಭಯ
> ದೇಹಕ್ಕೆ ಅವಸಾನದ ಭಯ
> ಜಗತ್ತಿನ ಎಲ್ಲವೂ ಭಯದಿಂದ ಪೀಡಿತ
> ಎಲ್ಲದರಿಂದ ಮುಕ್ತವಾಗಿ ನಿಲ್ಲುವುದೊಂದೇ ಭಯರಹಿತವಾಗಲು ಇರುವ ಮಾರ್ಗ''

ಅವನದೇ ಇನ್ನೊಂದು ಮಾತು:

> ''ಸುಖವನ್ನು ನೀಡುವ ಎಲ್ಲಾ ಸಂಗತಿಗಳು ಒಂದೊಂದಾಗಿ ಇಂದಲ್ಲಾ ನಾಳೆ ನಮ್ಮಿಂದ ದೂರಾಗುತ್ತವೆ. ಅವುಗಳನ್ನು ನಾವು ಶಾಶ್ವತವಾಗಿ ನಮ್ಮೊಂದಿಗೆ ಉಳಿಸಿಕೊಳ್ಳಲು ಬರುವುದಿಲ್ಲ. ವಾಸ್ತವವಾಗಿ ಅವು ಹೋಗುವುದರಿಂದ ಹೆಚ್ಚೇನೂ ವ್ಯತ್ಯಾಸವಾಗುವುದಿಲ್ಲ ಯಾಕೆಂದರೆ ಹೇಗಿದ್ದರೂ ನಾವು ಅವುಗಳನ್ನು ತೊರೆಯಲೇ ಬೇಕಾಗುತ್ತದೆ. ಮನಸ್ಸಿಲ್ಲದ ಮನಸ್ಸಿನಿಂದ ತೊರೆಯುವಾಗ ಮನಸ್ಸಿಗೆ ಕಿರಿಕಿರಿ, ನೋವು. ಬದಲಿಗೆ ಸ್ವಇಚ್ಛೆಯಿಂದ ಮನಸಾ ಅವುಗಳನ್ನು ತೊರೆಯಲು

ಸಾಧ್ಯವಾದರೆ ಅಂಥ ತ್ಯಾಗವು ಒಂದು ಮಹಾನ್ ಕೃಪೆಯಂತೆ, ಆನಂದ ಮತ್ತು ಸಮಾಧಾನ ನೀಡುವಂತಿರುತ್ತದೆ.''

ತೀರ ಈಚಿನ, ಜಗತ್ತಿನ ಮಹಾನ್ ವ್ಯಕ್ತಿ, ಮಹಾತ್ಮಾಗಾಂಧಿ ಒಂದು ಇಡೀ ಉಪಖಂಡದ ಜನರೆಲ್ಲರ ಮೇಲೆ ಅವರ ಚೈತನ್ಯವನ್ನು ಒಂದೇ ಗುರಿಯತ್ತ ಮುನ್ನಡೆಸಬಲ್ಲ ಅಪಾರ ಶಕ್ತಿಯ ಒಂದು ಅಸ್ತ್ರ ಪ್ರಯೋಗಿಸಿದರು. ಇದು ಭಗವಂತನಲ್ಲಿ ಅಚಲವಾದ ಶ್ರದ್ಧೆ, ವಿಶ್ವಾಸಗಳಿರುವ ಒಬ್ಬ ವ್ಯಕ್ತಿಗೆ ಮಾತ್ರವೇ ಸಾಧ್ಯವಾಗಬಹುದಾದ್ದು. ''ಹಾಗೆ ಅವನೊಬ್ಬನೇ ಮುಂದುವರಿದಾನು..... ಗುರಿಯಿಂದ ಕ್ಷಣಕೂಡಾ ಕಡಿದುಕೊಳ್ಳದೆ ನೆಟ್ಟದೃಷ್ಟಿಯಿಂದ ಏಕಾಗ್ರಚಿತ್ತನಾಗಿ ಅವನ ಗಮ್ಯವಾದ ನನ್ನತ್ತ.''

ವಾಸ್ತವವಾಗಿ ಸ್ವಇಚ್ಛೆಯಿಂದಲೇ ಗಾಂಧಿಯವರು ಬಡವರಲ್ಲಿ ಬಡವರಾಗಿದ್ದರು. ಗಾಂಧಿ ತೀರಿಕೊಂಡಾಗ ಲೂಯಿ ಫಿಷರ್ ಬರೆದಿದ್ದರು, ''ಮಾನವೀಯತೆಯೇ ಬಡವಾಯಿತು, ಯಾಕೆಂದರೆ ಬಡ ಮನುಷ್ಯನು ತೀರಿಕೊಂಡಿದ್ದಾನೆ.'' ಪರಿಪೂರ್ಣ ಪ್ರಾಮಾಣಿಕತೆ ಮತ್ತು ಸಂಪೂರ್ಣವಾಗಿ ಅರ್ಥಮಾಡಿಕೊಂಡು ಲೂಯಿಸ್ ಫಿಷರ್ (ಗಾಂಧಿ - ಮ್ಯಾನ್ ಅಂಡ್ ಹಿಸ್ ಮಿಷನ್), ಡಾ. ಜಾನ್ ಹೇಯ್ನ್ಸ್ ಹೋಮ್ಸ್ (ಮೈ ಗಾಂಧಿ) ಮತ್ತು ವಿನ್ಸೆಂಟ್ ಶಿಯಾನ್ (ಲೀಡ್ ಕೈಂಡ್ಲೀ ಲೈಟ್) ರಂಥ ಪ್ರಖ್ಯಾತ ಅಮೆರಿಕನ್ ಬರಹಗಾರರು ಬರೆದ ಈ ವಿಲಕ್ಷಣ ಮಹಾವ್ಯಕ್ತಿಯ ಆತ್ಮಚರಿತ್ರೆಗಳನ್ನು ನೀವು ಓದಿರಬಹುದು. ಬೇರೆ ನೆಲದ, ಬೇರೆಯೇ ನೀತಿ ನಿಲುವುಗಳ ಜನ ಗಾಂಧಿಯ ಬದುಕು ಮತ್ತು ಧ್ಯೇಯಗಳನ್ನು ಅಧ್ಯಯನ ಮಾಡಿ, ಅರ್ಥಮಾಡಿಕೊಂಡು ಗಾಂಧಿಯಂಥ ಮಹಾನ್ ಚೇತನದ ಕುರಿತು ಬರೆದಿರುವುದು ನಿಜಕ್ಕೂ ಮಹಾನ್ ಶ್ರದ್ಧಾಂಜಲಿಯೇ ಆಗಿದೆ. ಒಂದು ಹೆಜ್ಜೆ ಮುಂದೆ ಹೋಗಿ ಹೇಳುವುದಾದರೆ ಗಾಂಧಿಯನ್ನು ಬೇರೆ ದೇಶದ ಜನರೇ ಹೆಚ್ಚು ಚೆನ್ನಾಗಿ ಅರ್ಥಮಾಡಿಕೊಂಡಿದ್ದಾರೆ. ಅದ್ವಿತೀಯವಾದ ಮಹಾತ್ಮನ[1] ಬದುಕನ್ನು ಒಂದೇ ಶಬ್ದದಲ್ಲಿ ಹೇಳುವುದಾದರೆ ಆ ಶಬ್ದ 'ತ್ಯಾಗ'.

ಟಿಪ್ಪಣಿ : ಆಸ್ಕರ್ ಪ್ರಶಸ್ತಿ ಗೆದ್ದುಕೊಂಡ ಅಟೆನ್ ಬರೋ ಅವರ ಗಾಂಧಿ ಸಿನಿಮಾದ ಸಾರ್ವಕಾಲಿಕ ಯಶಸ್ಸು ಕೂಡಾ ಜಗದಾದ್ಯಂತ ಮಹಾತ್ಮನಿಗಿರುವ ಜನಸ್ಪಂದನದ ಮತ್ತೊಂದು ಸಾಕ್ಷಿಯಾಗಿದೆ.

□□

---

1. ತ್ಯಾಗ - ಪರಿಪೂರ್ಣ ನಿಸ್ವಾರ್ಥ.

14

ಭಗವಂತ ನಿಲ್ಲುವ ನೆಲೆ

''ನೀನು ತಿಳಿ, ನೀನು ದೇವನ ದೇವಾಲಯವಲ್ಲ, ದೇವನ ಆತ್ಮವೇ ನಿನ್ನಲ್ಲಿ ನೆಲೆಸಿದೆ.''

I Cor. 3:6

ಧಾರ್ಮಿಕ ಸಾಹಿತ್ಯಗಳಲ್ಲಿರುವ ಸಾಮ್ಯತೆ

ವಿಭಿನ್ನ ಭಾಷೆ, ದೇಶಗಳ ಧಾರ್ಮಿಕ ಸಾಹಿತ್ಯದಲ್ಲಿರುವ ಸಾಮ್ಯತೆಯನ್ನು ಗಮನಿಸುವುದು ಆಸಕ್ತಿದಾಯಕವಾಗಿದೆ. ಥಾಮಸ್ ಕೆಂಪಿಸ್ ತಮ್ಮ ಇಮಿಟೇಶನ್ ಆಫ್ ಕ್ರೈಸ್ಟ್ ನಲ್ಲಿ ಬರೆಯುತ್ತಾರೆ, ''ನೀನು ನಿನ್ನೊಳಗೆ ಅವನಿಗೆ ಅರ್ಹವಾದ ಒಂದು ವಾಸಸ್ಥಾನವನ್ನು ಸಿದ್ಧಗೊಳಿಸಿದೆಯಾದರೆ, ಕ್ರಿಸ್ತನು ನಿನ್ನಲ್ಲಿಗೆ ಬರುತ್ತಾನೆ. ಅವನ ಸಾಂತ್ವನ, ಶಾಂತಿ, ನೆಮ್ಮದಿಯನ್ನು ನಿನಗೆ ತಂದುಕೊಡುತ್ತಾನೆ.''

ಇದನ್ನೇ ನೆನಪಿಸುವಂಥ ಒಂದು ಸುಂದರ ದೃಶ್ಯ ಹಲವು ಆವೃತ್ತಿಗಳಿರುವ ಹಿಂದೂಗಳ ಮಹಾನ್ ಪುರಾಣಗ್ರಂಥ ರಾಮಾಯಣದಲ್ಲಿದೆ. ಅಲ್ಲಿ ಭಗವಂತನ ಅವತಾರ, ಕಥಾನಾಯಕನಾದ ಶ್ರೀರಾಮ, ಸಂತನೂ ಮೂಲಗ್ರಂಥಕರ್ತನೂ ಆದ ವಾಲ್ಮೀಕಿ ಮಹರ್ಷಿಯ ಜೊತೆ ಮಾತನಾಡುವ ಸಂದರ್ಭ. ಶ್ರೀರಾಮನು ಕಾಡಿನಲ್ಲಿರಲು ಮಹರ್ಷಿಯ ಬಳಿ ಸೂಕ್ತವಾದ ಸ್ಥಳವನ್ನು ಸೂಚಿಸುವಂತೆ ಕೇಳಿಕೊಳ್ಳುತ್ತಾನೆ. ಭಗವಂತನ ಈ ಮುಗ್ಧ ಪ್ರಶ್ನೆಗೆ ಮಂತ್ರಮುಗ್ಧನಾದ ಮಹರ್ಷಿಯು ಒಂದು ಅತ್ಯದ್ಭುತವಾದ ವಿವರವನ್ನು ನೀಡುತ್ತಾನೆ, ಯಾವುದು ಅವನಿಗೆ ಸೂಕ್ತವಾದ ವಾಸ್ತವ್ಯ ಎಂಬ ಬಗ್ಗೆ ಮೂಲ ರಾಮಾಯಣದ ಈ ಸಾಲುಗಳು ಹೀಗಿವೆ :

ಶಾಂತಚಿತ್ತರೂ, ಸಮಭಾವ ಹೊಂದಿದವರೂ –
ದ್ವೇಷರಹಿತರೂ ನಿನ್ನಲ್ಲೇ ಧ್ಯಾನಸ್ಥರೂ
–ಆದವರ ಹೃದಯವೇ ನಿನಗೆ ಸುಂದರವಾದ ವಾಸಸ್ಥಳ.

ಸರಿತಪ್ಪುಗಳ ಜಿಜ್ಞಾಸೆಯನ್ನು ಮರೆತು ನಿನ್ನಲ್ಲೇ ಮನಸ್ಸನ್ನಿಟ್ಟವರ ಹೃದಯವೇ ನಿನಗೂ ನಿನ್ನ ಪ್ರಿಯಪತ್ನಿ ಸೀತೆಗೂ
–ಆದರ್ಶವಾದ ನೆಲೆವೀಡು.

ನಿನ್ನ ಪವಿತ್ರವಾದ ನಾಮದ ಧ್ಯಾನದಲ್ಲಿರುವ ನಿನ್ನದೇ ಅನ್ಯಥಾ ಶರಣಂ ನಾಸ್ತಿಯೆಂದು ನಂಬಿ ಬಂದವರ
–ಎಲ್ಲಾ ದ್ವಂದ್ವ, ಗೊಂದಲ, ಸಂಶಯಗಳಿಂದ ಮುಕ್ತರಾಗಿ

ಎಲ್ಲಾ ಆಸೆ, ಆಕಾಂಕ್ಷೆ ಮತ್ತು ಸ್ವಾರ್ಥವನ್ನು ಕಳಚಿಕೊಂಡು ಬಂದಿರುವವರ
–ಹೃದಯವೇ ನಿನಗೆ ಸವಿಯಾದ ನೆಲೆ .

ಅಹಂಕಾರದಿಂದ ಮುಕ್ತರಾಗಿ, ಇಷ್ಟಾನಿಷ್ಟದ ಮಾಯೆಯನ್ನು ಮೀರಿ ಚಿನ್ನವನ್ನೂ ಹಿಡಿಮಣ್ಣನ್ನೂ ಭೇದವಿಲ್ಲದೆ ಕಾಣಬಲ್ಲವರ
–ಹೃದಯ ನಿನಗೆ ಬ್ರಹ್ಮಾಂಡ ಸದೃಶ ಮನೆಯಾಗಿದೆ

ತಮ್ಮ ಮನಸ್ಸು, ಬುದ್ಧಿಗಳನ್ನು ನಿನಗರ್ಪಿಸಿ ಸಂತೃಪ್ತಿಯಿಂದ ಕೂಡಿದವರಾಗಿ ತಮ್ಮೆಲ್ಲಾ ಕಾರ್ಯಚಟುವಟಿಕೆಯ ಫಲವನ್ನು ನಿನಗೇ ನಿವೇದಿಸಿ ನಿಲ್ಲುವರೋ
–ಅವರ ಹೃದಯವೇ ನಿನಗೆ ಪವಿತ್ರ ವಾಸಸ್ಥಳ.

ಸಂಕಷ್ಟ ಸೋಲುಗಳಿಗೆ ಕುಗ್ಗದ, ಯಶಸ್ಸು, ನಲಿವಿಗೆ ಹಿಗ್ಗದ ಕ್ಷಣ ಭಂಗುರವೂ, ಮಿಥ್ಯಾ ಮಾಯೆಯೂ ಆದ ಜಗತ್ತಿನ ಭ್ರಮೆಗಳಿಗೆ ಮೋಸಹೋಗದ,
–ಸದಾ ನಿನ್ನ ಧ್ಯಾನದಲ್ಲಿರುವವರ ಹೃದಯವೇ ನಿನ್ನ ಪರಮ ಪವಿತ್ರ ವಾಸಸ್ಥಳ .

ಹುಟ್ಟು, ಯೌವನ, ಮುಪ್ಪು, ಸಾವುಗಳನ್ನು ಭೌತಿಕ ಶರೀರಕ್ಕೆ ಸಂಬಂಧಿಸಿದವುಗಳೆಂದೂ ಆತ್ಮವು ಚಿರಂತನವೆಂದೂ ಬಲ್ಲವರು, ಹಸಿವು, ನಿದ್ದೆ, ನೀರಡಿಕೆ, ನೋವು, ಸುಖಗಳನ್ನು ಜೀವನಚಕ್ರದ ನಿಯಮವೆಂದೂ ತಿಳಿದವರು ಲೌಕಿಕ ಅಸ್ತಿತ್ವದ ಭವಬಂಧನದಿಂದ ಮುಕ್ತರಾದವರು
–ಅಂಥವರ ಹೃದಯವೇ ನಿನ್ನ ದಿವ್ಯ ಸನ್ನಿಧಾನ .

ಯಾರು ಸದಾ ನಿನ್ನನ್ನು ಎಲ್ಲ ಚರಾಚರ ವಸ್ತುವಿನಲ್ಲೂ ಕಾಣಬಲ್ಲವರಾಗಿ ಪ್ರತಿಕ್ಷಣವೂ ಆದಿ ಅಂತ್ಯಗಳಿಲ್ಲದ ನಿನ್ನ ಜ್ಞಾನ, ಕೃಪೆ, ಅನಂತಾನಂತ ವ್ಯಾಪ್ತಿ, ಚಿರಂತನವೂ ಶಾಶ್ವತವೂ ಆದ ಅಸ್ತಿತ್ವ ಮತ್ತು ಅಂಶವನ್ನು

ಕಾಣಬಲ್ಲವರಾಗಿರುವರೋ ಅವರಲ್ಲಿ,
–ಅವರ ಹೃತ್ಕಮಲದಲ್ಲಿ ನೀನು ನಿನ್ನ ಪರಿವಾರದವರೊಂದಿಗೆ ನೆಲೆಸುತ್ತಿ.

ಏಕತ್ರವೂ, ನಿರಂತರವೂ ಆದ ಅಭ್ಯಾಸದಲ್ಲಿ ತಮ್ಮ ಮನೋಶಕ್ತಿಯನ್ನು ಸದೃಢಗೊಳಿಸಿಕೊಳ್ಳುತ್ತಾ ನಿನ್ನ ಪವಿತ್ರ ಚರಣಾರವಿಂದಗಳಲ್ಲೇ ಸ್ಥಾಪಿತರಾಗಿ ನಿನ್ನ ಪವಿತ್ರ ನಾಮಸ್ಮರಣೆಯಲ್ಲೇ ತಲ್ಲೀನರಾಗಿ ತಮ್ಮೆಲ್ಲಾ ಪಾಪಕರ್ಮಗಳಿಂದ ಮುಕ್ತರಾಗಿದ್ದಾರೋ
–ಅವರ ಹೃದಯದಲ್ಲಿ ನೀನೂ ಸೀತೆಯೊಂದಿಗೆ ವಿಶ್ರಮಿಸು.

ಮಾತು ಮುಗಿಸುತ್ತ ಮಹರ್ಷಿ ಉದ್ಗರಿಸುತ್ತಾರೆ,

''ಓ ರಾಮನೇ! ಯಾವುದರ ರಸಪಾಕದಿಂದ ನಾನು ನನ್ನ ಸಂತತನದ ಹಿರಿಮೆಯನ್ನು ಗಳಿಸಿಕೊಂಡೆನೋ ಅಂಥ ನಿನ್ನ ಪವಿತ್ರನಾಮದ ಮಹತ್ತನ್ನು, ಹಿರಿಮೆಯನ್ನು ಹೇಗೆ ತಾನೇ ನಾನು ಇನ್ನೂ ಕಿರಿದಾಗಿ ಹೇಳಲಿ!''

ಟಿಪ್ಪಣಿ : ಮೂಲತಃ ಒಬ್ಬ ವ್ಯಾಧನೂ, ಹಾದಿಗಳ್ಳನೂ ಆಗಿದ್ದ ವಾಲ್ಮೀಕಿಯು ರಾಮನಾಮ ಜಪದ ಮೂಲಕವೇ ಒಬ್ಬ ಮಹಾನ್ ಸಂತನಾಗಿ ಪರಿವರ್ತನೆ ಹೊಂದಿ ಮಹರ್ಷಿಯಾದನು. ಈ ಮಹಾನ್ ಮನಃ ಪರಿವರ್ತನೆಯ ಕತೆಯನ್ನು ಮುಂದಿನ ಒಂದು ಅಧ್ಯಾಯದಲ್ಲಿ ಹೇಳಲಾಗಿದೆ.

□□

15

ಟೀಕೆ ಮತ್ತು ಕುಹಕವನ್ನು ಎದುರಿಸುವುದು ಹೇಗೆ

''ಜನ ನನ್ನನ್ನು ನಿಂದಿಸಿದಾಗ, ಯಾವ ಕೊಂಕೂ ಸೋಕದಷ್ಟು ಎತ್ತರಕ್ಕೆ ನನ್ನ ಆತ್ಮವನ್ನು ಎತ್ತರಿಸುತ್ತೇನೆ'' **-ರೇನೆ ಡೆಕಾರ್ಟ್**

'ನಾನು' ಮತ್ತು 'ನನ್ನದು' - ಸಾರ್ವತ್ರಿಕ ರೋಗ

ಎಷ್ಟೇ ಪ್ರಾಮಾಣಿಕತೆಯಿಂದ ಮತ್ತು ಸದುದ್ದೇಶದಿಂದ ಬಯಸಿದರೂ, ಈ ಜಗತ್ತನ್ನು ನಮ್ಮ ಬದುಕಿನಿಂದ ಹೊರಗಿಡುವುದು ಸಾಧ್ಯವಾಗುವುದಿಲ್ಲ. ನೀವು ಬೇರೆಯವರ ಬದುಕಿನಲ್ಲಿ ಮೂಗು ತೂರಿಸದೇ ಇದ್ದರೂ, ಜನ ನಿಮ್ಮನ್ನು ನಿಮ್ಮಷ್ಟಕ್ಕೇ ಇರಲು ಬಿಡುವುದಿಲ್ಲ. ನಾವು ಎಷ್ಟೋ ಬಾರಿ ನಮ್ಮೊಂದಿಗಿರುವ ಜನರಿಗೆ ಹೊಂದಿಕೊಳ್ಳುತ್ತಲೇ ಇರಬೇಕಾಗುತ್ತದೆ. ನಾವು ಈ ಜಗತ್ತಿನದೇ ವಸ್ತುವಾಗದಿದ್ದರೂ ಈ ಜಗತ್ತಿನಲ್ಲಿರಬೇಕಾಗುತ್ತದೆ.

ನಮ್ಮ ನಡುವಿನ ಅತ್ಯುತ್ತಮರೂ, ನಿಜಕ್ಕೂ ಶ್ರೇಷ್ಠರೂ, ವಿವೇಚನಾಶೀಲರೂ ಆದವರೂ ಕೂಡಾ ಉದ್ದೇಶಪೂರ್ವಕ ಟೀಕೆ ಕುಹಕಗಳ ಅಲೆಗಳ ಅಪ್ಪಳಿಕೆಯಿಂದ ಮುಕ್ತರಾಗಿ, ಜೀವನಸಾಗರವನ್ನು ದಾಟುವ ಭರವಸೆ ಹೊಂದಲಾಗುವುದಿಲ್ಲ. ಇದು ಮಾನವ ಸ್ವಭಾವ. ನಾವು ಬೇರೆಯವರ ಚಟುವಟಿಕೆ, ವ್ಯಕ್ತಿತ್ವ ಮತ್ತು ಕಾಲ್ಪನಿಕವೋ, ಸ್ವಯಂಸೃಷ್ಟಿಯದ್ದೋ ಆದ ಸೋಲುಗಳ ಶ್ರಮದಾಯಕವಾದ, ಕೂಲಂಕಷವಾದ ಪರಿಶೀಲನೆಯನ್ನು ಮಹಾನ್ ಶ್ರದ್ಧೆಯಿಂದ ಮಾಡುತ್ತೇವೆ. ಆದರೆ ಅವರ ಸದಾಶಯಗಳು, ಉತ್ತಮ ಅಂಶಗಳು ಕಣ್ಣಿಗೇ ಬೀಳುವುದಿಲ್ಲ. ಸಮಾಧಾನ ಪಟ್ಟುಕೊಳ್ಳಬಹುದಾದ ಒಂದೇ ಅಂಶವೆಂದರೆ ಯಾರೂ ಕೂಡಾ, ಅವರೆಷ್ಟೇ ಮುಗ್ಧರೂ, ಉನ್ನತಸ್ಥಾನದಲ್ಲಿರುವವರೂ, ಮಹಾನ್ ಸಮರ್ಥರೂ ಆಗಿರಲಿ, ಈ

ಸುಳ್ಳು ಆರೋಪಗಳಿಗೆಲ್ಲ ಬಲಿಯಾಗದೇ ಇರಲು ಸಾಧ್ಯವಾಗದು ಎನ್ನುವುದೇ! ಶೇಕ್ಸ್‌ಪಿಯರ್ ಹೇಳಿರುವಂತೆ,

''ಹಿಮದಷ್ಟು ಶುದ್ಧ ನೀನಾಗಿರು, ಮಂಜಿನಷ್ಟು ಪರಿಶುದ್ಧನೇ ಆಗಿರು,
ಆದಾಗ್ಯೂ ಸುಳ್ಳು ಆರೋಪಗಳಿಂದ ನೀನು ಮುಕ್ತನಾಗಿರಲು
ಸಾಧ್ಯವಿಲ್ಲ.'' **-ಹ್ಯಾಮ್ಲೆಟ್ *III, 1***

ಮತ್ತೆ ಪುನಃ

''ಬಲಶಾಲಿ ನೈತಿಕವಾಗಿ ಉನ್ನತದಲ್ಲಿರುವವನು ಜೀವನದಲ್ಲಿ
ಬೆನ್ನಿಗಿರಿಯುವ ಸುಳ್ಳು ಆರೋಪಗಳಿಂದ ತಪ್ಪಿಸಿಕೊಳ್ಳಲಾರರು
ಶುದ್ಧಾತಿಶುದ್ಧ ಗುಣವೂ ಕೆಲಸಕ್ಕೆ ಬಾರದು
ಎಂಥ ಬಲಶಾಲಿಯಾದ ರಾಜನಾದರೂ
ಚಾಡಿಯ ನಾಲಗೆಯ ಮೇಲೆ ಕಟ್ಟುಪಾಡು ವಿಧಿಸಲಾಗದು.''

-ಮೆಶರ್ ಫಾರ್ ಮೆಶರ್
ಅಂಕ ಮೂರು, ದೃಶ್ಯ ಎರಡು

''ವದಂತಿ ಎಂಬುದೊಂದು ನಳಿಕೆ, ಅದರಿಂದ ತೂರಿಬರುವುದು
ಅಪಾರ್ಥ, ಅಸೂಯೆ, ನಿಂದೆ.'' **-ಹೆನ್ರಿ *IV*, ದೃಶ್ಯ ಎರಡು**

''ಖಡ್ಗಕ್ಕಿಂತ ಹರಿತವಾದ ತುದಿ
ನೈಲ್‌ನ ಎಲ್ಲಾ ಹುಳುಗಳ ನಾಲಗೆಗಿಂತ ವಿಷಕಾರಿ
ಉಸಿರಾಡುವ ಗಾಳಿಯಲ್ಲೂ ಸವಾರಿ ಮಾಡುವ ಸವಾರ
ವಿಶ್ವದ ಮೂಲೆ ಮೂಲೆಗೂ ಅಬದ್ಧವನು ಹರಡುವ
ರಾಜ, ರಾಣಿ, ಕೆಲಸದವರು, ಮೇಲ್ವಿಚಾರಕರು ಯಾರನ್ನೂ ಬಿಡದ
ಗೋರಿಯೊಳಗಿನ ಗುಟ್ಟುಗಳನ್ನೂ ಕೂಡಾ ಎಲ್ಲೆಲ್ಲೂ ಈ ಘೋರ ಸುಳ್ಳು
ಒಳಹೊಕ್ಕು ಬರಬಲ್ಲದು.''

-Cymbeline, III, 4

ನಮ್ಮಲ್ಲಿ ಹೆಚ್ಚಿನವರು ಒಂದಲ್ಲಾ ಒಂದು ಕಾಲಘಟ್ಟದಲ್ಲಿ ತಾವು ತಮ್ಮನ್ನೇ ಈ ಸುಳ್ಳುಸುದ್ದಿಯ ಕಾಲಕ್ಷೇಪದಲ್ಲಿ ನಿರತರಾಗಿದ್ದ ಬಗ್ಗೆ ಪಾಪಪ್ರಜ್ಞೆಯಿಂದ ಇರುವುದರಲ್ಲಿ ರಹಸ್ಯವೇನಿಲ್ಲ. ಪ್ರಜ್ಞಾಪೂರ್ವಕವಾಗಿ ಇದರಿಂದ ಏನನ್ನೂ ಪಡೆಯುವುದಿಲ್ಲ. ಬದಲಿಗೆ, ಕಳೆದುಕೊಳ್ಳುವುದೇ ಹೆಚ್ಚು. ಶೇಕ್ಸ್‌ಪಿಯರ್‌ಗಿಂತ ಇದನ್ನು ಚೆನ್ನಾಗಿ ಹೇಳಬಲ್ಲವರು ಇನ್ಯಾರು ?

''ನನ್ನ ಹಣದ ಚೀಲ ಕದಿಯುವವರ್‍ಯಾರು
ಅವರು ಕದ್ದಿದ್ದು ಕಸದ ಚೀಲ

ಅದೇನೋ ಸ್ವಲ್ಪ ಹಣ, ಅದೂ ಚಿಲ್ಲರೆ
ಆದರೆ ನನ್ನ ಹೆಸರು ಕೆಡಿಸುವವರು ಮಾತ್ರ
ನನ್ನನ್ನು ದಿವಾಳಿ ಮಾಡಿದಂತೆಯೇ
ಅವನಿಗದೇನೂ ಸಿರಿಸಂಪತ್ತು ತರದಿದ್ದರೂ
ನನ್ನನ್ನು ಅದು ಬೀದಿಗೆ ತರುವುದು ಖಂಡಿತ.''

-ಒಥೆಲೋ

ನಾವು ಎದ್ದು ಕಾಣದ ಸತ್ಕಾರ್ಯಗಳ ಬಗ್ಗೆ, ಧಾರ್ಮಿಕ ಕೆಲಸಗಳ ಬಗ್ಗೆ ಸಾಕಷ್ಟು ಕೇಳಿರುತ್ತೇವಾದರೂ ನಿಜಕ್ಕೂ ಹೆಸರುವಾಸಿಯಾಗಬೇಕೆಂಬ ಆಸೆಯನ್ನು ಮೀರಿ ನಿಲ್ಲುವುದು ಬಹಳ ಕಷ್ಟದ ಸಂಗತಿಯೇ ಸರಿ. ನಮ್ಮ ಜತೆಯವರ, ಸಹವರ್ತಿಗಳ ಮತ್ತು ವಿಶೇಷತಃ ಯಾರು ಇನ್ನೂ ನಮ್ಮತ್ತ ಗಮನ ಹರಿಸಿಲ್ಲವೋ ಅಂಥವರ ಸ್ವೀಕಾರ ಮತ್ತು ಜೈಕಾರದ ಆಸೆಯು ಬಹಳ ಪ್ರಭಾವಶಾಲಿಯಾದುದು ಮತ್ತು ನಮ್ಮ ಹೆಚ್ಚಿನ ಸತ್ಕಾರ್ಯಗಳ ಮೂಲದಲ್ಲಿರುವುದು ಇದೇ. ಭಿಕ್ಷೆ, ದಾನ, ಸಾಮಾಜಿಕ ಕಾರ್ಯಕ್ರಮ ಗಳು, ಸಾಧಾರಣವಾಗಿ ಜನಪ್ರಿಯತೆ ಮತ್ತು ಪ್ರಚಾರದ ಆಸೆಯಿಂದಲೇ ನಡೆಯುತ್ತಿರುತ್ತವೆ. ಕೆಲವರಂತೂ ಪ್ರಚಾರಪಡೆಯುವುದಕ್ಕಾಗಿಯೇ ಯಾವ ಮಟ್ಟಕ್ಕೂ ಹೋಗಲು ಸಿದ್ಧರಿರುತ್ತಾರೆ. ಜಗತ್ತಿನ ಭೌತಿಕ ಸ್ತರದಲ್ಲಿ ಈ ಪ್ರಚಾರಕ್ಕಾಗಿ ಬಯಸುವುದರಿಂದ ಸಾಕಷ್ಟು ಒಳ್ಳೆಯದೇ ಆಗಿದೆ. ಇಲ್ಲದಿದ್ದರೆ ಸಿರಿವಂತರಿಂದ ಸುರುವಾದ ಮತ್ತು ಬೆಂಬಲ ಪಡೆಯುತ್ತಿರುವ ಅನೇಕಾನೇಕ ಸಂಘ ಸಂಸ್ಥೆಗಳು ಇರುತ್ತಲೇ ಇರಲಿಲ್ಲ. ಇನ್ನು ಕೆಲವೇ ಕೆಲವು ಇಂಥ ಜನಪ್ರಿಯತೆ, ಮೆಚ್ಚುಗೆಗಳಿಗೆ ನಿಜಕ್ಕೂ ಹಾತೊರೆಯದ ಮಂದಿ ಒಳ್ಳೆಯ ಮತ್ತು ದೈವೀಕ ಕೆಲಸಗಳನ್ನು ಸ್ವಯಂಶಿಸ್ತನ್ನು ಪಾಲಿಸುವುದಕ್ಕಾಗಿ, ಮಾಂಸಲ ಶರೀರದ ನಮ್ರತೆಯನ್ನು ಸಾಧಿಸುವುದಕ್ಕಾಗಿ, ಪೀಡೆಯನ್ನು ಸಹಿಸುವ ಅಭ್ಯಾಸಕ್ಕಾಗಿ, ನಾನು ನನ್ನದು ಎಂಬ ಸರ್ವವ್ಯಾಪಿ ರೋಗವನ್ನು ಮೀರಿನಿಲ್ಲುವ ಪ್ರಯತ್ನವಾಗಿ ನಡೆಸುತ್ತಾರೆ. ಅನಾಮಿಕವಾಗುಳಿದು ಸತ್ಕಾರ್ಯ ಮಾಡಬೇಕೆಂದು ಧಾರ್ಮಿಕ ನಾಯಕರು ಒತ್ತುಕೊಡುವುದು ಈ ಕಾರಣಕ್ಕಾಗಿ.

ನಾನೇಕೆ ಟೀಕೆ, ನಿಂದೆಗಳನ್ನು ಎದುರಿಸುವುದು ಹೇಗೆ ಎಂದು ಹೇಳುವಾಗ-ಜನಪ್ರಿಯರಾಗುವ ಆಸೆಯ ಬಗ್ಗೆ ಹೇಳುತ್ತಿದ್ದೇನೆ ? ಯಾಕೆಂದರೆ, ಅವೆರಡೂ ನಿಕಟವಾಗಿ ಒಂದಕ್ಕೊಂದು ಸಂಬಂಧಿಸಿವೆ. ಜನಮನ್ನಣೆ ಅಥವಾ ಪ್ರಚಾರ ಪಡೆಯದಿರುವುದೇ ಸಾಕಷ್ಟು ನೋವುಕೊಡುವ ವಿಚಾರ. ಹಾಗಿರುತ್ತ, ನಿಂದೆ ಅಥವಾ ಟೀಕೆಯು ಎಷ್ಟೊಂದು ನೋವು ನೀಡಬಹುದು? ನಾವದನ್ನು ಸಮರ್ಪಕವಾದ ರೀತಿಯಲ್ಲಿ ನಿಭಾಯಿಸಲು ಕಲಿಯದೇ ಹೋದರೆ ಅದರಿಂದ ಸಂಕಟಕ್ಕೆ ಗುರಿಯಾಗುವುದು ಮಾತ್ರವಲ್ಲ, ಏನೋ ಮಾಡಲು ಹೋಗಿ ಇನ್ನೇನೋ

ಮಾಡಿದ ಹಾಗಾಗಬಹುದು. ಸಾಮಾನ್ಯಗಾಗಿ ಟೀಕೆ ಬಂದಾಗ ನಾವೆಲ್ಲರೂ ಮಾಡುವ ತಪ್ಪೆಂದರೆ ಸಮಾಧಾನಿಸಿ ಬಾಯಿ ಮುಚ್ಚಿಸಲು, ಅದನ್ನು ಮೌನವಾಗಿಸಲು ಹೊರಟು ಕೆಲವೊಮ್ಮೆ ಲಂಚ (ಪ್ರತ್ಯಕ್ಷ ಅಥವಾ ಪರೋಕ್ಷ) ನೀಡಲು ಕೂಡ ಮುಂದಾಗುವುದು. ಸ್ವಲ್ಪ ಸೂಕ್ಷ್ಮವಾಗಿ ನೋಡಿದರೆ ಟೀಕಾಕಾರನ ಬಾಯಿ ಮುಚ್ಚಿಸುವ ನಮ್ಮ ಆತಂಕದ ಒದ್ದಾಟದಲ್ಲಿ ನಾವೇ ಅವನನ್ನು ಪುರಸ್ಕರಿಸುತ್ತಾ ಇರುತ್ತೇವೆ! ಈ ಯೋಚನೆಯೇ ಸಾಕು ಅವನಿಗೆ ಅವನ ಹೃದಯ ಸಂತೋಷದಿಂದ ಉಬ್ಬುವಂತೆ ಮಾಡಲು. ಇದರ ಮೇಲೆ ನಾವವನಿಗೆ ಲಂಚವನ್ನೂ ಕೊಡುತ್ತೇವೆಂದರೆ ಅದಕ್ಕೆ ಮಿತಿಯಿಲ್ಲ.

ಆಗ ನಾವು ಅವನ ಈ ಬೆದರಿಸಿ ತೆಪ್ಪಗಾಗಿಸುವ ತಂತ್ರಕ್ಕೆ ಪೂರಾ ಬಲಿಬಿದ್ದೇವೆಂದೇ ಅರ್ಥ. ನಾವು ಸಹಜ ಸ್ವಾಭಾವಿಕವಾಗಿ ಉಳಿಯಬೇಕು. ಅರ್ಥವಿಲ್ಲದ ಟೀಕೆಗಳಿಗೆ ಮಾತ್ರವಲ್ಲ, ಹೊಗಳಿಕೆಗೆ ಕೂಡಾ. ಎರಡೂ ಸಂದರ್ಭಗಳಲ್ಲಿ ಎದುರಿನ ವ್ಯಕ್ತಿಗೆ ನಮ್ಮಿಂದ ತನಗೆ ಬೇಕಾದುದನ್ನು ಪಡೆಯುವುದು ಹೇಗೆ, ಅಥವಾ ತನಗೇನು ಬೇಕೋ ಅದು ಸಿಗುವುದೇ ಎಂಬ ಬಗ್ಗೆ ಮಾತ್ರ ಗಮನವಿರುತ್ತದೆ. ಎರಡೂ ಒಂದು ಬಗೆಯ ಶೋಷಣೆಯೇ. ''ಟೀಕೆಯನ್ನು ಆದರಪೂರ್ವಕ ಸ್ವೀಕರಿಸಿ ಮತ್ತು ಹೊಗಳಿಕೆಯನ್ನು ಧಾರಾಳವಾಗಿ ಮರೆತುಬಿಡಿ.'' ಎನ್ನುತ್ತಾರೆ ಜನಪ್ರಿಯತೆಗಳಿಸುವು ದರ ಬಗ್ಗೆ ಮಾರ್ಗದರ್ಶನ ನೀಡುವ ತಜ್ಞರು. ಯಾವ ಮಟ್ಟಕ್ಕೆ? ನಿಮಗೇನು ಬೇಕೋ ಅದು ಸಿಗುವವರೆಗೆ ಅಥವಾ ನೀವೇ ಜನಪ್ರಿಯರಾಗುವವರೆಗೆ? ಈ ಮಾರ್ಗವನ್ನು ತೋರಿಸುವ ತಜ್ಞರಂತೂ ಖಂಡಿತವಾಗಿ ನಿಸ್ವಾರ್ಥಿಗಳೇ. ಅವರಿಗೆ ನೀವು ನಿಮ್ಮ ಬಗ್ಗೆ ನಾಲ್ಕುಮಂದಿಯಲ್ಲಿ ಅಭಿಮಾನವನ್ನು ಹುಟ್ಟಿಸುವಂತಾದರೂ ಸಾಕು, ಸಂತೋಷವೇ. ಯಾಕೆಂದರೆ, ಜನಪ್ರಿಯರಾಗುವ ಒಂದಾನೊಂದು ಮಾರ್ಗವಲ್ಲವೇ ಅದು? ಈಗ ತಜ್ಞರ ಸಲಹೆಯನ್ನು ತದ್ವಿರುದ್ಧವಾಗಿಸಿ. ''ಟೀಕೆಯನ್ನು ಹೃತ್ಪೂರ್ವಕ ಸ್ವಾಗತ ಮತ್ತು ನಿಂದೆಗೆ ಧಾರಾಳಿತನದ ಮುಕ್ತಿ!'' ಈ ನಿಲುವು ಕೂಡಾ ನಿಮಗೆ ಒಳ್ಳೆಯ ಫಲಿತಾಂಶವನ್ನೇ ನೀಡುವುದಾಗಿ ಭಾವಿಸುತ್ತೇನೆ. ಬಲಿಪಶುವು ಸಾಧಾರಣವಾಗಿ ಆಗುವಂತೆ ಬೆದರಿಸುವಾತನಿಗೆ ಬಲಿಬಿದ್ದರೂ ಭಯವೆಂಬುದು ಬಹಳ ಪ್ರಭಾವಶಾಲಿ ಅಸ್ತ್ರವಾಗಿದೆ. ಮತ್ತದನ್ನು ಭಾವನೆಗಳ ಮೇಲೆ ಪ್ರಯೋಗಿಸಿ ಜನರನ್ನು ಪ್ರಭಾವಿಸುವುದು ಸಂಪೂರ್ಣ ಪರಿಣಾಮಕಾರಿಯಾಗಿದೆ.

ಟೀಕೆ ಮತ್ತು ಕುಹಕವನ್ನು ನಿಭಾಯಿಸುವುದು

ಈ ಟೀಕೆ ಮತ್ತು ಕುಹಕಗಳನ್ನು ನಿಭಾಯಿಸುವುದಕ್ಕೆ ನಮ್ಮ ಧಾರ್ಮಿಕ ಗ್ರಂಥಗಳು ಉತ್ತಮ ಪರಿಕರ ನೀಡಿವೆ. ಹೊಗಳಿಕೆ ಮತ್ತು ತೆಗಳಿಕೆಗಳಿಗೆ ಏಕಪ್ರಕಾರವಾಗಿ ಪ್ರತಿಸ್ಪಂದಿಸಿ, ಆದರೆ, ಒಂದು ನಿಬಂಧನೆಗೆ ಒಳಪಟ್ಟು, ನಿಮ್ಮ ಎಲ್ಲಾ ಕೆಲಸಗಳೂ ಶುದ್ಧವಾದ ತಳಹದಿಯ ಮೇಲೆ ನಿಂತಿದೆಯೇ ಎಂಬ ಬಗ್ಗೆ ಸಾಧ್ಯವಿರುವ ಎಲ್ಲಾ

ಎಚ್ಚರಿಕೆಯನ್ನೂ ತೆಗೆದುಕೊಂಡಿರಬೇಕು. ಟೀಕೆಯು ಸಮರ್ಥನೀಯವಾಗಿದ್ದರೆ ಅದನ್ನು ಸ್ವಾಗತಿಸಬೇಕು ಮತ್ತು ಅದರ ಬೆಳಕಿನಲ್ಲಿ ನಾವು ನಮ್ಮನ್ನು ತಿದ್ದಿಕೊಳ್ಳಬೇಕು. ಅದು ಪ್ರಾಮಾಣಿಕವಾದ ಮತ್ತು ಉಪಯುಕ್ತವಾದ ಟೀಕೆಯ ಉತ್ತಮಾಂಶ. ಯಾವಾಗ ಅದು ಅಸಮರ್ಪಕ ಮತ್ತು ಅಸಮರ್ಥನೀಯವೋ ಆಗ ನಾವು ಇಮಿಟೇಶನ್ ಆಫ್ ಕ್ರೈಸ್ಟ್‌ನಲ್ಲಿ ಹೇಳಿರುವ ಮಾತುಗಳನ್ನು ನೆನೆಯಬೇಕು :

> *''ನಿನ್ನ ಶಾಂತಿಯು ಜನರ ನಾಲಗೆಯ ಮೇಲೆ ಇರದಿರಲಿ, ನೀನೇನು ಮಾಡುವಿಯೋ ಆ ಕುರಿತು ಅವರು ಒಳ್ಳೆಯದೋ, ಕೆಟ್ಟದೋ ಶಬ್ದ ಕಟ್ಟಿ ಹೇಳುವರೋ, ಅದು ನಿನ್ನ ಕೆಲಸಕ್ಕೆ ಸಂಬಂಧಿಸದು. ಯಾಕೆಂದರೆ, ನೀನು ಮಾಡುವುದು ಅವರಿಗಾಗಿಯಲ್ಲ, ನಿಜ ಶಾಂತಿ ಮತ್ತು ನಿಜದ ಕೀರ್ತಿ ಎಲ್ಲಿದೆ? ನನ್ನಲ್ಲಿಯೇ ಇಲ್ಲವೆ ಅದು?''*
>
> *''ಯಾರು ಜಗದ ಮೆಚ್ಚುಗೆಗಾಗಿ ಕಾದಿಲ್ಲವೋ ಮತ್ತು ಅವರ ಬಿರುನುಡಿಗಳಿಗೆ ಹೆದರುವುದಿಲ್ಲವೋ ಅವರು ಹೆಚ್ಚು ಶಾಂತಿಯನ್ನು ಕಾಣುತ್ತಾರೆ. -Col. III. 22. ಹೃದಯದ ಆಳವಾದ ಸಂವೇದನೆಗಳು ಮತ್ತು ಚಾಂಚಲ್ಯವು ಅಸಮರ್ಪಕ ಪ್ರೀತಿ[1] ಮತ್ತು ಅಕಾರಣ ಭಯದ ಫಲ. ದೇವರ ಭಯವಿರಲಿ, ಆಗ ನೀನು ಜನರ ಬಗ್ಗೆ ಹೆದರುವ ಕಾರಣವೇ ಇರುವುದಿಲ್ಲ.''*
>
> *''ಹಲವರು ಹಲವು ಬಗೆಯ ಮಾತು ಹೇಳುವರು. ಹಾಗಾಗಿ ಅದಕ್ಕೇನೂ ಬೆಲೆಯಿಲ್ಲ. ಎಲ್ಲರನ್ನೂ ತೃಪ್ತಗೊಳಿಸಲು ಸಾಧ್ಯವೂ ಇಲ್ಲ.''*
>
> *''ಮಗೂ, ನಿನ್ನ ಹೃದಯವನ್ನು ಭಗವಂತನಲ್ಲಿ ಭದ್ರವಾಗಿ ನೆಲೆಯಾಗಿಸು. ಜನರ ತೀರ್ಪಿಗೆ ಭಯಬೇಡ, ನಿನ್ನ ಅಂತಃ ಪ್ರಜ್ಞೆಯು ನಿನ್ನ ಧರ್ಮನಿಷ್ಠೆ ಮತ್ತು ಮುಗ್ಧತೆಗೆ ಮುದ್ರೆಯೊತ್ತಿದರೆ ಸಾಕು.''*
>
> *''ಎಲ್ಲಿಯವರೆಗೆ ನೋವು ನರಳಾಟಗಳು[2] ನಿನಗೆ ದುಃಖವನ್ನುಂಟು ಮಾಡುವವೋ ಮತ್ತೂ ನೀನು ಅವುಗಳಿಂದ ಪಾರಾಗಿ ಹಾರಿ ಹೋಗಲು ಬಯಸುವಿಯೋ ಅಲ್ಲಿಯತನಕ ಅದು ನಿನ್ನ ಕಾಯಿಲೆಯೇ*

---

1. ಅಸಮರ್ಪಕವಾದ ಜನಮನ್ನಣೆಯ ಪ್ರೀತಿ ಮತ್ತು ವದಂತಿಗಳ ಕುರಿತ ಅಕಾರಣ ಭಯ ಎಂದು ಸೇರಿಸಬೇಕೆ ?
2. ಪ್ರಸ್ತುತ ಸಂದರ್ಭದಲ್ಲಿ ನೋವು ನರಳಾಟಗಳು ಟೀಕೆ ಅಥವಾ ಕುಹಕದಿಂದಾಗಿ ಉಂಟಾದವು ಎಂದರ್ಥ.

ಆಗಿರುತ್ತದೆ. ಯಾವ ನೋವು ಸಂಕಟಗಳಿಂದ ನೀನು ಹಾರಿ ಹೋಗಲು ಬಯಸುವಿಯೋ ಅವು ನೀನೆಲ್ಲಿ ಹೋದರಲ್ಲಿ ನಿನ್ನನ್ನು ಹಿಂಬಾಲಿಸಿ ಕೊಂಡು ಬರುತ್ತವೆ. ''

ಅಬೆ ಲಿಂಕನ್ ತನ್ನ ಮತ್ತು ತನ್ನ ಆಡಳಿತದ ಬಗ್ಗೆ ಅನ್ಯಾಯವಾಗಿ ಟೀಕೆ ಮಾಡಿದವರಿಗೆ ಹಲವರ ಒತ್ತಾಯದ ಮೇರೆಗೆ ನೀಡಿದ ಉತ್ತರವನ್ನು ಇಲ್ಲಿ ಗಮನಿಸುವುದರಿಂದ ನಮಗೆ ಲಾಭವಿದೆ.

''ನನ್ನ ಮೇಲೆ ಮಾಡಲಾದ ನಿಂದೆಯ ಕುರಿತು ತಲೆ ಕೆಡಿಸಿಕೊಂಡರೆ ಹೇಳುವುದಕ್ಕೇನಿಲ್ಲ, ಅಂಗಡಿಯನ್ನು ಬೇರೆ ವ್ಯವಹರಕ್ಕೆ ಅವಕಾಶವಿಲ್ಲ ದಂತೆ ಮುಚ್ಚಿಬಿಡಬಹುದು. ನನ್ನ ತಿಳುವಳಿಕೆಯಲ್ಲಿ ಅತ್ಯುತ್ತಮ ವಾದುದನ್ನೇ ನಾನು ಮಾಡಿದ್ದೇನೆ, ಸಾಧ್ಯವಿರುವ ಅತ್ಯುತ್ತಮವಾದದ್ದನ್ನೇ ಮಾಡಿದ್ದೇನೆ. ಕೊನೆಯ ತನಕ ಹಾಗೆಯೇ ಇರಬೇಕೆಂದು ಬಯಸಿದ್ದೇನೆ. ನಾನು ಮಾಡಿದ್ದು ಸರಿಯೆಂದಾದಲ್ಲಿ, ನನ್ನ ವಿರುದ್ಧ ಹೇಳಿರುವುದು ಯಾವುದೂ ಪ್ರಸ್ತುತವಾಗಿಯೇ ಉಳಿದಿರುವುದಿಲ್ಲ ಅಥವಾ ನಾನು ಮಾಡಿದ್ದು ತಪ್ಪೇ ಎಂದಾದಲ್ಲಿ, ಹತ್ತಾರು ದೇವತೆಗಳು ನಾನು ಮಾಡಿರುವುದು ಸರಿಯಾಗಿದೆ ಎಂದು ವಾಗ್ದಾನ ಮಾಡಿದರೂ ಅದರಿಂದೇನೂ ವ್ಯತ್ಯಾಸವಾಗದು.''

ಈ ಕೃತಿಯ ಉದ್ದೇಶವೇ ಪಾರಂಪರಿಕ ಮತ್ತು ಆಧುನಿಕ ಚಿಂತನೆಯ ಲಾಭವನ್ನು ಒಟ್ಟಾಗಿಯೇ ಪಡೆದು, ಸಾಧ್ಯವಿರುವ ಮಟ್ಟಿಗೆ ಜೀವನವನ್ನು ಉನ್ನತಸ್ತರಕ್ಕೇರಿಸಿ ಕೊಳ್ಳುವ ಪ್ರಯತ್ನಕ್ಕೆ ಸಹಾಯ ಮಾಡುವುದು. ಇಲ್ಲಿ ಮಹಾನ್ ಆಧುನಿಕ ಪಾದ್ರಿ ಗ್ಯಾರಿ ಎಮರ್ಸನ್ ಫಾಸ್ಡಿಕ್‌ರ ಮಾತುಗಳನ್ನು ಉಲ್ಲೇಖಿಸುತ್ತಿದ್ದೇನೆ:

''ಬಹಳಷ್ಟು ಮಂದಿ ಟೀಕೆಗೆ ತೀರಾ ಸಂವೇದನಾಶೀಲರಾಗಿರುತ್ತಾರೆ. ಸಾಮಾಜಿಕ ಬದುಕಿನ ಸುವ್ಯವಸ್ಥೆಗೆ ಅಗತ್ಯವಾಗಿ ಇರಬೇಕಾದ ಬೇರೆಯವರ ಅಭಿಪ್ರಾಯಗಳಿಗೆ ಸೂಕ್ಷ್ಮವಾಗಿ ಸ್ಪಂದಿಸುವ ಗುಣವೇ ಇವರಲ್ಲಿ ಕಾಯಿಲೆಯ ಮಟ್ಟಕ್ಕೆ ಪರಿವರ್ತಿತಗೊಂಡಿರುತ್ತದೆ. ಇಂಥ ಅಸಹಜ ಮಂದಿ ಹೊಗಳಿಕೆಯನ್ನು ಸಿಕ್ಕಿದ್ದೇ ಲಾಭ ಎಂಬಂತೆ ಸ್ವೀಕರಿಸಿ, ತೆಗಳಿಕೆಯನ್ನು ತಲೆಹರಟೆ ಎಂಬಂತೆ ಕಾಣುತ್ತಾರೆ. ಸಾಮಾನ್ಯ ಮನುಷ್ಯನು ಟೀಕೆಯನ್ನು ಸಿಕ್ಕಿದ್ದೆ ಅಷ್ಟು ಎಂಬಂತೆ ಸ್ವೀಕರಿಸಿ ಹೊಗಳಿಕೆಯನ್ನು ಬೋನಸ್ ಎಂಬಂತೆ ಕಾಣುವ ಮಟ್ಟದಲ್ಲಿರುತ್ತಾನೆ.''

□□

16

ಪಾವಿತ್ರ್ಯದ ಹಾದಿ - 1

''ಹಾಗಾಗಿ, ನೀನು ತಿನ್ನುವಾಗ, ಕುಡಿಯುವಾಗ ಅಥವಾ ಇನ್ನೇನೇ ಮಾಡುವಾಗ ಅದೆಲ್ಲವನ್ನೂ ಅವನಿಗೇ ಸಮರ್ಪಿಸಿದಂತೆ ಮಾಡು.''

- I Cor. 10:31

ಪಾವಿತ್ರ್ಯ ಪೋಷಣೆ

ಮಾರ್ಕ್ಸ್ ಔರ್ಲೀಸ್‌ರಂಥ ಮೇಧಾವಿ ಘೋಷಿಸಿದ್ದನ್ನು ನಾವು ಕೇಳಿದ್ದೇವೆ. ''ವ್ಯಕ್ತಿತ್ವದಲ್ಲಿ ಪಾವಿತ್ರ್ಯ ಮತ್ತು ಕ್ರಿಯೆಯಲ್ಲಿ ಪರಿಶುದ್ಧತೆ ಇದ್ದಲ್ಲಿ ಮಾತ್ರ ಐಹಿಕ ಅಸ್ತಿತ್ವವು ಫಲಪ್ರದ'' ಪಾವಿತ್ರ್ಯವು ಫಲವಲ್ಲ, ಅದು ಸಾಧನೆಯ ಹಾದಿ ಮಾತ್ರ. ಅದು ಬಾಹ್ಯಾಡಂಬರದ ಸಂಗತಿಯೂ ಅಲ್ಲ, ಅದು ಆಂತರಿಕವಾದ ಸ್ಥಿತಿ. ಅದು ಕೇಳುತ್ತಾರೆಂದು ಇರಬೇಕಾದ್ದಲ್ಲ. ಅದಕ್ಕೆ ತನ್ನದೇ ಆದ ಬೆಲೆಯಿದೆ. ಅದನ್ನು ತೆತ್ತು ಪಡೆಯುವಂಥದ್ದು. ಅದು ಶಿಸ್ತು, ಜಾಗೃತಿ ಮತ್ತು ನಿರಂತರವಾದ ಪರಿಶ್ರಮವನ್ನು ನಿರೀಕ್ಷಿಸುತ್ತದೆ.

ಕ್ರಿಸ್ಮಸ್ ಹಬ್ಬಕ್ಕೆ ನಾವು ಕ್ರಿಸ್ಮಸ್ ಮರವನ್ನು ಇಡುತ್ತೇವೆ, ಮನೆಯನ್ನು ಹಬ್ಬದ ಸಂಭ್ರಮಕ್ಕೆ ತಕ್ಕಂತೆ ಅಲಂಕರಿಸುತ್ತೇವೆ. ಇವೆಲ್ಲ ಇಲ್ಲದೇ ಹೋದಲ್ಲಿ ಹಬ್ಬದ ಸಂಭ್ರಮ, ಉಲ್ಲಾಸವನ್ನು ಕಂಡುಕೊಳ್ಳುವುದು ನಮಗೆ ಸಾಧ್ಯವೆನಿಸುವುದಿಲ್ಲ. ಅದೇ ಬಗೆಯಲ್ಲಿ, ಕುಟುಂಬದಲ್ಲಿ ಒಂದು ಸಾವು ಸಂಭವಿಸಿದ್ದರೆ, ನಾವು ಸುಲಭವಾಗಿ ಆ ಮನೆಯವರ ದಿರಿಸು, ವಾತಾವರಣ ಇತ್ಯಾದಿಗಳನ್ನು ನೋಡಿಯೇ ಪರಿಸ್ಥಿತಿಯನ್ನು ಅರ್ಥಮಾಡಿಕೊಳ್ಳಬಹುದು. ಒಬ್ಬ ಶ್ರೀಮಂತ ವ್ಯಕ್ತಿ ತನ್ನ ಅಸ್ತಿತ್ವವನ್ನು ನೆರೆಹೊರೆಯವರೆಲ್ಲ ಕಂಡುಕೊಳ್ಳುವಂತೆ ಐಷಾರಾಮಿ ಅನುಕೂಲತೆಗಳು, ಅರಮನೆಯಂಥ ಬಂಗಲೆ, ವಿನ್ಯಾಸಗೊಳಿಸಿದ ಕೈತೋಟ, ಅಭಿರುಚಿ ಎದ್ದು ಕಾಣುವಂತೆ ಆಯ್ಕೆ ಮಾಡಿದ ಒಳಾಲಂಕಾರ ಇತ್ಯಾದಿಗಳಿಂದ ಮಾಡಿರುತ್ತಾನೆ.

ಹಾಗೆಯೇ, ನಾವು ನಮ್ಮ ಯೋಚನೆ ಮತ್ತು ಕ್ರಿಯೆಯಲ್ಲಿ ಪಾವಿತ್ರ್ಯ ಪೋಷಣೆ ಮಾಡಬೇಕೆಂದಿದ್ದಲ್ಲಿ, ಆ ದಾರಿಯಲ್ಲಿ ನಮ್ಮ ಜೀವನ ರೂಪಿಸಿಕೊಳ್ಳ ಬೇಕೆಂದಿದ್ದಲ್ಲಿ, ಅದಕ್ಕೆ ತಕ್ಕುದಾದ ವಾತಾವರಣದಲ್ಲಿ ಬದುಕಬೇಕು. ನಾನೇನೂ ಉನ್ನತ ಜೀವನ ನಡೆಸಬಯಸುವವರೆಲ್ಲರೂ ನಾರುಬಟ್ಟೆ ಉಟ್ಟು ಭಸ್ಮ ಬಳಿದುಕೊಳ್ಳಬೇಕು ಎಂದು ಹೇಳುತ್ತಿಲ್ಲ. ಆದರೆ ಐಷಾರಾಮಿ ಬದುಕನ್ನು ಬದುಕುತ್ತ, ಅದರೆಲ್ಲ ಬಾಹ್ಯ ರೂಪವನ್ನುಳಿಸಿಕೊಂಡೇ ಆಧ್ಯಾತ್ಮಿಕ ಬದುಕನ್ನು ನಡೆಸುವುದು ಸಾಧ್ಯವಾಗದು. ನಾವು, ದೈವಿಕತೆಯನ್ನು ಪರಿಶುದ್ಧರಾಗಿರುವುದರೊಂದಿಗೆ ಮಾತ್ರವಲ್ಲ, ಸರಳತೆ ಮತ್ತು ಎದ್ದು ಕಾಣದಂತಿರುವುದರ ಜತೆಗೂ ಸಮೀಕರಿಸುತ್ತೇವೆ. ಒಬ್ಬ ವ್ಯಕ್ತಿಯ ಬಾಹ್ಯಾಭಿವ್ಯಕ್ತಿ, ವೇಷ ಭೂಷಣ ಮತ್ತು ವಾಸ್ತವ್ಯವೂ ಕೂಡಾ ನಮ್ಮ ಧಾರ್ಮಿಕ ಬದುಕಿನ ರೀತಿನೀತಿಗೆ ಸಮನಾಗಿ ನಮ್ಮ ನಮ್ಮ ಅಂತರ್ಯದಂತೆಯೇ ಹೊಂದಿಕೊಳ್ಳಬೇಕು.

ಹಿಂದೂಗಳ ಪವಿತ್ರ ಗ್ರಂಥ ಭಗವದ್ಗೀತೆಯು ಪಾವಿತ್ರ್ಯದ ಅಂಶಗಳನ್ನು, ಲೌಕಿಕನಿಂದ ಸಂತನಾದವನು ಹೇಗೆ ಭಿನ್ನ ಎಂದು ಹೇಳುತ್ತ ಆ ವ್ಯಕ್ತಿ ವಿಶಿಷ್ಟತೆಗಳನ್ನು ಈ ರೀತಿಯಾಗಿ ತೋರಿಸಿಕೊಡುತ್ತದೆ.

ವಿನಯಶೀಲತೆ, ಸರಳತೆ, ಅಹಿಂಸೆ
ಶಾಂತಿಪರ, ಔನ್ನತ್ಯ
ಗುರುಹಿರಿಯರ ಸೇವೆ
ಪಾವಿತ್ರ್ಯ, ಸತತ ಸದೃಢತೆ, ಸ್ವ-ನಿಯಂತ್ರಣ
ಇಂದ್ರಿಯ ಗಮ್ಯ ಸುಖಲಾಲಸೆಯತ್ತ ನಿರ್ಮೋಹ
ನಿರಂಹಂಕಾರ
ಹುಟ್ಟು, ಸಾವು, ರೋಗ, ಮುಪ್ಪು, ನೋವಿನ ಕುರಿತ ನಿರಂತರ ಅರಿವು
ಹೆಂಡತಿ, ಮಕ್ಕಳು, ಮನೆ ಮತ್ತು ಬಂಧು ಬಳಗದ ಮೋಹದಿಂದ ದೂರ
ಕ್ಷೋಭೆಗೆ ತುತ್ತಾಗದ, ಹಿತಕರ ಮತ್ತು ಅಹಿತಕರ ಘಟನೆಗಳಿಗೆ ಸಮಭಾವದ ಪ್ರತಿಸ್ಪಂದನ
ದೃಢವಾದ ಏಕಾಗ್ರ ಭಕ್ತಿ, ಏಕಾಂತ ಪ್ರೀತಿ, ಲೌಕಿಕರೊಂದಿಗಿನ ಸಹಚರ್ಯದಲ್ಲಿ ಹಿತವಿಲ್ಲದಿರುವುದು
ಆಧ್ಯಾತ್ಮಿಕ ಜ್ಞಾನದ ನೈಜ ಉದ್ದೇಶದ ಅರಿವು ಮತ್ತು ಅದರ ನಿರಂತರವಾದ ಬಳಕೆ ಮತ್ತು ನೈಜ ಅರಿವಿನ ಸತತ ಹುಡುಕಾಟ
ಇದೇ ಪಾವಿತ್ರ್ಯದ ಪಥ. ಇದಲ್ಲದ ಬೇರೆ ಯಾವುದೂ ಮೌಢ್ಯ ಮತ್ತು ನರಳಾಟಕ್ಕೆ ಕೊಂಡೊಯ್ಯಬಹುದು.

ಆಂತರಿಕವಾದ ಸಂಸ್ಕಾರಕ್ಕನುಗುಣವಾಗಿ ಹೊರಗಿನ ಅನುಷ್ಠಾನಗಳು ಕೌಶಲಪೂರ್ಣವಾಗಿ ಹೊಂದಿಕೊಳ್ಳುವುದನ್ನು ಇಲ್ಲಿ ಗಮನಿಸಬಹುದಾಗಿದೆ. ಈ ಪಟ್ಟಿಯು ತೀರ ಉದ್ದವಾಗಿದೆ, ಅನುಮಾನವಿಲ್ಲ. ಆದರೆ ಯಾರೂ ಇದರ ಮೂಲ ತತ್ತ್ವವನ್ನು, ಇವುಗಳೆಲ್ಲದರಲ್ಲಿಯೂ ಹರಿಯುವ ಕೇಂದ್ರ ಭಾವವನ್ನು - ಮನಸ್ಸು ಮತ್ತು ಹೃದಯಗಳ ಗುಣವಿಶೇಷಗಳು ಮೇಲಕ್ಕೆತ್ತುವಂತಿವೆಯೇ ಹೊರತು ಬದುಕನ್ನು ಕ್ಲಿಷ್ಟಗೊಳಿಸುವಂತಿಲ್ಲ ಎಂಬುದನ್ನು ಗ್ರಹಿಸಬಹುದಾಗಿದೆ.

ಒಂದೇ ಗಮ್ಯ ಸ್ಥಾನಕ್ಕೆ ಕೊಂಡೊಯ್ಯುವ ಹಲವಾರು ಹಾದಿಗಳಿರಬಹುದು. ಹಾಗೆಯೇ, ಆಧ್ಯಾತ್ಮಿಕ ಸಾಧನೆಯು ಕೂಡ ಯಾಂತ್ರಿಕವಾಗಿಯೋ ಒಂದೇ ರೀತಿಯಾಗಿಯೋ ಇರಬೇಕಾದುದಿಲ್ಲ. ಉಪವಾಸದಂಥ ಅನುಷ್ಠಾನಗಳು ಹೆಚ್ಚಿನೆಲ್ಲಾ ಧರ್ಮದಲ್ಲೂ ಸಾಮಾನ್ಯವಾಗಿರುವಂಥದ್ದು. ಉದ್ದೇಶ: ಬಂಡಾಯವೇಳಲು ಕಾದಿರುವ ಮಾಂಸಲ ದೇಹವನ್ನು ದಂಡಿಸುವುದು. ಒಬ್ಬನು ದೇಹವನ್ನು ತೃಪ್ತಿಗೊಳಿಸುವತ್ತ ಮನಸ್ಸು ಕೊಟ್ಟರೆ ಅದೊಂದು ವ್ಯರ್ಥ ಅನುಸರಣೆಯಲ್ಲೇ ಮುಗಿದು ಹೋಗುವಂಥದು. ಆದರೆ ಅತಿರೇಕದ ದಂಡನೆಯನ್ನು ಕೂಡಾ ಮಾಡಕೂಡದು. ಯಾಕೆಂದರೆ, ಅದು ಪರೋಕ್ಷವಾಗಿ ನಮ್ಮ ಪ್ರಯತ್ನವು ದೇಹಕೇಂದ್ರಿತವಾಗುವಂತೆ ಮಾಡುವುದರಿಂದ ಮೂಲೋದ್ದೇಶವನ್ನು ಸೋಲಿಸುವ ಅಪಾಯವಿದ್ದೇ ಇರುತ್ತದೆ.

ನಾವು ಈಗಾಗಲೇ ನಮ್ಮ ಸಹವರ್ತಿಗಳಿಗೆ ಅವರು ಭಗವಂತನ ವಿವಿಧ ಪ್ರತಿರೂಪಗಳೋ ಎಂಬಂತೆ ಅವರಿಗೆ ನಮ್ಮ ಕೈಲಾದ ಸೇವೆ ನೀಡುವುದರ ಅಗತ್ಯವನ್ನು ಕುರಿತು ಚರ್ಚಿಸಿದ್ದೇವೆ. ಅದು ಕೂಡಾ ಮಾನವನ ಭೌತಿಕ ನೋವು ನರಳಾಟಗಳಿಗೆ ಸ್ಪಂದಿಸುವ ಮೂಲಕ, ಇತರರ ಅಗತ್ಯಗಳಿಗೆ ನೆರವಾಗುವುದರ ಮೂಲಕ ನಮ್ಮನ್ನು ನಾವು ಮರೆತು ಸೇವೆಯಲ್ಲಿ ತೊಡಗಲು ನೆರವಾಗುತ್ತದೆ.

ಎಲ್ಲಾ ಧರ್ಮಗಳೂ ದಾನಕ್ಕೆ ಒತ್ತು ನೀಡಿವೆ. ಬಡವರಿಗೆ ನಾವು ಸಹಾಯ ಮಾಡಿದಾಗ ಅವರು ನಿಶ್ಚಯವಾಗಿಯೂ ನಮಗೆ ಸಹಾಯ ಮಾಡುತ್ತಾರೆಂದು ಖಂಡಿತವಾಗಿ ಹೇಳಬಹುದು. ಯಾಕೆಂದರೆ, ನಾವು ಅವರಿಂದ ಬದಲಿಯಾಗಿ ಬೇರೇನನ್ನೂ ನಿರೀಕ್ಷಿಸುವುದು ಸಾಧ್ಯವೂ ಇಲ್ಲ; ಅವರು ಮರಳಿ ಕೊಡುವ ಸ್ಥಿತಿಯಲ್ಲಿಯೂ ಇರುವುದಿಲ್ಲ. ದಾನವು ಕೇವಲ ತ್ಯಾಗವನ್ನು ಬೆಳೆಸುವಲ್ಲಿ ಮಾತ್ರವಲ್ಲ ಬೇರೆಯವರೊಂದಿಗೆ, ವಿಶೇಷತಃ ಕಡಿಮೆ ಭಾಗ್ಯಶಾಲಿಯಾದವರೊಂದಿಗೆ ನಮ್ಮನ್ನು ನಾವು ಗುರುತಿಸಿಕೊಳ್ಳುವಲ್ಲಿಯೂ ನೆರವಾಗುತ್ತದೆ.

ನಾವು ಉನ್ನತವಾದ ಗುಣಗಳನ್ನು ಬೆಳೆಸಿಕೊಳ್ಳಬೇಕೆಂದಿದ್ದರೆ, ನಾವು ಅಂಥ ಮನೋಭಾವವುಳ್ಳವರೊಂದಿಗೇ ಸಹಯೋಗ, ಸಹವಾಸ ಮಾಡಬೇಕೇ ಹೊರತು

ಅಂಥವರ ಬಗ್ಗೆ ತಿರಸ್ಕಾರವುಳ್ಳವರ ಜೊತೆಗಲ್ಲ ಎಂದು ಪ್ರತ್ಯೇಕವಾಗಿ ಹೇಳಬೇಕಿಲ್ಲ. ಸಮಾನ ಮನಸ್ಕರು ಒಂದೆಡೆ ಬೆರೆತಾಗ ಸಹಜವಾಗಿಯೇ ಅವರ ಮಾತುಕತೆ ಸಮಾನಾಸಕ್ತಿಯ ವಿಚಾರಗಳ ಸುತ್ತಲೇ ನಡೆಯುವುದು. ಜಗತ್ತಿನ ಕೆಲವು ಮಹಾನ್ ಧರ್ಮಗಳು ಸಾಧು ಸಂತರೊಂದಿಗಿನ ಒಡನಾಟದ ಅಗತ್ಯವನ್ನು ಒತ್ತಿ ಹೇಳಿವೆ. ಮಹಾನ್ ಸಾಧಕರನ್ನು ನಾವು ಮೆಚ್ಚುಗೆ ಅಭಿಮಾನಗಳಿಂದ ಕಾಣುತ್ತೇವೆ ಮತ್ತು ಈ ಆರಾಧಕಭಾವವು ಸುಪ್ತವಾಗಿ ನಮ್ಮಲ್ಲಿ ಅವರ ಆದರ್ಶಗಳನ್ನು ಮಾದರಿಯಾಗಿ ಸ್ವೀಕರಿಸುವಂತೆಯೂ, ಪರೋಕ್ಷವಾಗಿ ಅವರನ್ನು ಅನುಸರಿಸುವಂತೆಯೂ ಪ್ರಭಾವ ಬೀರುತ್ತದೆ. ನಾವು ವಿನಯಶೀಲರಾಗಿ ಸಹಾಯಕ್ಕಾಗಿ ಕೇಳಿಕೊಂಡರೆ ನಿಶ್ಚಯವಾಗಿಯೂ ನಮಗೆ ಮಹಾನ್ ಮಹಾತ್ಮರ ಮಾರ್ಗದರ್ಶನದ ಸಹಾಯ ದೊರೆಯುತ್ತದೆ. ಇಲ್ಲಿ ವಿನ್ಸೆಂಟ್ ಶೀಯಾನ್ ಅವರ ಗಾಂಧಿಯೊಂದಿಗಿನ ಭೇಟಿ ಮತ್ತು ಹೇಗೆ ಅವರು ಈ ಮಹಾನ್ ಸಂತನಿಂದ ಬದುಕಿರುವಾಗ ಮಾತ್ರವಲ್ಲ ಮರಣಾನಂತರವೂ ಸಹಾಯ ಪಡೆದರು ಎಂಬ ಕುರಿತ ಹೃದಯಸ್ಪರ್ಶಿ ವಿವರಣೆಯನ್ನು ನೆನೆಯದಿರಲು ಸಾಧ್ಯವಿಲ್ಲ.

ದೇವರ ಧ್ಯಾನ

ನಮ್ಮ ನಮ್ಮ ದೈನಂದಿನ ಕರ್ತವ್ಯವನ್ನು ನಿರ್ವಹಿಸುತ್ತಲೇ ನಾವು ನಿರಂತರವಾಗಿ ಭಗವಂತನನ್ನು ನೆನೆಯುತ್ತಿರುವುದು ಅತ್ಯಗತ್ಯವಾಗಿದೆ. ದೇವರ ನಾಮಾವಳಿಗಳನ್ನು ಪಠಿಸುತ್ತಿರುವುದರ ಮೂಲಕ ಇದನ್ನು ಮಾಡಬಹುದಾಗಿದೆ. ನಾವು ಭಗವಂತನನ್ನು ನಮ್ಮ ನಿರಂತರ ಸಹವರ್ತಿಯನ್ನಾಗಿ ಮಾಡಿಕೊಳ್ಳಬಹುದು. ಅವನೊಂದಿಗೆ ಮಾತನಾಡಬಹುದು, ಸಂಪರ್ಕಿಸಬಹುದು, ಅವನ ಸಹಾಯ ಮತ್ತು ಮಾರ್ಗದರ್ಶನವನ್ನು ಬೇಡಬಹುದು. ಪ್ರೀತಿಯ ಬಂಧನದಲ್ಲಿ ಅವನನ್ನು ನಾವು ಬಲವಾಗಿ ನಂಬಿದ್ದರೆ ಬಲವಂತ ಕೂಡ ಮಾಡಬಹುದು. ನಮ್ಮ ಧಾರ್ಮಿಕ ಸಾಹಿತ್ಯವು ಐಹಿಕವಾದ ಅನುಭವಗಳ ಮೂಲಕವೇ ಮಹಾನ್ ಆಧ್ಯಾತ್ಮಿಕ ಸತ್ಯಗಳನ್ನು ಜನಸಾಮಾನ್ಯರಿಗೆ ಅರ್ಥವಾಗುವ ಸುಲಭದ ಭಾಷೆಯಲ್ಲಿ ಹೇಳುವುದು ಸುಲಭ ಮತ್ತು ಉಪಯುಕ್ತ ಎಂಬುದಾಗಿ ಕಂಡುಕೊಂಡಿವೆ. ಹೀಗೆ ಭಕ್ತನು ಮಾಡುವ ಭಗವಂತನ ನಿರಂತರ ನೆನಪನ್ನು ಹೆಣ್ಣು ತನ್ನ ಪ್ರಿಯಕರನನ್ನು ಅನವರತ ಭಾವಪರವಶಳಾಗಿ ನೆನೆಯುತ್ತಿರುವ ರೀತಿಗೆ ಹೋಲಿಸಲಾಗಿದೆ. ಅವಳು ತನ್ನ ದೈನಂದಿನ ಜಂಜಾಟದ ಕೆಲಸ ಕಾರ್ಯಗಳನ್ನು ಮಾಡುತ್ತ ಹೋಗುತ್ತಾಳೆ. ಆದರೆ ಸದಾ ಅವಳ ಮನೋಭಿತ್ತಿಯಲ್ಲಿ ಅವಳ ಪ್ರಿಯಕರನ ಚಿತ್ರವು ಕಾಣುತ್ತಿರುತ್ತದೆ. ಅವನ ಮೋಹದ ಸಂಭಾಷಣೆ, ಅವನ ಮುಖ, ಅವನ ರೂಪುರೇಷೆ ಮತ್ತೇನೇನಿಲ್ಲ. ಹಾಗೆಯೆ, ಅವನು ಯಾವುದರಲ್ಲೇ ತೊಡಗಿಕೊಂಡಿರಲಿ, ಭಕ್ತನು ಒಂದೇ ಒಂದು ಕ್ಷಣ ಕೂಡಾ ಭಗವಂತನ ಪ್ರಜ್ಞೆಯ ಹಿಡಿತದಿಂದ ತಪ್ಪುವುದಿಲ್ಲ.

ಭಾರತದಲ್ಲಿ ಜನಪ್ರಿಯವಾದ ಸಾಮೂಹಿಕ ಮನರಂಜನೆಯ ಒಂದು ವಿಧಾನವಿದೆ. ಅಲ್ಲಿ ಪಂಡಿತರೊಬ್ಬರು ಜನಪ್ರಿಯ ಭಾಷೆಯಲ್ಲಿ ಹಾಡು, ಪೌರಾಣಿಕ ಕತೆಗಳನ್ನೆಲ್ಲ ಬಳಸಿಕೊಂಡು ಭಗವಂತನ ಚಿಂತನೆಯೇ ಪ್ರಧಾನವಾಗಿರುವ ಪುರಾಣ ಪ್ರವಚನವನ್ನು ನೀಡುತ್ತಾರೆ. ಈ ಸಾಮೂಹಿಕವಾದ ಭಗವತ್ ಚಿಂತನೆಯು ಆಗಾಗ ಸಾಮೂಹಿಕ ಭಜನೆಯಾಗಿಯೂ ಸಾಗುವುದುಂಟು. ಇದು ಬೈಬಲ್‌ನ ವಾಕ್ಯವನ್ನು ನೆನಪಿಸುತ್ತದೆ.

> *''ಎಲ್ಲಿ ಇಬ್ಬರು ಮೂವರು ಜೊತೆಯಾಗಿ ಸೇರಿ ನನ್ನನ್ನು ನೆನೆಯುವರೋ ಅಲ್ಲಿ ಅವರ ನಡುವೆ ನಾನಿರುತ್ತೇನೆ.''*
>
> **- ಹದಿಮೂರನೆಯ ಅಧ್ಯಾಯ**
> ***(ಮ್ಯಾಥ್ಯೂರವರ ಸತ್ಯಸಂದೇಶ)***

ಪ್ರೇಕ್ಷಕರಲ್ಲಿ ಕೆಲವರು ಅಪರೂಪವೇನಲ್ಲವೆಂಬಂತೆ ಭಾವಾತಿರೇಕಕ್ಕೆ ಒಳಗಾಗುವುದೂ ಇದೆ. ಮೈ ನಡುಗಿ, ರೋಮಾಂಚಿತರಾಗಿ ಆನಂದಭಾಷ್ಪ ಸುರಿದು ಒಂದು ಬಗೆಯ ಅರೆಪ್ರಜ್ಞಾವಸ್ಥೆಗೆ ತಲುಪುವುದು ಕೂಡಾ ಇರುತ್ತದೆ.

ಹಿಂದಿನ ಒಂದು ಅಧ್ಯಾಯದಲ್ಲಿ ಗಮನಿಸಿರುವಂತೆ, ಸಾಮಾನ್ಯ ಮನುಷ್ಯನು ಇಂದ್ರಿಯಗಮ್ಯವಲ್ಲದ ಉನ್ನತವಾದ ಯಾವುದೇ ಆನಂದಾತಿರೇಕವನ್ನು ಕಂಡು ಕೊಳ್ಳಲು ಸಾಧ್ಯವಾಗದಿರಬಹುದು. ಹಂತಹಂತವಾಗಿ ಅವನನ್ನು ಎತ್ತರೆತ್ತರದ ಸ್ತರಗಳಿಗೆ ಕೊಂಡೊಯ್ದು, ಸೂಕ್ಷ್ಮಾನುಭವಕ್ಕೆ ಸಂವೇದನಾಶೀಲನನ್ನಾಗಿಸುವವರೆಗೆ ಅವನು ತನ್ನ ಇಂದ್ರಿಯಗಳಿಗೆ ನಿಲುಕಿದಷ್ಟನ್ನೇ ಪ್ರಾಮಾಣಿಕವಾಗಿ ನಂಬಿದ್ದಲ್ಲಿ ನಾವವನತ್ತ ನಗಬಾರದು. ಉನ್ನತಸ್ತರದ ಬದುಕಿನ ಆರಂಭಿಕ ಹಂತವೇ ಶ್ರದ್ಧೆ. ಭಗವಂತನಲ್ಲಿ ಶ್ರದ್ಧೆ, ವಿಶ್ವಾಸ ಮತ್ತು ನಂಬುಗೆ. ಉನ್ನತಸ್ತರದ ಬದುಕು ಮತ್ತು ಉನ್ನತಸ್ತರದ ಸಚ್ಚಿದಾನಂದದಲ್ಲಿ ಶ್ರದ್ಧೆ. ಜ್ಞಾನೋದಯವನ್ನು ಪಡೆದವರ ಕರ್ತವ್ಯವೇನೆಂದರೆ, ಅವರು ಸಾಮಾನ್ಯರಿಗೆ ಮಾರ್ಗದರ್ಶನವನ್ನು ನೀಡಿ ಕ್ರಮೇಣ ಅವರನ್ನು ಸದ್ಗತಿಯತ್ತ ಕರೆದೊಯ್ಯಬೇಕು. ಮೇಲೆ ಹೇಳಿದಂಥ ಸತ್ಸಂಗ ಅಂಥ ಮಾರ್ಗದರ್ಶನ ನೀಡುತ್ತದೆ. ಕೇಳುಗನು ತನ್ನ ಸಮಾಜದೊಂದಿಗೇ ಕೂತು ಈ ಭಗವಂತನ ಕಡೆಗೆ ಆತ್ಮನು ನಡೆಸುವ ಆರೋಹಣದ ಕಷ್ಟನಷ್ಟಗಳನ್ನು ಕೇಳುತ್ತ ತನ್ನನ್ನೇ ಅದರಲ್ಲಿ ಕಂಡುಕೊಳ್ಳುತ್ತಾನೆ. ಅಂತಿಮವಾಗಿ ಇಂಥ ಕತೆಗಳಲ್ಲಿ ಭಕ್ತ ಮತ್ತು ಧರ್ಮನಿಷ್ಠೆಯ ಗೆಲುವನ್ನು ಪ್ರತಿಪಾದಿಸಿ ದೇವರು ಮತ್ತು ಅವನ ಲೋಕ ಕಲ್ಯಾಣದ ಒಳಿತು ಮಾಡುವ ಗುಣವನ್ನು ಮನದಟ್ಟು ಮಾಡಿಕೊಡಲಾಗುತ್ತದೆ.

□□

17

ಪಾವಿತ್ರ್ಯದ ಹಾದಿ - 2

''ಜೀವನವೆಂಬೋ ತೀರ್ಥಯಾತ್ರೆಯನ್ನು ಸರ್ವವೂ ಆ ಭಗವಂತ ನಿಗೇ ಅರ್ಪಣೆ ಎಂದು ಹೃತ್ಪೂರ್ವಕವಾಗಿ ನಂಬಿ ಪೂರ್ತಿಗೊಳಿಸಿ.''

-ಮಾರ್ಕ್ಸ್ ಔರ್ಲೀಸ್

ತೀರ್ಥಯಾತ್ರೆಯ ಮೂರು ವಿಶಿಷ್ಟ ಅಂಶಗಳು

ಸಾಮಾನ್ಯವಾಗಿ ಎಲ್ಲಾ ಧರ್ಮಗಳಲ್ಲೂ ಇರುವ ಇನ್ನೊಂದು ಶಿಸ್ತಿನ ಬಗ್ಗೆ ನಾವೀಗ ಗಮನಿಸೋಣ. ಅದು ತೀರ್ಥಯಾತ್ರೆ.

ನಿಮಗೆ ತಿಳಿದಿರುವಂತೆ ಯಾತ್ರಿಗಳು ಭಕ್ತಿಯಿಂದ ಒಂದು ಪವಿತ್ರ ಸನ್ನಿಧಿಯಿಂದ ಇನ್ನೊಂದಕ್ಕೆ ಪ್ರಯಾಣಿಸುವ ಮಂದಿ. ಮಾರ್ಕ್ಸ್ ಔರ್ಲೀಸ್ ಈ ಜೀವನವೇ ಒಂದು ತೀರ್ಥಯಾತ್ರೆ ಎಂದು ಪರಿಗಣಿಸುತ್ತಾರೆ. ಅಮೆರಿಕಾದ ಪಿಲಿಗ್ರಿಂ ಫಾದರ್ಸ್ ದಂತಕತೆಗೆ ಒಂದು ವಿಶೇಷ ಮಹತ್ವವಿದೆ. ಪ್ರತಿಯೊಂದು ಧರ್ಮವೂ ತನ್ನದೇ ಆದ ತೀರ್ಥಕ್ಷೇತ್ರಗಳನ್ನು ಹೊಂದಿದೆ. ಜೆರುಸಲೇಂ, ಮೆಕ್ಕಾ, ಬನಾರಸ್, ಬೋಧಗಯಾ ಮತ್ತೆ ಹಲವು. ಇಂಥ ತೀರ್ಥಯಾತ್ರೆ ಕೈಗೊಳ್ಳಲು ಒಂದುಗೂಡಿ ಸಹಕರಿಸುವುದು ಮತ್ತು ಅಂಥವರನ್ನು ಪರಿಶುದ್ಧರಾದವರೆಂದು ಪರಿಗಣಿಸುವುದು ಕೂಡಾ ಬಹುತೇಕ ಎಲ್ಲಾ ಧರ್ಮಗಳಲ್ಲಿ ಸಾಮಾನ್ಯವಾಗಿ ಕಂಡುಬರುವ ವಿದ್ಯಮಾನವೇ. ಹಿಂದೂ ಸನ್ಯಾಸಿಗಳಿಗೆ ಹೆಚ್ಚು ಕಾಲ ಒಂದೇ ಸ್ಥಳದಲ್ಲಿ ನಿಲ್ಲುವುದು ನಿಷಿದ್ಧವಾಗಿರುವುದರಿಂದ ಒಂದು ಹಂತದವರೆಗೆ ಅವರು ನಿರಂತರವಾಗಿ ತೀರ್ಥಯಾತ್ರೆಯಲ್ಲೆ ತೊಡಗಿರ ಬೇಕಾಗುತ್ತದೆ.

ತೀರ್ಥಯಾತ್ರೆಯಲ್ಲಿ ಮೂರು ವಿಶಿಷ್ಟ ಅಂಶಗಳಿವೆ. ಯಾತ್ರಿ, ಯಾತ್ರಾ ಸ್ಥಳ ಮತ್ತು ಯಾತ್ರೆಯ ಪ್ರಕ್ರಿಯೆ. ಒಂದು ಯಾತ್ರಾಸ್ಥಳದ ಪಾವಿತ್ರ್ಯವು ಶ್ರದ್ಧೆ ಮತ್ತು ಭಾವನೆ ಗಳನ್ನು ಅವಲಂಬಿಸಿರುತ್ತದೆ. ಅಂಥ ಸ್ಥಳದ ಬಗ್ಗೆ ಹಲವಾರು ಕತೆಗಳು

ಹುಟ್ಟಿಕೊಂಡಿರುತ್ತವೆ. ಅವು ಒಂದು ಇನ್ನೊಂದಕ್ಕಿಂತ ಭಿನ್ನವಾಗಿರುತ್ತವೆ. ಯಾತ್ರೆ ಕೈಗೊಳ್ಳುವ ಒಬ್ಬ ವ್ಯಕ್ತಿಯ ಮನಸ್ಸಿನಲ್ಲಿ ಆ ಪವಿತ್ರ ಸ್ಥಳದ ಪಾವಿತ್ರ್ಯದ ಕೇಂದ್ರದ ಚಿತ್ರವಿರುತ್ತದೆ. ಅದು ಪವಿತ್ರ ವ್ಯಕ್ತಿ ಮತ್ತು ಆತನ ಪವಿತ್ರ ಲೀಲೆಗಳ ಜತೆ ತಾದ್ಯಾತ್ಮ ಹೊಂದಿರುತ್ತದೆ.

ತೀರ್ಥಯಾತ್ರೆಯೆಂಬುದರ ಪರಿಕಲ್ಪನೆ ವಾಸ್ತವವಾಗಿ ಒಬ್ಬ ಭಾವೀ ತೀರ್ಥಯಾತ್ರಿಯ ಮನಸ್ಸಿನಲ್ಲೇ ಮೂಡಿಬರುತ್ತದೆ. ತೀವ್ರವಾದ ಬಯಕೆ, ಒಮ್ಮೆ ಹೋಗಿ ಬರಬೇಕೆಂಬ ತುಡಿತ ಮೊದಲಿಗೆ ಹುಟ್ಟುತ್ತದೆ. ಎರಡನೆಯದಾಗಿ ಒಮ್ಮೆ ಸ್ಥಳವು ನಿರ್ಧಾರವಾದರೆ ಅದು ಆತನ ಕಲ್ಪನಾವಿಲಾಸದ ಮೇಲೆ ಇನ್ನಿಲ್ಲದ ಪ್ರಭಾವವನ್ನು ಬೀರತೊಡಗುತ್ತದೆ. ಸಾಧಾರಣವಾಗಿ ಹೀಗೆ ಆಯ್ಕೆ ಮಾಡುವ ಸ್ಥಳವು ಬಹುದೂರದ್ದೂ, ಸುಲಭವಾಗಿ ತಲುಪಲಾರದ್ದೂ, ಆಗಿರುತ್ತದೆ. ಬಹುದಿನಗಳ ಪ್ರಯಾಣವನ್ನು ಒಳಗೊಂಡಿರುತ್ತದೆ. ಹಿಂದಿನ ಕಾಲದಲ್ಲಿ ಈ ಪ್ರಯಾಣವನ್ನು ಬಹುತೇಕ ಕಾಲ್ನಡಿಗೆಯಲ್ಲೇ ಮಾಡಬೇಕಾಗುತ್ತಿತ್ತು. ಹಲವಾರು ದಿನಗಳ ಕಾಲ, ತಿಂಗಳ ಕಾಲ ಹೀಗೆ ದೂರವಿರಬೇಕಾಗಿ ಬಂದಾಗಲೆಲ್ಲ ತನ್ನ ಐಹಿಕ ಸಂಪತ್ತು, ಆಸ್ತಿಪಾಸ್ತಿಗಳನ್ನೆಲ್ಲ ಬೇರೆ ಯಾರದಾದರೂ ಸುಪರ್ದಿಗೆ ಒಪ್ಪಿಸಿ ಹೊರಡ ಬೇಕಾಗುತ್ತಿತ್ತು. ಹೀಗೆ ಅಲ್ಲಿ ದೈನಂದಿನ ಜೀವನದ ಜಂಜಾಟದಿಂದ ಒಂದು ಬಗೆಯ ಮುಕ್ತಿಯೂ, ಐಹಿಕ ವಸ್ತುಗಳಿಂದ ದೂರವಿರುವ ಸರ್ವಸಂಗ ಪರಿತ್ಯಕ್ತ ಸ್ಥಿತಿಯೂ ಸಾಧ್ಯವಾಗುತ್ತಿತ್ತು. ಅಂಥ ಸುದೀರ್ಘ ಪ್ರಯಾಣದ ಕಾಲದಲ್ಲಿ ಇಡೀ ಯಾತ್ರೆಗೆ ಬೇಕಾದಷ್ಟು ಆಹಾರವನ್ನು ಹೊಂದಿರುವುದೂ ಸಾಧ್ಯವಿರಲಿಲ್ಲ. ಹಾಗಾಗಿ ಅಂಥ ಸಮಯದಲ್ಲಿ ಅಗತ್ಯಬಿದ್ದರೆ ಏನೂ ಇಲ್ಲದೆ ಉಳಿಯುವುದಕ್ಕೂ ಮಾನಸಿಕವಾಗಿ ಸಿದ್ಧರಾಗಿರಬೇಕಾಗುತ್ತಿತ್ತು.

ಒಮ್ಮೆ ಸಂಕಲ್ಪಿಸಿದ ಬಳಿಕ ತೀರ್ಥಯಾತ್ರೆಯು ಒಬ್ಬನ ಆಲೋಚನೆಗಳನ್ನು ಬಹುಮಟ್ಟಿಗೆ ಪೂರ್ತಿಯಾಗಿ ಆವರಿಸಿಕೊಂಡು ಬಿಡುತ್ತದೆ. ದಿನಗಳೆದಂತೆಲ್ಲ ಅದು ಹೆಚ್ಚುತ್ತ ಹೋಗುತ್ತದೆ. ಬೇರೆಲ್ಲ ಸಂಗತಿಗಳ ಬಗ್ಗೆ ಯೋಚಿಸುವುದು ಕಡಿಮೆಯಾಗುತ್ತಾ ಈ ಪವಿತ್ರಸ್ಥಳದ ಬಗ್ಗೆಯೇ ಹೆಚ್ಚು ಹೆಚ್ಚು ಯೋಚಿಸುವುದು ಸಾಧ್ಯವಾಗುತ್ತದೆ. ಅದನ್ನು ತಲುಪುವುದು ಕೊನೆಗೂ ಸಾಧ್ಯವಾದೀತೇ, ಆ ಪವಿತ್ರ ದಿವ್ಯ ಸನ್ನಿಧಿಯಲ್ಲಿ ಏಕಾಂತವಾಗಿ ಮುಖಾಮುಖಿ ನಿಲ್ಲುವ ಕ್ಷಣ ಸಾಕ್ಷಾತ್ಕರಿಸುವುದೇ? ಅಕಸ್ಮಾತ್, ಏನಾದರೂ ಸಂಭವಿಸಿ ತನ್ನ ಯಾತ್ರೆಯನ್ನು ಕೈಬಿಡಬೇಕಾಗಿ ಬಂದರೇ? ಅಂಥ ಹಲವು ಹತ್ತು ಆತಂಕಗಳು ಭಾವೀ ಯಾತ್ರಿಕನನ್ನು ಕಾಡಾತೊಡಗುತ್ತವೆ. ಆದರೆ ಇಂಥ ಎಲ್ಲಾ ಆತಂಕಗಳೂ ಐಹಿಕ ಬದುಕಿನ ದೈನಂದಿನ ಚಿಂತೆ ಆತಂಕಗಳಂತಿರದೆ ಅವನನ್ನು ಒಂದು ರೀತಿಯಲ್ಲಿ ಉನ್ನತಿಗೆ ಏರಿಸುವಂತಿರುತ್ತವೆ.

ಆಮೇಲೆ ಅಲ್ಲಿ ಪ್ರಯಾಣದ ಮೊದಲು ಮತ್ತು ಯಾತ್ರೆಯ ಅವಧಿಯಲ್ಲಿಯೂ ಕೂಡಾ ಒಂದು ಬಗೆಯ ಪ್ರಾಯಶ್ಚಿತ್ತವೂ ಒಳಗೊಂಡಿರುತ್ತದೆ. ಕೆಲವು ಧರ್ಮಗಳಲ್ಲಿ ಉಪವಾಸ, ನಿಸ್ಸಂಗ, ಧ್ಯಾನ ಅಥವಾ ಭಗವನ್ನಾಮ ಸ್ಮರಣೆ, ಬಟ್ಟೆ ಬರೆಯ ಬಣ್ಣದ ಮೇಲೆ ನಿರ್ಬಂಧ, ಕ್ಷೌರ ಮಾಡದಿರುವಂಥ ವ್ರತ ನೇಮಾಚರಣೆಯಂಥ ಕಟ್ಟುನಿಟ್ಟುಗಳೂ ಯಾತ್ರಾವಧಿ ಅಥವಾ ಅದಕ್ಕಿಂತ ಹೆಚ್ಚಿನ ಅವಧಿಗೆ ನಿರ್ದೇಶಿಸಿರುವುದೂ ಉಂಟು. ಒಂದಾದರೂ ದುರಭ್ಯಾಸ ಅಥವಾ ದುರ್ಗುಣ ವನ್ನು ಬಿಟ್ಟುಬಿಡುವ ಪ್ರತಿಜ್ಞಾವಿಧಿ ಸ್ವೀಕರಿಸುವ ಕ್ರಮವೂ ಇರುತ್ತದೆ. ಒಬ್ಬ ಯಾತ್ರಿಯು ತನ್ನ ಸಹಯಾತ್ರಿಯ ಕ್ರಮಬದ್ಧವಾದ ಯಾವುದೇ ಬೇಡಿಕೆಯನ್ನು ನಿರಾಕರಿಸುವಂತಿಲ್ಲ.

ತೀರ್ಥಯಾತ್ರೆಯ ಹಿಂದಿರುವ ಚಿಂತನೆ

ಇಂಥ ತೀರ್ಥಯಾತ್ರೆಗಳ ಹಿಂದಿರುವ ತಾತ್ವಿಕವಾದ ಮರ್ಮ ಏನಿರಬಹುದು? ಇಂಥ ಯಾತ್ರೆಗಳು ಆಧ್ಯಾತ್ಮಿಕ ನೆಲೆಯಲ್ಲಿ ಉನ್ನತವಾದ ಚಿಂತನೆಗೆ, ಮತ್ತು ಸ್ವಾರ್ಥರಹಿತ ಜೀವನಕ್ರಮಕ್ಕೆ ಒಬ್ಬನನ್ನು ತಯಾರು ಮಾಡುವಲ್ಲಿ ಬಹುಮುಖ್ಯ ಪಾತ್ರವಹಿಸುತ್ತವೆ. ದೇಹ, ಮನಸ್ಸು, ಬುದ್ಧಿ ಮತ್ತು ಹೀಗೆ ಆತ್ಮವೂ ಉನ್ನತಸ್ತರದ ಬದುಕಿಗೆ ತಕ್ಕಂತೆ ತಮ್ಮ ಚಟುವಟಿಕೆಗಳನ್ನು ಹೊಂದಿಸಿಕೊಳ್ಳುತ್ತದೆ. ಎಲ್ಲಾ ಅಭ್ಯಾಸಗತ ದೌರ್ಬಲ್ಯಗಳು, ಸಣ್ಣತನ, ಸ್ವಾರ್ಥ ಇತ್ಯಾದಿಗಳು ಸ್ವಲ್ಪ ಸಮಯ ಬಿಟ್ಟು ಹೋಗುತ್ತವೆ. ಸಹಾಯ ಮಾಡುತ್ತ, ತನಗೇ ಸಹಾಯ ಮಾಡಿಕೊಳ್ಳುವ ಪರಿಯಿದು. ಪರಿಣಾಮದಲ್ಲಿ ತನಗೆ ತಾನೇ ಹೊಸಬಗೆಯ ಬದುಕಿನ ಒಂದು ಪ್ರಯೋಗ, ಅವಕಾಶ ಒದಗಿಸುಕೊಳ್ಳುತ್ತಿದ್ದಾನೆ. ಪವಿತ್ರವಾದ ದಿವ್ಯ ಸನ್ನಿಧಿಯಲ್ಲಿ ಮುಖಾಮುಖಿ ನಿಲ್ಲುವ ಸಾಕ್ಷಾತ್ಕಾರದ ಕ್ಷಣವೇ ಭೌತಿಕ ಶರೀರದ ಮೇಲೆ ಆಧ್ಯಾತ್ಮಿಕ ಆತ್ಮಶಕ್ತಿಯು ವಿಜಯ ಸಾಧಿಸುವ ಸಾರ್ಥಕ ಕ್ಷಣವಾಗಿದೆ. ಈ ಸಂಕಲ್ಪಸಿದ್ಧಿಯು ಬಯಸಿದಂತೆಯೇ ಈಡೇರಿತು, ಯಾತ್ರಿಯು ತನ್ನ ಸ್ಥಳಕ್ಕೆ ಹಿಂದಿರುಗಿ ಯಾವತ್ತಿನ ಸಹಜ ಜೀವನಕ್ಕೆ ಹೊಂದಿಕೊಳ್ಳುತ್ತಾನೆ. ತದನಂತರದಲ್ಲಿ ಅದು ಅವನ ಜೀವನದ ಮೇಲೆ ತನ್ನ ಅಚ್ಚಳಿಯದ ಪ್ರಭಾವವನ್ನು ಮೂಡಿಸುವಲ್ಲಿ ವಿಫಲವಾಗುವುದೆ?

ತೀರ್ಥಯಾತ್ರೆಯ ಅನುಭವವನ್ನು ದಾಖಲಿಸುವ ಅನೇಕಾನೇಕ ಅದ್ಭುತ ಕೃತಿಗಳು ಲಭ್ಯವಿವೆ. ಬುನ್ಯಾನ್ ಬರೆದ 'ದ ಪಿಲಿಗ್ರಿಮ್ಸ್ ಪ್ರೊಗ್ರೆಸ್' ಕೃತಿ ದುರಾದೃಷ್ಟವಶಾತ್ (ಅಥವಾ ಅದೃಷ್ಟವಶಾತ್?) ಒಂದು ಸಾಂಕೇತಿಕ ಕತೆ. 'ಟೂ ಓಲ್ಡ್ ಮೆನ್' ಎಂಬ ಜೆರುಸಲೇಮ್ ಯಾತ್ರೆಯ ಕುರಿತು ಕೌಂಟ್ ಲಿಯೋ ಟಾಲಸ್ಟಾಯ್ ಅವರ ಒಂದು ಸುಂದರ, ತುಂಬ ಸರಳವಾದ ಆದರೆ ಮಹತ್ವಪೂರ್ಣವಾದ ಓದಲೇ ಬೇಕಾದ ಕತೆಯಿದೆ. ಅದ್ಭುತ ಪವಾಡಗಳಂಥ ಅನುಭವಗಳಿರುವ ಒಂದು ವಿಲಕ್ಷಣ ಪುಸ್ತಕ,

ಧಾರ್ಮಿಕವಾಗಿಯೂ, ಅಲ್ಲದೆಯೂ ಕುತೂಹಲಕರವಾದದ್ದು. ಒಬ್ಬ ಯಾತ್ರಿಯ ಬಗ್ಗೆ ವಿಜ್ಞಾನಿಯೊಬ್ಬರು ಬರೆದ 'ಎ ಜರ್ನಿ ಟು ಲೂರ್ಡ್ಸ್'. ಡಾ. ಅಲೆಕ್ಸಿಸ್ ಕ್ಯಾರಲ್ ತೀರ ವಿಷಮಸ್ಥಿತಿಯ ಕ್ಷಯರೋಗಕ್ಕೆ ತುತ್ತಾಗಿದ್ದ ಒಬ್ಬ ರೋಗಿಯನ್ನು ಯಾತ್ರಾ ಕೇಂದ್ರವೂ ಪವಾಡಕ್ಷೇತ್ರವೂ ಆದ ಲ್ಯೂರ್ಡ್ಸ್‌ನ ಹಾದಿಯಲ್ಲಿ ಜೊತೆಯಾಗಿದ್ದ ಅನುಭವವನ್ನು ಇಲ್ಲಿ ಬರೆದಿದ್ದಾರೆ. ಯುವ ಕ್ಯಾರಲ್‌ಗೆ ವಾಸ್ತವವಾಗಿ ಅದೊಂದು ಸತ್ಯಶೋಧನಾ ಯಾತ್ರೆಯಾಗಿತ್ತು.

ಡಾ. ಎಜೆ. ಕ್ರೋನಿನ್ ಹೇಳಿರುವಂತೆ ವೈದ್ಯಕೀಯ ವ್ಯಕ್ತಿಗಳು ಸಾಧಾರಣವಾಗಿ ಏನನ್ನೂ ಆರಂಭದಲ್ಲಿಯೇ ನಂಬುವುದಿಲ್ಲ. ಹಾಗಾಗಿಯೇ ಡಾ. ಕ್ಯಾರಲ್ ಅವರ ವಿವರ ಮತ್ತು ಗ್ರಹೀತಗಳೆಲ್ಲ ಸಾಕಷ್ಟು ಭಾರವಾಗಿಯೇ ಇವೆ. ಪವಾಡ ಸದೃಶವಾದ ಚೇತರಿಕೆಯೊಂದು ಅವರ ಕಣ್ಣೆದುರೇ ಸಾಧ್ಯವಾಗಿದ್ದು ಅವರ ಕಣ್ಣುಗಳನ್ನು ತೆರೆಸಿತು ಮತ್ತು ಅವರು ಪ್ರಾರ್ಥನೆಯ[1] ಅಪರಿಮಿತ ಶಕ್ತಿಯ ಬಗ್ಗೆ ಶ್ರದ್ಧೆ ತಳೆದರು ಮಾತ್ರವಲ್ಲ ಅದನ್ನವರು ತಮ್ಮ ಬರಹಗಳ ಸರಣಿಯುದ್ದಕ್ಕೂ ಇತರರೊಂದಿಗೆ ಹಂಚಿಕೊಂಡರು.

□□

1. ಮೂರನೆಯ ಅನುಬಂಧ ನೋಡಿ.

18

ಪರಿಕಲ್ಪನೆಗಳು ಹೊಸವೆ, ಹಳೆಯವೆ ?

''ಜ್ಞಾನವು ಬರುತ್ತದೆ. ಆದರೆ ಕಾಣ್ಕೆ ತಿಪ್ಪರಲಾಗ ಹಾಕುತ್ತಿರುತ್ತದೆ.''

-ದ ಬೈಬಲ್

''ಎಲ್ಲಾ ಬದಲಾವಣೆಯೂ ಪ್ರಗತಿಯಲ್ಲ
ಎಲ್ಲಾ ಜ್ಞಾನವೂ ಕಾಣ್ಕೆಯಲ್ಲ.''

-ಅಬ್ರಹಾಂ ಲಿಂಕನ್

ಭೂಮಿಯ ಮೇಲಿನ ಎಲ್ಲವೂ ಗೌರವಾರ್ಹ

ಈ ಹಿಂದೆಯೇ ಉಲ್ಲೇಖಿಸಲಾದ ಹಿಂದೂಗಳ ಪವಿತ್ರಗ್ರಂಥ ಮಹಾಭಾರತದ ಬಗ್ಗೆ ನೀವು ಕೇಳಿರಬಹುದು. ಪುರಾಣಕಾಲದ ಭಾರತದ ಕ್ಷತ್ರಿಯವಂಶದ ಕತೆಯಿದು. ಎರಡು ಕುಲದ ಮುಖಂಡರಾದ ಯುಧಿಷ್ಠಿರ ಮತ್ತು ದುರ್ಯೋಧನರು ಪರಸ್ಪರ ವಿರುದ್ಧವಾದ ಎರಡು ಧ್ರುವಗಳಂತಿರುವವರು ಮತ್ತು ಅವರ ಮನೋಧರ್ಮವನ್ನು ಸೂಚಿಸುವ ಹಲವಾರು ನಿದರ್ಶನಗಳು ನಮಗೆ ಸಿಗುತ್ತವೆ. ಅವುಗಳಲ್ಲಿ ಅರ್ಥಪೂರ್ಣವಾದ ಒಂದೆರಡನ್ನು ಇಲ್ಲಿ ನಿರೂಪಿಸಲಾಗಿದೆ.

ಅವರಿಬ್ಬರೂ ವಿದ್ಯಾರ್ಥಿಗಳಾಗಿದ್ದಾಗ ಅವರ ಗುರುಗಳಾಗಿದ್ದ ದ್ರೋಣರು ನೇರ ಮತ್ತು ಮೃದು ಸ್ವಭಾವದ ಯುಧಿಷ್ಠಿರನ ಕಡೆ ಒಲವು ಹೊಂದಿರುವುದಕ್ಕೆ ಸಾಕಷ್ಟು ಕಾರಣಗಳಿದ್ದವು. ಇದು ಯುಧಿಷ್ಠಿರನ ದೊಡ್ಡಪ್ಪ ಮತ್ತು ದುರ್ಯೋಧನನ ತಂದೆಯಾದ ಅಂಧ ಧೃತರಾಷ್ಟ್ರನ ನಿರಂತರ ವಿರೋಧಕ್ಕೆ ಕಾರಣವಾಗುತ್ತಿತ್ತು. ಗುರುವು ತನ್ನ ಆಯ್ಕೆಯನ್ನು ಸಾಬೀತು ಮಾಡಿ ತೋರಿಸಲು ಬಯಸುತ್ತಿದ್ದ. ಒಂದುದಿನ ಕುರುಡು ರಾಜನ ಎದುರೇ ಒಬ್ಬರಿಗೆ ತಿಳಿಯದ ಹಾಗೆ ಇನ್ನೊಬ್ಬರಿಗೆ ತಲಾ ಒಂದೊಂದು ಚಿನ್ನದ ನಾಣ್ಯವನ್ನು ನೀಡಿ ಇಬ್ಬರಿಗೂ ಒಂದೊಂದು

ಖಾಲಿಯಾದ ಕತ್ತಲ ಕೋಣೆಯನ್ನು ತೋರಿಸಿ ಆ ಹಣವನ್ನು ಬಳಸಿ ಹೇಗಾದರೂ ಮಾಡಿ ಕೋಣೆಯನ್ನು ತುಂಬಿಬಿಡಬೇಕೆಂದು ಹೇಳಲಾಯಿತು. ದುರ್ಯೋಧನನು ಹಿಂದುಮುಂದು ನೋಡದೆ ಸಂತೆಗೆ ಹೋಗಿ ಕೆಲವು ಗಾಡಿಗಳಷ್ಟು ಒಣಹುಲ್ಲನ್ನು ಖರೀದಿಸಿ ತನಗೆ ತೋರಿಸಿದ ಕೋಣೆಯನ್ನು ತುಂಬಿಸಿಬಿಟ್ಟ. ಅದೇ ಇನ್ನೊಬ್ಬ ರಾಜಕುಮಾರನಾದರೋ ಒಂದು ಸುಂದರ ದೀಪವನ್ನು ಮತ್ತಷ್ಟು ಎಣ್ಣೆಯನ್ನೂ ಖರೀದಿಸಿ ಆ ಕೋಣೆಯಲ್ಲೊಂದು ದೀಪ ಹಚ್ಚಿಟ್ಟ. ಬೆಳಕು ಇಡೀ ಕೋಣೆಯನ್ನು ತುಂಬಿತು.

ಇನ್ನೊಂದು ಸಂದರ್ಭದಲ್ಲಿ ಇಬ್ಬರಿಗೂ ಮತ್ತೊಮ್ಮೆ ಪರೀಕ್ಷೆಗೊಡ್ಡಲಾಯಿತು. ಮೊದಲು ದುರ್ಯೋಧನನನ್ನು ಕರೆಸಲಾಯಿತು ಮತ್ತು ಸ್ನೇಹಿತರ ಬಳಗದೊಂದಿಗೆ ಹೋಗಿ ಯಾರಾದರೂ ಒಬ್ಬ ತನಗಿಂತ ವಿದ್ಯೆ ಯಾ ರೂಪ ಯಾ ಕೌಶಲದಲ್ಲಿ ಶ್ರೇಷ್ಠನಾದ ವ್ಯಕ್ತಿಯನ್ನು ಗುರುತಿಸಿ ಕರೆತರುವಂತೆ ಹೇಳಲಾಯಿತು. ಹೆಚ್ಚೇನೂ ಸಮಯ ತೆಗೆದುಕೊಳ್ಳದೆ ಅವನು ವಿಜಯೋತ್ಸಾಹದೊಂದಿಗೆ ಹಿಂದಿರುಗಿ ಬಂದನು. ತಾನು ತನ್ನ ಪ್ರಯತ್ನದಲಿ ಸಂಪೂರ್ಣವಾಗಿ ವಿಫಲನಾದುದಾಗಿಯೂ ತನಗಿಂತ ಯಾವುದರಲ್ಲಾದರೂ ಶ್ರೇಷ್ಠನಾದ ಒಬ್ಬ ವ್ಯಕ್ತಿಯೂ ಎಲ್ಲಿಯೂ ಇಲ್ಲವೆಂದೂ ಘೋಷಿಸಿದನು. ನಂತರ ಇನ್ನೊಬ್ಬ ರಾಜಕುಮಾರನನ್ನು ಕರೆಸಲಾಯಿತು. ಅವನಿಗೂ ಅಂತಹುದೇ ಕೆಲಸ ವಹಿಸಲಾಯಿತು. ಆದರೆ ಬೇರೆ, ವಿರುದ್ಧಬಗೆಯ ಕೆಲಸ. ಅವನಿಗೆ ತನಗಿಂತ ಯಾವುದರಲ್ಲಾದರೂ ಕೀಳಾದ ಒಬ್ಬ ವ್ಯಕ್ತಿಯನ್ನು ಗುರುತಿಸಿ ಕರೆತರುವಂತೆ ಹೇಳಲಾಯಿತು. ಹುಡುಗ ರಾಜಧಾನಿಯನ್ನೆಲ್ಲ ತಿರುಗಿ ಕೊನೆಗೆ ತನ್ನದೂ ಸಂಪೂರ್ಣ ವಿಫಲವಾದ ಹುಡುಕಾಟ, ತನಗಿಂತ ಕೀಳಾದ ಒಬ್ಬ ವ್ಯಕ್ತಿಯೂ ತನಗೆ ಕಂಡುಬರಲಿಲ್ಲ ಎಂದು ಘೋಷಿಸಿದನು.

ನೀತಿ ಏನೆಂಬುದು ನಿಮಗೇ ಅರಿವಾಗುತ್ತದೆ. ಹಲವಾರು ಮಂದಿ ಪಾಶ್ಚಾತ್ಯರು ಈ ನಮ್ಮ ಭಾರತೀಯ ಉಪಖಂಡವನ್ನು ಭೇಟಿಯಾಗಿದ್ದಾರೆ. ಹಲವರು ತಾವು ಕಂಡುಕೊಂಡಿದ್ದನ್ನು ದಾಖಲಿಸಿದ್ದಾರೆ, ಅವರವರ ಭಾರತದರ್ಶನ. ಒಂದು ತುದಿಯಲ್ಲಿ ಖ್ಯಾತರಾದ ಮಿಸ್ ಮಾಯೊ ತರದವರಿದ್ದಾರೆ. ಸಭ್ಯತೆಯಿಲ್ಲದ, ಶೋಚನೀಯ ಸ್ಥಿತಿಯಲ್ಲಿರುವ ದೇಶವೆಂದು ಬೊಬ್ಬಿಟ್ಟು ಓಡಿದಂತಿದೆ ಅವರು. ಗಾಂಧಿ ಹಾಸ್ಯಮಿಶ್ರಿತ ಮಾತುಗಳಲ್ಲಿ ಅದೊಂದು 'ಸರ್ಕಾರಿ ಅಧಿಕಾರಿಯ ವರದಿ' ಎಂದೇ ಬದಿಗೆ ಸರಿಸಿದ್ದರು. ಇನ್ನು ಕೆಲವರು ಅತ್ತಲೂ ಅಲ್ಲದ ಇತ್ತಲೂ ಅಲ್ಲದ ಮಧ್ಯಮ ಮಾರ್ಗವೊಂದನ್ನು ಕಂಡುಕೊಂಡರು. ಅವರಿಗೆ ಕೆಲವು ಉತ್ತಮ ಮತ್ತು ಕೆಲವು ಕೆಟ್ಟ ಸಂಗತಿಗಳು ಗೋಚರಿಸಿದವು. ಇದಾದರೆ ಯಾರಿಗಾದರೂ ಅರ್ಥವಾಗುವಂಥದೆ. ಇನ್ನು ಕೆಲವರು ಅಸಂಗತವಾದ ಏನನ್ನೂ ಕಾಣದೆ ಜನಸಾಮಾನ್ಯರ ಕಡುಬಡತನವನ್ನು, ಮೆಚ್ಚಿಕೊಳ್ಳಬಹುದಾದ ಇನ್ನೊಂದಿಷ್ಟು

ಸಂಗತಿಗಳನ್ನೂ ಕಂಡರು. ಈ ಕೊನೆಯ ವರ್ಗದಲ್ಲಿ ವಿನ್ಸೆಂಟ್ ಶಿಯಾನ್ ತರದವರು ಬರುತ್ತಾರೆ. **ಲೀಡ್ ಕೈಂಡ್ಲೀ ಲೈಟ್** ಎಂಬ ತಮ್ಮ ಗಾಂಧಿ ಕುರಿತ ಕೃತಿಯಲ್ಲಿ ಇವರು ಆಳವಾದ ಒಳನೋಟ, ಪ್ರಾಮಾಣಿಕತೆ ಮತ್ತು ತೆರೆದ ಮನಸ್ಸನ್ನು ತೋರಿಸಿದ್ದಾರೆ. ಅವರೇನೂ ಈ ಭಾರತದ ನೆಲದಲ್ಲಿ ಅನಾದಿಯಿಂದಲೂ ಇದ್ದ ಅನಿಷ್ಟಗಳನ್ನು ತಿರುಚಿ ಅಥವಾ ಹೊಸದಾದ ಅರ್ಥದಲ್ಲಿ ಕಾಣಿಸಲು ಶ್ರಮವಹಿಸಿದ್ದಾರೆಂದೇನೂ ಅಲ್ಲ. ಅವರು ಮಹಾ ಏಕಾಗ್ರತೆ ಮತ್ತು ಮಂಥನದ ಮೂಲಕ ಹಿಂದೂಗಳ ಜೀವನದ ಹಲವು ವೈಶಿಷ್ಟ್ಯಗಳ ಪ್ರಾಮುಖ್ಯತೆಯನ್ನು ಅರ್ಥಮಾಡಿಕೊಳ್ಳಲು ಪ್ರಯತ್ನಿಸಿದ್ದಾರೆ. ವಿಶೇಷತಃ ಸಾರ್ವಕಾಲಿಕ ದರ್ಶನಶಾಸ್ತ್ರದ ಓದು ಮತ್ತು ಚಿಂತನ ಮಂಥನದ ಮೂಲಕ ಹಿಂದೂ ಚಿಂತನ ಪದ್ಧತಿಯನ್ನು ಅರಿಯುವ ಅವರ ಪ್ರಯತ್ನವು ಎದ್ದುಕಾಣುತ್ತದೆ. ನನ್ನ ಅಭಿಪ್ರಾಯದಲ್ಲಿ ಶೀಯಾನ ಕೂಡಾ ಹಿಂದೂ ಜೀವನಕ್ರಮ ಮತ್ತು ಚಿಂತನಕ್ರಮದ ಒಂದು ಬಹುಮುಖ್ಯವಾದ ಗುಣವನ್ನು ಅರಿತುಕೊಳ್ಳುವಲ್ಲಿ ಸೋತಿದ್ದಾರೆ. ಅದು ಪೂಜ್ಯಭಾವದ ಬಗ್ಗೆ. ಈ ಪೂಜ್ಯಭಾವ ಬರೇ ಜೀವನ ಮೌಲ್ಯಗಳ ಬಗೆಗಲ್ಲ, ಜಗದ ಪ್ರತಿಯೊಂದು ಚರಾಚರ ವಸ್ತುವಿನಲ್ಲೂ ಹಿಂದೂಗಳಿಗಿರುವ ಪೂಜ್ಯಭಾವದ ಬಗ್ಗೆ.

ಹಸು, ಕೋತಿಗಳಂಥ ಜೀವಿಗಳೂ ಹಿಂದೂಗಳಿಗೆ ಪವಿತ್ರ ಎಂದಾಗಿದ್ದರೆ, ಹರಿದಾಡುವ ಹಾವೂ ಪೂಜನೀಯವಾಗಿದ್ದರೆ, ಭಿಕ್ಷಾಟನೆಯ ಅಲೆಮಾರಿಯು ಗೌರವಾನ್ವಿತವಾಗಿದ್ದು, ಅದು ಒಬ್ಬ ಹೊರಗಿನ ಯಾತ್ರಿಗೆ ಅಚ್ಚರಿಯನ್ನುಂಟು ಮಾಡುವುದಾದಲ್ಲಿ ಆತನಿಗೆ ತಿಳಿದಿಲ್ಲ, ಇವೆಲ್ಲ ಸಾವಿರದೊಂದು ಪೂಜನೀಯ ಸಂಗತಿಗಳಲ್ಲಿ ಬರೇ ಕೆಲವೇ ಕೆಲವು ಅಷ್ಟೇ ಎನ್ನುವುದು. ಅನುಯಾಯಿಗಳಿಗೆ ಹಿಂದೂಧರ್ಮದ ಸಾವಿರದೊಂದು ಪೂಜನೀಯ ಸಂಗತಿಗಳಲ್ಲಿ ಒಂದು ಆಲದ ಮರವೂ ಪವಿತ್ರ. ನದಿ, ನದಿಯ ನೀರು ಪವಿತ್ರ, ದರಿದ್ರನಾದ ಬಡವನಲ್ಲಿ 'ದರಿದ್ರನಾರಾಯಣ' - ನಾರಾಯಣನೇ ಹಾಗೆ ಬಂದಿದ್ದಾನೇನೋ ಎಂಬ ಪೂಜ್ಯಭಾವ. ಅತಿಥಿ, ಗುರು, ತಂದೆ, ತಾಯಿ ಎಲ್ಲರೂ ಜೀವಂತ ದೇವರು ಎಂದು ಪ್ರಾಚೀನ ವೇದಗಳಲ್ಲಿನ ಒಂದು ಪ್ರಸಿದ್ಧ ಸೂಕ್ತಿಯು ಘೋಷಿಸುತ್ತದೆ. ಹೊಸದಾದ ಏನಾದರೂ ಉದ್ಯಮ, ಸಾಹಸ ಆರಂಭಿಸುವ ಮುನ್ನ ಮಂದಿ ತಮ್ಮ ಹಿರಿಯರಿಗೆ ಸಾಷ್ಟಾಂಗವೆರಗಿ, ಗೌರವ ಸಲ್ಲಿಸಿ ಅವರಲ್ಲಿ ಯಶಸ್ಸಿನ ಆಶೀರ್ವಾದವನ್ನು ಬೇಡುತ್ತಾರೆ. ಚರಾಚರ ವಸ್ತುಗಳಿಗೆ ಮಾತ್ರವಲ್ಲ, ದೈಹಿಕವಾದ ಬಹಳಷ್ಟು ಕ್ರಿಯೆ ಪ್ರಕ್ರಿಯೆಗಳು ಕೂಡಾ ಪವಿತ್ರವಾದವು. ಆಹಾರ ಸೇವನೆಯ ಮೊದಲು ದೇವರಿಗೆ ನೈವೇದ್ಯ ಸಮರ್ಪಿಸುವ ಮೂಲಕ ಅದು ಪವಿತ್ರವಾಗುತ್ತದೆ. ಪರಮ ಪಾವನೆಯಾದ ಗಂಗಾನದಿಯಲ್ಲಿ ಮುಳುಗುತ್ತಿದ್ದೇನೆ ಎಂಬ ಸಂಕಲ್ಪದೊಂದಿಗೆ ಮಾಡುವ ಸ್ನಾನವೂ ಪವಿತ್ರ ಕ್ರಿಯೆಯೇ. ಸಂಗೀತವೂ ಪವಿತ್ರವೇ. ಆಧುನಿಕ ಚಲನಚಿತ್ರಗಳ ಆಗಮನವಾಗುವ ಮೊದಲಿದ್ದ ಹಾಡುಗಳೆಲ್ಲಾ ಕೀರ್ತನೆಗಳೇ, ಭಗವಂತನನ್ನು ಹಾಡಿ

ಕೊಂಡಾಡುವ ಭಜನೆಗಳು. ನೃತ್ಯ - ಭಾರತೀಯ ಶೈಲಿಯಲಿ, ಪಾಶ್ಚಾತ್ಯರೀತಿಗೆ ಸಂಪೂರ್ಣ ತದ್ವಿರುದ್ಧ ಬಗೆಯಲ್ಲಿ ಒಂದು ಅಭಿನಯ, ಅಥವಾ ದೈವಿಕ ಆಟದಂಥ ದೇವರ ಲೀಲಾ ವಿನೋದಗಳ ಆಂಗಿಕ ಅಭಿನಯ.

ಸೂಕ್ಷ್ಮವಾದ, ಜೈವಿಕ ಪ್ರಕ್ರಿಯೆಯಾದ ಸಂಭೋಗವೂ ಕೂಡಾ ಪವಿತ್ರವಾದುದೇ. ಮದುವೆಯ ಆಚರಣೆಗಳೆಲ್ಲದರ ಹೊರತಾಗಿ ಅಲ್ಲೊಂದು ವಿಶೇಷವಾದ ಧಾರ್ಮಿಕ ಆಚರಣೆಯಿರುತ್ತದೆ. (ಹೊಸದಾಗಿ ಮದುವೆಯಾದವರು ಗರ್ಭದಾನ ಮಾಡುವ ಮುನ್ನ ಅನುಸರಿಸುವ ಪವಿತ್ರ ಆಚರಣೆ.) ಹಾಗೆಯೇ ವಂಶೋಭಿವೃದ್ಧಿ, ಆನಂದ ಮತ್ತು ಅಮರತ್ವವನ್ನು ಈ ಗಂಡು ಹೆಣ್ಣಿನ ಮಿಲನದಲ್ಲಿ ಕಾಣುವ ಒಂದು ಸೂಕ್ತಿಯೂ ಇದೆ. ಆದರೆ ವಿದೇಶೀಯರೊಬ್ಬರಿಗೆ ಮೇಲ್ನೋಟಕ್ಕೆ ಏನು ಕಾಣುವುದೋ ಅದರ ಆಳದಲ್ಲಿರುವ ಭಾವನೆ ಮತ್ತು ಪೂಜ್ಯಭಾವ ಕಾಣಿಸುವುದಿಲ್ಲ. ಇದು ಎಲ್ಲದರಲ್ಲೂ ಚರಾಚರ ಮತ್ತು ವಸ್ತು ವಿಷಯಗಳೆಲ್ಲದರಲ್ಲೂ ಭಗವಂತನ ಒಂದು ಕೃಪೆಯ ಅಸ್ತಿತ್ವವನ್ನು, ಅಗತ್ಯವನ್ನು ಕಾಣುವ ನೋಟ.

ಈ ಜೀವನದೃಷ್ಟಿಯು ಪ್ರಾಚೀನ ಹಿಂದೂ ಜೀವನ ಪದ್ಧತಿಯಲ್ಲಿ ಸಂಪೂರ್ಣವಾಗಿ ಮಿಳಿತಗೊಂಡಿದ್ದುದರಿಂದ ನಿರ್ಲಜ್ಜ ವಿದೇಶೀಯರು ಅವರ ನೆಲದ ಮೇಲೆ ಭದ್ರವಾಗಿ ತಳವೂರುವುದು ಸಾಧ್ಯವಾಯಿತು. ಇದು ಹಲವಾರು ವಿದೇಶೀ ಆಕ್ರಮಣಕಾರರು, ವ್ಯಾಪಾರಿಗಳ ಆಗಮನದ ಆರಂಭಕ್ಕೆ ನಾಂದಿಯಾಯಿತು. ಆದಾಗ್ಯೂ, ಈ ಪೂಜ್ಯಭಾವವು ಹಿಂದೂಗಳಿಗೆ ಒಂದು ಅನನ್ಯ ಸಾಮರಸ್ಯವನ್ನು ಧರ್ಮ ಮತ್ತು ಧರ್ಮನಿರಪೇಕ್ಷರ ಜೊತೆಗಿನ ಹೊಂದಾಣಿಕೆಯಲ್ಲಿ ನಿರ್ವಹಿಸಲು ಅನುವು ಮಾಡಿಕೊಟ್ಟಿತು. ಪರಿಣಾಮದಲ್ಲಿ ಅತ್ಯಂತ ಕೆಳಸ್ತರದ ಬಡವನೊಬ್ಬ ಕೂಡಾ ಸಂತೃಪ್ತಿಯಿಂದ ಬೆಳಗುವಂತೆ ಬದುಕುತ್ತಿದ್ದ. ಅದೇ ಧರ್ಮನಿರಪೇಕ್ಷವೆನಿಸಿಕೊಂಡ ದರಿದ್ರ ಸಂದರ್ಭದಲ್ಲಿ ಬಿಳುಚಿ ಕಂಗಾಲಾದ ಸಂತೋಷವಷ್ಟೇ ಇತ್ತು. ಮತ್ತು ಹಿಂದೂ ಧರ್ಮವು ಎಲ್ಲ ಬಗೆಯ ಸಂದರ್ಭಗಳ ಬದಲಾವಣೆಯನ್ನು ಮೀರಿ ಉಳಿದುಬಂದಿದೆ. ಭಾರತದ ಪಾರಂಪರಿಕ ಸಂಸ್ಕೃತಿಯಲ್ಲಿ ಬೇರೆ ನಾಗರೀಕತೆಗಳು ನುಸುಳಿಕೊಂಡು ತಮ್ಮದೇ ಪ್ರಭಾವವನ್ನುಂಟು ಮಾಡಿರುವುದು ಗೊತ್ತಾಗುವಂತಿದೆ. ಮುಗ್ಧ ಮತ್ತು ಅನಕ್ಷರಸ್ತನಾಗುಳಿದಿರುವ ಹಿಂದೂವಿನ ಜೀವನ ಶೈಲಿಯು ಕೂಡಾ ಸುಸಂಬದ್ಧವೂ ಸಂತೃಪ್ತವೂ ಆದ ಬದುಕನ್ನು ಕೆಡಿಸುವುದೇನು, ನಾಶ ಮಾಡುವ ಹಾಗೆ ಐಹಿಕ ಸುಖಭೋಗಗಗ ಮತ್ತು ಭೌತಿಕ ಸಂಪತ್ತಿನ ಹಿಂದೆ ಹೂಡಿದ ಹುಚ್ಚು ಓಟವಾಗಿ ಬದಲಾಗಲು ಹೆಚ್ಚು ಕಾಲವೇನೂ ಕಾಯಬೇಕಾಗಿಲ್ಲ. ಪ್ರತಿಯೊಂದು 'ಪ್ರಗತಿ'ಯೂ ತನ್ನದೇ ಆದ ಅಬ್ಬರವನ್ನಿರಿಸಿಕೊಂಡಿರುವಾಗ ವರ್ಷಗಳುರುಳುತ್ತಿರುವಂತೆಯೇ ಯಾರೂ ಹಳೆಯ ರೀತಿನೀತಿಗಳಿಗೇ ಅಂಟಿಕೊಂಡಿರಲು ಸಾಧ್ಯವಾಗುವುದಿಲ್ಲ.

ಮಾನವ ಜೀವನದ ನಾಲ್ಕು ಗಮ್ಯಗಳು

ಹಿಂದೂ ಧರ್ಮದ ಇನ್ನೊಂದು ತಾತ್ವಿಕ ಪರಿಕಲ್ಪನೆಯೆಂದರೆ, ಮಾನವ ಜನ್ಮದ ನಾಲ್ಕು ಗಮ್ಯ, ಗುರಿ ಅಥವಾ ಉದ್ದೇಶಗಳ ಕುರಿತಾಗಿದೆ. ಅದನ್ನೇ ಪುರುಷಾರ್ಥ ವೆನ್ನುತ್ತಾರೆ. ಒಬ್ಬ ಪುರುಷನು ತನ್ನ ಜೀವನದಲ್ಲಿ ನಾಲ್ಕು ಸಂಗತಿಗಳಿಗಾಗಿ ಪ್ರಯತ್ನಿಸಬೇಕು. ಅದು ಧರ್ಮ ಅಥವಾ ಸರಿಯಾದ ಮಾರ್ಗ, ಪಥ. (ಬೈಬಲಿನಲ್ಲಿ ಕೂಡಾ ಇದಕ್ಕೇ ಮೊದಲ ಆದ್ಯತೆಯನ್ನು ನೀಡಲಾಗಿದೆ. 'ಮೊದಲು ದೇವನ ಸಾಮ್ರಾಜ್ಯವನ್ನು ಹುಡುಕು'), ಅರ್ಥ ಅಥವಾ ಐಹಿಕ ಉನ್ನತಿ, ಕಾಮ ಅಥವಾ ಇಂದ್ರಿಯಾನುಭೋಗ ಮತ್ತು ಕೊನೆಯದಾಗಿ ಮೋಕ್ಷ ಅಥವಾ ಭಗವಂತನಲ್ಲಿ ಐಕ್ಯಗೊಳ್ಳುವುದು. ಇವು ವಿಭಿನ್ನವಾದರೂ ಒಂದರೊಳಗೊಂದು ಸೇರಿದಂತಿರುತ್ತವೆ. ಪ್ರಬುದ್ಧನಾದ ಮನುಷ್ಯನು ಏಕಕಾಲದಲ್ಲಿ ನಾಲ್ಕನ್ನೂ ಸಾಧಿಸುತ್ತಿರುತ್ತಾನೆ, ಕ್ರಮೇಣವಾಗಿ. ಧರ್ಮಮಾರ್ಗದಲ್ಲಿ ಸಾಗುವ ಮತ್ತು ಮೋಕ್ಷವನ್ನು ಸಾಧಿಸುವ ನಡುವೆ ಉಳಿದೆರಡನ್ನೂ ಪಡೆದುಕೊಳ್ಳಬೇಕಾಗುತ್ತದೆ. ಐಹಿಕವಾದ ಉನ್ನತಿಯಿಂದ ಅವನು ತನ್ನ ಸಹವರ್ತಿಗಳಿಗೆ ತನ್ನಿಂದಾದ ನೆರವು ನೀಡುವುದು ಸಾಧ್ಯವಾಗುತ್ತದೆ. ದೈಹಿಕ ಇಂದ್ರಿಯಾನುಭೋಗವನ್ನೂ ಅವನು ಸಕಾಲಕ್ಕೆ ತೃಪ್ತಗೊಳಿಸಿಕೊಳ್ಳಬೇಕು. ಇಲ್ಲವಾದಲ್ಲಿ ಮನಸ್ಸು ಅನಗತ್ಯವಾಗಿ ಸುದೀರ್ಘಕಾಲ ಅದರ ಯೋಚನೆಯಲ್ಲೇ ಮಗ್ನವಾಗಿ ಅಭಿವೃದ್ಧಿಯಾಗುವುದಕ್ಕೆ ಅಡ್ಡಿಯಾಗುತ್ತದೆ. ''ತಿಳಿ, ಆನಂದಿಸು, ವಿಶ್ರಮಿಸು ಮತ್ತು ಪ್ರಗತಿಯತ್ತ ಸಾಗು.''

ಇದೇ ತಾತ್ವಿಕತೆಯ ತಳಹದಿಯಲ್ಲೇ ಇರುವುದು ಮನುಷ್ಯನ ಬದುಕಿನ ನಾಲ್ಕು ಆಶ್ರಮಗಳು ಅಥವಾ ಹಂತಗಳು. ಅವು ನಿಯಂತ್ರಿತವೂ ಕಠಿಣವೂ ಆದ ವಿದ್ಯಾರ್ಥಿ ಜೀವನ, ಗ್ರಹಸ್ಥ ಜೀವನ (ಸಂಸಾರಿಯಾಗಿ ಕುಟುಂಬ ಮತ್ತು ಸಮಾಜದ ಸೇವೆಯಲ್ಲಿ ತೊಡಗುವ ಅವಧಿ), ಮೂರನೆಯದು ವಾನಪ್ರಸ್ಥ ಅಥವಾ ನಿವೃತ್ತಿ ಜೀವನ. ಇದನ್ನು ಸಾಧಾರಣವಾಗಿ ಕಾಡಿನಲ್ಲಿ, ಕೊನೆಯ ಅವಧಿಗೆ ಸಿದ್ಧವಾಗುವ ನಿಟ್ಟಿನಲ್ಲಿ ಕಳೆಯುವ ಜೀವನವೆಂದು ತಿಳಿಯುತ್ತಾರೆ. ಈ ಕ್ರಮಾನುಗತ ವಿಂಗಡಣೆಯು ಒಬ್ಬ ಸಾಧಾರಣ ಮನುಷ್ಯನ ಜೀವನಕ್ರಮ ಎಂದು ತಿಳಿಯಬೇಕು. ಯಾಕೆಂದರೆ ಯುವ ವಿದ್ಯಾರ್ಥಿಯೊಬ್ಬ ನೇರವಾಗಿ ನಡುವಿನ ಎರಡು ಹಂತಗಳನ್ನು ತಪ್ಪಿಸಿ ಸಂನ್ಯಾಸವನ್ನು ಆಯ್ದುಕೊಳ್ಳುವ ಸಂದರ್ಭಗಳೂ ಇರುತ್ತವೆ.

ಆಶ್ಚರ್ಯವೆಂದರೆ ಇಂದಿನ ಆಧುನಿಕ ಯುಗದಲ್ಲಿ ಈ ನಾಲ್ಕು ಹಂತದಲ್ಲಿ ನಡೆಯುವ ಜೀವನಕ್ರಮಕ್ಕೆ ಯಾವುದೇ ಸಾಂದರ್ಭಿಕ ಔಚಿತ್ಯ ಉಳಿದಿಲ್ಲವೆ ಎಂಬುದು. ವಿದ್ಯಾರ್ಥಿಗಳು ಸಂಪೂರ್ಣವಾಗಿ ತಮ್ಮನ್ನು ತಾವು ವಿದ್ಯಾರ್ಜನೆಗೆ ಅರ್ಪಿಸಿಕೊಳ್ಳಬೇಕು. ಆದರೆ ಈಗ ಅವರು ಹಾಗೆ ಮಾಡುತ್ತಿದ್ದಾರೆಯೆ? ಒಂದು ನಿರ್ದಿಷ್ಟವೂ ಕಟ್ಟುನಿಟ್ಟಿನದೂ ಆದ ಶಿಸ್ತನ್ನು ಎಳೆಯ ವಿದ್ಯಾರ್ಥಿಗಳು ತಮ್ಮ ಬೆಳೆಯುವ

ಎಳೆಯ ದಿನಗಳಲ್ಲಿ ಪರಿಪಾಲಿಸಬೇಕು. ಅದು ಅವರ ಸರ್ವತೋಮುಖವಾದ ಬೆಳಾವಣಿಗೆಗೆ; ಬದುಕಿಗೆ ಭವ್ಯವಾದ ಅಡಿಪಾಯವನ್ನು ನಿರ್ಮಿಸುತ್ತದೆ. ಮುಂದಿನ ಜೀವನದಲ್ಲಿ ಈ ನಿಟ್ಟಿನ ತರಬೇತಿಯಿಂದಾಗಿ ಕಷ್ಟಕರವಾದ ಸ್ವ- ನಿಯಂತ್ರಣವನ್ನು ಸಾಧಿಸುವುದು ಹೆಚ್ಚು ಕಷ್ಟವಾಗುವುದಿಲ್ಲ.

ಹಾಗೆಯೇ, ಯುವಕರು ದೈಹಿಕವಾಗಿ ಸಮರ್ಥರೂ ಯುಕ್ತರೂ ಆದ ತಕ್ಷಣವೇ ಅವರ ವಿವಾಹವನ್ನು ಮಾಡಿ ವೈವಾಹಿಕ ಜೀವನಕ್ಕೆ ನಾಂದಿ ಹಾಕುವುದು ಕೂಡಾ ಅಗತ್ಯವಿದೆ. ಇಂದಿನ ನಾಗರಿಕತೆ, ಆಧುನಿಕ ಔಷಧೋಪಚಾರಗಳ ತಜ್ಞರು ಮತ್ತು ಮನಶ್ಶಾಸ್ತ್ರಜ್ಞರು ಕೂಡಾ ಮದುವೆಯನ್ನು ತೀರಾ ಮುಂದೂಡುವುದರ ಪರವಾಗಿ ಇದ್ದಾರೆ. ಇದು ಯುವಕರಲ್ಲಿ ವಿವಾಹಪೂರ್ವ ನಿಯಂತ್ರಣ ಮತ್ತು ಪರಿಶುದ್ಧತೆಯ ನಿರ್ವಹಣೆಯಲ್ಲಿ ವಿಶೇಷ ಒತ್ತಡವನ್ನುಂಟು ಮಾಡುತ್ತದೆ. ವಿವಾಹಿತ ಹೆಂಗಸರು ತಾಯ್ತನವನ್ನು ಪಡೆಯುವಲ್ಲಿಯೂ ವಿಪರೀತ ವಿಳಂಬವುಂಟಾಗಿ, ಆಕೆ ಪ್ರಾಕೃತಿಕವಾಗಿ ತಾಯಾಗುವ ಸಾಮರ್ಥ್ಯ ಹೊಂದಿರುವ ಅವಧಿಯನ್ನೂ ದಾಟಿದ ನಂತರ ತಾಯಾಗುವಂತಾಗುತ್ತಿದೆ.

ನಿವೃತ್ತ ಜೀವನದ ಬಗ್ಗೆ ಹೇಳುವುದಾದಲ್ಲಿ, ಸರಕಾರೀ ನೌಕರರು ಮತ್ತು ತೀರ ಕೆಳಮಟ್ಟದ ನೌಕರಿಯಲ್ಲಿರುವವರನ್ನು ಹೊರತುಪಡಿಸಿದರೆ ಈಗ ನಿವೃತ್ತಿ ಜೀವನವೆಂಬುದಾದರೂ ಇದೆಯೆ? ವಿಶೇಷವಾಗಿ ತನಗೆ ತಾನೇ ಯಜಮಾನ ನಾಗಿರುವ ಒಬ್ಬ ಯಶಸ್ವೀ ಉದ್ಯಮಿಗೆ, ಯಾರಾದರೂ ನಿವೃತ್ತಿಯನ್ನು ಘೋಷಿಸಬಲ್ಲವರಿದ್ದರೆಯೆ? ನೀವು ಕೇಳಬಹುದು, ಒಬ್ಬ ವ್ಯಕ್ತಿಯು ಸುದೀರ್ಘ ಕಾಲ ಕೆಲಸ ಮಾಡಲು ಸಿದ್ಧನಿದ್ದರೆ ಅವನೇಕೆ ನಿವೃತ್ತನಾಗಬೇಕು? ಎಂದು. ಸರಕಾರೀ ನೌಕರರಿಗೇಕೆ ಅಂಥ ನಿಯಮಗಳಿವೆ? ಇದಕ್ಕೆ ಹಲವಾರು ಕಾರಣಗಳಿವೆ. ಅವುಗಳಲ್ಲಿ ಒಂದು ಅಷ್ಟೊಂದು ಧರ್ಮನಿರಪೇಕ್ಷವಲ್ಲದ ಕಾರಣವೂ ಇದೆ. ಒಮ್ಮೆ ಒಬ್ಬ ವ್ಯಕ್ತಿಯು ತನ್ನ ಹೊಟ್ಟೆಪಾಡಿನ ಜಂಜಾಟದಿಂದ ಮುಕ್ತನಾಗಿದ್ದೇ ಆತ ತನ್ನ ಸಮಾಜ ಮತ್ತು ದೇವರ ಸೇವೆಯನ್ನು ಹೆಚ್ಚು ತೀವ್ರವಾಗಿ ಮತ್ತು ಚೆನ್ನಾಗಿ ಮಾಡುವುದು ಸಾಧ್ಯವಾಗುತ್ತದೆ. ವಯಸ್ಸಾದಂತೆಲ್ಲ ಮನುಷ್ಯನು ಸಹಜವಾಗಿಯೇ ನಿಧಾನವಾಗುತ್ತಾನೆ. ಅವನು ತನ್ನ ಉದ್ವೇಗವನ್ನು ನಿಯಂತ್ರಿಸಲು ಕಲಿಯಬೇಕು. ಅವನಲ್ಲಿ ಶಕ್ತಿಯು ಕುಂದುತ್ತ ಬಂದಲ್ಲಿ ಹಿಂದಿನ ಪ್ರಮಾಣದಲ್ಲಿ ಅವನ ಸಾಮರ್ಥ್ಯದ ಮೇಲೆ ಒತ್ತಡ ಹಾಕಲು ಸಾಧ್ಯವಾಗುವುದಿಲ್ಲ. ಆತ ತನ್ನ ಆನಂದ ಮತ್ತು ತೃಪ್ತಿಯನ್ನು ಪೂರ್ತಿಯಾಗಿ ಬೇರೆಯೇ ಆದ ನೆಲೆಯಲ್ಲಿ ಕಂಡುಕೊಳ್ಳಬೇಕಾಗುತ್ತದೆ. ಒಬ್ಬ ವಯಸ್ಸಾದ ವ್ಯಕ್ತಿಗೆ ಬೌದ್ಧಿಕ ಮತ್ತು ಆಧ್ಯಾತ್ಮಿಕವಾದ ಉನ್ನತಸ್ತರದ ಜೀವನದಲ್ಲಿ ಆನಂದವನ್ನು ಕಾಣುವುದಕ್ಕಿಂತ ಹೆಚ್ಚಿನದು ಬೇರೇನಿದೆ? ಅವನ ಯಜಮಾನನು ಅವನನ್ನು ವಾಪಾಸ್ ಕರೆಯಿಸಿಕೊಳ್ಳುವ ಕಾಲವು ಬರುವುದು, ಈಗಲೋ ಆಗಲೋ.

ಎಲ್ಲ ವಸ್ತು ಮತ್ತು ಸಂಗತಿಗಳನ್ನು ಕ್ರಮಬದ್ಧಗೊಳಿಸಿದ ಸಂತೃಪ್ತಿಯಿಂದ ಮನಸ್ಸು ಮತ್ತು ಹೃದಯಗಳನ್ನು ಬಾಗಿಸಿಬೀಳ್ಕೊಡಲು, ಅವನ ಮುಖಾಮುಖಿಯಾಗಲು ಬಯಸುವುದಿಲ್ಲವೇ ಅವನು?

ಅಂಥ ವೈಭವಯುತ ಅಂತ್ಯಕ್ಕೆ ಸಿದ್ಧರಾಗಲು ಬಲವಾದ ವಾಗ್ವಾದವೊಂದರ ಅಗತ್ಯವಿದೆಯೆ? ನಿವೃತ್ತ ಬದುಕಿನಲ್ಲಿ ನಿಜವಾಗಿಯೂ ಅದರ ಅಗತ್ಯವಿದೆಯೆ? ಒಬ್ಬ ವ್ಯಕ್ತಿಯು ಸರಿಯಾದ ಸಮಯಕ್ಕೆ ಉದ್ಯೋಗದಿಂದ ನಿವೃತ್ತನಾಗದೇ ಇದ್ದಲ್ಲಿ ಅಂಥ ಒಂದು ಸಮಾಧಾನದ ಉಪಸಂಹಾರವನ್ನು ಯಾವತ್ತಾದರೂ ಸಾಧಿಸಲಾದೀತೆ? [1]

ಸಾಂಪ್ರದಾಯಿಕ ಮತ್ತು ಆಧುನಿಕ, ಧಾರ್ಮಿಕ ಮತ್ತು ಧರ್ಮನಿರಪೇಕ್ಷ, ವೈಜ್ಞಾನಿಕ ಮತ್ತು ಅವೈಜ್ಞಾನಿಕ ಮುಂತಾಗಿ ವಿಭಜಿಸಿ ಗೆರೆ ಎಳೆಯುವುದು ನಿಜಕ್ಕೂ ಕಷ್ಟಕರವೇ. ನಾವು ನಮ್ಮ ಗತಕಾಲವನ್ನು ನಮ್ಮದಲ್ಲವೇನೋ ಎಂಬಂತೆ ಕತ್ತರಿಸಿ ನೇರವಾಗಿ ನಮ್ಮ ಭವಿಷ್ಯತ್ ಕಾಲಕ್ಕೆ ನಮ್ಮನ್ನು ನಾವು ಜೋಡಿಸಿಕೊಳ್ಳಲು ಸಾಧ್ಯವಾಗದು. ಭೂತ, ವರ್ತಮಾನ ಮತ್ತು ಭವಿಷ್ಯತ್ ಎಂಬುದು ಒಂದು ಕ್ರಮಾನುಗತ ಹಂತವಾಗಿ ಸಾಗುವಂಥಾದ್ದು. ವಾಸ್ತವವಾಗಿ ಅಮೂರ್ತವಾದ ಕಾಲವನ್ನು ಹಾಗೆ ವಿಭಜಿಸುವುದೂ ಅಸಂಗತ. ಆದರೆ ಆಧುನಿಕ ಮಾನವನಿಗೆ ಎಲ್ಲಿದೆ ಸಮಯ ತನ್ನನ್ನು ತಾನು ಕಂಡುಕೊಳ್ಳಲು? ಇದೇ ನಮ್ಮ ಕಾಲದ ದುರಂತವೆಂದು ಮತ್ತೆ ಹೇಳಬೇಕಾಗಿದೆ.

□□

1. ಅಡಿಟಿಪ್ಪಣಿ : ಅನುಬಂಧ ಆರು ನೋಡಿ.

19

ಆತ್ಮನ ಹಾಡು

''ಭೂಮಿ ಮತ್ತು ಚಂದ್ರರು ಇಲ್ಲವಾದರೂ
ಸೂರ್ಯ ಮತ್ತು ಬ್ರಹ್ಮಾಂಡ ಮಾಯವಾದರೂ
ಮತ್ತು ನೀನೊಬ್ಬನೇ ಉಳಿದುಬಿಟ್ಟೆಯಾದಲ್ಲಿ
ಆ ಎಲ್ಲವೂ ನಿನ್ನೊಳಗೆ ಇದ್ದೇ ಇರುವುದು.''

-ಎಮಿಲಿ ಬ್ರಾಂಟೆ

ಜೀವನವೆಂಬುದು ಎಲ್ಲರಲ್ಲೂ ಒಂದೇ

ನಮ್ಮ ಸಾಧಾರಣವಾದ ಬಳಕೆಯ ಆಡುಮಾತಿಗೆ ದೇಶಾತೀತವಾಗಿ, ಧರ್ಮಾತೀತವಾಗಿ, ಮಹಾನ್ ಧಾರ್ಮಿಕವೋ ತಾತ್ವಿಕವೋ ಆದ ವಿಚಾರಗಳನ್ನೆಲ್ಲ ತೆರೆದಿಡುವ ಅಚ್ಚರಿದಾಯಕ ಸಾಮರ್ಥ್ಯವಿದೆ. ಉದಾಹರಣೆಗೆ, ನಾವು ನಮ್ಮ ದೇಹದ ವಿಭಿನ್ನ ಅಂಗಾಂಗಗಳ ಬಗ್ಗೆ, ಕಾಲುಗಳ ಅಥವಾ ಇಂದ್ರಿಯಗಳ ಬಗ್ಗೆ ಮಾತನಾಡುವಾಗ, ಅವು ನಮ್ಮಿಂದ ಬೇರೆಯೇ ಆದ, ನಮ್ಮದಲ್ಲದ ಏನೋ ಒಂದರ ಬಗ್ಗೆ ಆಡುವಂತೆ ಆಡುತ್ತೇವೆ. 'ಇದು ನನ್ನ ಕೈ', 'ನನ್ನ ಕಾಲು', 'ನನ್ನ ಹೃದಯ', 'ನನ್ನ ತಲೆ' ಇತ್ಯಾದಿ. ಈ ಪ್ರತಿಯೊಂದೂ, ಸ್ಪಷ್ಟವಾಗಿಯೇ ನಾನೇ ಅಲ್ಲ. ಇಲ್ಲವಾದಲ್ಲಿ ನಾನು ಅವುಗಳನ್ನು ಹಾಗೆ ಗುರುತಿಸುತ್ತಿರಲಿಲ್ಲ. ಒಬ್ಬ ಮನುಷ್ಯ ಸತ್ತಾಗ ಅವನ ದೇಹವು(ಪಾರ್ಥಿವ ಶರೀರ - ಘನವಾದ ಭಾಷೆಯಲ್ಲಿ), ಹೂಳಲಾಗುತ್ತದೆ ಅಥವಾ ಸುಡಲಾಗುತ್ತದೆ. ಈ ವಿವಿಧ ಅಂಗಗಳು, ದೇಹ, ತಲೆ, ಬುದ್ಧಿ ನಾನಲ್ಲವಾದರೆ ಮತ್ತೆ ನಾನು ಯಾರು? ಸ್ಪಷ್ಟವಾಗಿಯೇ ಆತ್ಮ, ಬರೇ ಉಸಿರಾಟವಲ್ಲ. ಆತ್ಮದ ಅಸ್ತಿತ್ವವಿದ್ದಲ್ಲಿ ಮಾತ್ರ ಒಬ್ಬ ವ್ಯಕ್ತಿ ಒಂದು ಜೀವಂತ ವ್ಯಕ್ತಿ ಎನಿಸಿಕೊಳ್ಳುತ್ತಾನೆ. ಇಲ್ಲವಾದಲ್ಲಿ ಅವನು ಒಂದು ಶವ.

ಈಗ ಒಂದಿಷ್ಟು ವಿಚಾರ ಮಾಡಿದರೆ ನಮಗೇ ತಿಳಿಯುವುದೇನೆಂದರೆ, ನಾವೆಲ್ಲ ಬೇರೆ ಬೇರೆ ಜೀವಗಳಾಗಿ ಗೋಚರಿಸುತ್ತೇವಾದರೂ ಜೀವನತತ್ವವೆಂಬುದು ಎಲ್ಲರಲ್ಲಿಯೂ ಒಂದೇ. ಅದು ಹೇಗೆ? ನಿಮ್ಮ ಮನೆಯಲ್ಲಿ ವಿವಿಧ ವಿದ್ಯುತ್ ಉಪಕರಣಗಳಿವೆ, ದೀಪಗಳು ಅಡುಗೆ ಉಪಕರಣಗಳು, ಫ್ರಿಡ್ಜ್, ಫ್ಯಾನ್, ಟೀವಿ ಸೆಟ್ ಇತ್ಯಾದಿ. ಇವೆಲ್ಲಕ್ಕೂ ಬೇಕಾದ ವಿದ್ಯುಚ್ಛಕ್ತಿಯೇನಿದೆ, ಅದು ಕಣ್ಣಿಗೆ ಕಾಣಿಸದ್ದು. ವಿದ್ಯುತ್ ಇಲ್ಲದಾಗ ಈ ಯಾವತ್ತೂ ಉಪಕರಣಗಳು ಸತ್ತಂತೆಯೇ. ಹಾಗೆಯೇ ಈ ಯಾವತ್ತೂ ಉಪಕರಣಗಳನ್ನು ಜೀವಂತಗೊಳಿಸುವ ವಿದ್ಯುಚ್ಛಕ್ತಿ ಎಂಬುದು ಆ ಎಲ್ಲಾ ವಸ್ತುಗಳಲ್ಲಿಯೂ ಒಂದೇ. ಬೆಂಕಿಗೂಡಿನೊಳಗಿನ ಬೆಂಕಿ ಬೇರೆ ಬೇರೆ ಕಡೆ ಬೇರೆ ಬೇರೆಯಾದರೂ ಅದರ ಉರಿ ಎಂಬುದು ಎಲ್ಲೆಡೆಯೂ ಒಂದೇ. ಅದೇ ರೀತಿ, ಜೀವನತತ್ವ ಎಂಬುದು ಎಲ್ಲಾ ಚರಾಚರ ವಸ್ತುವಿನಲ್ಲಿಯೂ ಒಂದೇ ರೀತಿ. ಅದನ್ನು ವಿಭಿನ್ನವಾಗಿ ತಾವೊ, ಆತ್ಮನ್, ಸ್ವ, ಪವಿತ್ರಭೂಮಿ ಎಂದೆಲ್ಲ ಕರೆಯಲಾಗುತ್ತದೆ.

ನಾವು ತಪ್ಪಿಲ್ಲದೇ ಈ ಆತ್ಮವೇ ನಮ್ಮೆಲ್ಲರ ಒಳಗೂ ಇದ್ದು ನಮ್ಮನ್ನು ಮುನ್ನಡೆಸುತ್ತಿರುವ ದಿವ್ಯಾತ್ಮವೆಂಬುದನ್ನು ಅರಿತಿದ್ದೇ ಆದರೆ ನಾವು ಒಂದು ಹಕ್ಕಿಯಾರಲಿ, ಪ್ರಾಣಿಯಾಗಿರಲಿ, ಸಸ್ಯವಾಗಿರಲಿ, ರಾಜ್ಯವೋ, ಮಾನವ ಜೀವಿಯೋ ಏನೇ ಆಗಿದ್ದರೂ ಒಂದೇ ಸಲಕ್ಕೆ ನಮಗೆ ಈ ಇಡೀ ಬ್ರಹ್ಮಾಂಡವೇ ಮೂಲಭೂತವಾಗಿ ಒಂದೇ ಎಂಬುದು ಹೊಳೆದು ಬಿಡುತ್ತದೆ. ಅಲ್ಲಿಗೆ ಎಲ್ಲಾ ಭೇದವೂ, ಪ್ರತ್ಯೇಕತೆಯೂ ತೊಲಗಿ ಹೋಗುವುದು ಮತ್ತು ಎಲ್ಲಾ ಸಂಘರ್ಷಗಳೂ ಮುಗಿದು ಹೋಗುತ್ತವೆ.

ಮಹಾನ್ ಧರ್ಮಗಳು ಪ್ರತಿಪಾದಿಸುವಂತೆ ನಮ್ಮ ಚಟುವಟಿಕೆಗಳು, ಇಬ್ಬಗೆಯ ನೀತಿ ಅಥವಾ ಪ್ರತ್ಯೇಕತೆಯ ಚಾಳಿಯಿಂದ ತೊಡಗಿದಾಗಲೆಲ್ಲ ನಾವು ಪಾಪ ಅಥವಾ ತಪ್ಪನ್ನು ಮಾಡುತ್ತೇವೆ. ದೇವರನ್ನು ಅನುಮಾನಿಸುವವರು ಯಾರೂ ಇರಲಿಕ್ಕಿಲ್ಲ. ಆದರೆ ಅವನ ಅಸ್ತಿತ್ವವನ್ನು ಪ್ರತಿಯೊಬ್ಬರಲ್ಲೂ ಕಾಣುವುದು ಸುಲಭವಲ್ಲ ತಾತ್ವಿಕವಾಗಿ ಕೂಡ. ಪ್ರಾಯೋಗಿಕವಾಗಿ ಅದು ಇನ್ನೂ ಕಷ್ಟ. ಆದ್ರೆ ನಿಜವಾದ ಅರಿವು ಇದನ್ನು ತಿಳಿದುಕೊಳ್ಳುವುದರಲ್ಲಿಯೇ ಇದೆ.

ಅರಿವಿನ ಈ ಶಿಖರವನ್ನು ತಲುಪದೇ ಇರುವವರಿಗೆ ನಿರಾಕಾರನಾದ ಭಗವಂತನನ್ನು ಗ್ರಹಿಸುವುದು ಕಷ್ಟಸಾಧ್ಯ, ಅಸಾಧ್ಯ ಎನ್ನಲಾಗದಿದ್ದಲ್ಲಿ, ಅಂಥ ಭಗವಂತನನ್ನು ವಿವರಿಸುವುದಂತೂ ಇನ್ನೂ ಕಷ್ಟಕರ. ಒಂದು ವೇಳೆ ನೀವು ವಿವರಿಸಲು ಅಥವಾ ನಿರ್ದಿಷ್ಟವಾಗಿ ವ್ಯಾಖ್ಯಾನಿಸಲು ಹೊರಟಿರೋ ಆಗ ಮಿತಿಗಳನ್ನು ವಿಧಿಸತೊಡಗುವಿರಿ. ಆದರೆ ಭಗವಂತನು ಅಮಿತನೂ ಅನಂತನೂ ಆಗಿದ್ದಾನೆ.[1]

---

1. ಅವನನ್ನು ಒಂದಿಷ್ಟು ವಿಶೇಷಣಗಳಿಂದ ಇದೇ ಎಂದು ಹೇಳಬಹುದಾದಲ್ಲಿ ಅವನು ದೇವರಾಗುಳಿಯುವುದೇ ಇಲ್ಲ.

-ವಾರನ್ ವೀವರ್

ಹಾಗಾಗಿ ಪೌರ್ವಾತ್ಯ ಋುಷಿ ಮುನಿಗಳು ಅವನನ್ನು ನೇರವಾಗಿ ವಿವರಿಸುವುದಕ್ಕೆ ಬದಲಾಗಿ ನೇತಿ ನೇತಿ ಎಂದು ಹೇಳುವ ಮಾರ್ಗವನ್ನೇ ಅನುಸರಿಸಿದರು. ದೇವರು 'ಅದು ಅಲ್ಲ', 'ಇದು ಅಲ್ಲ', ಅವನು ಅದರಂತೆ ಇಲ್ಲ, ಅವನು ಇದರಂತೆ ಇಲ್ಲ ಮುಂತಾಗಿ. ಹೀಗೆ ನಿರಾಕರಿಸುವ ಮತ್ತು ಅಲ್ಲಗಳೆಯುವ ಪ್ರಕ್ರಿಯೆಯ ಮೂಲಕ ಅವರು ಅಸ್ತಿತ್ವ- ಅರಿವು- ಕೃಪೆಯು ಸರ್ವವ್ಯಾಪಿಯಾದುದೆಂಬ ಅಂತಿಮ ಸತ್ಯವನ್ನು ತಲುಪುವುದು ಸಾಧ್ಯವಾಯಿತು. ಅವನನ್ನು 'ಅವನು' ಎಂಬುದಾಗಿ ವ್ಯಕ್ತಿಗತ ನೆಲೆಯಲ್ಲಿ ಸಂಭೋದಿಸಲಾಗಿದ್ದರೂ ಅದು ಅವನ ವ್ಯಕ್ತಿ ನಿರಪೇಕ್ಷ ನೆಲೆಯನ್ನೇ ಕುರಿತಾಗಿ ಹೇಳುವುದಾಗಿದೆ. ಈ ಅಸ್ತಿತ್ವವು ಸರ್ವಮಯ ಅನಂತವ್ಯಾಪ್ತಿಯದ್ದಾಗಿದೆ ಯಾಕೆಂದರೆ ಜೀವವು ಮೂಲತಃ ಅದನ್ನೇ ತನ್ನಲ್ಲಿ ಧರಿಸಿದೆ.

ಈ ಅರಿವು ಸರ್ವಮಯ ಅನಂತವ್ಯಾಪ್ತಿಯುಳ್ಳದ್ದಾಗಿದೆ, ನಿಜವೆಂದರೆ, ಎಲ್ಲದರ ಅಸ್ತಿತ್ವವಾಗಿದೆ, ಎಲ್ಲರೊಳಗಿನ ಸಾಕ್ಷೀಪ್ರಜ್ಞೆಯಾಗಿದೆ ಮತ್ತು ಅದೇ ಪರಿಶುದ್ಧ ಪ್ರಜ್ಞಾಪ್ರವಾಹವಾಗಿದೆ. ಅದಕ್ಕೆ ನಿನಗೆ ತಿಳಿದಿರುವ ಮತ್ತು ತಿಳಿಯದಿರುವುದು ಯಾವುದು ಎಂಬ ಸ್ಪಷ್ಟ ತಿಳಿವು ಇದೆ. ಈ ಕೃಪೆಯು ಸರ್ವಮಯ ಅನಂತವ್ಯಾಪ್ತಿಯದ್ದಾಗಿದೆ ಯಾಕೆಂದರೆ ಸತ್ ಚಿತ್ ಆನಂದವು ಯಾವುದೇ ರೂಪ, ಗಾತ್ರ, ಆಕಾರದಲ್ಲಿದ್ದರೂ ಅದರ ಒಂದು ಮಿಂಚು, ಕ್ಷಣ ಅಥವಾ ಕಣವೇ ಆನಂದಸಾಗರವಾಗಿ ಅನಂತವಾಗಿರುವುದು. ಅಲ್ಲಿ ಜನನ ಮರಣ ಅಥವಾ ರೂಪಾಂತರವಿಲ್ಲ.

ಆತ್ಮ - ದೈವಿಕನೆಲೆಯ ಒಂದು ಕಣ

ದೇಹ, ಮನಸ್ಸು, ಬುದ್ಧಿ, ಅಹಂ ಯಾವುದೂ ನಮಗೆ ಆ ಅಮರಕೃಪೆಯನ್ನು ನೀಡಲಾರದು. ಅದು ಕೇವಲ ಆತ್ಮ, ಆತ್ಮವು ಪರಮಾತ್ಮನ ದೈವಸಾನ್ನಿಧ್ಯದ ಒಂದು ತುಣುಕು, ಕಣವಾಗಿದೆ. ನಾವು ಆ ಶಾಶ್ವತವಾದ ಕೃಪೆ, ಅಮರತ್ವವೂ ಸಮ್ಯಕ್ ಜ್ಞಾನವೂ ಸಚ್ಚಿದಾನಂದವೂ ಆದ ಸ್ಥಿತಿಯನ್ನು ಹೊಂದಬೇಕೆಂದಿದ್ದರೆ ನಾವು ಅಂತರ್ಮುಖಿಯಾಗಿ ಅಂತಃಚಕ್ಷುವಿನಿಂದ ಒಳಗೆ ನೋಡಬೇಕಾಗಿದೆ. ಅದು ನಮ್ಮೊಳಗಿದೆ. ಈ ನಿಟ್ಟಿನಲ್ಲಿ ಈ ಕೆಳಗಿನ ಪಾರಂಪರಿಕವಾದ ಆತ್ಮನ ಹಾಡನ್ನು ಗಮನವಿಟ್ಟು ಓದೋಣ.

ನಾನು ನಿಸ್ಸಂಗಿ, ಯಾವುದಕ್ಕೂ ಅಂಟಿಕೊಂಡಿಲ್ಲ
ನನ್ನ ಸ್ವಭಾವ ಅಮೂರ್ತ, ಅಸ್ತಿತ್ವ ಅಗಮ್ಯ
ನಾನು ಜ್ಞಾನ, ಆನಂದ
ನಾನು ಅದು, ಅದೇ ನಾನು.
ನಾನು ಕ್ಷೀಣಾತೀತ, ಅಭೇದ್ಯ

ಅಮರ್ತ್ಯ, ಅನಾದಿ ಚಿರಂತನ ಚೇತನ
ಅಮೂರ್ತ ಪರಿಶುದ್ಧ ಮುಕ್ತ ನಾನು
ನಿರಾಕಾರ ಸ್ವರೂಪ ಸರ್ವವ್ಯಾಪಿ ಆನಂದಮಯ
ನಾನು ಅದು, ಅದೇ ನಾನು.
ನಾನು ಕ್ಷೇಣಾತೀತ, ಅಭೇದ್ಯ
ಅಮರ್ತ್ಯ, ಅನಾದಿ ಚಿರಂತನ ಚೇತನ
ನಾನು ಪರಮಸತ್ಯನು, ಸತ್ಯದಾಚಿನ ಸತ್ಯ
ಸ್ವಯಂಪ್ರಭ ಪೂರ್ಣಪ್ರಭ
ನಾನು ಅದು, ಅದೇ ನಾನು.
ನಾನು ಕ್ಷೇಣಾತೀತ, ಅಭೇದ್ಯ
ಅಮರ್ತ್ಯ, ಅನಾದಿ ಚಿರಂತನ ಚೇತನ
ನಾಮರಹಿತನು ನಾನು ರೂಪರಹಿತನು
ಪೂರ್ಣಪ್ರಜ್ಞನು ಸುಗಂಧಿ
ಚಿನ್ಮಯಾನಂದನು ನಾನು
ನಾನು ಅದು, ಅದೇ ನಾನು.
ನಾನು ಕ್ಷೇಣಾತೀತ, ಅಭೇದ್ಯ
ಅಮರ್ತ್ಯ, ಅನಾದಿ ಚಿರಂತನ ಚೇತನ
ಆತ್ಮಿಕ ಗುರು ನಾನು ಸ್ಥಿರಾಕಾರನು ಸ್ಥಿರಸ್ವರೂಪಿ
ಸರ್ವವ್ಯಾಪಿ ಸರ್ವಮಯ ಜಗದೊಡೆಯ
ನಾನು ಅದು, ಅದೇ ನಾನು.
ನಾನು ಕ್ಷೇಣಾತೀತ, ಅಭೇದ್ಯ
ಅಮರ್ತ್ಯ, ಅನಾದಿ ಚಿರಂತನ ಚೇತನ
ಸರ್ವಸಾಕ್ಷಿ ಸಂಕರ್ಷಣನು ನಾನು
ನಿಶ್ಚಲ, ಸನಾತನಿ ಮೂಲಪುರುಷನು ನಾನು
ನಾನು ಅದು, ಅದೇ ನಾನು.
ನಾನು ಕ್ಷೇಣಾತೀತ, ಅಭೇದ್ಯ
ಅಮರ್ತ್ಯ, ಅನಾದಿ ಚಿರಂತನ ಚೇತನ
ಸರ್ವಪ್ರಜ್ಞಾ ಸರ್ವಜ್ಞಾನ ಸರ್ವಸಾಕ್ಷಿ
ನಿಷ್ಕ್ರಿಯಾ ಸ್ಥಿತಪ್ರಜ್ಞಾ
ನಾನು ಅದು, ಅದೇ ನಾನು.
ನಾನು ಕ್ಷೇಣಾತೀತ, ಅಭೇದ್ಯ

ಅಮರ್ತ್ಯ, ಅನಾದಿ ಚಿರಂತನ ಚೇತನ
ಸ್ವ-ಸ್ವಭಾವಿ, ನಿರವಲಂಬಿ ನಿಸ್ಸಂಗಿ
ಸ್ವಯಂಪೂರ್ಣನು ನಾನು
ಸರ್ವವ್ಯಾಪಿ ಸರ್ವಾಧಾರಿ, ಸರ್ವಾಭರಣ
ಸಂತೃಪ್ತ, ಸ್ವತಂತ್ರ, ಸ್ವಯಂತೃಪ್ತ
ನಾನು ಅದು, ಅದೇ ನಾನು.
ನಾನು ಕ್ಷೇಣಾತೀತ, ಅಭೇದ್ಯ
ಅಮರ್ತ್ಯ, ಅನಾದಿ ಚಿರಂತನ ಚೇತನ
ಜ್ಞಾನ ಮತ್ತು ಸತತ ಮನನದಿಂದ ಸಾಕ್ಷೀಪ್ರಜ್ಞೆಯ ಅರಿವು
ಅಹಂ ಸಾಕ್ಷಿ ಪ್ರಜ್ಞಾ
ನಾನು ಅದು, ಅದೇ ನಾನು.
ನಾನು ಕ್ಷೇಣಾತೀತ, ಅಭೇದ್ಯ
ಅಮರ್ತ್ಯ, ಅನಾದಿ ಚಿರಂತನ ಚೇತನ
ಮುಕ್ತಸಂತ
ಮಣ್ಣಿನ ಕುಡಿಕೆ, ಮಡಿಕೆ, ಪಾತ್ರೆಗಳೆಲ್ಲವೂ ಮೂಲತಃ ಮಣ್ಣೇ
ಮಣ್ಣಿನ ಆಕಾರ, ಆಕೃತಿ
ಜಗತ್ತು ಅದರಂತೆಯೇ ಎಲ್ಲವೂ ಮೂಲತಃ ನಾನೇ
ಇದೇ ದಿವ್ಯ ಜ್ಞಾನ

□□

20

ಏನನ್ನು ಕಾಯುತ್ತಿರುವಿ ?

''ಚಿಂತನೆಯು ದಾಸ್ಯದಿಂದ ಹೊರತೆಗೆದು ಸ್ವಾತಂತ್ರ್ಯವನ್ನು ನೀಡುವುದು.''

- ಎಮರ್ಸನ್

ಮುಕ್ತಿಯ ಗುಟ್ಟು

ಡೇಲ್ ಕಾರ್ನೀಜ್ ಬಗ್ಗೆ ನನಗೆ ತೀವ್ರ ಅಭಿಮಾನವಿದೆ. ಬಹುಷಃ ಚರ್ಚಿನಿಂದ ಹೊರಗೆ ದೀರ್ಘಾವಧಿಯ ಬಳಿಕ ನಮಗೆ ನಮ್ಮ ಭಾವನೆಗಳ ಕುರಿತೇ ಯೋಚಿಸುವುದನ್ನು ಬಿಟ್ಟು ಬೇರೊಬ್ಬ ವ್ಯಕ್ತಿಯ ಭಾವನೆಗಳ ಕುರಿತೂ ಯೋಚಿಸುವಂತೆ ತಮ್ಮ ಕೃತಿ 'ಹೌ ಟು ವಿನ್ ಫ್ರೆಂಡ್ಸ್ ಅಂಡ್ ಇನ್‌ಫ್ಲ್ಯೂಯೆನ್ಸ್ ಪೀಪಲ್' ಮೂಲಕ ನೆನಪಿಸಿದವರಲ್ಲಿ ಬಹುಶಃ ಮೊದಲಿಗನಿರಬೇಕು. ಅದ್ಭುತ ಗ್ರಹಿಕೆಗಳನ್ನು ಹಲವಾರು ಉದಾಹರಣೆಗಳ ಮೂಲಕ ಅವರು ಬಲಪಡಿಸು ತ್ತಾರೆ. ಆದರೆ ಸಮಸ್ಯೆ ಎಂದರೆ ಅವರು ತುಂಬ ದೂರ ಹೋಗುವುದಿಲ್ಲ, ಕೆಲವು ಸರಳ ಕಾರಣದಿಂದ ತತ್ವಗಳ ಮುಂದೆ ವಿಶೇಷತಃ ಧಾರ್ಮಿಕ ತತ್ವಗಳ ಮುಂದೆ ಅವರು ಬೇಕೋ ಬೇಡವೋ ಎಂಬಂತೆ ನಿಲ್ಲುತ್ತಾರೆ. ಬಹುಶಃ ಅವರಿಗೇ ಅಂಥ ಭಾವನೆಗಳಿದ್ದಿರಬೇಕು. ಯಾಕೆಂದರೆ, ಅವರು ಆಮೇಲೆ ಇನ್ನೊಂದು ಕೃತಿಯನ್ನು ತಂದರು. ಅದರ ಹಿನ್ನೆಲೆ ಸಂಪೂರ್ಣವಾಗಿ ಭಿನ್ನವಿತ್ತು ಮತ್ತು ತಲಸ್ಪರ್ಶಿಯಾದ ಹೆಸರಿತ್ತು. ''ಹೌಟು ಸ್ಟಾಪ್ ವರೀಯಿಂಗ್ ಆ್ಯಂಡ್ ಸ್ಟಾರ್ಟ್ ಲಿವಿಂಗ್.'' ಅದನ್ನು ಸ್ವಾಭಾವಿಕವಾಗಿಯೇ ''ಅರ್ಥಮಾಡಿಕೊಳ್ಳುವ ಹಾದಿಯಲ್ಲಿ ನೆಮ್ಮದಿಯ ಬಯಕೆ'' ಎಂದೋ, ಆ ಅರ್ಥದಲ್ಲೋ ಕರೆಯಬಹುದಾಗಿದೆ. ಮೊದಲ ಕೃತಿಯ ಕಾಲಕ್ಕೆ ಧರ್ಮನಿರಪೇಕ್ಷ ಮಾರ್ಗಕ್ಕೆ ಅಂಟಿಕೊಂಡಿದ್ದರಿಂದ ರಾತ್ರೋರಾತ್ರಿ ಧಾರ್ಮಿಕ ವ್ಯಕ್ತಿಯಾಗಿ ಬದಲಾದ ಹಾಗೆ ತೋರಿಸಿಕೊಳ್ಳಲು ಅವರಿಗೆ ಕಷ್ಟಕರವಾಗಿರಬೇಕು.

ಅವರ ಧಾರ್ಮಿಕ ಮನೋಧರ್ಮದ ವಾಪಸಾತಿ ಕೂಡಾ ಮಹತ್ವದ್ದಿರಲಿಕ್ಕಿಲ್ಲ. ಆದರೆ ಎಲ್ಲರೂ ಸಾಕ್ಷಿಯಾಗಿ ಗಮನಿಸುವುದಕ್ಕಂತೂ ಅದು ಇದ್ದೇ ಇತ್ತು. ಕೃತಜ್ಞತೆಯನ್ನು ಕೂಡಾ ನಿರೀಕ್ಷಿಸದೆ ಒಳಿತನ್ನು ಮಾಡುತ್ತಾ ಹೋಗುವುದಾಗಿ ಅವರು ಹೇಳಿದ್ದರು. - ಅದೇ ಒಂದು ಘನವಾದ ತಾತ್ವಿಕತೆ. ನಮ್ಮನ್ನು ಪ್ರಾರ್ಥಿಸುವಂತೆ ಅವರು ಪ್ರೇರೇಪಿಸಿ ಕೇಳಿಕೊಂಡಿದ್ದರು. ಅದು ಕ್ರಿಯಾಶೀಲ ಧಾರ್ಮಿಕತೆಯಲ್ಲವೆ? ಅವರ ಮೊದಲನೆಯ ಕೃತಿಯಲ್ಲಿ ಈ ಬಗೆಯ ಏನನ್ನೂ ಕಂಡ ನೆನಪು ನನಗಾಗುತ್ತಿಲ್ಲ.

ಆದಾಗ್ಯೂ 'ಹೌಟು ಸ್ಟಾಪ್ ವರಿಯಿಂಗ್...' ಕೃತಿಯ ಒಂದು ಊಹಾಪೋಹದ ಬಗ್ಗೆ ನನಗೆ ಹೇಳುವುದಿದೆ. ಡೇಲ್ ಕಾರ್ನೀಜ್ ಸ್ಟೀಫನ್ ಲೀಕಾಕ್‌ರನ್ನು ಉದ್ಧರಿಸುತ್ತಾರೆ:

> *''ಎಷ್ಟು ವಿಚಿತ್ರವಾಗಿದೆ ಇದೆಲ್ಲ, ನಮ್ಮ ಜೀವನವೆಂಬೋ ಪುಟ್ಟ ಮೆರವಣಿಗೆ! ಮಗು ಹೇಳುತ್ತದೆ 'ನಾನು ಬೆಳೆದು ಹುಡುಗನಾದಾಗ'. ಆದರೆ ಹಾಗೆಂದರೇನು? ದೊಡ್ಡ ಹುಡುಗ ಹೇಳುತ್ತಾನೆ, 'ನಾನಿನ್ನೂ ಬೆಳೆದ ಮೇಲೆ.'' ಮತ್ತು ಅವನು ಮತ್ತೂ ಬೆಳೆದಾಗ ಅವನು ಹೇಳುತ್ತಾನೆ, 'ಮದುವೆಯಾಗಲಿ'. ಮದುವೆಯಾಗೋದು! ಕೊನೆಗೂ ಇದೆಲ್ಲ ಏನು? ಮತ್ತೆ ಯೋಚನೆ ಬದಲಾಗುತ್ತದೆ, 'ನಿವೃತ್ತಿಯಾದ ಮೇಲೆ.' ಮತ್ತು ನಂತರ ಯಾವಾಗ ನಿವೃತ್ತಿಯೂ ಬರುವುದೋ ಆಗ ದೃಶ್ಯಾವಳಿಯ ಮೇಲೆ ತಂಗಾಳಿ ನವಿರಾಗಿ ತೀಡಿಕೊಂಡು ಹೋಗುವುದನ್ನು ಕಾಣಲು ಆಸೆಯಾಗುವುದು. ಹೇಗೋ ಅದೆಲ್ಲವನ್ನೂ ಕಳೆದುಕೊಂಡು ಬಿಟ್ಟನಾತ. ಎಲ್ಲವೂ ಹೋಯಿತು......''*

ಮತ್ತು ನಾವು ನಿರಂತರವಾಗಿ ಬದುಕುವುದನ್ನು ಮುಂದೂಡುತ್ತಲೇ ಬರುತ್ತೇವೆ ಎಂದು ಮುಗಿಸುತ್ತಾರೆ. ಮತ್ತು ದೈನ್ಯದ ಪ್ರಶ್ನೆ ಕೇಳುತ್ತಾರೆ, ''ನಾವು ಕಾಯುತ್ತಿರುವುದಾದರೂ ಏನನ್ನು?'' ಇಲ್ಲಿ ಸಂಗತಿ ಇದು. ಒಬ್ಬ ಹುಡುಗನ ಶಾಲೆಯಾಚೆ ಬೆಳೆಯುವ, ಶ್ರಮಜೀವಿಯ ನಿವೃತ್ತಿಯಾಗುವ ಆತಂಕ, ನಿರೀಕ್ಷೆಗಳೆಲ್ಲ ಅವರು ಈಗ ವರ್ತಮಾನದಲ್ಲಿ ಬದುಕುತ್ತಿಲ್ಲ ಎಂದೇನೂ ಅಲ್ಲ. ಹೆಚ್ಚು ಭೌತಿಕವಾಗಿ ಇದನ್ನು ನೋಡುವುದಾದಲ್ಲಿ ನಾವು ಸದ್ಯದ ಬಗ್ಗೆ ಹೆಚ್ಚು ತಲೆಕೆಡಿಸಿಕೊಳ್ಳುವುದಿಲ್ಲ ಯಾಕೆಂದರೆ ನಾವು ಅಲ್ಲೇ ಅದರಲ್ಲೇ ಇದ್ದೇವಲ್ಲ ಸದಾ ಎಂಬ ಕಾರಣಕ್ಕೇ. ನಮಗೆ ಗೊತ್ತು ಅದೀಗ ಇಲ್ಲಿ ನಮ್ಮ ಕೈಯಲ್ಲೇ ಇದೆ ಎಂದು. ನಾಳಿನ ಯೋಚನೆಯೇ ಇನ್ನೂ ಮುಟ್ಟಲಾಗದೇ ಇರುವಂಥದ್ದು ಮತ್ತು ಭರವಸೆಯನ್ನೋ ನಿರಾಸೆಯನ್ನೋ ಮನುಷ್ಯನ ಬೊಗಸೆಗೆ ಹಾಕಲಿರುವುದು. ಅವನು ಗುರುತಿಸಬಲ್ಲನಾದರೆ ಅವನ ಬಳಿಯೇ ಭವಿಷ್ಯವನ್ನು ಬದಲಿಸುವ ಮತ್ತು ಈ ವರೆಗೆ ಪಡೆಯಲಾಗದೇ,

ಸಾಧಿಸಲಾಗದೇ ಹೋದುದನ್ನೂ ಅಥವಾ ಸದ್ಯ ಅನುಭವಿಸುತ್ತಿರುವ ಯಶಸ್ಸನ್ನು ಮತ್ತೆ ಪುನರಪಿ ಸಾಧಿಸುವುದಕ್ಕೆ ಸಾಧಿಸಬಲ್ಲ ಶಕ್ತಿ ಇದೆ. ಅಮೆರಿಕದ ಅಧ್ಯಕ್ಷರಿಗೆ ಮತ್ತೆ ಮತ್ತೆ ಸಲಹೆಗಾರನಾಗಿರುವ ಅಪೂರ್ವ ಅವಕಾಶ ಪಡೆದ ಬಾರ್ನಿ ಬುರುಚ್ ಅವರ ವಿವೇಕಯುತ ಮಾತುಗಳನ್ನು ನೆನೆಯಬೇಕು:

> *''ಬೇರೆಲ್ಲವರಂತೆಯೇ ನಾನೂ ವ್ಯಕ್ತಿಗತ ಬೇಸರ ಮತ್ತು ನಿರಾಶೆಗಳನ್ನು ಕಂಡವನೇ. ಆದರೆ ಸದಾ ನಾಳಿನ ಕುರಿತ ಯೋಚನೆ ನನ್ನನ್ನು ಮೇಲಕ್ಕೆ ನೆಗೆದು ಹಾಕುತ್ತದೆ. ನಾನು ನನ್ನ ಬಾಳೆಲ್ಲ ಭವಿಷ್ಯದತ್ತ ನೋಡುತ್ತಾ ಬಂದಿದ್ದೇನೆ, ಈಗಲೂ ಹಾಗೆ ಮಾಡುತ್ತಿದ್ದೇನೆ. ಧೈರ್ಯ ಮತ್ತು ಬುದ್ಧಿವಂತಿಕೆಯಿಂದ ನಾವು ನಮ್ಮ ಭವಿಷ್ಯವನ್ನು ಉಜ್ವಲ ಮತ್ತು ಸಾರ್ಥಕಗೊಳಿಸಲು ಸಾಧ್ಯವಿದೆಯೆಂದು ನಾನು ಈಗಲೂ ನಂಬುತ್ತೇನೆ.''*

ಸ್ಫೂರ್ತಿಯ ಚಿಲುಮೆ

ಸದಾ ಭವಿಷ್ಯದತ್ತ ನೋಡುವಂತೆ ಮಂದಿಯನ್ನು ಉತ್ತೇಜಿಸುವ ಸ್ಫೂರ್ತಿಯ ಸೆಲೆ ಖಂಡಿತವಾಗಿಯೂ ಬದುಕನ್ನು ಮುಂದೂಡುತ್ತ ಹೋಗುವ ಸಂಗತಿಯೊಂದೇ ಅಲ್ಲ ಎಂಬುದನ್ನು ನಾನು ಮತ್ತೆ ಮತ್ತೆ ಹೇಳುತ್ತೇನೆ. ಅದು ಒಳಗಿನ ತುಡಿತ, ಪಾರಮಾರ್ಥಿಕವಾದ (ಸುಪ್ತವಾದ) ತುಡಿತ, ಸ್ವಾತಂತ್ರ್ಯಕ್ಕಾಗಿ. ಶಾಲೆಗೆ ಹೋಗುವ ಪುಟ್ಟ ಹುಡುಗ ಅಲ್ಲಿನ ಕಟ್ಟುನಿಟ್ಟಾದ ಶಿಸ್ತುಪಾಲನೆಗೆ ಬೇಸತ್ತು ಒಮ್ಮೆ ತಾನು ಬೆಳೆದು ದೊಡ್ಡವನಾಗಿ ಶಾಲೆ ಬಿಟ್ಟರೆ ಸ್ವತಂತ್ರನಾದೇನೆಂದು ಭಾವಿಸುತ್ತಾನೆ. ಅವಿವಾಹಿತ ತರುಣನು ವೈವಾಹಿಕ ಜೀವನವನ್ನು ಎದುರು ನೋಡುತ್ತಾನೆ. ಆಗಲಾದರೂ ತಾನೇ ಮನೆಯ ಅವಿರೋಧ ಯಜಮಾನನಾಗಿ ಸ್ವಾವಲಂಬಿಯಾಗುತ್ತೇನೆಂದು ಭಾವಿಸುತ್ತಾನೆ. ಅದು ತನಗೆ ಹೆಚ್ಚಿನ ಸ್ವಾತಂತ್ರ್ಯವನ್ನು ತಂದೀತೆಂದು ಆಶಿಸುತ್ತಾನೆ. ದುಡಿಯುತ್ತಿರುವ ಮನುಷ್ಯ ಬಹುನಿರೀಕ್ಷೆಯಿಂದ ತನ್ನ ನಿವೃತ್ತಿಯ ದಿನವನ್ನು ಕಾಯುತ್ತಾನೆ. ಅದರಿಂದ ದುಡಿಯುವ ದಿನಗಳ ದೈನಂದಿನಗಳಿಂದಲೂ ಹೊಟ್ಟೆಪಾಡಿಗಾಗಿ ಪಡುವ ಗೋಳುಗಳಿಂದಲೂ ತನಗೆ ಮುಕ್ತಿ ಸಿಗಬಹುದೆಂದು ಭಾವಿಸುವುದೇನು, ಬಹುಮಟ್ಟಿಗೆ ನಂಬುತ್ತಾನೆ. ನಾವು ಐದು ದಿನಗಳ ವಾರವನ್ನು ರೂಢಿಗೆ ತಂದಿದ್ದೇವೆ. ಯಾಕೆಂದರೆ ವಾರಾಂತ್ಯದಲ್ಲಿ ನಾವು ಬಿಡುವಾಗಿರಲು ಬಯಸುತ್ತೇವೆ. ಬಹಳಷ್ಟು ಸ್ವಾತಂತ್ರ್ಯದ ಬಗ್ಗೆ ಕೇಳುತ್ತಿರುತ್ತೇವೆ ನಾವು, ರಾಜಕೀಯ ಸ್ವಾತಂತ್ರ್ಯ, ಭಯದಿಂದ ಸ್ವಾತಂತ್ರ್ಯ, ಹಸಿವೆ, ಅನಕ್ಷರತೆ, ಧಾರ್ಮಿಕ ಸ್ವಾತಂತ್ರ್ಯ. ಕವಿಗಳೂ ಚಿಂತಕರೂ ಸಾವನ್ನೇ ಆತ್ಮದ ಮುಕ್ತಿಯೆಂದೂ ಈ ಭೌತಿಕ ದೇಹವೆ ಒಂದು ಸೆರೆಮನೆ ಮತ್ತು ಅಲ್ಲಿಂದ ಆತ್ಮವು ಮುಕ್ತವಾಗುವುದೆಂದೂ ಹೇಳುವುದಿಲ್ಲವೆ?

ಈ ಸ್ವಾತಂತ್ರ್ಯದ ಬಯಕೆ
ಎಂದಾದರೂ ನನಸಾದೀತೆ

ಕವಿಯೊಬ್ಬ ಮೊರೆಯಿಡುತ್ತಾನೆ. ಶಾಲೆ ತಪ್ಪಿಸುವ ಮಗು, ವಿವಾಹಿತರು ವಿವಾಹೇತರ ಸಂಬಂಧಗಳಿಗೆ ಹಾತೊರೆಯುವುದು, ಕಾನೂನಿನ ಅಥವಾ ಧಾರ್ಮಿಕ ಕಟ್ಟಳೆಯನ್ನು ಮೀರುವ ಅವಿಧೇಯ ವರ್ತನೆ ಎಲ್ಲವೂ ಹೆಚ್ಚಾಗಿ ಈ ಸ್ವಾತಂತ್ರ್ಯದ ಬಯಕೆಯನ್ನು, ತುಡಿತವನ್ನು ಹೊರಹಾಕುವ ಸಾಂಕೇತಿಕ ಅಭಿವ್ಯಕ್ತಿಯಾಗಿರುವುದೂ ಉಂಟು. ಹೀಗೆ ಸ್ವಾತಂತ್ರ್ಯದ ತುಡಿತವೆಂಬುದು ಮೇಲಿಂದ ಮೇಲೆ ಉಕ್ಕುತ್ತಲೇ ಇರುತ್ತದೆ. ಆದರೆ ವಿಧಿಯೇ! ಅಷ್ಟೊಂದು ಬಯಸಿ ಬೇಡುವ ಆ ಸ್ವಾತಂತ್ರ್ಯವೆಂಬುದು ನಾವು ಆ ಒಂದು ಸ್ಥಿತಿಯನ್ನು ಕಂಡುಕೊಂಡ ಕ್ಷಣವೇ ಮಾಯವಾಗಿ ಬಿಡುವುದಲ್ಲಾ!

ಯಾವತ್ತೂ ಸಿದ್ಧಿಸದೇ ಕಾಡುತ್ತಲೇ ಉಳಿಯುವ ಈ ಸ್ವಾತಂತ್ರ್ಯದ ಪರಿಕಲ್ಪನೆಯ ಬಗ್ಗೆ ಒಂದಿಷ್ಟು ಚಿಂತನೆ ನಡೆಸುವುದು ಉಪಯುಕ್ತ. ಸ್ವಾತಂತ್ರ್ಯವೆಂಬುದು ಒಂದು ನಿರ್ದಿಷ್ಟ ಸಂದರ್ಭದಲ್ಲಿ ಮಾತ್ರ ಸ್ವಾತಂತ್ರ್ಯವಾಗಿರುವುದರಿಂದ ಅದು ಸಾಪೇಕ್ಷವಾದದ್ದು. ಒಬ್ಬ ಸೆರೆಯಾಳಿಗೆ ಸ್ವಾತಂತ್ರ್ಯವೆಂದರೆ ಸೆರೆಮನೆಯಿಂದ ಬಿಡುಗಡೆ ಹೊಂದುವುದು. ಆದರೆ ಈಗಾಗಲೇ ಸೆರೆಮನೆಯ ಹೊರಗೇ ಇರುವ ವ್ಯಕ್ತಿಗೆ ಸ್ವಾತಂತ್ರ್ಯವೆಂದರೆ ಅದೇ ಆಗಿರುವುದೆ?

''ಅಲೌಕಿಕ ಸ್ಫೂರ್ತಿ ಸಂಕೋಲೆ ಮುಕ್ತ ಮನಸ್ಸಿನ
ಸೆರೆಮನೆಯಲ್ಲಿ ಮಿಂಚಿದ ಬೆಳ್ಳಿರೇಖೆ, ಸ್ವಾತಂತ್ರ್ಯ!
ಅದು ನೀನು, ಯಾಕೆಂದರೆ ಅಲ್ಲಿ ನಿನ್ನ ವಾಸ್ತವ್ಯ ಹೃದಯದಲ್ಲಿ
ನಿನ್ನ ಪ್ರೀತಿಯ ಹೃದಯವೊಂದೇ ಬಂಧಿಸಲು ಸಾಧ್ಯ.''

-ಬೈರನ್ 'ದ ಪ್ರಿಸನರ್ ಆಫ್ ಚಿಲನ್'

ಒಂದು ದೇಶಕ್ಕೆ ವಿದೇಶಿ ದಬ್ಬಾಳಿಕೆ ಇಲ್ಲದಿರುವುದೇ ಸ್ವಾತಂತ್ರ್ಯ ಎನಿಸಿದರೆ ಒಂದು ಸ್ವತಂತ್ರ ದೇಶಕ್ಕೆ ಇದು ಅನ್ವಯವಾಗದ ಬರೇ ಒಂದು ದೂರದ ಪರಿಕಲ್ಪನೆ. ಎಲ್ಲ ಬಗೆಯ ಸ್ವಾತಂತ್ರ್ಯ ಇರುವವರು ಎಂದು ಕಂಡುಬಂದವರಿಗೂ ಯಾಕೆ ಮುಕ್ತವಾಗಿರುವ ಭಾವನೆಯಿರುವುದಿಲ್ಲ? ಸಂತೋಷದ ವಿಚಾರದಲ್ಲಿ ಆಗುವಂತೆಯೇ ನಾವು ಯಾವುದೇ ಬಾಹ್ಯ ಸಂಗತಿಯಿಂದ ನೈಜ ಸ್ವಾತಂತ್ರ್ಯವನ್ನು ಸೆಳೆಯಲಾಗದು. ಅದು ಇದ್ದರೆ ನಮ್ಮ ಮನಸ್ಸಿನಲ್ಲೇ. ಅಥವಾ ಅದು ಎಲ್ಲೂ ಇಲ್ಲ, ಅಷ್ಟೆ. ಕವಿಯ ಸೂಕ್ಷ್ಮ ಗ್ರಹಿಕೆಗಳು ಕೆಲವೊಮ್ಮೆ ಮಹಾನ್ ತಾತ್ವಿಕ ಸತ್ಯವನ್ನು ಹೊಳೆಯಿಸಿ ಬಿಡುತ್ತವೆ. ಅಂಥಾ ಒಂದು ಕವನ ಇಲ್ಲಿದೆ ನೋಡಿ :

''ಕಲ್ಲಿನ ಗೋಡೆಗಳು ಸೆರೆಯಾಗಿಸುವುದಿಲ್ಲ
ಕಬ್ಬಿಣದ ಕಂಬಿಗಳು ಪಂಜರವಾಗುವುದಿಲ್ಲ
ಮುಗ್ಧ ಮನಸ್ಸುಗಳು ತಣ್ಣಗಿರಲು ಅದೇ ಶಾಂತಿಧಾಮ
ನನ್ನ ಪ್ರೇಮದಿ ನಾನಿದ್ದರೆ ಮುಕ್ತನಾಗಿ
ಆತ್ಮದೊಳು ನಾನು ಹಕ್ಕಿಯಂತಿದ್ದರೆ
ಅಂಥ ಮುಕ್ತಾನಂದವು ತೇಲುತ್ತಿರುವ
ದೇವತೆಗಳಿಗಲ್ಲದೆ ಇನ್ಯಾರಿಗಿಹುದು !''

-ಲೌಲೇಸ್, ಟು ಅಲ್ತೆಯ್ ಫ್ರಂ ಪ್ರಿಸನ್

''ನನ್ನ ಮನೋಸಾಮ್ರಾಜ್ಯ ನನ್ನದು
ಅಲ್ಲದೇನು ಆನಂದವಿಹುದು
ಕೃಪಾವರ್ಷದ ಚಿನ್ಮಯ ಚಿಲುಮೆ
ಮೊಗೆದು ಕೊಡುವ ಭೂತಾಯ ಕರುಣೆ
ಬೇಕಿನ್ನೂ ಅನಿಸೀತು ಇರುವುದಲ್ಲಿ ಸಾಕಷ್ಟು
ಮನಸಿಗಿಲ್ಲ ಹಾತೊರೆವ ಬಯಕೆ ಇನ್ನಷ್ಟು ಮತ್ತಷ್ಟು.''

-ಎಡ್ವರ್ಡ್ ಡಯರ್
ಮೈ ಮೈಂಡ್ ಟು ಮಿ ಎ ಕಿಂಗ್‌ಡಂ ಈಸ್

ಆದರೆ ಪೌರ್ವಾತ್ಯರು, ಅದರಲ್ಲೂ ನಿರ್ದಿಷ್ಟವಾಗಿ ಹಿಂದೂಗಳು, ಬೇರೆ ಧರ್ಮದವರಿಗಿಂತ ಈ ಸಮಸ್ಯೆಯ ಮೂಲವನ್ನು ಕಂಡುಕೊಳ್ಳುವಲ್ಲಿ ಮುಂದಿದ್ದರು ಎನ್ನುವುದನ್ನು ಒಪ್ಪಲೇಬೇಕು. ಅವರಿಗೆ ಮುಕ್ತಿ ಎಂಬುದು ಅಸ್ತಿತ್ವದ ಮೂಲ ಪ್ರಶ್ನೆಯಾಗಿದೆ. ಅವರಿಗದು ಮನಸ್ಸನ್ನು ಬಂಧಿಸುವ ಎಲ್ಲ ಸಂಕೋಲೆಗಳನ್ನೂ ಕಿತ್ತೊಗೆಯುವ ಪ್ರಕ್ರಿಯೆಯೇ ಹೊರತು ವ್ಯಕ್ತಿಯದ್ದಲ್ಲ. ನಾವು ಅಲೌಕಿಕವಾಗಿ ಮುಕ್ತವಾದ ಆತ್ಮದ ಸ್ವಭಾವವನ್ನು ಅರಿತುಕೊಂಡಾಗ ಯಾವುದು ಬಂಧನ ಎಂದೇ ಭ್ರಮಾಧೀನವಾಗಿ ಮನಸ್ಸು ತಿಳಿದುಕೊಂಡಿರುವುದೋ, ಯಾವಾಗ ನಮಗೆ ಧ್ಯಾನದ ಮೂಲಕ ಆತ್ಮವು ಮುಕ್ತವಾದದ್ದು ಎಂದು ತಿಳಿಯುವುದೋ, ಜಗದ್ರಕ್ಷಕನಾದ, ಸರ್ವವ್ಯಾಪಿಯಾಗಿರುವ, ಯಾರ ನಿಜರೂಪವೇ ಸಚ್ಚಿದಾನಂದ ಸ್ವರೂಪವೋ ಅವನೇ ಆಗಿರುವ, ಅನಂತವೂ,ಪರಿಶುದ್ಧವೂ, ಪರಿಪೂರ್ಣವೂ, ಜಾಗೃತಾ ವಸ್ಥೆಯೂ, ಅನಂತವೂ ಆದ ಅಸ್ತಿತ್ವವುಳ್ಳ ಪರಮಾತ್ಮನದ್ದೇ ಒಂದು ಭಾಗ ಎಂಬ ಅರಿವಾಗುವುದೋ, ಆಗ ನಾವು ಸ್ವತಂತ್ರರು, ನಿಜವಾಗಿಯೂ ಮುಕ್ತರು. ಇದರ ಬಗ್ಗೆ ನಾವು ಸತತವಾಗಿ ಧ್ಯಾನಿಸಬೇಕು, ನಮ್ಮ ಮುಕ್ತಿಯ ಪಥವನ್ನು ಕಂಡುಕೊಳ್ಳಬೇಕು ಮತ್ತು ಮುಕ್ತರಾಗಬೇಕು.

ಅಭಿವ್ಯಕ್ತಿಯಲ್ಲಿನ ಸಾಮ್ಯತೆ

ಅಸ್ತಿತ್ವದ ಏಕತೆಯನ್ನು ಪರಿಗ್ರಹಿಸುವಲ್ಲಿ ಮಾಯೆಯ ಮುಸುಕನ್ನು ಭೇದಿಸಿ ಅದನ್ನು ಅಭಿವ್ಯಕ್ತಿಸುವಲ್ಲಿ ವಿಶ್ವದ ವಿವಿಧ ದೇಶಗಳ ಮತ್ತು ಧರ್ಮಗಳ ವೇದಾಂತಿಗಳಲ್ಲಿ ವಿಶಿಷ್ಟವಾದ ಒಂದು ಸಾಮ್ಯತೆ ಇರುವುದು ಕಂಡುಬರುತ್ತದೆ. ಅವರ ಈ ಸಹೋದರತ್ವ ಅದ್ವಿತೀಯವಾಗಿದೆ. ಈ ಒಂದು ಅವಿರೋಧ ಸಮಾನತೆ ಪ್ರಶ್ನಾತೀತವಾದದ್ದು. ಸಮಯ ಸ್ಫೂರ್ತಿಯಿಂದಲೇ ಹೊಮ್ಮಿದ ಒಂದು ಏಕರೂಪತೆ ಅವರ ದೃಷ್ಟಿಕೋನದಲ್ಲಿದೆ. ರಾಜರು, ದಾಳಿಕೋರರು, ಸರ್ವಾಧಿಕಾರಿಗಳು ಮತ್ತು ದಮನಕಾರರ ಸಾರ್ವತ್ರಿಕ ಪ್ರಭಾವಕ್ಕಿಂತ ಹೆಚ್ಚಿನ ಒಂದು ಸಾರ್ವತ್ರಿಕವಾದ ಪ್ರಭಾವ, ಜನಪ್ರೀತಿ, ಅಭಿಮಾನ ಎಲ್ಲೋ ಒಂದುಕಡೆ ಇದ್ದಕ್ಕಿದ್ದಂತೆ ಕಾಣಿಸಿಕೊಳ್ಳುವ ಮಹಾನ್ ಧಾರ್ಮಿಕ ನಾಯಕನ ಮೇಲೆ ಉಕ್ಕಿ ಹರಿಯುವುದನ್ನು ಕಾಣುವಾಗಲೇ ಮಾನವ ಜನಾಂಗದ ನಡುವಿನ ಏಕರೂಪದ ಒಂದು ಬಾಂಧವ್ಯದ ಚಿಹ್ನೆಯಿದು ಅನಿಸುವುದಿಲ್ಲವೆ ? ಹದಿನೇಳನೆಯ ಶತಮಾನದಲ್ಲಿ ಸುವಿಶಾಲ ಭಾರತೀಯ ಉಪಖಂಡದ ಉದ್ದಗಲಕ್ಕೂ ಒಂದು ದೈತ್ಯಶಕ್ತಿಯಂತೆ ಸಂಚರಿಸಿದ ಮಹಾನ್ ದಾರ್ಶನಿಕ, ಸಂತ, ಮಹರ್ಷಿ ಶಂಕರಾಚಾರ್ಯ (ಶಂಕರ ಅಂದರೆ ಗುರು)ರ ಬಗ್ಗೆ ನೀವು ಕೇಳಿರಬಹುದು.

ಶಂಕರರು ಜನಮಾನಸದ ಮೇಲೆ ಸಾಧಿಸಿದ ವಿಜಯವಂತೂ ಹಿಂದಿನ ಮತ್ತು ಇಂದಿನ ಯಾವತ್ತೂ ಅತ್ಯಂತ ಪ್ರಭಾವೀ ರಾಜಕೀಯ ನಾಯಕರ ದಿಗ್ವಿಯಜಗಳಿಗೆ ನಾಚಿಕೆಯಾಗುವಂತಿದೆ. ಈ ಮಹಾನ್ ಚುಂಬಕ ಶಕ್ತಿಯ ರಹಸ್ಯವೇನು? ಅವರು ಸೈದ್ಧಾಂತಿಕವಾಗಿ ವೈಜ್ಞಾನಿಕವಾದ ರೀತಿಯಲ್ಲಿ ಘೋಷಿಸಿದ್ದರು, ''ದೈವವೊಂದೇ ನಿಜವಾದದ್ದು, ಈ ಐಹಿಕ ಜಗತ್ತು ಒಂದು ಸಾಪೇಕ್ಷವಾದ ಮಾಯೆ, ಜೀವಾತ್ಮನೇ ಪರಮಾತ್ಮ.'' ವೈಜ್ಞಾನಿಕ ? ಹೌದು, ಯಾಕೆಂದರೆ, ಅವರು ಯಾವುದೇ ಭಾಷ್ಯವನ್ನು ನಿಷ್ಠುರವಾದ ಪರೀಕ್ಷೆ, ನಿಶಿತ ಅಧ್ಯಯನ ಮತ್ತು ಕಾರ್ಯಕಾರಣ ವಿಶ್ಲೇಷಣೆಯಿಲ್ಲದೇ ಒಪ್ಪತಕ್ಕದ್ದಲ್ಲ ಎಂದೇ ಪ್ರತಿಪಾದಿಸಿದ್ದರು. ಆತ್ಮಾನುಸಂಧಾನದಲ್ಲಿ ಅವರನ್ನು ಮೀರಿಸಿದವರೇ ಇರಲಿಲ್ಲ. ಈ ವಿಜಯವು ಮುಕ್ತಿಯನ್ನು ದಯಪಾಲಿಸುವಂಥ ವಿಜಯ, ಗುಲಾಮಗಿರಿಯನ್ನು ಹೇರುವ ವಿಜಯವಲ್ಲ. ಇವರಿಗೆ ಹೋಲಿಸಬಹುದಾದ ಒಬ್ಬರೇ ಒಬ್ಬ ವ್ಯಕ್ತಿ ಎಂದರೆ ಜೀಸಸ್ ಕ್ರೈಸ್ಟ್. ಕ್ರಿಸ್ತನು ತನ್ನ ಕ್ರೈಸ್ತಧರ್ಮದ ತತ್ವಾದರ್ಶಗಳನ್ನು ಹರಡಲು ಜಗದಾದ್ಯಂತ ಒಂದು ಸೈನಿಕ ಕಾರ್ಯಾಚರಣೆ ನಡೆಸಿದ್ದರೆ? ಸಾಂದರ್ಭಿಕವಾಗಿ ಕೇಳುವುದಾದರೆ ಆತನೆಂದಾದರೂ ತನ್ನದೇ ಹೆಸರಿನಲ್ಲಿ ಒಂದು ಧರ್ಮವನ್ನು ಸಂಸ್ಥಾಪಿಸುವುದಾಗಿ ಹೇಳಿಕೊಂಡಿದ್ದನೆ? ಆದಾಗ್ಯೂ ಶಂಕರಾಚಾರ್ಯ ಮತ್ತು ಕ್ರಿಸ್ತನ ಹಿಂಬಾಲಕರು

ಹಿಂದೂತ್ವ ಮತ್ತು ಕ್ರಿಶ್ಚಿಯಾನಿಟಿಯನ್ನು ಅಪ್ಪಿಕೊಂಡು ಈ ಇಬ್ಬರೂ ಮಹಾನ್ ಗುರುಗಳನ್ನು ತಿರಸ್ಕರಿಸಿದರು.[1]

ಒಂದುವೇಳೆ, ಎಲ್ಲರನ್ನೂ ಒಗ್ಗೂಡಿಸುವ, ಹತ್ತಿರಕ್ಕೆ ತರುವ, ಉನ್ನತಿಗೇರಿಸುವ ಶ್ರದ್ಧೆ, ಮುಕ್ತಿಯ ನಿಜವಾದ ಮೂಲ, ಆನಂದ ಮತ್ತು ಶಾಂತಿ, ಮಾನವ ಜನಾಂಗದ ಸಹೋದರತ್ವ ಮತ್ತು ಎಲ್ಲಾ ಚರಾಚರ ಜಗತ್ತಿನ ಏಕತ್ವ - ಇವೆಲ್ಲವುಗಳ ಬದಲಿಗೆ ಧರ್ಮವು ಮನುಷ್ಯನನ್ನು ಮನಸೋ ಇಚ್ಛೆ ನಿರಂತರವಾಗಿ ಎಲ್ಲಾ ಬಗೆಯ ಅನ್ಯಾಯ ಅಕ್ರಮ, ಯುದ್ಧಗಳಲ್ಲಿ ತೊಡಗಿಕೊಂಡಿರುವುದಕ್ಕೆ ಬಿಟ್ಟಿದ್ದರೆ ಅದು ಧರ್ಮದ ತಪ್ಪಲ್ಲ. ವಿಜ್ಞಾನವನ್ನೋ ವಿಜ್ಞಾನಿಗಳನ್ನೋ ನಾವು ನಮ್ಮ ಮಾನವೀಯ ಮೌಲ್ಯಗಳ ಕೊರತೆಗಳಿಗೆ ದೂರುವುದು ಕೂಡಾ ಸರಿಯಲ್ಲ. ಅವುಗಳೆಲ್ಲಾ ತೂಕವಿಲ್ಲದ ಮಾತುಗಳು. ಯಾಕೆಂದರೆ, ಜಾರ್ಜ್ ಬರ್ನಾರ್ಡ್ ಷಾರ ಮಾತುಗಳಲ್ಲಿ-

> *''ವಿಜ್ಞಾನ ಮತ್ತು ಧರ್ಮದ ನಡುವಿನ ಯುದ್ಧವು ರಾಜಕೀಯವಾಗಿ ಆತ್ಮಹತ್ಯಾತ್ಮಕ ಯುದ್ಧಗಳಲ್ಲಿ ಪರ್ಯವಸಾನಗೊಳ್ಳುತ್ತದೆ. ಇಬ್ಬರಲ್ಲಿ ಒಬ್ಬರು ಸರಿಯಿರಲೇ ಬೇಕು ಮತ್ತು ಇನ್ನೊಬ್ಬ ತಪ್ಪಿರಬೇಕು ಎಂಬ ಜನಪ್ರಿಯ ತರ್ಕವೇ ಅರ್ಥಹೀನ, ಯೋಚನಾರಹಿತ, ವಿವೇಚನೆ ಯಿಲ್ಲದ ದುಡುಕು ನಿರ್ಣಯ....ನಾವು ಅವರನ್ನು ಪರಿಪೂರ್ಣವಾಗಿ ಸರಿಯಾದುದರತ್ತ ಕರೆತರಬಲ್ಲೆವಾದರೆ ಅವರ ನಡುವಿನ ಎಲ್ಲಾ ಭಿನ್ನಾಭಿಪ್ರಾಯಗಳೂ ಮಾಯವಾಗುತ್ತವೆ. ನಾವು ಒಂದೇ ಎಳೆಯಲ್ಲಿ ನೇಯಲಾದ ಧಾರ್ಮಿಕ ವಿಜ್ಞಾನ ಮತ್ತು ವೈಜ್ಞಾನಿಕ ಧರ್ಮದಂಥ ಸಂಗತಿಯನ್ನು ಹೊಂದಿರಬೇಕು.''*

□□

---

1. ಲೂಯಿಸ್ ಫಿಶರ್ ಗಾಂಧಿ ಬಗ್ಗೆ ಹೇಳಿದ ಹೇಳಿಕೆಯ ಹಿನ್ನೆಲೆಯಲ್ಲಿ ಹೀಗೆ ಹೇಳಲಾಗಿದೆ ಅಷ್ಟೆ. ಅದು, 'ಅವರು ಕ್ರಿಸ್ತನನ್ನು ಅಪ್ಪಿಕೊಂಡು ಕ್ರೈಸ್ತಧರ್ಮವನ್ನು ತಿರಸ್ಕರಿಸಿದರು.

21

ಮೊಳಕೆಯಲ್ಲೇ ತಿದ್ದು

''ಓ ! ನೀನು ನನ್ನ ನುಡಿಗಳಿಗೆ ಕಿವಿಗೊಡಬೇಕಿತ್ತು! ಆಗ ಶಾಂತಿಯು ಒಂದು ನದಿಯಂತೆ ನಿನ್ನತ್ತ ಹರಿಯಲಿತ್ತು.''

-Isaiah 48:18

ಎಳೆ ಮನಸ್ಸುಗಳ ಆರೈಕೆ

ಅದೊಂದು ದಿನ ನಾನು ಹದಿನಾರರ ಹರಯದ ಒಬ್ಬ ಹುಡುಗನು ನೀರಸವಾದ ಮತ್ತು ಜೀವವಿಲ್ಲದ ರೀತಿಯಲ್ಲಿ ಕಾರ್ಡಿನಲ್ ನ್ಯೂಮನ್‌ನ 'ದ ಟೂ ಜೆಂಟ್ಲ್‌ಮ್ಯಾನ್'ನ ಸುಂದರ ಚಿತ್ರಣವನ್ನು ಓದುವುದನ್ನು ನೋಡಿ ಆಘಾತಕ್ಕೊಳಗಾದೆ. ಈ ತರುಣನಿಗೆ ಅದು ಒಂದು ಸಾಧಾರಣ ಸಾಹಿತ್ಯಿಕ ರಚನೆಗಿಂತ, ಪರೀಕ್ಷೆಯಲ್ಲಿ ಕೇಳಬಹುದಾದ ಕೆಲವು ಪ್ರಶ್ನೆಗಳಿಗೆ ಉತ್ತರಿಸಲು ಬೇಕಾದ ಒಂದು ಓದಿಗಿಂತ ಹೆಚ್ಚೇನೂ ಆಗಿರಲಿಲ್ಲ. ನಾನೊಬ್ಬ ತರುಣನಾಗಿದ್ದಾಗ ಪತ್ರಿಕೆಯೊಂದರ ಮುಖಪುಟದಲ್ಲಿ ಇದರ ಆಯ್ದ ಭಾಗವನ್ನು ಓದಿ ಎಷ್ಟು ರೋಮಾಂಚಿತನಾಗಿದ್ದೆ ಎಂಬುದನ್ನು ಇಂದಿಗೂ ಮರೆತಿಲ್ಲ. ಆ ಚಿತ್ರವು ನನ್ನ ತರುಣ ಮನಸ್ಸಿನ ಮೇಲೆ ಅಚ್ಚಳಿಯದ ಮುದ್ರೆಯನ್ನೊತ್ತಿತ್ತು.

ನಾನದನ್ನು ಕತ್ತರಿಸಿ ನನ್ನ ಸ್ಫೂರ್ತಿದಾಯಕ ಸಂಗತಿಗಳ ಸಂಗ್ರಹದಲ್ಲಿ ಅಂಟಿಸಿಕೊಂಡಿದ್ದೆ. ಅದನ್ನು ನಾನು ಅಸಂಖ್ಯಾತ ಬಾರಿ ಓದಿದ್ದೆ ಮತ್ತದು ನನಗೆ ಹೆಚ್ಚು ಕಡಿಮೆ ಕಂಠಪಾಠವಾಗಿ ಬಿಟ್ಟಿತ್ತು. ಅದರಿಂದ ನನಗೆ ಬಹಳಷ್ಟು ಪ್ರಯೋಜನವಾಗಿದೆ ಎಂದೇ ನಾನು ತಿಳಿಯುತ್ತೇನೆ. ಅದರ ಶೈಲಿ ಮತ್ತು ವಸ್ತು ಎರಡಕ್ಕಾಗಿಯೂ ಅದನ್ನು ಮೆಚ್ಚುವ ಹೃದಯವಂತಿಕೆಯೂ ನನ್ನಲ್ಲಿತ್ತು. ಆ ಹುಡುಗನಿಗಾಗಿ ಮತ್ತು ಬಹುಷಃ ಅವನ ತಲೆಮಾರಿಗಾಗಿಯೂ ನನಗೆ ಸಂತಾಪವೆನಿಸಿತು. ನನಗೆ ತೋರುವಂತೆ ನಾನು ಸೇರಿದ ತಲೆಮಾರಿಗೆ ಇದ್ದಷ್ಟು ಆದರ್ಶಗಳ ಪರಿಕಲ್ಪನೆ ಈ ತಲೆಮಾರಿಗೆ ಇರಲಾರದು. ವಿಶ್ವಾಸಿಯಾದ ಒಬ್ಬ ಸ್ನೇಹಿತರು ಕೂಡಾ ನನ್ನ ಅನಿಸಿಕೆಯನ್ನು

ಬಲಗೊಳಿಸಿದರು. ಅವರು ವಿಜ್ಞಾನ ಸಂಬಂಧಿ ವಿಷಯಗಳಲ್ಲಿ ವಿಶೇಷ ಆಸಕ್ತಿಯಿಂದ ತೊಡಗುವವರಿಗೆ (ಈ ಹುಡುಗನಂತೆಯೇ) ಬೇರೆ ಸಂಗತಿಗಳಲ್ಲಿ ಅಭಿರುಚಿ ಮತ್ತು ರಸಾನುಭವ ಸಾಧ್ಯವಾಗುವುದಿಲ್ಲ ಎಂದೂ ಹೇಳಿದರು. ನಿಜ ಹೇಳಬೇಕೆಂದರೆ ಅದೇನೂ ನನಗೆ ಸಮಾಧಾನ ತರಲಿಲ್ಲ. ಈ ಹುಡುಗ ತೀರ ಎಳೆಯವನಿದ್ದಾಗ ನಾನು ಆತನಲ್ಲಿ ಕೆಲವು ಆದರ್ಶಗಳನ್ನು ಬಿತ್ತಲು ಪ್ರಯತ್ನಿಸಿದ್ದಿತ್ತು. ಆದರೆ ಸುತ್ತಲಿನ ವಾತಾವರಣದ ಪ್ರಭಾವದಿಂದ, ನಿರ್ದಿಷ್ಟವಾಗಿ ಅವನ ಒಂದು ಆಸುಪಾಸಿನ ಪ್ರಭಾವದಿಂದ, ಏನೋ ಸ್ವಲ್ಪ ಅವನು ಗ್ರಹಿಸಿದ್ದು ಕೂಡಾ ಆವಿಯಾಗಿ ಹೋಗಿರಬಹುದೆನ್ನಿಸುತ್ತದೆ !

ನಾನು ಕೇಳಿದ್ದೇನೆ, ಮಕ್ಕಳಿಗೆ ಔದಾರ್ಯದ ಗುಣಗಳೆಲ್ಲ ಹಾಗೆಯೇ ಸಹಜವಾಗಿ ಬಂದುಬಿಡುವುದಿಲ್ಲ, ಅವುಗಳನ್ನು ಅವರ ಮನಸ್ಸಿನಲ್ಲಿ ಬಿತ್ತಿ ಅವುಗಳನ್ನು ಪೋಷಿಸುವ ಅಗತ್ಯವಿದೆ. ಮಾನವ ಹೃದಯದಲ್ಲಿರಬೇಕಾದ ಎಲ್ಲಾ ಹೃದಯ ವಂತಿಕೆಯ ಶ್ರೇಷ್ಠ ಗುಣಗಳ ಬಗ್ಗೆಯೂ ಇದೇ ಮಾತನ್ನು ಹೇಳಬಹುದಾಗಿದೆ. ಸತ್ಯಸಂಧತೆಯ ಮಹತ್ವ, ಸ್ವಯಂ ತ್ಯಾಗಶೀಲತೆಯ ಮಹತ್ತು, ಸಹಜೀವಿಯ ನೋವಿಗೆ ಸ್ಪಂದಿಸುವ ಸ್ಪಂದನಾಶೀಲ ತತ್ತ್ವ ಎಲ್ಲವೂ ಆಳವಾಗಿ ಅರಿಯಬೇಕಾದ, ನಮ್ಮ ಪ್ರಜ್ಞಾವಲಯದಲ್ಲಿ ದೃಢವಾಗಿ ಬೇರಿಳಿಸಬೇಕಾದ ಸಂಗತಿಗಳು. ಈ ಮಾನವೀಯ ಸೆಲೆಯ ಪ್ರಭಾವವನ್ನು ನಮ್ಮ ಮೇಲಿರಿಸಿಕೊಳ್ಳಲು ಇದು ಅಗತ್ಯ.

ಇಂದಿನ ಶಿಕ್ಷಣ ಕ್ರಮವು, ದುರದೃಷ್ಟವಶಾತ್, ಔದಾರ್ಯಪೂರ್ಣ ಮತ್ತು ಆದರ್ಶಮಯ ಜೀವನದ ಹಾದಿಯಿಂದ ಯುವ ಮನಸ್ಸುಗಳನ್ನು ಗೆಲ್ಲುವ ಅವಕಾಶವನ್ನೇ ನಿರ್ಲಕ್ಷ್ಯ ಮಾಡುತ್ತಿದೆ. ಬದಲಿಗೆ, ಸಾಕಷ್ಟು ಗಮನ ಈ ಕಡೆಗೆ ನೀಡದೆ ನಾವು ಈ ಎಲ್ಲ ಶ್ರೇಷ್ಠ ಸಂವೇದನೆಗಳನ್ನು ಒಂದೇ ಸಲಕ್ಕೆ ಮುಂದಿನ ತಲೆಮಾರಿನಿಂದ ಪೂರ್ತಿಯಾಗಿ ಅಳಿಸಿಬಿಡುತ್ತಿದ್ದೇವ? ಅನಿಸುವಂತಿದೆ. ಈ ಅಸಡ್ಡೆ, ಈ ನಿರ್ಲಕ್ಷ್ಯ - ಹೃದಯ ಮತ್ತು ಆತ್ಮಗಳಿಗೆ ಸಂಬಂಧಿಸಿದ ವಿಚಾರಗಳ ಬಗ್ಗೆ ತಿಳಿ ಹೇಳದೇ ಇರುವುದು - ಅತೀ ದೊಡ್ಡ ಕರ್ತವ್ಯ ಲೋಪ, ಇದಕ್ಕೆ ನಾವೇ ಹೊಣೆಗಾರರು ಮತ್ತಿದು ನಮ್ಮ ಮೇಲೆ ನಮ್ಮ ಪೂರ್ವಿಕರು ಇರಿಸಿದ ವಿಶ್ವಾಸಕ್ಕೆ ಎಸಗುತ್ತಿರುವ ದ್ರೋಹ. ನಾವು ದೀಪವನ್ನು ದಾರಿಗೆ ಹಿಡಿಯುತ್ತಿಲ್ಲ, ಎಡ್ಮಂಡ್ ಬರ್ಕ್ ಹೇಳುವಂತೆ,

''ವಿನಾಶಕಾರಿ ಶಕ್ತಿಯ ವಿಜಯೋತ್ಸಾಹಕ್ಕೆ ಇಷ್ಟೇ ಸಾಕು,
ಸದಾಶಯದ ಒಳ್ಳೆಯವರು ತೆಪ್ಪಗಿರುವುದು.''

ನಾವು ಮೌನವಾಗಿ ನೈತಿಕ ಮತ್ತು ಧಾರ್ಮಿಕ ವಿಚಾರಗಳ ಭೋದನೆಯ ಕರ್ತವ್ಯವನ್ನೂ ಟೀವಿ ಕಾರ್ಯಕ್ರಮಗಳು ಮತ್ತು ಸಿನಿಮಾಗಳಿಗೆ ವಹಿಸಿಕೊಡುವಲ್ಲಿ

ಮಹತ್ವದ ಪಾತ್ರವನ್ನೇ ವಹಿಸಿದ್ದೇವೆ. ಸಿನಿಮಾ ತಾರೆಯರೂ ನಟರೂ ಈ ಯುವಜನರ ಆದರ್ಶಗಳಾಗಿರುವುದರಲ್ಲಿ ಅಚ್ಚರಿಯೇನಿದೆ ?

ಈ ಕೃತಿಯು ಬೇರೊಂದೆಡೆ ಜೋಸೆಫ್ ಅಡಿಸನ್‌ರ ಜನಪ್ರಿಯ ಪ್ರಬಂಧ 'ಕಲ್ಪನೆಯ ಆನಂದ' ದ ಉಲ್ಲೇಖ ಮಾಡಲಾಗಿದೆ. ಸಮಯ ಕಳೆಯಲು ಪ್ರಾಕೃತಿಕ ಸೌಂದರ್ಯದ ಹಗಲುಗನಸು ಕಾಣುವುದರ ಮೂಲಕ ಆನಂದ ಪಡೆಯಬಹುದು ಎಂದು ಅವರು ಪ್ರತಿಪಾದಿಸುತ್ತಾರೆ. 'ದೇವರೇ ಇವರನ್ನು ಕ್ಷಮಿಸು, ಅವರೇನು ಮಾಡುತ್ತಿದ್ದಾರೋ ಅದನ್ನವರು ಅರಿಯರು.' ಎಂದ ಕ್ರಿಸ್ತನ ಮಹಾನ್ ಔದಾರ್ಯ ಯುತ ಚೇತನವನ್ನು ನೆನೆದರೇ ರೋಮಾಂಚನಗೊಳ್ಳಬಲ್ಲ ಸಾಧ್ಯತೆಯನ್ನು ಇನ್ನೂ ಉಳಿಸಿಕೊಂಡಿರಬಹುದಾದ ನಮ್ಮಂಥ ಕೆಲವರು ಅಥವಾ ಮಾನವನ ನೋವು, ಸಂಕಟಗಳಿಗೊಂದು ಶಾಶ್ವತ ಪರಿಹಾರವನ್ನರಸಿ ರಾತ್ರೋರಾತ್ರಿ ಅರಮನೆ, ರಾಜ್ಯ, ಸುಖ, ಹೆಂಡತಿ, ಹಾಲ್ಗೂಸು ಎಲ್ಲವನ್ನೂ ತೊರೆದು ನಡೆದ ಗೌತಮ ಬುದ್ಧ- ಹೇಗೆ ನಾವೀ ರೋಮಾಂಚನವನ್ನು ನಮ್ಮ ಮಕ್ಕಳಿಗೆ ಸಿಗಬಾರದೆನ್ನಲಾದೀತು? ಸಂಪದ್ಭರಿತ ಪರಂಪರೆಯೊಂದರಿಂದ ನಾವು ಅವರನ್ನು ವಂಚಿಸುತ್ತಾ ಇದ್ದೇವೆ.

ನಿಜ ಹೇಳಬೇಕೆಂದರೆ, ನನಗೆ ನನ್ನ ಪಾಶ್ಚಾತ್ಯ ಪ್ರೌಢ ಗೆಳೆಯರು ಹೇಗೆ ತಮ್ಮ ಕಚೇರಿಯಿಂದ ಮರಳಿ ಬಂದು ಮತ್ತೆ ಮರುದಿನ ಕೆಲಸಕ್ಕೆ ಹೋಗುವವರೆಗಿನ ಸಮಯವನ್ನು ಕಳೆಯುತ್ತಿದ್ದಾರೆಂಬುದರ ಬಗ್ಗೆ ತಿಳಿದಿಲ್ಲ. ಇದು ನಿಜವಾದರೆ, ಅವರಲ್ಲಿ ಹೆಚ್ಚಿನವರು ಮನೆಯಿಂದ ಹೊರಗೆ, ಪಾರ್ಟಿಗಳಲ್ಲಿ ಭಾಗವಹಿಸುತ್ತಾ, ಹೋಟೆಲು ರೆಸ್ಟುರಾಂಟ್‌ಗಳಲ್ಲಿ ತಿನ್ನುತ್ತಾ, ಸಿನಿಮಾ, ನಾಟಕಗಳನ್ನು ನೋಡುತ್ತಾ, ಕುಡಿತದಲ್ಲೇ ವ್ಯಸ್ತರಾಗಿದ್ದಕ್ಕೆ ಒದೆಸಿಕೊಂಡು ಹೊರದಬ್ಬಿಸಿಕೊಂಡು ರಾತ್ರಿ ಕ್ಲಬ್ಬುಗಳಲ್ಲಿ ಕೊಳಕು ಕ್ಯಾಬರೆಗಳನ್ನು ನೋಡುತ್ತಾ ಕಳೆಯುವುದು ನಿಜವೇ ಆಗಿದ್ದರೆ ಕ್ರಿಸ್ತನನ್ನು ಶಿಲುಬೆಗೇರಿಸಿದ ಮತ್ತು ಅಬ್ರಹಾಂ ಲಿಂಕನ್‌ನನ್ನು ಗುಂಡಿಕ್ಕಿಕೊಂದ ನಂತರದ ಅತಿದೊಡ್ಡ ದುರಂತವೊಂದಿದ್ದರೆ ಅದು ಇದೇ ಎಂದು ನಾನು ಹೇಳಬೇಕಾಗುತ್ತದೆ.

ನಮ್ಮ ವ್ಯಕ್ತಿತ್ವವನ್ನು ದೃಢವಾಗಿ ಬೆಳೆಸಿಕೊಳ್ಳುವುದರ ಮೂಲಕ ನಮ್ಮ ಮಕ್ಕಳ ವ್ಯಕ್ತಿತ್ವ, ಚಾರಿತ್ರ್ಯವನ್ನು ರೂಪಿಸಿ ಅವರು ಸಮರ್ಥವಾಗಿ ತಮ್ಮ ಬೆಳವಣಿಗೆಯನ್ನು ಪಡೆಯುವಂತೆ ಮಾಡಲು, ನಮ್ಮ ಮನೆಯೊಳಗೇ ಇರುವ ಅಮೂಲ್ಯ ಅವಕಾಶವನ್ನು ಕಾಲಿನಿಂದೊದ್ದು ಎಸೆಯುತ್ತಿದ್ದೇವೆ. ನಮ್ಮ ಪೂರ್ವಿಕರ ಹೆಚ್ಚು ಶಾಂತಿಯುತವೂ ಮತ್ತು ತತ್ಸಂಬಂಧಿ ಹೆಚ್ಚು ಸಂತಸಮಯವೂ ಆಗಿದ್ದ ಜೀವನಪದ್ಧತಿಗೆ ಹಿಂದಿರುಗೋಣ. ನಾನೇನೂ ಕಾಲಚಕ್ರವನ್ನು ಹಿಂದಕ್ಕೆ ತಿರುಗಿಸಬೇಕೆಂದು ಹೇಳುತ್ತಿಲ್ಲ. ಎಲ್ಲಿಗೆ ಹಿಂದಿರುಗುವುದು ಸಾಧ್ಯವಿಲ್ಲವೋ ಅಲ್ಲಿಗೆ ಬೇಡ, ಆದರೆ ಸಾಧ್ಯವಿರುವಲ್ಲಿಗೆ ಹಿಂದಿರುಗಬಾರದೇಕೆ? ನಮ್ಮ ಸಂಜೆಗಳನ್ನು ನಮ್ಮ ಮಕ್ಕಳೊಂದಿಗೆ

ಕಳೆಯೋಣ, ಅವರಿಗೆ ಬೆಳಗುವ ಧೀರೋದಾತ್ತನಾಯಕರ ಕತೆಗಳನ್ನು ಹೇಳೋಣ, ತನ್ಮೂಲಕ ಸೂಕ್ಷ್ಮಸಂವೇದನೆಗಳ, ಭಾವನೆಗಳ, ಉನ್ನತ ಬದುಕಿನ ಶೈಲಿಯ ಸೌಂದರ್ಯವನ್ನು ಪರಿಚಯಿಸೋಣ.

ಕ್ರೀಡೆ ಮತ್ತು ಆಟೋಟಗಳಲ್ಲಿ ಬಳಸುವ ಒಂದು ಉಕ್ತಿಯನ್ನು ನಾವೆಲ್ಲರೂ ಕೇಳಿದ್ದೇವೆ. 'ಎಳೆಯರಿರುವಾಗಲೇ ಅವರನ್ನು ಹಿಡಿ !' ಕ್ರೀಡಾ ಪ್ರತಿಭೆಯನ್ನು ಎಳವೆಯಲ್ಲೇ ಗುರುತಿಸಬೇಕು ಮತ್ತು ಉತ್ಸಾಹಿಯಾಗಿರುವಾಗಲೇ ಸೂಕ್ತತರಬೇತಿಯನ್ನು ನೀಡಬೇಕು. ಎಲ್ಲಿ ಜನ್ಮತಃ ಅಥವಾ ಆಂತರಿಕವಾದ ಪ್ರತಿಭೆಯಿಲ್ಲವೋ ಅಲ್ಲಿ ಅಭ್ಯಾಸ, ಸತತವಾದ ಪರಿಶ್ರಮ, ನಿಯಮಿತ ಪುನರಾವೃತ್ತಿಯಿಂದ ಆ ಸಹಜ ಕೌಶಲದ ಕೊರತೆಯನ್ನು ತುಂಬಿಕೊಡಬೇಕು. ಹಾಗೆಯೇ ನಾವು ಧಾರ್ಮಿಕವಾದ ಚೈತನ್ಯವನ್ನು ನಮ್ಮ ಮಕ್ಕಳಲ್ಲಿ ಅವರು ಎಳವೆಯಲ್ಲಿರುವಾಗಲೇ ತುಂಬಬೇಕು. ಧರ್ಮವನ್ನು ಅವರಿಗೆ ತಾಯ ಎದೆಹಾಲಿನೊಂದಿಗೇ ಅಂದರೆ ಶೈಶವದಲ್ಲೇ ಊಡಿಸಬೇಕು. ನಾವು ಮಕ್ಕಳನ್ನು ಸುಮ್ಮನೇ ಬೆಂಕಿಯು ಸುಡುವುದೆಂಬುದನ್ನು ಅವರು ಅನುಭವದಿಂದಲೇ ಕಲಿಯಲಿ ಎಂದು ಬಿಟ್ಟುಬಿಡುವುದಿಲ್ಲ. ಹಾಗೆಯೇ ನಾವು ಧರ್ಮವೂ ಕೂಡಾ ಅವರು ಬೆಳೆದು ದೊಡ್ಡವರಾದ ಮೇಲೆ ಸ್ವಂತ ಅನುಭವದಿಂದ ಅದೆಲ್ಲ ಏನು ಯಾತರ ಬಗ್ಗೆ ಎಂಬುದನ್ನು ಕಂಡುಕೊಂಡು ಆಚರಿಸಲಿ ಎಂದು ಸುಮ್ಮನಿದ್ದು ಬಿಡುವುದಲ್ಲ.

ಒಂದು ಮಗುವು ಕೆಲವೊಮ್ಮೆ ಆಹಾರವನ್ನು ನಿರಾಕರಿಸುತ್ತದೆ. ಅದನ್ನು ಮುದ್ದು ಮಾಡಿಯೋ, ಹೆದರಿಸಿಯೋ, ತಿನ್ನಿಸಬೇಕಾಗುತ್ತದೆ. ಹಾಗೆಯೇ ಸಹಜ ಸ್ವಾಭಾವಿಕವಾದ ಆಸಕ್ತಿ ಇಲ್ಲದಿದ್ದರೂ ಒಂದು ಮಗುವಿಗೆ ದೇವರು ಧರ್ಮದ ಕುರಿತು ಭಯ ಭಕ್ತಿಯನ್ನು ಸರಳವಾದ ಸಾಮಾನ್ಯ ನೈತಿಕ ರೀತಿ ನೀತಿಗಳನ್ನೂ ಕಲಿಸಬೇಕಾಗುತ್ತದೆ. ಮುಂದೆ ಅದು ನೀವು ಹೀಗೆ ಕಲಿಸಿದ ಬಗ್ಗೆ ನಿಮಗೆ ಕೃತಜ್ಞವಾಗಿರುತ್ತದೆ. ನಮ್ಮ ಮಕ್ಕಳು ನಮ್ಮದೇ ವಿಮರ್ಶಕರೂ ಕೂಡಾ. ನಾವವರನ್ನು ಸೋಲುವಂತೆ ಮಾಡಿದಲ್ಲಿ ಅವರು ನಮ್ಮನ್ನು ಶಪಿಸುತ್ತಾರೆ ಮತ್ತು ಪರಿತ್ಯಜಿಸುತ್ತಾರೆ. ಆದರೆ ಆಗ ಏನು ಮಾಡುವುದಕ್ಕೂ ತೀರ ತಡವಾಗಿರುತ್ತದೆ, ಕಾಲ ಮಿಂಚಿ ಹೋಗಿರುತ್ತದೆ. ಜೊತೆಜೊತೆಗೇ ನಾವು ಅವರಿಗೆ ಸಭ್ಯತೆ ಮತ್ತು ಒಳ್ಳೆಯ ನಡತೆಯನ್ನು, ದೈನಂದಿನ ನಡವಳಿಕೆಯಲ್ಲಿ ಸೌಮ್ಯವಾದ ಸರಳತೆಯಿರುವ ಹಾಗೆ ಇತರರು ಮೆಚ್ಚುವ ಹಾಗೆ ಮತ್ತು ಸಣ್ಣ ಪುಟ್ಟ ತ್ಯಾಗವನ್ನು ರೂಢಿಸಿಕೊಳ್ಳುವಂತೆ ಕಲಿಸಬೇಕು. ಅವರಿಗೆ ನಾವು ಮಾದರಿಯಾಗಬೇಕು. ಉದಾಹರಣೆಗಳು ಅವರಲ್ಲಿ ನಿರೀಕ್ಷಿತ ಪರಿಣಾಮ ಉಂಟು ಮಾಡದೇ ಹೋದರೆ ನಯವಾದ ಗದರಿಕೆ, ಉತ್ತೇಜಿಸುವ ಕಲೆಯನ್ನು ಬಳಸಬೇಕು. ಮುದ್ದು ಮಾಡಿ, ಮರುಳುಮಾಡಲು ಸಾಧ್ಯವಾದರೆ ಹಾಗೆಯೂ ಮಾಡಿ, ಬೆದರಿಸಿ, ಶಿಕ್ಷಿಸಿ ಅಥವಾ ಕಿಚಾಯಿಸಿ -

ಅನಿವಾರ್ಯವೇ ಆದರೆ. ನಿಮಗೇ ಆಗಲಿ ನಿಮ್ಮ ಎಳೆಯ ಮಗುವಿಗೇ ಆಗಲಿ ತಮ್ಮ ತಮ್ಮ ಕರ್ತವ್ಯದಿಂದ ಮುಕ್ತಿಯಿಲ್ಲ.

ಮಕ್ಕಳನ್ನು ಶಿಸ್ತಿನಲ್ಲಿ ತಿದ್ದಿ ತೀಡಬೇಕಾಗುತ್ತದೆ

ನಾವು ಮನಶ್ಶಾಸ್ತ್ರದ ಜಗತ್ತಿನಲ್ಲಿ ಬದುಕುತ್ತಿದ್ದೇವೆ. ಈ ದಿನಗಳಲ್ಲಿ ಎಲ್ಲವೂ ಮನಶ್ಶಾಸ್ತ್ರದ ಮೊರೆ ಹೋಗುತ್ತದೆ. ದಮನಿಸುವಿಕೆ, ಹೇರಿಕೆ, ಆತ್ಮಾಭಿವ್ಯಕ್ತಿಯ ಮೇಲೆ ದಬ್ಬಾಳಿಕೆ ಮುಂತಾದ ಹೊಸ ಹೊಸ ಶಬ್ದ ಮತ್ತು ನುಡಿಗಟ್ಟುಗಳನ್ನು ಸಿಕ್ಕಿಸಿಕ್ಕಿದವರು ಬಳಸುತ್ತಾರೆ. ನಾವು ನಮ್ಮನ್ನೇ ಆಗಲಿ ನಮ್ಮ ಮಕ್ಕಳನ್ನೇ ಆಗಲಿ ಮನಬಂದಂತೆ ಮತ್ತು ಅನಿಸಿದ್ದನ್ನೆಲ್ಲ ಮಾಡಿಕೊಂಡಿರಲು ಬಿಡುವಂತಿಲ್ಲ ಎಂಬುದು ಕೇವಲ ಸಾಮಾನ್ಯಜ್ಞಾನ. ಮಕ್ಕಳಲ್ಲಿ ಶಿಸ್ತನ್ನು ತಿದ್ದಿ ತೀಡಬೇಕಾಗಿದೆ ಆದರೆ ಅದೇನೂ ತೀವ್ರತರವಾಗಿರ ಬೇಕಾಗಿಲ್ಲ ಅಥವಾ ಯೋಚನಾರಹಿತವಾಗಿರಬೇಕಿಲ್ಲ. ಅದನ್ನೊಂದು ಚಿರಂತನ ವಾದ ಬಗೆಯಲ್ಲಿಯೂ ಮಾಡುವುದು ಸಾಧ್ಯವಿದೆ. ಇಲ್ಲಿಯೇ ನೀವು ನಿಮ್ಮ ಯೋಗ್ಯತೆಯನ್ನು ಸಾಬೀತು ಪಡಿಸಬೇಕಾಗಿದೆ. ಇದೊಂದು ಪರೀಕ್ಷೆ, ನುಣುಚಿಕೊಳ್ಳುವಂತಿಲ್ಲ. ಎಲ್ಲರೂ ತಮ್ಮ ಮಕ್ಕಳು ಫ್ಲಾರೆನ್ಸ್ ನೈಟಿಂಗೇಲ್ ಅಥವಾ ಅಬ್ರಹಾಂ ಲಿಂಕನ್ನರಾಗುತ್ತಾರೆ ಎಂದು ನಿರೀಕ್ಷಿಸಲಾಗದು. ಮತ್ತದು ಅಗತ್ಯವೂ ಇಲ್ಲ. ಆದರೆ ಅವರು ಧರ್ಮದ ಹಾದಿಯಲ್ಲಿ ಪ್ರಬುದ್ಧರಾಗಿ, ಕಾನೂನು ಪಾಲಕರಾಗಿ, ಸಂತೋಷದ ಮತ್ತು ಸಮಾಧಾನಿಗಳಾದ ಇತರರಿಗೂ, ಸಮಾಜಕ್ಕೂ, ದೇಶಕ್ಕೂ ಮತ್ತು ತನ್ಮೂಲಕ ಜಗತ್ತಿಗೂ ಉಪಯುಕ್ತರಾದ ಪ್ರಜೆಯಾಗುವುದನ್ನು ಕಾಣಬೇಕಿದೆ. ಇಷ್ಟನ್ನು ಮಾಡಲು ಸಾಧ್ಯವಾದರೆ ಅದೇನೂ ಕಡಿಮೆ ಸಾಧನೆಯಲ್ಲ. ಇದು ಜಗತ್ತಿನ ಒಳಿತಿಗೆ ನಮ್ಮ ವೈಯಕ್ತಿಕ ನೆಲೆಯ ಕಾಣ್ಕೆಯಾಗುವುದು.

□□

22

ಭಗವಂತನತ್ತ ಹಲವು ಹಾದಿ

''ಅಸತೋಮಾ ತಮಸದ್ಗಮಯ
ತಮಸೋಮಾ ಜ್ಯೋತಿರ್ಗಮಯ
ಮೃತ್ಯೋರ್ಮಾ ಅಮೃತಂಗಮಯ''
''ನನ್ನನ್ನು ಅಸತ್ಯದಿಂದ ಸತ್ಯದೆಡೆಗೆ, ಕತ್ತಲಿನಿಂದ ಬೆಳಕಿನೆಡೆಗೆ ಮೃತ್ಯುವಿನಿಂದ ಅಮರತ್ವದೆಡೆಗೆ ನಡೆಸು.''

-ಉಪನಿಷದ್

ಮನುಷ್ಯ ಸ್ವಭಾವವು ಅವಶ್ಯವಾಗಿ ಎಲ್ಲೆಡೆಯೂ ಒಂದೇ ತರ

ಆದರೆ ಪ್ರತಿಯೊಬ್ಬ ವ್ಯಕ್ತಿಯೂ ವಿಭಿನ್ನ ಬಗೆಯ ಪ್ರಚೋದನೆಗೆ ವಿಭಿನ್ನವಾಗಿ ಪ್ರತಿಕ್ರಿಯಿಸುತ್ತಾನೆ. ಉದಾಹರಣೆಗೆ, ಒಬ್ಬ ಮನುಷ್ಯನು ವಿಪರೀತ ನೋವು, ನರಳಿಕೆಯನ್ನು ಅನುಭವಿಸಿ ತಕ್ಕಮಟ್ಟಿಗೆ ಸುಧಾರಿಸಿಕೊಂಡು ಮರಳಿ ನೆಮ್ಮದಿ ಸಂತೋಷ ಕಂಡುಕೊಂಡಿದ್ದರೆ, ಬೇರೆಯವರ ಅಂತಹುದೇ ನೋವು ನರಳಾಟಕ್ಕೆ ಎರಡು ತೀರ ವಿರುದ್ಧ ಬಗೆಯಲ್ಲಿ ಪ್ರತಿಸ್ಪಂದಿಸುವುದು ಸಾಧ್ಯವಿದೆ. (ಎ) ಬೇರೆಯವರು ಅನಗತ್ಯವಾಗಿ ಮತ್ತು ಎಲ್ಲಿ ಅದನ್ನು ತಪ್ಪಿಸಬಹುದಾಗಿದೆಯೋ ಅಂಥಲ್ಲಿ ಸಂಕಟಕ್ಕೆ ಈಡಾಗುವುದನ್ನು ಅವನು ಬಯಸದೇ ಅದಕ್ಕೆ ಅಗತ್ಯ ವಾದುದನ್ನು ಮಾಡಲು ಮುಂದಾಗಬಹುದು. ಚರಿತ್ರೆಯಲ್ಲಿ ಹೀಗೆ ಒಮ್ಮೆ ಬಲಿಪಶುವಾದವರು ತಮ್ಮಂತೆ ಬೇರೆ ಯಾರಿಗೂ ಆಗಬಾರದೆಂದು ಬಯಸಿ, ಮಾನವಜನಾಂಗಕ್ಕೆ ಮಹಾನ್ ಮಾದರಿಯಾದ ಉಪಯುಕ್ತ ವ್ಯಕ್ತಿಗಳಾದ ಉದಾಹರಣೆಗಳು ಸಾಕಷ್ಟಿವೆ. ಬೇರೆಯವರೊಂದಿಗೆ ಮೌಖಿಕವಾಗಿ ವ್ಯವಹರಿಸ ಲಾರದ, ಅಂಧಕಾರಮಯವಾದ ಬದುಕನ್ನು ಬದುಕುವ ಸಂಕಷ್ಟಕ್ಕೆ ಒಳಗಾದ ಸಹಜೀವಿಗಳ ಪುನರ್ವಸತಿ ಮತ್ತು ಸಹಾಯಕ್ಕಾಗಿ ಶ್ರಮಿಸಿದ ಹೆಲೆನ್ ಕೆಲ್ಲರ್ ಅವರ

ಬದುಕು ಸದಾ ಬೆಳಗುವ ಮತ್ತು ಎಂದೂ ಮರೆಯಲಾಗದ ವಿಶೇಷವಾದ ಪ್ರಜ್ವಲ ಉದಾಹರಣೆಯಾಗಿದೆ. (ಬಿ) ಅಥವಾ ಹಿಂದೆ ನೋವು ನರಳಿಕೆಯ ಸಂಕಷ್ಟಕ್ಕೆ ತುತ್ತಾದ ವ್ಯಕ್ತಿಯು ಮಹಾ ಅಸಹನೆಯ ಮತ್ತು ಇತರರ ಅಂತಹುದೇ ಸಂಕಷ್ಟವನ್ನು ಕಂಡಾಗ ಒಂದು ರೋಗಗ್ರಸ್ತವಾದ ಬಗೆಯ ಸಂತೋಷವನ್ನು ಕಾಣುವ ಮನುಷ್ಯನಾಗಿ ಬದಲಾಗಬಹುದು. ಒಂದು ವಿಧದ ಬಲಿಪಶುವಾದ ಸೊಸೆಯು ಮುಂದೆ ತಾನೇ ಕಟು-ಕ್ರೂರಿಯಾದ ಅತ್ತೆಯಾಗಿ ಬದಲಾಗುವ ಬಹು ಜನಪ್ರಿಯವಾದ ಪರಿವರ್ತನೆಗೆ ವಿವರಣೆ ಬೇಕಿಲ್ಲ. ಮೂರನೆಯ ಅಥವಾ ಈ ಎರಡರ ನಡುವಿನ ಒಂದು ವಿಧದ ಮಂದಿ ಇಲ್ಲವೆಂದೇನೂ ಅಲ್ಲ. ಬೇರೆಯವರ ಕ್ಲೇಶ ತಾಪತ್ರಯಗಳಿಗೆ ಸ್ಪಂದನವೇ ತೋರದ ನಿರ್ಲಿಪ್ತ ಮಂದಿ. ಅದೇನಾದರೂ ಒಂದು ಬಗೆಯ ಪರಿಪೂರ್ಣ ಅರಿವು - ಜ್ಞಾನೋದಯದಿಂದ ಸಾಧ್ಯವಾದಂಥ ನಿರ್ಲಿಪ್ತಿಯೇ ಆಗಿದ್ದರೆ ಅದನ್ನು ತೀರಾ ಸ್ವೀಕಾರಾರ್ಹವಲ್ಲದ ಬಗೆ ಎನ್ನಲಾಗದು. ಏನಿದ್ದರೂ ಪ್ರಚೋದನೆಗೆ ಪ್ರತಿಕ್ರಿಯೆಯು ವಿಭಿನ್ನವಾಗಿರುವುದು ಎಂಬುದನ್ನು ಕಾಣುತ್ತೇವೆ. ಇದೊಂದು ಅಂಶವಿಲ್ಲದೇ ಇರುತ್ತಿದ್ದರೆ ಮನಶ್ಶಾಸ್ತ್ರ ಎಂಬುದು ಇಷ್ಟೊಂದು ಸಂಕೀರ್ಣವಾದ ಮತ್ತು ಕೆಲವೊಮ್ಮೆ ಹಾದಿತಪ್ಪಿಸಬಲ್ಲ ವಿಜ್ಞಾನವಾಗಿ ಬೆಳೆಯುತ್ತಿರಲೇ ಇಲ್ಲ.

ಆಮೇಲೆ ಸ್ವಭಾವದ ಪ್ರಶ್ನೆಯಿದೆ. ಕೆಲವು ತಿಳಿದಿರುವ ಮತ್ತು ತಿಳಿಯದೇ ಇರುವ ಕಾರಣಗಳಿಗೆ ಸರಿಯಾಗಿ (ಆರಂಭದಲ್ಲಿಯೇ ಅಂಗವಿಕಲರು ಇತರ ಸ್ಪರ್ಧಿ ಗಳಿಗೆ ಸಮಾನರು ಎಂಬ ಒಂದು ಕಲ್ಪಿತ ಪರಿಕಲ್ಪನೆಯನ್ನಿಟ್ಟುಕೊಂಡು) ಮಾನವ ಜೀವಿಗಳಲ್ಲಿ ವಿಭಿನ್ನ ಸ್ವಭಾವ ಅಥವಾ ಗುಣವಿಶೇಷಣಗಳಿರುತ್ತವೆ. ಒಂದು ಬಗೆಯವರಲ್ಲಿ ತೋಳ್ಬಲವೇ ಪ್ರಧಾನ ಭೂಮಿಕೆಯಲ್ಲಿದ್ದು ದೈಹಿಕಬಲವು ವಿಶೇಷವಾಗಿರುವ ವ್ಯಕ್ತಿ ಅಂಥ ಶಕ್ತಿ ಸಾಮರ್ಥ್ಯದ ಪ್ರಭಾವದಿಂದ ಕೊನೆಯಿಲ್ಲದಂತೆ ದೈಹಿಕ ಸಾಮರ್ಥ್ಯದ ಅಗತ್ಯವಿರುವ ಚಟುವಟಿಕೆಯಲ್ಲಿ ನಿರತನಾಗಿರುತ್ತಾನೆ. ಇನ್ನೊಂದು ಬಗೆಯವರಲ್ಲಿ ಭಾವುಕತೆಯೇ ಪ್ರಧಾನವಾಗಿದ್ದು ಇವರು ಸೂಕ್ಷ್ಮ ಸಂವೇದಿಯೂ, ವಿದ್ಯಮಾನಗಳಿಗೆ ಬಹುಬೇಗ ಪ್ರತಿಸ್ಪಂದಿಸುವವರೂ, ವಿಶೇಷವಾಗಿ ಹಚ್ಚಿಕೊಳ್ಳುವ, ಅರ್ಪಣಾಭಾವದ, ಪ್ರೀತಿಗಾಗಿ ಕಾತರಿಸುವ, ಪ್ರೀತಿಗಾಗಿ ಬದುಕುವ ತರದವರಾಗಿರುತ್ತಾರೆ. ಮೂರನೆಯ ವಿಧದವರು ಪ್ರಧಾನವಾಗಿ ಬೌದ್ಧಿಕ ನೆಲೆಯವ ರಾಗಿರುತ್ತಾರೆ. ಇವರು ಎಲ್ಲವನ್ನೂ ಪರೀಕ್ಷೆಗೊಡ್ಡುವ, ಯಾವುದೇ ತತ್ವ ಅಥವಾ ವಸ್ತುಸಂಗತಿಯನ್ನೂ ಕಾರ್ಯಕಾರಣ ವಿಶ್ಲೇಷಣೆಯಿಂದ ಸಮರ್ಥವಾಗಿ ಸಾಬೀತು ಪಡಿಸದೆ ಒಪ್ಪಿಕೊಳ್ಳದವರೂ ಆಗಿರುತ್ತಾರೆ. ಹೀಗೆ ಮೂರು ಪ್ರಮುಖ ವಿಧಗಳು ಹೊರಹೊಮ್ಮುತ್ತವೆ. ದೈಹಿಕನೆಲೆ ಯವರು, ಹೃದಯವಂತಿಕೆಯ ನೆಲೆಯವರು ಮತ್ತು ಬೌದ್ಧಿಕ ನೆಲೆಯವರು. 'ಪ್ರಧಾನವಾಗಿ' ಎಂಬ ಶಬ್ದವನ್ನು ಈ ಸಂದರ್ಭದಲ್ಲಿ

ಗಮನಿಸಿಕೊಳ್ಳಿ. ಯಾಕೆಂದರೆ ಯಾವ ವ್ಯಕ್ತಿಯನ್ನೂ ಪೂರ್ತಿಯಾಗಿ ಈ ಯಾವುದೇ ಒಂದು ವಿಧದಲ್ಲಿ ವಿಭಾಗಿಸಲಾಗುವುದಿಲ್ಲ. ಅವನು ಇವುಗಳಲ್ಲಿ ಎರಡು ಅಥವಾ ಮೂರರ ಸಂಯೋಜನೆಯಾಗಿರುತ್ತಾನೆ.

ಧರ್ಮವನ್ನು ಚಿಂತಕರು ವಿಭಿನ್ನವಾಗಿ ವ್ಯಾಖ್ಯಾನಿಸಿದ್ದಾರೆ. ''ಧರ್ಮವು ಅವಶ್ಯವಾಗಿ ಅಮೂರ್ತವಾದ ವಿಚಾರವಾಗಿದೆ ಮತ್ತು ಕೊನೆಗೂ ಯಾವುದೇ ಮಾನವ ಭಾಷೆಯು ಅದನ್ನು ಸಂಪೂರ್ಣವಾಗಿ ಹಿಡಿದುಕೊಡುವುದಾಗಲೀ ಸಂವಹನ ಮಾಡುವುದಾಗಲೀ ಸಾಧ್ಯವಿಲ್ಲವೆಂದೇ ಹೇಳಬೇಕಾಗಿದೆ. ಧರ್ಮವು ಅಮೂರ್ತದೊಂದಿಗಿನ ಸಂವಾದ.'' ಎನ್ನುತ್ತಾರೆ ಓರ್ವ ಮಹಾನ್ ಸಂತ. ಆದರೆ ಎಲ್ಲಾ ಕಾಲದ ಒಬ್ಬ ಸಾಮಾನ್ಯ ಮನುಷ್ಯ ಮಾತ್ರ ಆರಂಭಿಕನ ಹಂತದಿಂದ, ಬುದ್ಧಿಜೀವಿಗಳ ವರ್ತುಲದಲ್ಲಿ ಆಸಕ್ತಿಯಿಲ್ಲದ ಪ್ರವಚನಕಾರ ಅಥವಾ ಮೀಮಾಂಸಕಾರನಾಗುವ ಉದ್ದೇಶವಿಲ್ಲದವನೇ ಆಗಿರುತ್ತಾನೆ. ಇದು ಅರ್ಥವಾಗುವಂಥದ್ದು. ಯಾಕೆಂದರೆ ತತ್ವಶಾಸ್ತ್ರದ ಮೂಲಕ ಮತ್ತು ಶುದ್ಧ ಶೈಕ್ಷಣಿಕ ದೃಷ್ಟಿಕೋನದಿಂದ ನೋಡಿದರೆ ಪ್ರಾಯೋಗಿಕ ಜನಜೀವನದಿಂದ ಮತ್ತು ಧಾರ್ಮಿಕ ಆಚರಣೆಯಿಂದ ದೂರವಾದ ಒಂದು ಘನವಾದ, ಅಸಾಮಾನ್ಯವಾಗಿ ಉದಾತ್ತೀಕರಿಸಿದ ಮತ್ತು ಬಹುಮಟ್ಟಿಗೆ ಅರ್ಥವಾಗದ ಅಮೂರ್ತ ವಿಚಾರವೇ ಆಗಿ ಉಳಿಯುತ್ತದೆ. ಸಾಮಾನ್ಯ ಮನುಷ್ಯನಿಗೆ ಧರ್ಮವೆಂಬುದು ತತ್‌ಕ್ಷಣವೇ ದೇವರೊಂದಿಗೆ ಸಂಬಂಧಿಸಿದ್ದು.

ಒಬ್ಬ ಅನನುಭವಿಯಾದವನಿಗೆ ದೇವರು ಅವಶ್ಯವಾಗಿ ಮನುಷ್ಯರೂಪದ ಅವತಾರವೇ. ಅವನು ದೇವರನ್ನು ಆಕಾರ- ರೂಪ- ಆಕೃತಿಯಲ್ಲೇ ಕಲ್ಪಿಸಿಕೊಳ್ಳುತ್ತಾನೆ ಯಾಕೆಂದರೆ ನಿರಾಕಾರ ಸ್ವರೂಪದಲ್ಲಿ ದೇವರನ್ನು ಗ್ರಹಿಸುವುದು ಅವನಿಗೆ ಕಷ್ಟಕರ. ಕೆಲವು ಧರ್ಮಗಳು, ಅದರಲ್ಲೂ ಪುರಾತನವಾದಂಥವು, ದೈವಿಕ ಅವತಾರಗಳ ಮೂಲಕ ಭಕ್ತನಿಗೆ ಬೇಕಾದ ನಿರ್ದಿಷ್ಟವಾದ ಆಕಾರ, ರೂಪ, ಗುಣವಿಶೇಷಣಗಳ ಪರಿಕಲ್ಪನೆಯನ್ನು ಕೂಡಾ ಒದಗಿಸಿಕೊಡುತ್ತವೆ. ಉದಾಹರಣೆಗೆ, ನಮಗೆ ತಿಳಿದಿರುವಂತೆ ಅತ್ಯಂತ ಪುರಾತನ ಧರ್ಮಗಳಲ್ಲಿ ಒಂದಾದ ಹಿಂದೂ ಧರ್ಮವು ತನ್ನ ಅನುಯಾಯಿಗಳಿಗೆ ತನ್ನ ಅಭಿರುಚಿ ಮತ್ತು ಗ್ರಹಿಕೆ, ಮನೋಭಿಲಾಷೆಗಳಿಗೆ ತಕ್ಕುದಾದ ದೈವಿಕ ಅವತಾರವನ್ನು 'ಆದ್ಯತೆಯ ದೈವ'ವಾಗಿ ಇಷ್ಟದೇವತೆ ಎಂದು ಆರಿಸಿ ಆರಾಧಿಸುವ ಆಯ್ಕೆಯ ಸ್ವಾತಂತ್ರ್ಯವನ್ನು ನೀಡುತ್ತದೆ. ತಿಳಿದವರು, ನಿಜವಾದ ಜ್ಞಾನಿಯು ಇಂಥ ಆಯ್ಕೆಯನ್ನು ಗೇಲಿ ಮಾಡುವುದಿಲ್ಲ ಯಾಕೆಂದರೆ ಅವನಿಗೆ ತಿಳಿದೇ ಇರುತ್ತದೆ, ಇಂಥ ಆರಾಧನೆಯು ಅರ್ಪಣಾಭಾವದ ಭಕ್ತಿ ಮತ್ತು ಪೂಜೆ, ಶರಣಾಗತಿ ಮತ್ತು ಪ್ರೇಮದ ಮೂಲಕ ಆ ವ್ಯಕ್ತಿಗೆ ಭಗವಂತನನ್ನು ಕಾಣಲು ಸಹಾಯಕವಾಗುತ್ತದೆ ಎಂಬುದು. ಮಾತಿಗೆ ಹೇಳುವುದಾದರೆ, ಯಾವನೇ ವ್ಯಕ್ತಿ ತನ್ನ ಬೌದ್ಧಿಕ

ಅಹಂಕಾರದಿಂದ ಸಾಮಾನ್ಯ ಮನುಷ್ಯನ ಆರಾಧನಾ ವಿಧಿಯನ್ನು ಟೀಕಿಸುವುದಾಗಲೀ, ಪೂಜಾ ವಿಧಾನವನ್ನು ಹೀಗಳೆಯುವುದಾಗಲೀ, ಆಯ್ದುಕೊಂಡ ಇಷ್ಟದೇವತೆಯ ಮೂರ್ತಿಯ ಬಗ್ಗೆ ತಮಾಷೆ ಮಾಡುವುದಾಗಲೀ ಮಾಡಿದಲ್ಲಿ, ಅಂಥವನಿಗೆ ನಿಷ್ಠುರವಾಗಿ ಛೀಮಾರಿ ಹಾಕಲಾಗುವುದು ನಿಶ್ಚಿತ. ಈ ಒಂದು ಪರಿಕಲ್ಪನೆಯನ್ನು ಜಲಾಲ್-ಅಲ್-ದಿನ್ ರೂಮಿಯ ಶೆಫರ್ಡ್ಸ್ ಪ್ರೇಯರ್[1] ಕವನದಲ್ಲಿ ಆಳವಾಗಿ ಪಡಿಮೂಡಿಸಲಾಗಿದೆ.

ಯಾವುದೇ ಪೂರ್ವ ಯೋಜನೆಯಿಲ್ಲದೇನೆ ನಾನು ಮೊದಲು 'ಪ್ರೇಮದ ಪಥ'ವನ್ನೇ ಚರ್ಚೆಗೆ ಆಯ್ದುಕೊಂಡೆ ಮತ್ತು ಇದುವೇ ಬೇರೆ ಬೇರೆ ಮಾರ್ಗಗಳ ಮೂಲಕ ಮಾಡಬಹುದಾದ ಭಗವಂತನ ಆರಾಧನೆಯಲ್ಲಿ ಇದರ ಶ್ರೇಷ್ಠತೆಗೆ ಒಂದು ನಿದರ್ಶನವಾಗಿದೆ. ಅಮಿತವಾದ ಮತ್ತು ಮಾತುಗಳಲ್ಲಿ ವಿವರಿಸಲಾಗದ ಪ್ರೇಮಭಾವವು, ಪ್ರೀತಿಗಾಗಿ ಮತ್ತು ಪ್ರೀತಿಯ ತುಮುಲವು ಮಾನವ ಸಹಜವಾದ ಸ್ವಭಾವವಾಗಿದೆ. ಪ್ರೀತಿಗೊಳಗಾಗಬೇಕೆನ್ನುವ ಮತ್ತು ಪ್ರೀತಿಸುವ ಒಂದು ಅತ್ಯಂತ ಸಹಜವೂ, ಮೂಲ ಸ್ವಭಾವವೂ ಆದ ಮನುಷ್ಯನ ಅಗತ್ಯವು ಪೂರ್ತಿಯಾಗಿ ತೃಪ್ತವಾಗದೇ ಇರುವುದರಿಂದ ಪರಿಣಮಿಸುವ ವೈಚಿತ್ರ್ಯಗಳು ಅನೇಕಾನೇಕ ಆಧುನಿಕ ಪ್ರಾಜ್ಞ ಮನಶ್ಶಾಸ್ತ್ರಜ್ಞರ ಸಂಶೋಧನೆಯ ವಸ್ತುವಾಗಿದೆ. ತೀರ ಹಿಂದಿನ ಕಾಲದ ಮನುಷ್ಯ ಯಾರ ಸರಿತಪ್ಪುಗಳ ಕುರಿತ ತೀರ್ಮಾನದ ಹಿಂದಿರುವ ಬೌದ್ಧಿಕ ಜಾಣ್ಮೆಯನ್ನು ಲಘುವಾಗಿ ಪರಿಗಣಿಸುವುದು ಸುಲಭವಲ್ಲವೋ ಅವನು ಮಾನವ ಭಾವನಾಲಹರಿಯ ಸಂಕೀರ್ಣಶ್ರೇಣಿಯನ್ನು ಸಮರ್ಥವಾಗಿ ಊಹಿಸಿದ್ದಾನೆ.

ಐಹಿಕ ಪ್ರೇಮವು ಐಹಿಕವೇ ಆಗಿದೆ. ಸ್ವಾರ್ಥಪರ ಮೋಹವು ಎಂದಿಗೂ ತೃಪ್ತಿ ನೀಡಲಾರದ್ದು. ತನ್ನದು ಎಂಬ ಮೋಹಪರ ಪ್ರೇಮವು ದೀರ್ಘಕಾಲ ಬಾಳದು. ಕುರುಡಾದ ಉನ್ಮಾದದಂಥ ಪ್ರೇಮವು ಸಮರ್ಥವೆನಿಸುವಂತೆ ಕಂಡುಬಂದರೂ ಎಂದಿಗೂ ಮೇಲೆತ್ತಲಾರದ್ದು, ಔನ್ನತ್ಯಕ್ಕೇರಲಾರದ್ದು. ಕಾರಣವನ್ನರಿಯುವುದು ಅಂಥ ಕಷ್ಟಕರವಾದದ್ದೇನಲ್ಲ. ಯಾಕೆಂದರೆ, ಯಾವತ್ತೂ ಮಾನವ ಪ್ರೇಮ ಎಂಬುದು, ತಾಯಿಯದೇ ಆಗಿರಲಿ, ಪ್ರೇಮಿಯದೇ ಆಗಿರಲಿ, ಅದು ಸ್ವಾರ್ಥದಿಂದ ಲಿಪ್ತ ಮತ್ತು ತನ್ನ ಪ್ರಿಯವಸ್ತುವನ್ನು ಭೌತಿಕವಾಗಿ ರಕ್ತ ಮಾಂಸಗಳಲ್ಲಿ ಗುರುತಿಸುವಂಥಾದ್ದು. ರಾಬರ್ಟ್ ಬರ್ಟನ್ ಎಂಬ ಹಳೆಯ ಆಂಗ್ಲ ಸಾಹಿತಿಯು ಬಹಳ ಹಿಂದೆಯೇ ಹೇಳಿರುವಂತೆ ಎಲ್ಲಾ ಪ್ರೇಮವೂ ಒಂದು ಬಗೆಯ ಗುಲಾಮಿತನವೇ. ಮಾತೃವಾತ್ಸಲ್ಯ ಎಂಬುದು ಬಹಳಷ್ಟು ಕವಿಗಳ ಪ್ರಿಯವಾದ ವಸ್ತುವಾಗಿರುವುದು ಅದು ಪರಿಶುದ್ಧ ಪ್ರೇಮಕ್ಕೆ ಅತಿ ನಿಕಟವಾದದ್ದು ಎಂಬ ಕಾರಣಕ್ಕೇ. ಏನಿದು 'ಪರಿಶುದ್ಧ' ಪ್ರೇಮ? ಪ್ರೇಮವು ಇನ್ನಿತರ ಯಾವುದೇ ಭಾವನೆಯಂತೆ ಪ್ರತಿಫಲದ ನಿರೀಕ್ಷೆ ಅಥವಾ

1. ಅನುಬಂಧ ಗಮನಿಸಿ.

ನಿರಾಕರಣೆಯ ಭಯ ಎರಡೂ ಇಲ್ಲದಿರುವಾಗ ಪರಿಶುದ್ಧವಾಗಿರುತ್ತದೆ. ಪರಿಶುದ್ಧ ಪ್ರೇಮದ ಬಗ್ಗೆ ಹೀಗೆ ಹೇಳಲಾಗಿದೆ:

> ''ಪ್ರೇಮವು ಸ್ವಭಾವತಃ ತ್ಯಾಗಶೀಲವಾದದ್ದು
> ಅದನ್ನು ಸ್ವಾರ್ಥಪರ ಆಕಾಂಕ್ಷೆಗಳಿಗೆ ಬಳಸಲಾಗದು.''

ಮಾನವರಲ್ಲಿ ಪ್ರೇಮವೆಂಬುದು ಇನ್ನೊಬ್ಬ ವ್ಯಕ್ತಿಗಾಗಿ ಇರುವುದರಿಂದ ಸಂಬಂಧವು ಯಾವ ನೆಲೆಯಲ್ಲಿದ್ದರೂ ಅದು ಇಬ್ಬರ ನಡುವಿನ ಬಂಧನ ವಾಗಿರುತ್ತದೆ ಅಥವಾ ಒಂದಲ್ಲಾ ಒಂದು ಹಂತದಲ್ಲಿ ಮುಗ್ಗರಿಸುವುದು. ಅದು ವ್ಯಕ್ತಿಯೊಬ್ಬನನ್ನು ಇನ್ನೂ ಹೆಚ್ಚು ತೃಪ್ತಿದಾಯಕ ಅಥವಾ ತೃಪ್ತಿಕರ ಪ್ರೇಮಕ್ಕಾಗಿ ಪರಿತಪಿಸುವಂತೆ ಮಾಡುವುದು. ಒಬ್ಬ ತಾಯಿಗೆ ತನ್ನ ಅತ್ಯಂತ ಪ್ರೀತಿಯ ಮಗನನ್ನು ಬೇರೊಬ್ಬಳು, ಹಾಗೆ ನೋಡಿದರೆ ಹೊಸಬಳೋ ಅಪರಿಚಿತಳೋ ಆಗಿರುವ ಪ್ರಿಯತಮೆಯು ತನ್ನ ವಸ್ತುವಿದು ಎಂಬಂತೆ ಮೋಡಿಗೊಳಪಡಿಸಿದಾಗ ಯಾವ ರೀತಿಯ ಭಾವುಕ ತೊಳಲಾಟಗಳಾಗುತ್ತವೆ? ಭಗವಂತನಲ್ಲದೆ ಬೇರೆ ಇನ್ಯಾರು ಪರಿಶುದ್ಧವಾದ, ತೃಪ್ತಿದಾಯಕವಾದ, ಉನ್ನತಿಗೇರಿಸಬಲ್ಲ ಪ್ರೇಮಕ್ಕೆ ಯೋಗ್ಯರು? ಪ್ರೇಮವು ದೈವ ಎಂದು ಘೋಷಿಸಿಲ್ಲವೆ? ಪ್ರೇಮದ ದೈವವು ಅದ್ವಿತೀಯವಾದ ಒಂದು ನೆಲೆಯಲ್ಲಿ ಸ್ಥಾಪಿತನಾಗಿದ್ದಾನೆ ಮತ್ತು ಅದಕ್ಕೆ ಸಮನಾದುದು ಬೇರೆ ಯಾವುದೂ ಇಲ್ಲ.

ಭಗವಂತನ ಪ್ರೇಮಿ

ಇಲ್ಲಿ ಭಗವಂತನ ಪ್ರೇಮಿಯ ಹೃದಯದಿಂದ ಉಕ್ಕಿಹರಿದ ಭಾವನೆಯ ಒಂದು ತುಣುಕನ್ನು ಕೊಡುತ್ತಿದ್ದೇನೆ. ಅವನ ಭಾಷೆಯು ಹೇಗೆ ಅವನ ಪ್ರೇಮದೊಂದಿಗೇ ಹರಿಯುವುದೋ ಗಮನಿಸಿ. ವಾಸ್ತವವಾಗಿ ಭಗವಂತನ ಮೇಲಿನ ಪ್ರೇಮವು ಪ್ರೇಮದ ಸಾಗರವಾದ ಭಗವಂತನತ್ತಲೇ ಹರಿಯುವ ಒಂದು ಸುದೀರ್ಘ ನದಿಯಂತೆಯೇ ಅಲ್ಲವೆ? ಯಾವಾಗ ನದಿಯು ಕಡಲನ್ನು ಸೇರುವುದೋ ಆಗ ಅದರ ಎಲ್ಲಾ ಪ್ರಕ್ಷುಬ್ಧತೆ, ಚಾಂಚಲ್ಯ, ವಿಧ್ವಂಸಕ ಅಬ್ಬರ, ಆಟಾಟೋಪವೂ ಶಾಂತವಾಗುವುದು. ಅದೇನು ಕೊಜೆ ಕೊಚ್ಚೆ ಕೊಳಚೆಯನ್ನೆಲ್ಲ ಸಂಗ್ರಹಿಸಿತ್ತೋ ಅದೆಲ್ಲವೂ ಸುದ್ದಿಪತ್ತೆಯಿಲ್ಲದಂತೆ ನಾಶವಾಗುತ್ತದೆ. ಒಮ್ಮೆ ಅದು ಆನಂದ ತುಂದಿಲವಾಗಿ ಸಾಗರವನ್ನು ಸೇರಿತೋ ಆಗಲೇ ಅದರ ಪ್ರತ್ಯೇಕ ಅಸ್ತಿತ್ವವು ಸುವಿಶಾಲ ಅನಂತ ಕಡಲ ಗರ್ಭದಲ್ಲಿ ಒಂದಾಗಿ ಸೇರಿ ಹೋಗುವುದು. ಅದೇ ರೀತಿ ದೇವರ ಪ್ರೇಮಿಯು ಭಗವಂತನ ಮೇಲಣ ಪ್ರೇಮದಿಂದ ಭಗವಂತನಿಗೆ ಹತ್ತಿರದವನಾಗಿ ಪರಿಶುದ್ಧನೂ, ಶ್ರೇಷ್ಠನೂ, ಹೆಚ್ಚು ಶಾಂತನೂ ಮತ್ತು ಹೆಚ್ಚು ಆನಂದಮಯನೂ ಆಗುತ್ತಾನೆ.

ಈಗ ಮರಳಿ ಬನ್ನಿ, ಓದುಗರಿಗೆ ಈಗಾಗಲೇ ಪರಿಚಿತನಾಗಿರುವ ಥಾಮಸ್ ಕೆಂಪೀಸ್‌ರ ದ ಇಮಿಟೇಶನ್ ಆಫ್ ಕ್ರೈಸ್ಟ್‌ನಿಂದ ಆಯ್ದ ಒಂದು ಭಾಗವನ್ನು ಓದಿ:

> ''ಓ ದೇವರೇ, ನನ್ನ ದಿವ್ಯ ಪ್ರೇಮಿಯೇ, ನೀ ಎನ್ನ ಹೃದಯದೊಳು ಬಂದಾಗ ನನ್ನೊಳಗಿನ ಎಲ್ಲವೂ ಸಂತೋಷದಿಂದ ಹಿಗ್ಗುವುದು ಪ್ರೇಮವು ಅದ್ಭುತವಾದುದು. ಮಹಾನ್ ಒಳಿತಿದು ಸರ್ವ ರೀತಿಯಲೂ ಎಲ್ಲಾ ಹೊರೆಯನೂ ಹಗುರಗೊಳಿಸುವುದು .''
>
> ''ಎಲ್ಲಾ ಅಸಮಾನತೆಯೂ ಸಮತಾಭಾವದಲಿ ಲೀನ. ಅದು ಹೊರೆಯ ಹೊರೆಯಿಲ್ಲದೆ ಹೊರುವುದು ಎಲ್ಲ ಕಹಿಯನೂ ಸಿಹಿ ಮತ್ತು ಸ್ವಾದಿಷ್ಟಗೊಳಿಸುವುದು.''
>
> ''ಮನುಜನಿಂದ ಜೀಸಸ್‌ನ ಈ ಪ್ರೇಮ ಮಹತ್ತನ್ನು ಮಾಡಿಸುವುದು ಪರಿಪೂರ್ಣ ಫಲದಾಸೆಯಲಿ ನಿಮಗ್ನಗೊಳಿಸುವುದು ಕೊನೆಯಿಲ್ಲ ದಾನಂದದನುಭೂತಿಯಲಿ ಸದಾ ''
>
> ''ಸದಾ ಉನ್ನತಿಯಲಿ ಸ್ಥಿರ, ತಳದ ತಳಮಳವ ತಡೆಯಲೀಯದು ತಾನಲ್ಲಿ ತಂಗದು. ಸರ್ವತಂತ್ರ ಸ್ವತಂತ್ರ ಪ್ರೇಮವಿದು ಅಂಟಿಕೊಳ್ಳದು ಭವದ ನಂಟಿನ ಗಂಟಿಗೆ. ಅಂತರ್ಯದೊಳು ಹೊಳೆವ ಬೆಳಕಿನ ಜ್ಯೋತಿ ಮುಸುಕದಂತೆ. ಕ್ಷಣಭಂಗುರತೆಯ ಉಂಗುರದ ಗೋಜಲಲಿ ಕಳೆದು ಹೋಗೆನು ನರಳೆನು ಭವದುನ್ನತಿಯ ಭ್ರಮೆಯೊಳೊ ಇಲ್ಲ ದೌರ್ಭಾಗ್ಯದ ದ್ವಂದ್ವದೊಳು. ''
>
> ''ಪ್ರೇಮಕಿಂತನ್ಯ ಸವಿಯಿಲ್ಲ, ಪ್ರೇಮದಿಂದನ್ಯ ಬಲವಿಲ್ಲ,ಇಲ್ಲ ಇನ್ನೆತ್ತರ, ಜಾಣ್ತನದ ಗರಿಮೆ, ಚಿನ್ಮಯಾನಂದದೊಲುಮೆತುಂಬಿಹುದೇನಿಲ್ಲ, ಭವ್ಯವಾದುದೊ ಸಗ್ಗದೊಳಿಲ್ಲದು ಭುವಿಯಲ್ಲು. ದಿವ್ಯದಿಂದುದ್ಭವ ದೈವೀಕವೀ ಪ್ರೇಮ ದೇವನಲ್ಲಲ್ಲದೆ ಅನ್ಯತ್ರ ಸ್ಥಿರವಲ್ಲ ಸರ್ವ ಸೃಷ್ಟಿಯಲಿ ಶ್ರೇಷ್ಠ. ಪ್ರೇಮವು ಸಂಭ್ರಮ, ದಿವ್ಯ, ಅರ್ಪಿತ, ಚಿರಂತನ, ಚಿನ್ಮಯ, ಸಬಲ, ಸಾತ್ವಿಕ, ನಿಷ್ಠ, ಉತ್ಕೃಷ್ಟ, ಸುದೀರ್ಘ ಹಿತಕರ, ಆರ್ತ, ಆಸರೆ ಮತ್ತದು ತನ್ನತಾನರಸದೆಂದೂ, ಕಾರಣ, ತನ್ನತ್ತ ತಿರುಗಿದರೆ ತಾನು ಪತನವಾಗುವುದು ಪ್ರೇಮ ಪತಿತ. ''

ಸ್ಪಷ್ಟವಾಗಿಯೇ ಈ ಭಕ್ತನ ಮತ್ತು ದೇವರ ನಡುವಿನ ಪ್ರೇಮವು ಸ್ವ ಎಂಬುದನ್ನೇ ಪರಿತ್ಯಜಿಸುವ, ಸಾಧಾರಣ ಮಾನವ-ಮಾನವರ ನಡುವಣ ಪ್ರೇಮದಂತೆ ಬಂಧ ನದ ಗುಲಾಮಿತನವಿಲ್ಲದ ಮುಕ್ತಗೊಳಿಸಬಲ್ಲ ಪ್ರೇಮ ಎಂಬುದು ತಿಳಿಯುತ್ತದೆ.

ಈ ದೈವಿಕ ಪ್ರೇಮವು ಯಾವುದೇ ನಿರ್ದಿಷ್ಟ ಸಿದ್ಧಮಾದರಿಗೆ ಹೊಂದಿಕೊಳ್ಳ ಬೇಕಾಗಿಲ್ಲ. ಅಲ್ಲಿ ವೈವಿಧ್ಯತೆಯೂ ಶ್ರೀಮಂತಿಕೆಯೂ ಇರಬಹುದು. ಅದು ಉದಾತ್ತತೆಯಲ್ಲಿ ವರ್ಣರಂಜಿತವೂ ಕಲ್ಪನಾವಿಲಾಸದಲ್ಲಿ ಅತ್ಯಂತ ಆಧುನಿಕವೂ ಆಗಿರಬಹುದು. ಭಗವಂತನನ್ನು ವೈವಿಧ್ಯಮಯವಾದ ಸಂಬಂಧಗಳ ನೆಲೆಯಲ್ಲಿ ಪ್ರೀತಿಸಬಹುದಾಗಿದೆ. ಒಂದು ಬಗೆಯಲ್ಲಿ ಭಕ್ತನು ತಾನು ಸೇವಕನೆಂದೂ ದೇವರು ಯಜಮಾನನೆಂದೂ ಭಾವಿಸುತ್ತಾನೆ. ಅಥವಾ ತಾಯಿಯು ತನ್ನ ಮಗುವನ್ನು ಪ್ರೀತಿಸುವ ತವಕದಿಂದ ಭಕ್ತನು ತಾಯಿಯ ನೆಲೆಯಲ್ಲಿ ಪ್ರೀತಿಸಬಹುದು. ಮೂರನೆಯ ಒಂದು ನೆಲೆಯು ಸಮಾನವಾದ ಸ್ಥಾನಮಾನದ ಸ್ನೇಹದ ಭಾವ, ಸ್ನೇಹಿತ-ಸ್ನೇಹಿತರ ಭಾವದಲ್ಲಿಯೂ ಸಾಧ್ಯ. ಅಥವಾ, ದೇವರು ಪ್ರಿಯಕರನಾಗಿ ಆತ್ಮವು ಪ್ರೇಮದಿಂದ ಮಿಳಿತಗೊಂಡು ವಿಯೋಗಭಾವದಿಂದ ಮತ್ತೆ ಪ್ರಿಯಕರನನ್ನು ಸೇರಬಯಸುವ ಆರ್ತಭಾವವೂ ಆಗಬಹುದು. ಪ್ರೇಮದ ತೀವ್ರತೆಯು ಭಕ್ತನನ್ನು ಹುಚ್ಚನನ್ನಾಗಿಸುತ್ತದೆ ಮತ್ತು ಹಗಲೂ ರಾತ್ರಿ ಅವನನ್ನು ಅದು ವ್ಯಸನದಂತೆ ಕಾಡುವುದು - ಭಗವಂತನ ಮೇಲಿನ ಪ್ರೇಮ.

ಗದ್ದಲ ಮತ್ತು ದ್ವೇಷದಲ್ಲಿ ಚಿಂದಿಯಾದ ಈ ಜಗತ್ತಿನಲ್ಲಿ ಅದರ ಎಲ್ಲ ರೋಗಗಳಿಗೂ ಪ್ರೇಮದ ಪಥದ ಶ್ರೇಷ್ಠತೆ ಮತ್ತು ಅದೇ ಏಕೈಕ ಪರಿಹಾರ ಎಂಬುದು ಸರ್ವವಿದಿತ. ಮುಕ್ತಿಗಾಗಿ ಮಾತ್ರವಲ್ಲ, ಭೌತಿಕ ಜಗತ್ತಿನಲ್ಲಿನ ಅಸ್ತಿತ್ವಕ್ಕಾಗಿಯೂ, ನಿಸ್ವಾರ್ಥ ಪ್ರೇಮವೆಂಬುದು ಪ್ರಶ್ನಾತೀತವಾಗಿ ಚಿನ್ನದಂಥ ಮಾರ್ಗವಾಗಿದೆ. ಅನುಮಾನಕ್ಕೆಡೆಯಿಲ್ಲದಂತೆ ಪ್ರೇಮವು ದ್ವೇಷ ಮತ್ತು ಕೆಡುಕಿನ ಮೇಲೆ ವಿಜಯ ಸಾಧಿಸುವುದು.[1]

ಮುಂದೆ ನಾವು ದೇಹಬಲವೇ ಪ್ರಧಾನವಾದ ವ್ಯಕ್ತಿಯ ವಿಚಾರದಲ್ಲಿ ಗಮನಹರಿಸಬೇಕು. ಇವನು ಕ್ರಿಯಾಶೀಲ ವ್ಯಕ್ತಿ. ಇವನು ಹೇಗೆ ಭಗವಂತನ ಸಾಕ್ಷಾತ್ಕಾರವನ್ನು ಸಾಧಿಸಬೇಕು? ಸ್ವಾರ್ಥರಹಿತವಾಗಿ ಕ್ರಿಯಾಶೀಲನಾಗುವುದರ ಮೂಲಕ ಮತ್ತು ಕಾಯಕವೇ ಕೈಲಾಸ, ಕರ್ತವ್ಯವೇ ದೇವರು ಎಂಬ ತತ್ವದಲ್ಲಿ ಅಚಲವಾದ ನಿಷ್ಠೆಯ ಮೂಲಕ. ಎಲ್ಲಾ ಕೆಲಸವನ್ನೂ ಧಾರ್ಮಿಕ ನೆಲೆಯಲ್ಲಿ ತಂದು ಅದರ ಫಲವನ್ನು ಭಗವಂತನಿಗೇ ಅರ್ಪಿಸುವುದರ ಮೂಲಕ. ಪ್ರೇಮಪಥಕ್ಕೂ ಕ್ರಿಯಾಪಥಕ್ಕೂ ಇರುವ ಸಹಯೋಗದ ಅಂಶಗಳನ್ನು ಗಮನಿಸಿ. ಪ್ರೇಮದಲ್ಲಿ ಭಕ್ತನು

---

1. ನಮ್ಮ ನಾವು ಪ್ರೀತಿಸಲು ನಿಜದಿ ದೇವರ ಪ್ರೀತಿಸಬೇಕು
ದೇವನ ಪ್ರೀತಿಸಲು ನಾವು ಅವನೆಲ್ಲ ಜೀವಿಗಳ ಪ್ರೀತಿಸಬೇಕು
ಅವನೆಲ್ಲ ಜೀವಿಗಳ ಪ್ರೀತಿಸಲು ನಮ್ಮನು ಮತ್ತು ಅವನನು
ಪ್ರೀತಿಯೇ ಎಲ್ಲವೂ, ಅದೇ ವಿವೇಕ, ಸತ್, ನ್ಯಾಯ ಮತ್ತು ಹರ್ಷ!

-ಫಿಲಿಪ್ ಜೇಮ್ಸ್ ಬೇಯ್ಲಿ

ದೇವರನ್ನು ಅನವರತ ಸ್ಮರಿಸುತ್ತಾನೆ. ನಾವು ಈಗಾಗಲೆ 'ಕಾಯಕವೇ ಮುಕ್ತಿ' ಎಂಬ ಮೂರು ಅಧ್ಯಾಯಗಳಲ್ಲಿ ಕ್ರಿಯಾಪಥದ ಪರಿಕಲ್ಪನೆಯನ್ನು ಸಾಕಷ್ಟು ವಿಶದವಾಗಿ ಗಮನಿಸಿದ್ದು ಅದಿಲ್ಲಿ ಇದನ್ನು ಅರ್ಥಮಾಡಿಕೊಳ್ಳಲು ನಮಗೆ ಸಹಕಾರಿಯಾಗಬೇಕು.

ಮೂರನೆಯ ಪಥ, ಜ್ಞಾನಪಥ, ಇದು ಚಿಂತಕ ಮತ್ತು ಭೌದ್ಧಿಕ ಸ್ತರದಲ್ಲಿ ಇರುವಾತನಿಗೆ. ಇವನಲ್ಲಿ ಬುದ್ಧಿಶಕ್ತಿ, ಅರಿವಿನ ಮಾರ್ಗ ಪ್ರಧಾನವಾಗಿರುತ್ತದೆ. ಇವನಿಗೆ ಐಹಿಕವಾದ ಜ್ಞಾನ ಮತ್ತು ಭೌತಿಕ ಬದುಕುಗಳ ನಿರರ್ಥಕತೆಯ ಅರಿವಾಗಿದೆ ಮತ್ತು ಹಾಗಾಗಿ ತನ್ನ ಇಚ್ಛೆ ಮತ್ತು ಶಕ್ತಿಯನ್ನು ಭಗವಂತನೆಡೆಗೆ ತಲೆಬಾಗಿ ಹರಿಯಗೊಟ್ಟಿದ್ದಾನೆ. ಪ್ರಶ್ನೆ, ವಿಶ್ಲೇಷಣೆ, ಧಾರ್ಮಿಕ ಗ್ರಂಥಗಳ ಸಹಾಯದಿಂದ ನಡೆಸುವ ಸತ್ಯ ಮತ್ತು ಅಸತ್ಯದ ನಡುವಿನ ವಿಶ್ಲೇಷಣೆ, ಶಾಶ್ವತ ಮತ್ತು ನಶ್ವರತೆಯ ನಡುವಿನ ವಿಶ್ಲೇಷಣೆ[1], ಕೂಲಂಕಶ ಗಮನ ಮತ್ತು ಕಾರ್ಯಕಾರಣ ವಿವೇಚನೆಗಳಿಂದ ಅವನು ನಿಶ್ಚಲವೂ, ನಿರ್ಧಾರಾತ್ಮಕವೂ ಆದ ನಿಲುವಿಗೆ ಬರುತ್ತಾನೆ. ಅದೇಂದರೆ, ನಿಶ್ಚಯವಾಗಿಯೂ ದೇವರೊಬ್ಬನೇ (ಆತನ ನಿರಾಕಾರ, ನಿರ್ಗುಣ, ನಿರ್ಮಮ, ನಿರ್ವಿಕಾರ, ಸಹಜ ಮತ್ತು ಪರಿವರ್ತಿತ ಸ್ಥಿತಿಯಲ್ಲಿ) ಸತ್ಯ ಮತ್ತು ಉಳಿದುದೆಲ್ಲಾ ಮಿಥ್ಯ ಹಾಗೂ ಜೀವಾತ್ಮನು ಪರಮಾತ್ಮನ ಒಂದು ಭಾಗವಲ್ಲದೇ ಇನ್ನೇನೂ ಅಲ್ಲ ಎಂಬುದನ್ನು ಕಂಡುಕೊಳ್ಳುತ್ತಾನೆ.

ಈ ಸತ್ಯ ಮತ್ತು ಮಿಥ್ಯೆ ಎಂಬ ಶಬ್ದಗಳನ್ನು ಅವುಗಳ ಸರಿಯಾದ ಅರ್ಥದಲ್ಲೇ ತಿಳಿದುಕೊಳ್ಳಬೇಕು. ನಾನು ನಿಮಗೆ ಈ ಜಗತ್ತು ಮಿಥ್ಯೆ ಎಂದು ಹೇಳಿದರೆ ಅದರಲ್ಲಿ ಬದ್ಧತೆಯಿರುವುದಿಲ್ಲ. ಅದು ಮಿಥ್ಯೆ ಯಾಕೆಂದರೆ ಜಗತ್ತಿನಲ್ಲಿ ಪ್ರತಿಯೊಂದೂ ಬದಲಾವಣೆಗೆ ಬದ್ಧವಾದದ್ದು ಮತ್ತು ಪ್ರತಿಯೊಂದೂ ತನ್ನ ಪಾತ್ರವನ್ನು ನಿರ್ವಹಿಸಿದ್ದೇ ಆ ಹಂತವನ್ನು ದಾಟಿ ಸಾಗಬೇಕಾಗುತ್ತದೆ. ಇವತ್ತು ಮಗುವಾಗಿರುವ ವ್ಯಕ್ತಿಯನ್ನು ನೀವು ಇಪ್ಪತ್ತು ವರ್ಷಗಳ ನಂತರ ಭೇಟಿಯಾದರೆ ನೀವದನ್ನು ಗುರುತಿಸಲಾರಿರಿ. ಇಂದಿನ ಯುವಕನು ಕಾಲಕ್ರಮೇಣ ನಡುಗುವ ದೇಹದ ಮುದುಕನಾಗುತ್ತಾನೆ. ಆಮೇಲೆ ಮರಣವೂ ಬರುವುದು. ಎಲ್ಲವೂ ಬದಲಾಗುತ್ತಲೇ ಇರುವಾಗ ಬದುಕೆಂಬುದು ಸಾಗುತ್ತಲೇ ಇರುತ್ತದೆ. ರಂಗದ ಯಜಮಾನ, ನಾಟಕಕಾರ ಒಬ್ಬನೇ ಉಳಿಯುತ್ತಾನೆ. ಜ್ಞಾನೋದಯದ ನೆಲೆಯು ಉಳಿದಿದೆ ಆದರೆ ಅದು ಪ್ರತ್ಯೇಕವೂ ನಮ್ಮ ಸಾಮಾನ್ಯ ಅಸ್ತಿತ್ವಕ್ಕೆ ಮೀರಿದುದೂ ಆಗಿ ಉಳಿದಿದೆ ಎಂಬುದನ್ನು ತಿಳಿಸುತ್ತಿದೆ. ಎರಡನ್ನೂ ನಮ್ಮ ದಿನದಿನದ ನಿದ್ದೆ ಎಚ್ಚರ ಮತ್ತು ಕನಸಿನ ಸ್ಥಿತಿಗೆ ಹೋಲಿಸಬಹುದಾಗಿದೆ. ನಿದ್ದೆಯಲ್ಲಿ ಕಂಡ ಕನಸು ಅದಷ್ಟೂ ಹೊತ್ತು ಎಷ್ಟು ನಿಜವೆಂದೇ ಅನಿಸುವುದೋ ಅಷ್ಟೇ ಮಿಥ್ಯೆ ಮತ್ತು ನೆರಳಿನಂತೆ ಎಂದು ಎಚ್ಚರದಲ್ಲಿ

---

1. ಮೂರನೆಯ ಅನುಬಂಧ.

ಅನಿಸುವುದು. ಹಾಗೆಯೇ ಯಾವುದು ಸತ್ಯ ಮತ್ತು ಘನವಾದುದು ಎಂದು ನಮ್ಮ ಸಾಧಾರಣವಾದ ಗ್ರಹಿಕೆಗೆ ಕಾಣುವುದೋ ಅದು ನಮ್ಮ ಅರಿವಿನಿಂದ ಜಾಗೃತಗೊಂಡ ಆತ್ಮಕ್ಕೆ ಮಿಥ್ಯೆ.[1]

ಜ್ಞಾನಮಾರ್ಗವು ನಿಶ್ಚಯವಾಗಿ ಉಳಿದೆರಡು ಮಾರ್ಗಗಳಿಗಿಂತ ಉಚ್ಛತಮ ವಾದುದಾಗಿದೆ. ಆದರೆ ಅದು ಮೂರರಲ್ಲಿ ಅತ್ಯಂತ ಕಷ್ಟದ ಪಥ ಕೂಡಾ ಆಗಿದೆ. ಯಾಕೆಂದರೆ ಜ್ಞಾನ, ಅರಿವು ಎಂಬುದು ಕೇವಲ ಬೌದ್ಧಿಕ ಗ್ರಹಿಕೆಯಷ್ಟೇ ಅಲ್ಲ, ಅದೊಂದು ಅರಿಯುವಿಕೆ; ಅರಿತವನು ಮಾತ್ರ 'ಆಗು'ತ್ತಾನೆ. ಆನಂತರದಲ್ಲಿ ಅವನು ದಿವ್ಯವಾದುದರಿಂದ 'ಅನ್ಯ'ನಾಗಿ ಉಳಿದಿರುವುದೇ ಇಲ್ಲ ಮತ್ತು ಇದೇ ಜೀವನ್ಮುಕ್ತ ಸ್ಥಿತಿ, ಅದು ಇದೇ ಜೀವನದಲ್ಲಿ ಜೀವಾತ್ಮನಿಂದ ಪರಮಾತ್ಮನಲ್ಲಿಗೆ ತಲುಪುವ ಮುಕ್ತಿಮಾರ್ಗವಾಗಿದೆ.

ಆನಂತರ ಅಲ್ಲಿ ದಿವ್ಯಾನುಭೂತಿಯ ಸಂಗತಿಯಿದೆ. ಇದನ್ನು ಸರಳವಾಗಿ ವಿವರಿಸುವುದು ಕಷ್ಟ. ಮತ್ತಿದರ ಅರ್ಥಗ್ರಹಿಕೆ ಇನ್ನೂ ಕಷ್ಟ. ಆತ್ಮದ ಉದ್ಧಾರದ ಹಂತವನ್ನು ಪರಿಗಣಿಸದೆಯೇ ಅಲ್ಲಿ ಆಕಸ್ಮಿಕವಾಗಿ ದಿವ್ಯಾನುಭೂತಿಯ ಅನುಭವ ವೊಂದು ಸಂಭವಿಸುವುದು ಸಾಧ್ಯವಿದೆ. ಅದು ಒಬ್ಬನ ಹೃದಯದ ಗಂಟುಗಳನ್ನೆಲ್ಲ ಸಡಿಲಿಸಿ ವಿಮೋಚನೆಯೆಡೆಗೆ ಕಣೆ ಹೂಡಿದಂತೆ ಮಧ್ಯೆ ಪ್ರವೇಶಿಸಿ ಬಿಡಬಹುದಾಗಿದೆ. ಇದು ಇದ್ದಕ್ಕಿದ್ದಂತೆ ಸಂಭವಿಸಿ ಬಿಡುವ, ವಿವರಣೆಗೆ ದಕ್ಕದ ಆದರೂ ಸಂಭವನೀಯ ಸಹಜ ಸಂಗತಿಯಾಗಿದೆ.

---

1. ಈ ಸಂದರ್ಭದಲ್ಲಿ 'ಭ್ರಮೆಯ ಪರಿಕಲ್ಪನೆ' ಅಥವಾ ಖ್ಯಾತ 'ಮಾಯೆ' ಯ ತತ್ತ್ವವನ್ನು ಉಲ್ಲೇಖಿಸುವುದು ಅಗತ್ಯವಾಗಿದೆ. ವೈಜ್ಞಾನಿಕವಾಗಿ ಈ ಪರಿಕಲ್ಪನೆಯನ್ನು ಹೀಗೆ ವಿವರಿಸಬಹುದಾಗಿದೆ.

> ಉದಾಹರಣೆಗೆ ಆಧುನಿಕ ವಿಜ್ಞಾನಿಯು ಜಗತ್ತಿನ ಬಗ್ಗೆ ತನ್ನ ತಲೆಯಲ್ಲಿ ಎರಡು ಬಗೆಯ ವಿಚಾರಗಳನ್ನು ಹೊಂದಿದ್ದಾನೆ. ಸರಳವಾದ ಒಂದು ವಿಚಾರ ವಿಪುಲವಾದ ಸಂಗತಿಗಳನ್ನು ಕುರಿತಾಗಿದೆ. ನೀವು, ನಾನು, ಟೇಬಲು, ಕುರ್ಚಿ, ಕಲ್ಲು ಇತ್ಯಾದಿ. ಇವುಗಳಿಗೆಲ್ಲ ಬೇರಾವುದೇ ವ್ಯಕ್ತಿ ಯಂತೆಯೇ ವಿಜ್ಞಾನಿಯಲ್ಲಿ ದಿನದಿನದ ಮಾಹಿತಿ, ಘನತ್ವದ ಅರಿವು, ಅದರ ಸ್ಥಳ, ವಾಸ್ತವಿಕತೆ ಇತ್ಯಾದಿಗಳು ತಿಳಿದಿವೆ. ಆದರೆ ಅದೇ ವಿಜ್ಞಾನಿಯು ಮೂಲಸ್ತರದಲ್ಲಿ ಆಳವಾದ ಯೋಚನೆಗೆ ಇಳಿಯುವ ಅನಿವಾರ್ಯತೆ ಉಂಟಾದಾಗ ಹೊಸ ಮತ್ತು ಸ್ಥೂಲವಾದ ಸಂಗತಿಗಳು ರಂಗಕ್ಕೆ ಬರುತ್ತವೆ. ಒಂದು ಟೇಬಲ್ಲನ್ನು ಭೌತಶಾಸ್ತ್ರದ ಅಣುಬಂಧದ ನೆಲೆಯಲ್ಲಿ ಕಾಣುವಾಗ, ಅದೊಂದು ಛಾಯಾವಾಸ್ತವವಾಗಿ, ಅಣುಬಂಧದ ಸಂರಚನೆಯ ವಸ್ತು ವಾಗಿ ಸುಳಿದಾಡುತ್ತದೆ. ಹಾಗೆ ನೋಡಿದಾಗ ಟೇಬಲ್ ತನ್ನ ಘನಾಕಾರವನ್ನು ಕಳೆದುಕೊಂಡು ಅದರ ಗಾತ್ರವನ್ನು ಕಳೆದುಕೊಂಡು ಭ್ರಮೆಯೆನಿಸಿ ಕೊಳ್ಳುತ್ತದೆ.
>
> **-ವಾರನ್ ವೀವರ್**

ಹಿಂದಣ ಒಂದು ಅಧ್ಯಾಯದಲ್ಲಿ ನಾವು ಐಹಿಕ ಬದುಕಿನಲ್ಲಿಯೂ ಮಾಂಸಲ ದೇಹದ ಭೌತಿಕತೆಯಲ್ಲಿ ತೊಡಗಿರುವ ವ್ಯಕ್ತಿಯಲ್ಲೇ ಇದ್ದಕ್ಕಿದ್ದಂತೆ ಸಾಧ್ಯವಾಗುವ ಅಪೂರ್ವ ಪರಿವರ್ತನೆಯ ಬಗ್ಗೆ ಗಮನಸೆಳೆದಿದ್ದೆವು. ಮಿಂಚೊಂದು ಮಿಂಚಿದಂತೆ ಧರ್ಮನಿರಪೇಕ್ಷ ಬದುಕಿನ ನಿರರ್ಥಕತೆಯು ಒಮ್ಮೆಗೇ ಕಣ್ಣುಬಿಟ್ಟಂತೆ ಅರಿವಾಗುವುದು. ಆನಂತರದಲ್ಲಿ ಅವನಿಗೆ ತನ್ನ ಜೀವನದಲ್ಲಿ ಲೌಕಿಕನೆಲೆಯಲ್ಲಿ ಮಾಡಬೇಕಾದ ಯಾವುದೂ ಇರುವುದಿಲ್ಲ. ಅವನು ಸಂನ್ಯಾಸಿಯಾಗಿ, ಅಸ್ತಿತ್ವಕ್ಕಾಗಿ ದೇವರ ಪರಮ ಭಕ್ತನಾಗಿ ಅಥವಾ ದೈವದ ನಿಜ ಅರಿವು ಪಡೆದವನಾಗಿ ಬಿಡುತ್ತಾನೆ. ಅದು ಆಕಸ್ಮಿಕ, ಒಂದು ವಿಚಿತ್ರ ಹೇಳಿಕೆ, ಏನೋ ವಿಲಕ್ಷಣ ಸಾಹಸ, ಏನೋ ಒಂದು ತತ್‌ಕ್ಷಣದ ಕಾರಣವಾಗಿ ಅಜ್ಞಾನದ ಪೊರೆಯನ್ನು ಕಿತ್ತೊಗೆಯುತ್ತದೆ. ಅವನು ಅದೇ ಕ್ಷಣದಲ್ಲಿ ಮರುಹುಟ್ಟು ಪಡೆದು ಸಂತನಾಗಿ ಬಿಡುತ್ತಾನೆ. ಈ ಬಗೆಯ ತತ್‌ಕ್ಷಣದ ಜ್ಞಾನೋದಯ ಅಥವಾ ದಿವ್ಯಜ್ಞಾನಕ್ಕೆ ತತ್‌ಕ್ಷಣದ ಕಾರಣವನ್ನು ಹೊರತುಪಡಿಸಿ ಎರಡು ನಿಜವಾದ ಕಾರಣಗಳಿರಲು ಸಾಧ್ಯ. ಒಂದು, ವಿವರಣೆಗೆ ಸಿಗಲಾರದ ದಿವ್ಯ ಮಧ್ಯಪ್ರವೇಶ, ದಿವ್ಯಾನುಭೂತಿ. ಎರಡನೆಯದು, ಅವನಲ್ಲಿ ಒಳ್ಳೆಯದಾಗಲಿ, ಕೆಟ್ಟದಾಗಲಿ ಎರಡೂ ಉಳಿದಿಲ್ಲದ, ಪುರಸ್ಕಾರವಾಗಲಿ ತಿರಸ್ಕಾರವಾಗಲಿ ಅಗತ್ಯವಿಲ್ಲದ ಒಂದು ಸಮತೋಲನ ಸಾಧ್ಯವಾದ ಅದ್ಭುತ ಘಳಿಗೆಯದು. ಆಗವನು ಮುಕ್ತನಾಗುತ್ತಾನೆ.

ಇಲ್ಲಿ ಮತ್ತೆ ಒಂದು ಬ್ಯಾಂಕ್ ಖಾತೆಯ ತರವೇ ನಡೆಯುತ್ತದೆ. ಠೇವಣಿಯಾಗಲೀ ಸಾಲವಾಗಲೀ ಇಲ್ಲದ ಒಬ್ಬ ಖಾತೆದಾರನ ಖಾತೆಯನ್ನು ಏನು ಮಾಡುತ್ತದೆ ಬ್ಯಾಂಕು? ಠೇವಣಿಯಿಟ್ಟಿದ್ದರೆ ಬ್ಯಾಂಕು ಖಾತೆದಾರನಿಗೆ ಹಿಂದಿರುಗಿಸಬೇಕಾದ್ದು ಇರುತ್ತದೆ. ಬಡ್ಡಿಯ ಮೇಲೆ ಸಾಲ ನೀಡಿದ್ದರೆ ಖಾತೆದಾರ ಹಿಂದಿರುಗಿಸಬೇಕಾದ್ದಿರುತ್ತದೆ. ಎರಡೂ ಇಲ್ಲದಿರುವಾಗ ಏನಾಗುತ್ತದೆ? ಖಾತೆಯು ತನ್ನಿಂತಾನೇ ಮುಚ್ಚಿಹೋಗುತ್ತದೆ!

ಒಳ್ಳೆಯ ಮತ್ತು ಕೆಟ್ಟ ಸಂಗತಿಗಳ ವಿಚಾರದಲ್ಲೂ ಇದೇ ರೀತಿಯ ಆಕಸ್ಮಿಕತೆಯು ವ್ಯಕ್ತಿಯ ಜೀವನ ಮತ್ತು ತತ್ಫಲದ ಪರಿಣಾಮ ಎಂದು ಯಾವುದಕ್ಕೆ ಹೇಳುತ್ತೇವೆಯೋ, ಅದರ ವಿಚಾರದಲ್ಲಿಯೂ ಕೆಲಸ ಮಾಡುತ್ತದೆ. ತಪ್ಪು ಮಾಡಿದ್ದರೆ ಅವನು ಅದರ ಫಲವುಣ್ಣಬೇಕಾಗುತ್ತದೆ. ಒಳ್ಳೆಯ ಕೆಲಸಗಳಿಗೂ ಅವನ ಪುಣ್ಯವು ತೀರುವವರೆಗೆ ಸತ್ಫಲದ ಸುಖಭಾಗ್ಯವು ಲಭಿಸುತ್ತದೆ. ಇದೇನೂ ಒಂದೇ ಜನ್ಮದ ಬದುಕಿಗೆ ಸೀಮಿತವಾದುದಲ್ಲ.[1] ಬಹುತೇಕ ಸಾರ್ವತ್ರಿಕವಾಗಿ ಸ್ವೀಕೃತವಾಗಿರುವ,

---

1. ಬದುಕು ಹಲವಾರು ದೇಹ ಮತ್ತು ಸ್ಥಿತಿಯ ಅಸ್ತಿತ್ವದ ಮೂಲಕ ಹಾದು ಹೋಗಬೇಕಾದ ಒಂದು ಪ್ರಯಾಣದ ವಲಸೆಯಂತೆ. ಹೊಸ ರೀತಿ ನೀತಿ, ಹೊಸ ಅಭಿರುಚಿ, ಹೊಸ ಹುಡುಕಾಟ, ಪ್ರತಿಯೊಂದರಲ್ಲೂ; ಯಾವುದಿಲ್ಲದಿದ್ದರೂ ಪ್ರಜ್ಞೆ ಎಂಬುದು ಒಂದೇ

ವೈಜ್ಞಾನಿಕ ಅಥವಾ ನೈಸರ್ಗಿಕ ನೆಲೆಯಲ್ಲಿ ಒಪ್ಪಿತವಾದ ಮರುಹುಟ್ಟು ಅಥವಾ ಪುನರ್ಜನ್ಮವು ಒಳಿತು ಮತ್ತು ಕೆಡುಕುಗಳ ಚಕ್ರವನ್ನು ಒಂದರಿಂದ ಇನ್ನೊಂದು ಜನ್ಮಕ್ಕೆ ಕೊಂಡೊಯ್ಯುತ್ತಲೇ ಇರುತ್ತದೆ. ಒಂದು ವೇಳೆ ಆತ್ಮೋನ್ನತಿಯ ಯಾವುದೇ ಕ್ಷಣದಲ್ಲಿ ಈ ಒಳಿತು ಕೆಡುಕುಗಳ ಲೆಕ್ಕಾಚಾರ ಕಾಕತಾಳೀಯವಾಗಿ ದಿವ್ಯಜ್ಞಾನದಲ್ಲಿ ಒಂದಾದರೆ ಅಲ್ಲಿಂದ ಮುಂದೆ ಪುನರ್ಜನ್ಮವಾಗಲೀ ಮರುಹುಟ್ಟಾಗಲೀ ಇರುವುದಿಲ್ಲ. ಅಲ್ಲಿ ಶ್ರೇಷ್ಠವಾದ ಸನ್ನಿಧಿಯಲ್ಲಿ ಐಕ್ಯವೊಂದೇ ಇರುವುದು.

ದಿವ್ಯಸನ್ನಿಧಿಯಲ್ಲಿನ ಈ ಐಕ್ಯ ಅಥವಾ ದಿವ್ಯ ಸನ್ನಿಧಿಯ ಸಾಕ್ಷಾತ್ಕಾರವನ್ನು ಬದುಕಿನ ಮುಕ್ತಾಯವೆಂದೋ ಸಾವು ಎಂದೋ ತಿಳಿಯಬಾರದು. ವಸ್ತು ಸಂಗತಿಯೆಂದರೆ ಜೀವನ್ಮುಕ್ತ ಎಂಬ ಶಬ್ದವೇ (ಅಕ್ಷರಶಃ ಜೀವದಿಂದಿರುವಾಗಲೇ ಇದೇ ಬದುಕಿನಲ್ಲಿ ಮುಕ್ತನಾದವನು) ಆ ದಿವ್ಯಕ್ಷಣವು ಬದುಕಿದ್ದಾಗಲೇ ಬರುವುದೆಂಬುದನ್ನು ಸ್ಪಷ್ಟಪಡಿಸುತ್ತದೆ. ಈ ಸಾಕ್ಷಾತ್ಕಾರವು ಪರಿಪೂರ್ಣವಾದದ್ದು ಮತ್ತು ಹಿಮ್ಮೊಗ ಚಲನೆ ಇಲ್ಲದ್ದು. ಒಮ್ಮೆ ಐಕ್ಯಗೊಂಡ ನಂತರ ಬೇಕಾಗಿಯೋ, ಬೇಡವಾಗಿಯೋ ಹಿಂದಿರುವುದು ಇಲ್ಲ, ಮತ್ತದು ಯಾಕಾಗಿಯಾದರೂ ಬೇಕು? ಅದು ಪರಿಪೂರ್ಣ ಮತ್ತು ಅಂತಿಮ. ಆತ್ಮದ ಎಲ್ಲ ಪ್ರಯತ್ನವೇ ಇಲ್ಲಿಗೆ ತಲುಪುವುದಾಗಿರುತ್ತದೆ.

ಆತ್ಮದ ಪಯಣವು ಕೊನೆಮುಟ್ಟಿದೆ ಮತ್ತದು ತನ್ನ ಮನೆಯೋ ಸ್ವರ್ಗವನ್ನೋ ತಲುಪಿದೆ. ನಿಜವಾದ ಸಂತನಾದವನು ದೇವರಿಗೆ ಬೆನ್ನುಹಾಕಿ ಪುನಃ ಭೌತಿಕವಾದ ಐಹಿಕ ಜಗತ್ತಿಗೆ ಮರಳುವ ಪ್ರಸಂಗ ಎಲ್ಲೂ ಕೇಳಿಲ್ಲ. ಮೇಲ್ನೋಟದ ಘಟನೆಗಳು ಅಪವಾದದಂತೆ ಕಾಣಿಸಿದರೂ ಅಂಥಲ್ಲಿ ಸಂತ ಎನಿಸಿಕೊಂಡವನದ್ದು ವಾಸ್ತವವಾಗಿ ನಾಟಕ, ನಕಲಿ ಮತ್ತು ಅಪ್ರಾಮಾಣಿಕತೆ ಎಂದು ತಿಳಿಯಬೇಕು. ಹಣ್ಣು ಮೂಡಿಬಂದಾಗ ಹೇಗೆ ಹೂವು ತನ್ನಷ್ಟಕ್ಕೇ ಉದುರಿ ಬೀಳುವುದೋ ಹಾಗೆ ಜ್ಞಾನೋದಯ ಪಡೆದ ವ್ಯಕ್ತಿಯ ಭೌತಿಕ ಶರೀರವು ಸಾವಿನಿಂದ ಬಿದ್ದುಹೋದಾಗ ಆತ್ಮವು ಭಗವಂತನ ದಿವ್ಯ ಸನ್ನಿಧಿಯನ್ನು ಸೇರಿಕೊಳ್ಳುವುದು ಮತ್ತು ಆತನಿಗೆ ಮರುಹುಟ್ಟು ಇರುವುದಿಲ್ಲ.

ಈ ಅಂತಿಮ ಸಾಕ್ಷಾತ್ಕಾರವನ್ನು ಮತ್ತು ಭೌತಿಕ ಶರೀರವನ್ನು ತೊರೆಯುವ ಪ್ರಕ್ರಿಯೆಯನ್ನು ಉದಾಹರಿಸಲು ನಾವಿಲ್ಲಿ ಒಂದು ಸಾದೃಶ್ಯವನ್ನು ಪರಿಕಲ್ಪಿಸಿಕೊಳ್ಳಬೇಕು. ನೀರು ತುಂಬಿದ ಒಂದು ಪಾತ್ರೆಯು ಸೂರ್ಯನ ಬೆಳಕನ್ನು ತನ್ನ ಪಕ್ಕದ ಗೋಡೆಯ ಮೇಲೆ ಪ್ರತಿಬಿಂಬಿಸುವುದು. ಇಲ್ಲಿ ಎರಡು ಸಂಗತಿಗಳಿವೆ. ಒಂದು

ಆಗಿರುವುದು. ಬಾಲ್ಯ, ತಾರುಣ್ಯ, ಪ್ರಬುದ್ಧತೆ, ವೃದ್ಧಾಪ್ಯ ಎಲ್ಲವೂ ಮೇಲಿನ ಸ್ತರಕ್ಕೆ ಸಾಗುತ್ತ ಒಂದರಲ್ಲಿ ಇನ್ನೊಂದನ್ನು ಕಳೆದುಕೊಳ್ಳುತ್ತಲೇ ಸುದೀರ್ಘವಾದ ಒಂದು ಅಲೆಗಳ ಸಾಲು ಸಾಲು ಸಾವಿನ ಎಳೆಯ ತನಕವೂ ಸಾಗಿದಂತಿರುವುದು.

-ಜೇಮ್ಸ್ ಮಾಂಟೆಗೊಮರಿ (1771-1854) - ಲೈಫ್

ಸೂರ್ಯ ಅಥವಾ ಸೂರ್ಯನ ಬೆಳಕು. ಮತ್ತೊಂದು ಪ್ರತಿಬಿಂಬ. ಪಾತ್ರೆಯಲ್ಲಿನ ನೀರನ್ನು ನೆಲಕ್ಕೆ ಚೆಲ್ಲಿದರೆ ಮಣ್ಣು ಅದನ್ನು ತಕ್ಷಣವೇ ಹೀರಿಕೊಳ್ಳುತ್ತದೆ. ಏನಾಯಿತು ಪ್ರತಿಬಿಂಬಕ್ಕೆ? ಅದು ಮೂಲ ಬೆಳಕಿನ ಕಿರಣದೊಂದಿಗೆ ಸೇರಿ ಹೋಗಲಿಲ್ಲವೆ? ಪರಮಾತ್ಮನು ಜೀವಾತ್ಮನ ಮೂಲಕ ಭೌತಿಕ ದೇಹದ ಮಾಧ್ಯಮದಲ್ಲೇ ಪ್ರತಿಫಲಿಸುತ್ತಾನೆ. ಪ್ರತಿಬಿಂಬವೇ ಜೀವಾತ್ಮನ ಆತ್ಮ. ಯಾವಾಗ ಭೌತಿಕ ಶರೀರವು ತನ್ನ ಮೂಲತತ್ವಗಳಿಗೆ ಹಿಂದಿರುಗಿ ಹೋಗುವುದೋ ಆಗ ಜೀವಾತ್ಮನ ಆತ್ಮವು ಪರಮಾತ್ಮನಲ್ಲಿ ಐಕ್ಯಗೊಳ್ಳುವುದು.

□□

23

ಮೂರು ಕತೆಗಳು

''ಅಲೌಕಿಕವಾದ ಮಹಾನ್ ಸಂಗತಿಯೊಂದು ಇಲ್ಲ, ಇರುವುದು ಭಗವಂತನ ದಿವ್ಯ ಸಹಜತೆ. ಪವಾಡವಿಲ್ಲ, ಇರುವುದು ಸದಾ ದಿವ್ಯವಾದ ರೀತಿನೀತಿಗಳ ಉನ್ನತೋನ್ನತವಾದ ಸದ್ಬಳಕೆಯ ಸಾಧ್ಯತೆಯೊಂದೇ.''

-ಎರಿಕ್ ಬಟರ್‌ವರ್ತ್ 'ಲೈಫ್ ಈಸ್ ಫರ್ ಲಿವಿಂಗ್'

ಲೌಕಿಕ ಮಾನವನೆಂಬ ವಿದ್ಯಮಾನ

ಕಳೆದ ಅಧ್ಯಯದಲ್ಲಿ ನಾವು ಐಹಿಕ ಜಗತ್ತಿನ ಸಾಮಾನ್ಯ ಮನುಷ್ಯರು ಯಾವುದಾದರೂ ಒಂದು ಇಕ್ಕಟ್ಟಿನ ಕ್ಷಣದಲ್ಲಿ ತಮ್ಮ ಧ್ಯೇಯವನ್ನೇ ಬದಲಿಸಿಕೊಂಡು ಸಂತರಾಗುವ ಬಗ್ಗೆ ಹೇಳಿದೆವು. ತಮ್ಮದೇ ಆಸುಪಾಸಿನ ಇನ್ನೊಬ್ಬರ ಒಂದು ಸಾದಾ ಟೀಕೆ, ಅಥವಾ ಅನಿರೀಕ್ಷಿತವಾದ ಒಂದು ಘಟನೆ ಅಥವಾ ಯಾವುದೋ ಒಂದು ವಿಲಕ್ಷಣ ಸಾಹಸ - ಇತ್ಯಾದಿಗಳೆಲ್ಲ ಇಂಥ ತತ್‌ಕ್ಷಣದ ಮತ್ತು ಎದ್ದುಕಾಣುವ ಇಂಥ ಕಾರಣಗಳಲ್ಲಿ ಕೆಲವು. ಈಗ ನಾನು ಮೂರು ಕತೆಗಳನ್ನು ಅವುಗಳ ಮೂಲಭಾಗದಿಂದ ತೆಗೆದು ಉದಾಹರಣೆಗೆ ಎಂಬಂತೆ ಹೇಳುತ್ತೇನೆ. ಅವು ಭೌತಿಕವಾಗಿ ವಾಸ್ತವಿಕವೇ ಅಥವಾ ಕಾಲ್ಪನಿಕವೇ ಎಂಬ ಸಂಗತಿ ಈ ಉದಾಹರಣೆಗಳ ಪ್ರಸ್ತುತತೆಯನ್ನೇನೂ ಗಂಭೀರವಾಗಿ ಬದಲಿಸುವುದಿಲ್ಲ. ಪ್ರಾಚೀನ ಹಿಂದೂ ಕಾವ್ಯಗಳಲ್ಲಿ ಪವಾಡಗಳಂಥ, ಅದ್ಭುತ ಅನೈಸರ್ಗಿಕ ವಿದ್ಯಮಾನಗಳಂಥ ಹೇಳಿಕೆಗಳು, ಘಟನೆಗಳು ಸಮೃದ್ಧವಾಗಿವೆ. ದೇವತೆಗಳು ಮನುಷ್ಯರೊಂದಿಗೆ ಮಾತನಾಡುವುದು, ದೇವರು ಬೇರೆ ಬೇರೆ ರೂಪಾವತಾರಗಳಲ್ಲಿ ಭೂಮಿಗಿಳಿದು ಬರುವುದು, ಕೆಲವೊಮ್ಮೆ ಅರೆಮಾನವ ಬಗೆಯಲ್ಲೂ ಭಕ್ತರ ರಕ್ಷಣೆಗೆ ಬರುವುದು, ನೈಸರ್ಗಿಕ ನ್ಯಾಯದ ಒಂದು ಚೌಕಟ್ಟು ಎಲ್ಲವೂ ಇದೆ. ಇವುಗಳನ್ನು ಕಿರಿಕಿರಿಯಿಲ್ಲದೆ ಓದಲು ಒಂದು

ಬಗೆಯ ಮಾನಸಿಕ ತಯಾರಿಯ ಅಗತ್ಯವಿದೆ. ನಾನು ಬದಲಾಗದ ಆಶಾವಾದಿ ಮತ್ತು ತಪ್ಪಿಲ್ಲದೆ ಗ್ರಹಿಸಬಲ್ಲೆ, ಆಧುನಿಕ ಮನುಷ್ಯನು ತನಗೆ ಯಾವುದನ್ನು ಗ್ರಹಿಸುವುದೇ ತನ್ನ ತೀರ ಮಿತವಾದ ಬುದ್ಧಿಗೆ ಸಾಧ್ಯವಾಗುವುದಿಲ್ಲವೋ, ಅದೆಲ್ಲವನ್ನೂ ಕಪೋಲಕಲ್ಪಿತವೆಂದು ನಿರಕರಿಸಲು ಹಿಂಜರಿಯುತ್ತಾನೆ. ಇದಕ್ಕೆ ಸಾಕ್ಷಿ ಎಂಬಂತೆ ಎರಿಕ್ ಬಟರ್‌ವರ್ತ್ ಹೇಳಿರುವ ಮಾತುಗಳನ್ನು ಗಮನಿಸಿ. (ಮೇಲೆ ಉಲ್ಲೇಖಿಸಲಾಗಿದೆ.)

ಈಗ ನನ್ನ ಕತೆ. ಮೊದಲು ನಾವು ಮಹಾನ್ ಸಂತರೂ, ರಾಮಾಯಣದಂಥ ಹಿಂದೂಗಳ ಮಹಾಕಾವ್ಯದ ಕವಿಯೂ ಆದ ವಾಲ್ಮೀಕಿಯ ಕತೆಯನ್ನು ತೆಗೆದುಕೊಳ್ಳೋಣ. ಯೌವನದಲ್ಲಿ ಆತನೊಬ್ಬ ವ್ಯಾಧನಾಗಿದ್ದ, ಮತ್ತು ಆನಂತರ ಕಳ್ಳತನ, ದರೋಡೆಗೆ ಕೂಡಾ ಇಳಿದಿದ್ದ. ಅವನೊಂದು ಕಾಡಿನ ಹತ್ತಿರ ವಾಸವಾಗಿದ. ಹೆಂಡತಿ ಮಕ್ಕಳ ಸಂಸಾರ ನಿಭಾವಣೆಗಾಗಿ ಅವನು ಕಾಡಿನ ನಡುವೆ ಹಾದು ಹೋಗುವವರನ್ನು ಅಡ್ಡಗಟ್ಟಿ ಅವರಲ್ಲಿರುವ ಬೆಲೆಬಾಳುವ ವಸ್ತುಗಳನ್ನೆಲ್ಲ ದೋಚುತ್ತಿದ್ದ. ಅಡ್ಡಿಪಡಿಸಿದರೆ ಹಿಂಸೆಗೂ ಇಳಿಯುತ್ತಿದ್ದ. ಹಲವಾರು ವರ್ಷಗಳ ಕಾಲ ಇದೇ ರೀತಿಯಾಗಿ ಬದುಕು ಸಾಗಿದ್ದಿರಬೇಕು.

ಅವನ ಅದೃಷ್ಟದ ಬಾಗಿಲೇ ತೆರೆದ ಹಾಗೆ ಒಂದು ದಿನ ಒಂದು ಋಷಿಮುನಿಗಳ ತಂಡ ಅವನ ಅಡಗುತಾಣದ ಮೂಲಕವೇ ಹಾದು ಹೋಗುತ್ತಾ ಇತ್ತು. ಯಾವ ಕರೆ ಬಂದಿತ್ತೋ ಎಂಬಂತೆ ಅವನು ಅವರನ್ನು ಅಡ್ಡಗಟ್ಟಿ ನಿಲ್ಲಿಸಿ ಬೆದರಿಸಿ ಎಲ್ಲವನ್ನೂ ತೆಗೆದಿಡಲು ಹೇಳಿದ. ಬಹುಶಃ ಆವತ್ತು ಅವನು ತೀರಾ ಹತಾಶನಾಗಿದ್ದಿರಬೇಕು. ಅಥವಾ ಅವನ ಜನ್ಮದ ಧ್ಯೇಯವೇ ಅವನನ್ನು ಬೆನ್ನಟ್ಟಿರಬೇಕು. ಇಲ್ಲವಾದಲ್ಲಿ ಸಾಧುಸಂತರ ಬಳಿ ನೀರಿನ ಕಮಂಡಲವನ್ನು ಬಿಟ್ಟರೆ ಬೇರೇನು ತಾನೇ ಸಿಗಲು ಸಾಧ್ಯ ಎಂಬುದು ಅವನಿಗೆ ಹೊಳೆಯುತ್ತಿರಲಿಲ್ಲವೆ?

ಸಾಧುಸಂತರಿಗೂ ಅವನನ್ನು ಕೀಟಲೆ ಮಾಡುವ ಹುಮ್ಮಸ್ಸಿದ್ದಂತೆ ತೋರುವುದು. ಅಥವಾ ಅವರೂ ಕೂಡ ಅವನಿಗೆ ಭವ್ಯ ಭವಿತವ್ಯದ ಪರಿಕಲ್ಪನೆಯನ್ನು ಮೂಡಿಸಿ ಬದಲಿಸಲೆಂದೇ ಬಂದವರಿರಬೇಕು. ಅವರು ತಮ್ಮ ಬಳಿ ಇರುವುದನ್ನೆಲ್ಲಾ ಒಪ್ಪಿಸಲು ಒಂದು ನಿಬಂಧನೆಯನ್ನು ವಿಧಿಸಿ ಒಪ್ಪಿಕೊಂಡರು. ಅದೇನೆಂದರೆ ಅವನು ತನ್ನ ಹೆಂಡತಿ ಮಕ್ಕಳ ಬಳಿಗೆ ಹೋಗಿ ಅವರನ್ನೆಲ್ಲಾ ಪೋಷಿಸುವುದಕ್ಕಾಗಿಯೇ ತಾನು ಮಾಡುತ್ತಿರುವ ದುಷ್ಕೃತ್ಯಗಳ ಪಾಪದಲ್ಲಿ ಅವರೆಲ್ಲ ಪಾಲುದಾರರಾಗಲು ಸಿದ್ಧರೇ ಎಂದು ತಿಳಿದು ಬರಬೇಕು. ಅಲ್ಲಿಯವರೆಗೆ ಈ ಸಾಧುಸಂತರು ಇಲ್ಲೇ ಕಾದು ಕುಳಿತಿರುತ್ತಾರೆ. ಕಳ್ಳನಿಗೆ ಆಶ್ಚರ್ಯ. ನಿಶ್ಚಯವಿತ್ತು ಅವನಿಗೆ, ಹೆಂಡತಿ ಮಕ್ಕಳು ಒಪ್ಪಿಯೇ ಒಪ್ಪುತ್ತಾರೆ.

ಆದರೂ ಇರಲಿ ಎಂಬಂತೆ ಅವನು ತಕ್ಷಣವೇ ತನ್ನ ಹಟ್ಟಿಗೆ ಮರಳಿ ಅವರೆದುರು ಈ ಪ್ರಶ್ನೆಯನ್ನಿಟ್ಟನು. ಅವನ ನಿರೀಕ್ಷೆಗೆ ತೀರ ವಿರುದ್ಧವಾಗಿ ಅವರು ಇವನ ಪಾಪದಲ್ಲಿ ಭಾಗಸ್ಥರು ಎಂಬುದನ್ನು ನಿರಾಕರಿಸಿಬಿಟ್ಟರು. ಸಂಸಾರವನ್ನು ಪೋಷಿಸುವುದು ಅವನ ಜವಾಬ್ದಾರಿ. ಅದಕ್ಕಾಗಿ ಅವನು ಅಡ್ಡಹಾದಿಯನ್ನು ಆರಿಸಿಕೊಂಡಿದ್ದರೆ, ಅದು ಅವನದೇ ತಪ್ಪು ಹೊರತು ಇವರು ಹೇಳಿ ಹಾಗೆ ಮಾಡಿದ್ದಲ್ಲ. ಅದು ಅವರ ವಾದ. ಅಗತ್ಯವಾಗಿ ಬೇಕಿದ್ದ ಆಘಾತವನ್ನು ಈ ರೀತಿಯಾಗಿ ಒದಗಿಸಲಾಯಿತು. ಕಾಯುತ್ತಿದ್ದ ಸಂತರಲ್ಲಿಗೆ ಮರಳಿ ಬಂದವನೇ ಅವರ ಪಾದಗಳಿಗೆರಗಿದ ಮತ್ತು ತನ್ನ ಪಾಪ ಪರಿಹಾರದ ಮಾರ್ಗವನ್ನು ಸೂಚಿಸುವಂತೆ ಬೇಡಿಕೊಂಡ. ಪಶ್ಚಾತ್ತಾಪದ ಮೂಲಕ ಪ್ರಾಯಶ್ಚಿತ್ತವನ್ನು ಕಂಡುಕೊಳ್ಳುವಂತೆ ಹೇಳಿ ಅವರು ಹೊರಟು ಹೋದರು. ಕೆಲಕಾಲದ ನಂತರ ಅವರು ಹಿಂದಿರುಗಿ ಬಂದಾಗ ಮೊದಲಿನ ಕಳ್ಳನು ಬದಲಾಗಿ ನೆಲದಲ್ಲಿ ಸ್ಥಿರವಾಗಿ ಕುಳಿತು ದಿವ್ಯನಾಮದ ಜಪದಲ್ಲಿರುವುದನ್ನು ಸಂಭ್ರಮಾಶ್ಚರ್ಯಗಳಿಂದ ಕಂಡರು. ಅವನು ಕುಳಿತಲ್ಲಿಯೇ ಅವನ ಸುತ್ತಲೂ ಹುತ್ತ ಬೆಳೆದಿರುವುದನ್ನು ಗಮನಿಸಿ ಅವರು ಅವನನ್ನು ವಾಲ್ಮೀಕಿ ಎಂದು ಕರೆದರು. ವಲ್ಮಿಕ ಎಂದರೆ ಇರುವೆ ಗೂಡು, ಹುತ್ತ ಎಂದರ್ಥ.

ಮೂಲಕೃತಿಯ ಸೆಳೆತ

ಎರಡನೆಯದು- ತುಲಸೀದಾಸರ ಕತೆ. ತಾನೇ ಸ್ಫೂರ್ತಿಗೊಂಡು ಬರೆದನೇ ಎಂಬಷ್ಟು ಮೂಲಕೃತಿಯ ಎಲ್ಲ ಸೊಗಡನ್ನು ಯಥಾವತ್ತಾಗಿ ಉಳಿಸಿಕೊಂಡು ರಾಮಾಯಣವನ್ನು ಹಿಂದಿಗೆ ಅನುವಾದ ಮಾಡಿದ ಮಹಾನ್ ಕವಿ ಮತ್ತು ಸಂತ. ತುಲಸಿಯು ಒಬ್ಬ ಜೀವರಸ ಉಕ್ಕಿ ಹರಿಯುತ್ತಿದ್ದ ಯುವಕನಾಗಿದ್ದ ಮತ್ತು ಬಹುಸುಂದರಿಯಾದ ಒಬ್ಬಳನ್ನು ಮದುವೆಯಾಗಿದ್ದ. ಅವಳೆಷ್ಟು ಸುಂದರಿಯಾಗಿದ್ದಳೆಂದರೆ ಅವಳ ಚೆಲುವಿನಿಂದಾಗಿ ಅವನು ಅವಳು ಹೇಳಿದಂತೆ ಕೇಳುವ ಗುಲಾಮನಾಗಿಬಿಟ್ಟ. ಒಂದು ಕ್ಷಣವೂ ಅವಳನ್ನು ಬಿಟ್ಟಿರಲಾರದಾದ. ಒಮ್ಮೆ ಅವಳೊಬ್ಬಳೇ ತವರಿಗೆ ಹೋಗಿದ್ದಳು. ಅವನು ವಿಯೋಗವನ್ನು ತಾಳಲಾರದೆ ಅಲ್ಲಿಗೂ ದೌಡಾಯಿಸಿದ.

ಕೆಟ್ಟ ಹವಾಮಾನವಿದ್ದರೂ ಲೆಕ್ಕಿಸದೆ ತಡರಾತ್ರಿ ಪ್ರವಾಹದಲ್ಲೆ ಈಜಿಕೊಂಡು ಹೋಗುವ ಸಾಹಸ ಮಾಡಿದ. ಕೊನೆಗೂ ಅವನು ಅವಳ ಊರಿಗೆ ತಲುಪಿದಾಗ ಎಲ್ಲರೂ ನಿದ್ರಿಸುತ್ತಿದ್ದರು. ಅಷ್ಟು ತಡರಾತ್ರಿ ಬಾಗಿಲು ಬಡಿದು ಎಲ್ಲರನ್ನೂ ಎಬ್ಬಿಸಲು ನಾಚಿಕೆಯಾಗಿ ಅವನು ಅವಳ ಮನೆಯ ಗೋಡೆಯನ್ನು ಹತ್ತಿದ. ಬಲಶಾಲಿ ಉಡವೆಂದು ತಪ್ಪಾಗಿ ತಿಳಿದು ಅವನೊಂದು ಹೆಬ್ಬಾವನ್ನು ಬಲವಾಗಿ ಎಳೆದು ಹಾಕಿ ಬಿದ್ದುಬಿಟ್ಟ. ಅವನ ಪತ್ನಿ ಎದ್ದು ಬಂದು ನೋಡುವಾಗ ಅವನು ಕೆಸರು, ರಕ್ತ ಎಲ್ಲ

ಮೆತ್ತಿಕೊಂಡು ಕೆಳಗೆ ಬಿದ್ದಿದ್ದ. ಅವಳು ಅವನನ್ನು ಗೇಲಿ ಮಾಡುತ್ತ ಸಹಜವಾಗಿಯೇ ಅವನು ಇದೇ ವ್ಯಾಮೋಹದ ಒಂದಿಷ್ಟೇ ಇಷ್ಟು ಭಾಗವಾದರೂ ಭಗವಂತನತ್ತ ತೋರಿಸಿದ್ದರೆ ಈ ಹೊತ್ತಿಗೆ ಮುಕ್ತಿಯನ್ನೇ ಗಳಿಸಿರುತ್ತಿದ್ದ ಎಂದು ಹೇಳಿಬಿಡುತ್ತಾಳೆ. ಇದು ತುಲಸಿದಾಸರ ಮನಸ್ಸಿಗೆ ಚುಚ್ಚಿದಂತೆ ನಾಟಿಕೊಳ್ಳುತ್ತದೆ. ಅವರಲ್ಲಿನ ಆಧ್ಯಾತ್ಮಿಕ ಜಾಗೃತಿಗೆ ಇದೇ ಒಂದು ಸೂಚನೆಯೋ ಎಂಬಂತೆ ಅವರು ಅದೇ ಕ್ಷಣ ಮಹಾನ್ ದೈವಭಕ್ತರಾಗಿ ಬದಲಾಗುತ್ತಾರೆ.

ಮೂರನೆಯ ಕತೆ, ದಕ್ಷಿಣಭಾರತದ ಹರಿಕೀರ್ತನಾದಾಸ, ಸಂತರಾದ ಪುರಂದರ ದಾಸರನ್ನು ಕುರಿತದ್ದು. ಇದರಲ್ಲಿ ನಾಟಕೀಯವಾದ ಸಣ್ಣಸನ್ನಿವೇಶಕ್ಕಿಂತ ಹೆಚ್ಚಿನದ್ದು ಇದೆ. ಮೂಲತಃ ಆತನೊಬ್ಬ ವಜ್ರದ ವ್ಯಾಪಾರಿಯೂ, ಸಾಲ, ನೀಡುವ ವರ್ತಕನೂ ಆಗಿದ್ದ. ಮಹಾಜಿಪುಣನಾಗಿದ್ದ ಮತ್ತು ಕಾಸು ಬಿಚ್ಚುವುದೆಂದರೆ ಜೀವವನ್ನೇ ಬಿಟ್ಟಂತೆ ಮಾಡುತ್ತಿದ್ದ. ಸಾಕಷ್ಟು ಶ್ರೀಮಂತನಾಗಿದ್ದರೂ ಅವನ ಜಿಪುಣತನದಿಂದಾಗಿ ಹಣಬೆಳೆಯುವ ಯಂತ್ರದಂತಾಗಿ ಬಿಟ್ಟಿದ್ದ.

ಜ್ಞಾನೋದಯದ ಕಾಲ ಹತ್ತಿರ ಹತ್ತಿರ ಬರುತ್ತಿತ್ತು. ಒಬ್ಬ ಬಡ ಬ್ರಾಹ್ಮಣನು ತನ್ನ ಮನೆಯ ಯಾವುದೋ ಧಾರ್ಮಿಕ ಕಾರ್ಯಕ್ರಮಕ್ಕಾಗಿ ಸ್ವಲ್ಪ ಆರ್ಥಿಕ ಸಹಾಯ ಕೇಳಿ ಒಂದುದಿನ ಈತನಲ್ಲಿಗೆ ಬರುತ್ತಾನೆ. ಜಿಪುಣ ಕುಳಿತಲ್ಲಿಂದಲೇ ಈ ಬ್ರಾಹ್ಮಣನನ್ನು ಬಯ್ದು ಓಡಿಸುತ್ತಾನೆ. ಬಡ ಬ್ರಾಹ್ಮಣನು ವಿಚಲಿತನಾಗದೆ ನೇರ ದಾಸರ ಮನೆಯ ಹಿಂಬಾಗಿಲಿಗೆ ಹೋಗಿ ದಾಸರ ಪತ್ನಿಯ ಬಳಿ ದಾನಕ್ಕಾಗಿ ಕೆಳಿಕೊಂಡ. ಗಂಡನ ಜಿಪುಣತನದ ಬಗ್ಗೆ ಚೆನ್ನಾಗಿಯೇ ಅರಿತವಳಾಗಿ, ಬಡ ಬ್ರಾಹ್ಮಣನನ್ನೂ ಬರಿಗೈಯಲ್ಲಿ ಕಳುಹಿಸುವುದಕ್ಕೆ ಮನಸ್ಸು ಒಡಂಬಡದೆ ಅವಳು ತನ್ನ ತವರಿನ ಉಡುಗೊರೆಯಾದ, ಮತ್ತು ಹಾಗಾಗಿ ತನ್ನ ಸ್ವಂತದ್ದೆನ್ನಬಹುದಾದ ವಜ್ರದ ಮೂಗುತಿಯನ್ನೇ ತೆಗೆದು ಆತನಿಗೆ ದಾನ ನೀಡುತ್ತಾಳೆ.

ತೃಪ್ತನಾದ ಬ್ರಾಹ್ಮಣನು ಅಲ್ಲಿಗೇ ಬಿಡದೆ ಬೇಕಂತಲೇ ದಾಸನ ಬಳಿಗೆ ಬಂದು ಮೂಗುತಿಯನ್ನು ಮಾರಲು ಬಯಸುತ್ತಾನೆ. ಅನುಮಾನಗೊಂಡ ದಾಸನು ಮೂಗುತಿಯನ್ನು ಭದ್ರವಾಗಿ ತಿಜೋರಿಯೊಳಗಿಟ್ಟು ಬೀಗ ಹಾಕಿ ಹೆಂಡತಿಯ ಬಳಿ ಧಾವಿಸುತ್ತಾನೆ. ಹತಾಶಳಾದ ಪತ್ನಿ ವಿಷವನ್ನಾದರೂ ಸೇವಿಸಿ ತನ್ನ ಬದುಕನ್ನೇ ಅಂತ್ಯಗೊಳಿಸಿಕೊಳ್ಳಲು ಬಯಸುತ್ತಾಳೆ. ವಿಷದ ಬಟ್ಟಲನ್ನು ಕೈಯಲ್ಲಿ ಹಿಡಿದು ಇನ್ನೇನು ತುಟಿಗಿಡಬೇಕೆನ್ನುವಾಗ ಎಲ್ಲಿಂದಲೋ ಅದರಲ್ಲಿ ಏನೋ ಬಿದ್ದಂತಾಗುವುದು. ಅವಳ ಆಶ್ಚರ್ಯಾತಿರೇಕಕ್ಕೆ ಪಾರವೇ ಇಲ್ಲವೆಂಬಂತೆ ಅವಳು ದಾನವಾಗಿ ನೀಡಿದ್ದ ಮೂಗುತಿಯೇ ಅಲ್ಲಿರುತ್ತದೆ! ವಿನಮ್ರಳಾಗಿ ಅದನ್ನೇ ಗಂಡನಿಗೊಪ್ಪಿಸುತ್ತಾಳೆ. ಅಚ್ಚರಿಯಿಂದ ಮೂಕನಾದ ದಾಸ ತನ್ನ ಅಂಗಡಿಗೆ ಓಡೋಡಿ ಬಂದು ತನ್ನ

ತಿಜೋರಿಯಿಂದ ಮೂಗುತಿಯಿದ್ದ ಪೆಟ್ಟಿಗೆ ತೆರೆದು ನೋಡಿದರೆ ಮೂಗುತಿ ಮಾಯವಾಗಿದೆ! ಬಡ ಬ್ರಾಹ್ಮಣನೂ ಪತ್ತೆಯಿಲ್ಲ.

ಈ ನಾಟಕೀಯವಾದ ತಿರುವಿನಲ್ಲಿ ಜಿಪುಣನ ಕಣ್ಣಿನ ಮಬ್ಬು ಹರಿಯುವುದು ಮತ್ತು ಆತ ತನ್ನೆಲ್ಲಾ ಸಂಪತ್ತನ್ನು ದಾನ ಮಾಡಿ ಅಲ್ಲೇ ಹೇಗಿದ್ದನೋ ಹಾಗೆ ಆಗಲೇ ಅಲೆಮಾರಿಯಾಗಿ ಭಗವಂತನ ಕೀರ್ತನೆಗಳನ್ನು ಹಾಡುತ್ತಾ ತಿರುಗುವ ದಾಸತ್ವವನ್ನು ಸ್ವೀಕರಿಸುತ್ತಾನೆ.

□□

24

ಈಗ ಮತ್ತು ಇನ್ನು ಮುಂದೆ

''ಯಾರು ತಾನೇ ತೊಳಲಾಟವನ್ನು ಸಹಿಸುತ್ತಾರೆ;
ಗೊಣಗುತ್ತ, ಬೆವರುತ್ತ ನೀರಸ ಬದುಕನ್ನು.
ಆದರೆ ಸಾವಿನ ನಂತರದ ಭೀಕರತೆಯು
ಇನ್ನೂ ಪತ್ತೆಯಾಗದೆ ಉಳಿದಿರುವ ಜಗತ್ತಿನಲ್ಲಿ ?
ಎಲ್ಲಿಂದ ಯಾವ ಯಾತ್ರಿಕನೂ ಮರಳಿ ಬಾರನೋ
ಅದು ಒಗಟಾಗಿ ಕಾಡುವುದು ಹಾರಿಹೋಗುವ ಬಯಕೆಯನ್ನು
ಮತ್ತದು ನಮಗೆ ತಿಳಿದಿರದ ಕಡೆಗೆ ಹಾರಿಹೋಗುವ ಬದಲಿಗೆ
ನಮ್ಮ ಸಂಕಟವನ್ನು ಸಹಿಸುವಂತೆ ಮಾಡುವುದು.''

- ವಿಲಿಯಂ ಷೇಕ್ಸ್‌ಪಿಯರ್ 'ಹ್ಯಾಮ್ಲೆಟ್'

ಸಾವಿನ ಭಯ

ಮರಣವು ಕೊನೆಗೂ ತೆರೆಯನ್ನೆಳೆಯುವುದು ಮತ್ತು ಮನುಷ್ಯನು ತಕ್ಕ ಕಾಲದಲ್ಲೇ ಈ ರಂಗದಿಂದ ನಿರ್ಗಮಿಸುತ್ತಾನೆ. ಬಹಳಷ್ಟು ಮಂದಿ ಜೀವಿತಾವಧಿಯಲ್ಲಿ ಮೃತ್ಯುವಿಗೆ ಹೆದರುವುದು ಯಾಕೆಂದು ಯೋಚಿಸಿದರೆ, ಇದ್ದಕ್ಕಿದ್ದಂತೆ ಬಂದು ಬಿಡುವ ಅದರ ರೀತಿಗೆ ಮತ್ತು ಆನಂತರದ ಸ್ಥಿತಿಯ ಕುರಿತಾಗಿ ಇರುವ ನಿಗೂಢತೆಗೆ ಎಂದು ಹೇಳಬಹುದು. ಏನಾಗುತ್ತದೆ ಒಬ್ಬ ವ್ಯಕ್ತಿಗೆ ಅಥವಾ ಆತನ ಆತ್ಮಕ್ಕೆ, ಅವನು ತನ್ನ ಈ ಭೌತಿಕ ಕವಚವನ್ನು ಕಳಚಿಕೊಂಡ ಬಳಿಕ ಏನಾಗುತ್ತದೆ? ಈ ಜೀವನವನ್ನು ಜೀವಿಸುವುದು ಬರೇ ಇದಿಷ್ಟಕ್ಕಾಗಿಯೇ, ಹಾಗಾದರೆ? ಇದಕ್ಕೇನಾದರೂ ಉದ್ದೇಶವೋ ಗುರಿಯೋ ಇಲ್ಲವೆ? ಮರಣಾನಂತರವೂ ಬದುಕು ಇದೆಯೆ? ಮತ್ತೆ ಪುನಃ ಈ ಜಗತ್ತಿನಲ್ಲಿ ಹೊಸದಾಗಿ ಹುಟ್ಟಿಬರುವುದು, ಬದುಕುವುದು ಇರುತ್ತದೆಯೆ? ಮಾನವೀಯತೆಯು ಹೆಚ್ಚು ಪ್ರಖರವಾದ ಭವಿತವ್ಯದತ್ತ ಸಾಗುತ್ತಿದೆಯೆ? ಇಂಥವೇ ಪ್ರಶ್ನೆಗಳು ಮಾನವ ಜನಾಂಗವನ್ನು ಕಾಡುತ್ತ ಇರುವುದು. ಯಾವುದರ ಬಗ್ಗೆ ಮರ್ತ್ಯರಿಗೆ ಒಂದಿಷ್ಟೂ ತಿಳಿದಿಲ್ಲವೋ ಆ ಕುರಿತ ಊಹೆ ಮತ್ತು ಕಲ್ಪನೆಗಳನ್ನು ಬೆರೆಸಿ ಅಸ್ಪಷ್ಟವಾಗಿ ಗ್ರಹಿಸಲು ಸಾಧ್ಯವಾಗುವಂತೆ ಬಹಳಷ್ಟು ವಿಚಾರಗಳು, ತರ್ಕ ಮತ್ತು ಸಿದ್ಧಾಂತಗಳು ಹುಟ್ಟಿಕೊಂಡಿವೆ. ಇವುಗಳಲ್ಲಿ ಕನಿಷ್ಠ

ಒಂದಾದರೂ ಪ್ರಶ್ನೆಯ ಆಳಕ್ಕಿಳಿದು ಚರ್ಚಿಸಲು ಈ ಪುಟ್ಟ ಕೃತಿಯ ವ್ಯಾಪ್ತಿಯು ಸ್ಪಷ್ಟವಾಗಿಯೇ ಸಾಲದು. ನಾನೇನು ಮಾಡಬಹುದೆಂದರೆ, ವಿಭಿನ್ನ ಮೂಲಗಳಿಂದ ಕೆಲವು ಅಧಿಕೃತತರ ಮಾತುಗಳನ್ನು ಇಲ್ಲಿ ಕೊಡುತ್ತಿದ್ದೇನೆ. ಓದುಗರು ಅವುಗಳಿಂದಲೇ ತಮ್ಮ ತಮ್ಮ ಅರ್ಥ ಗ್ರಹಿಕೆಗಳನ್ನು ಹೆಚ್ಚಿಸಿಕೊಳ್ಳಲಿ.

''ನಾನೇ ಪುನರುತ್ಥಾನ. ದಿವ್ಯಾತ್ಮನು ಹೇಳುತ್ತಾನೆ, ಯಾರು ನನ್ನಲ್ಲಿ ನಂಬಿಕೆಯಿಡುವನೋ ಅವನು ಸತ್ತರೂ ಬದುಕಿರುತ್ತಾನೆ ಮತ್ತು ಯಾರು ಬದುಕಿರುತ್ತ ನನ್ನನ್ನು ನಂಬಿರುವನೋ ಅವನಿಗೆ ಮೃತ್ಯುವಿಲ್ಲ.

- ದ ಬೈಬಲ್

''ಸಾವಿನಲ್ಲೇ ನಾವು ನಮ್ಮ ಅಮರತ್ವವನ್ನೈದುವೆವು.''

-ಸಂತ ಫ್ರಾನ್ಸಿಸ್ ಅಸ್ಸೀಸಿ

''ಹಳೆಯದಾದ ಬಟ್ಟೆಯನ್ನು ತೆಗೆದೆಸೆಯುವಂತೆಯೇ, ಆತ್ಮನು ಜೀರ್ಣವಾದ ಶರೀರವನ್ನು ವಿಸರ್ಜಿಸಿ ಹೊಸ ಶರೀರವನ್ನು ಪಡೆಯುವನು.''

-ಭಗವದ್ಗೀತಾ

''ಮನುಷ್ಯನು ಸಾಯುವವರೆಗೆ ನಿಜವಾಗಿ ಹುಟ್ಟಿಯೇ ಇರುವುದಿಲ್ಲ. ಹಾಗಿರುತ್ತ, ನಾವೇಕೆ ಅಮರರ ನಡುವೆ ಹೊಸ ಶಿಶುವೊಂದು ಜನ್ಮತಾಳಿದೆ ಎಂದು ದುಃಖಿಸಬೇಕು? ನಾವು ಆತ್ಮರು. ದೇಹಗಳನ್ನು ಸಾಲವಾಗಿ ಕೊಡಲಾಗಿದೆ. ಸುಖಾನುಭವವನ್ನು ನೀಡುವಾಗ, ಜ್ಞಾನಾರ್ಜನೆಯನ್ನು ಮಾಡುವಾಗ, ಸಹಜೀವಿಗಳಿಗೆ ಒಳಿತನ್ನು ಮಾಡುವಾಗ ಅದೊಂದು ಭಗವಂತನ ಮಹಾನ್ ಕೃಪೆಯ ಕಾಣಿಕೆಯೇ ಸರಿ. ಯಾವಾಗ ಅದು ಈ ಎಲ್ಲ ಉದ್ದೇಶಗಳಿಗೆ ಅನುಪಯುಕ್ತವಾಗುವುದೋ, ಸುಖಾನುಭವದ ಬದಲಿಗೆ ನೋವು ನೀಡುವ ಹಾಗಾಗುವುದೋ, ಸಹಾಯಕವಾಗುವುದರ ಬದಲಿಗೆ ಪೀಡೆಯಂಥ ಹೊರೆಯೆನ್ನಿಸುವುದೋ ಆಗಲೂ ಅಷ್ಟೇ ಮಹಾನ್ ಕೃಪೆಯ ಕೊಡುಗೆಯೆಂಬಂತೆ ಅದರಿಂದ ಮುಕ್ತರಾಗುವ ಹಾದಿಯೊಂದನ್ನು ಕರುಣಿಸುತ್ತದೆ. ಸಾವು, ಆ ಹಾದಿ.''

''ನಮ್ಮ ಗೆಳೆಯ ಮತ್ತು ನಾವೆಲ್ಲ ನಿರಂತರವಾದ ಒಂದು ಸಂತಸದ ಕೂಟಕ್ಕೆ ವಿದೇಶಕ್ಕೆ ಆಹ್ವಾನಿತರಾಗಿದ್ದೇವೆ. ಅವನ ಪೀಠವು ತಯಾರಾಗಿತ್ತು ಮತ್ತು ಅವನು ನಮಗಿಂತ ಮೊದಲೇ ಹೋಗಿದ್ದಾನೆ.

ಎಲ್ಲರೂ ಒಮ್ಮೆಗೇ ಹೋಗುವ ಅನುಕೂಲತೆ ಇಲ್ಲ. ಯಾಕೆ ಇದಕ್ಕಾಗಿ ನನಗೂ ನಿಮಗೂ ದುಃಖ? ನಾವಿನ್ನೇನು ಅವನ ಹಿಂದೆಯೇ ಹೊರಡುವವರು ಮತ್ತು ಅಲ್ಲಿ ಅವನನ್ನು ಎಲ್ಲಿ ಕಾಣಬಹುದೆಂಬುದು ತಿಳಿದೇ ಇರುವಾಗ?''

- ಬೆಂಜಮಿನ್ ಫ್ರಾಂಕ್ಲಿನ್

''ವಿಜ್ಞಾನವು ಧಾರ್ಮಿಕ ತತ್ವಗಳನ್ನು ಹಳೆಯ ಕಾಲದ್ದು ಮತ್ತು ಅಪ್ರಸ್ತುತವಾದದ್ದು ಎಂದು ಭಾವಿಸುವಂತೆ ಮಾಡಿಬಿಟ್ಟಿದೆ, ಎಂದು ಜನ ಅಂದುಕೊಳ್ಳುತ್ತಾರೆ. ಆದರೆ ನನಗನಿಸುತ್ತದೆ, ಸಂದೇಹವಾದಿಗಳಿಗೆ ನಿಜವಾದ ಅಚ್ಚರಿಯೊಂದು ವಿಜ್ಞಾನದಲ್ಲಿದೆ. ಉದಾಹರಣೆಗೆ, ವಿಜ್ಞಾನವು ಹೇಳುತ್ತದೆ, ನಿಸರ್ಗದ ಯಾವುದನ್ನೂ, ಒಂದು ಚಿಕ್ಕ ಅಣುವಿನ ಕಣವನ್ನು ಕೂಡಾ ಕುರುಹೇ ಇಲ್ಲದಂತೆ ನಾಶಪಡಿಸುವುದು ಸಾಧ್ಯವಿಲ್ಲ. ಸರ್ವನಾಶವೆಂಬುದು ಪ್ರಕೃತಿಗೆ ಅನ್ವಯವಾಗುವುದಿಲ್ಲ. ಅದಕ್ಕೆ ತಿಳಿದಿರುವುದೇನಿದ್ದರೂ ಪರಿವರ್ತನೆ ಮಾತ್ರ. ಈಗ, ಭಗವಂತನು ಈ ಮೂಲಭೂತ ತತ್ವವನ್ನೇ ತನ್ನ ಬ್ರಹ್ಮಾಂಡದ ಸೂಕ್ಷ್ಮಾತಿಸೂಕ್ಷ್ಮ, ತೀರಾ ಅಮುಖ್ಯವಾದ ಅಂಶಗಳಿಗೇ ಅನ್ವಯಿಸುವು ದಾದರೆ, ಅವನದನ್ನು ಮಾನವನ ಆತ್ಮಕ್ಕೂ ಅನ್ವಯಿಸುತ್ತಾನೆಂದು ತಿಳಿಯುವುದು ಸಮಂಜಸವಾಗಿರುವುದಲ್ಲವೆ? ವಿಜ್ಞಾನ ನಮಗೆ ಕಲಿಸಿರುವುದೆಲ್ಲವೂ ಮತ್ತು ಇನ್ನೂ ಕಲಿಸುತ್ತಾ ಇರುವುದು ಕೂಡಾ ಮರಣಾನಂತರ ನಮ್ಮ ಆತ್ಮದ ಅಸ್ತಿತ್ವವು ಮುಂದುವರಿಯಲಿದೆ ಎಂಬ ನನ್ನ ನಂಬುಗೆಯನ್ನೇ ಬಲಪಡಿಸುತ್ತಿದೆ. ನಿಸರ್ಗದಲ್ಲಿ ಯಾವುದೂ ಕುರುಹೇ ಇಲ್ಲದಂತೆ ಮಾಯವಾಗದು.''

–ಡಾ. ವಾರ್ನಹರ್ ವಾನ್ ಬ್ರೂನ್, ಬಾಹ್ಯಾಕಾಶ ಭೌತಶಾಸ್ತ್ರಜ್ಞ.

''ಸಾವಿಗೆ ದೇವರ ಉತ್ತರ ಸ್ಪಷ್ಟವಾಗಿ ಜೀವನವೇ ಆಗಿದೆ. ನಿಜವಾಗಿ ಬೈಬಲ್ ಭೋದಿಸುವ ನಂಬುಗೆ ಬದುಕಿನ ಬಗ್ಗೆ, ಸಾವಿನ ಬಗ್ಗೆಯಲ್ಲ. ಅದು ಯಾವುದು ಸಾವಿನಂತೆ ಕಂಡು ಬರುತ್ತದೆಯೋ ಅದು ಹಾಗೆ ಕಾಣಿಸುವುದಷ್ಟೇ ಹೊರತು ವಾಸ್ತವಾಂಶವೇನೆಂದರೆ ಬದುಕು ಶಾಶ್ವತ ಎಂದೇ ನಮಗೆ ಹೇಳುತ್ತಿದೆ.''

- ಡಾ. ನಾರ್ಮನ್ ವಿನ್ಸೆಂಟ್ ಪೀಲೆ

''ಅಯ್ಯೋ ನಾವು ಈ ಆಧುನಿಕ ಭೌತಿಕತೆಯ ದಿನಗಳಲ್ಲಿ ಸುಖಲೋಲುಪತೆಯ ಹಿಂದೆ ಬಿದ್ದು, ಅದರಲ್ಲೆ ವ್ಯಸ್ತರಾಗಿವಿರುದೆ ಈ ಅಸ್ತಿತ್ವವು ಮಜಾ ಮಾಡುವುದಕ್ಕೆ ಅಂದುಕೊಂಡಿದ್ದೇವೆ. ನಾವು ದೇವರನ್ನು ಮತ್ತು ನಮ್ಮ ಚಿರಂತನತೆಯನ್ನು ಒಪ್ಪುತ್ತೇವಾದರೆ, ನಮ್ಮ ಜೀವನವು ಒಂದು ಮಜಾ ಮಾಡುವ ಯಾತ್ರೆಯಲ್ಲ ಎಂಬುದು ನಮಗೆ ಅರ್ಥವಾಗುತ್ತದೆ. ಇದು ನಮಗೆ ನೀಡಲಾದ ಸಮಯ, ತೀರ ಮಿತವಾದದ್ದು, ಭವಿಷ್ಯದ ಕಟಕಟೆಯಲ್ಲಿ ನಮ್ಮನ್ನು ನಿಲ್ಲಿಸಿದಾಗ ಎದುರಿಸ ಬೇಕಾದ ತಾಳ್ಮೆ ಮತ್ತು ಪರೀಕ್ಷೆಯ ತಯಾರಿ ಮಾಡುವುದಕ್ಕಾಗಿ. ನಿರಂತರತೆಯ ಹಿನ್ನೆಲೆಯಲ್ಲಿ ಈ ಸಮಯ ಕೇವಲ ಒಂದು ಕ್ಷಣವಿದ್ದಂತೆ.''

–ಡಾ. ಎ. ಜೆ. ಕ್ರಾನಿನ್

''ನಮ್ಮನ್ನು ನಮ್ಮ ಈ ಸದ್ಯದ ಸ್ಥಿತಿಗೆ ತರುವುದಕ್ಕಾಗಿ ಮಿಲಿಯಾಂತರ ವರ್ಷಗಳನ್ನೇ ವ್ಯಯಿಸಲಾಗಿದೆ. ನಾವು ನಮ್ಮ ಪರಿಪೂರ್ಣತೆಯ ಸ್ಥಿತಿಗೆ ತಲುಪಲು ದೀರ್ಘಾವಧಿಯನ್ನು ತೆಗೆದುಕೊಳ್ಳಬಹುದು. ಆದರೆ ದೇವರು ಆ ಸಾಮರ್ಥ್ಯವನ್ನಂತೂ ನಮ್ಮಲ್ಲಿರಿಸಿದ್ದಾನೆ. ಗ್ರಹಿಸುವುದಕ್ಕೆ ಕಷ್ಟಸಾಧ್ಯವಾದ ಆ ಅದ್ಭುತವಾದ ರೂಪುರೇಖೆ ಮತ್ತು ಕೆಲವೊಮ್ಮೆ ಕ್ರಿಯಾಶೀಲವಾಗುವಲ್ಲಿ ತೀರ ನಿಧಾನವಾಗುವ ಊರ್ಧ್ವಮುಖೀ ಚಲನೆಯ ತುಡಿತ ಇವು ನಮಗೆ ಅವನ ಮಹಾನ್ ಕೊಡುಗೆಗಳಾಗಿವೆ.''

–ಡಾ. ವಾರೆನ್ ವೀವರ್

□□

25

ಭವ್ಯ ಭವಿತವ್ಯದತ್ತ

"ಪ್ರತಿ ತಲೆಮಾರಿನಲ್ಲೂ-ಈ ಕಾಲಕ್ಕಿಂತ, ಆಕಾಲವೇ ಸೊಗಸಾಗಿತ್ತು ಎಂಬ ಭ್ರಮೆ ಇರುತ್ತದೆ. ಬಹುಶಃ ಈ ಭ್ರಮೆ ಎಲ್ಲ ಕಾಲದಲ್ಲೂ ಇರುವಂಥದ್ದೇ."

-ಹೊರೇಸ್ ಗ್ರೀಲೆ

ಮಾನವ ಜನಾಂಗವು ಅಭಿವೃದ್ಧಿಯತ್ತ ಸಾಗುತ್ತಿದೆಯೆ? ಅಥವಾ ಅದು ಅಧಃಪತನದತ್ತ ಸಾಗುತ್ತಿದೆಯೆ? ಎಲ್ಲಾ ವೈಜ್ಞಾನಿಕ, ತಾಂತ್ರಿಕ ಮತ್ತು ಸಾಮಾಜಿಕ ಪ್ರಗತಿಯು ಉತ್ತಮವಾದ, ಹೆಚ್ಚು ಸಾಂದ್ರೀಕೃತ ಮನುಷ್ಯನನ್ನು ತನ್ನೊಳಗೆ, ಸುತ್ತಲು ಮತ್ತು ತನ್ನ ಸಹವರ್ತಿಗಳೊಂದಿಗೆ ಶಾಂತಿ ನೆಮ್ಮದಿಗಳನ್ನು ಕಂಡುಕೊಳ್ಳುವಂತೆ ಮಾಡುತ್ತಿದೆಯೆ ಅಥವಾ ಅವನೊಂದು ದೈತ್ಯನಾಗಿ ಬೆಳೆಯುತ್ತಿದ್ದಾನೆಯೆ? ಈ ಪ್ರಶ್ನೆಯು ಮಾನವನ ಚರಿತ್ರೆಯುದ್ದಕ್ಕೂ ಕಾಲ ಕಾಲಕ್ಕೆ ಕೇಳಲಾಗಿದೆ. ಚರಿತ್ರೆಯನ್ನು ಪ್ರಬುದ್ಧವಾದ ಒಂದು ಗ್ರಹಿಕೆಯೊಂದಿಗೆ ಗಮನಿಸದ ಚಿಂತಕನನ್ನು ಒಂದು ಸಮತೋಲಿತ ನಿರ್ಣಯಕ್ಕೆ ಬರಲಾಗದಂತೆ ಮಾಡಿ ಚಿಂತೆಗೀಡುಮಾಡುತ್ತದೆ. ಮನುಷ್ಯ ಅದ್ವಿತೀಯ ಜೀವಿ. ಎಲ್ಲ ಮನುಷ್ಯೇತರ ಜೀವಿಗಳು ಅಸ್ತಿತ್ವದಲ್ಲಿರಲು ಹೋರಾಡಬೇಕಿದೆ ಎಂಬುದು ಒಂದು ಸ್ಥೂಲ ವಾಸ್ತವವಾಗಿದೆ. ಎಲ್ಲಿ ದುರ್ಬಲರು ಕೂಡಾ ಬಲವುಳ್ಳವರ ಭೀತಿಯಿಂದ ಮುಕ್ತವಾಗಿ ಬದುಕುವುದಷ್ಟೇ ಅಲ್ಲ, ಅವರಿಗೆ ಹಾಗೆ ಬದುಕುವುದಕ್ಕೆ ಕಾನೂನುಬದ್ಧ ಹಕ್ಕಿದೆ ಎಂಬುದನ್ನು ; ಉಳಿದವರಷ್ಟೇ ಶಾಂತಿ ನೆಮ್ಮದಿಯಿಂದ ಅವರು ಬದುಕಲು ಬೇಕಾದ ರಕ್ಷಣೆಯನ್ನೂ ಒದಗಿಸುವುದರ ಮೂಲಕ ಸಾಧ್ಯವಾಗಿಸಿದ - ಸಮಾಜವನ್ನು ಮನುಷ್ಯ ನಿರ್ಮಿಸಿಕೊಂಡಿದ್ದಾನೆ.

ಈ ಕೆಳಗಿನ ಒಂದು ಚರ್ಚೆಯನ್ನು ಈ ಲೇಖಕ ಕೆಲವು ವರ್ಷಗಳ ಹಿಂದೆ ಒಂದು ಭಾರತೀಯ ನಿಯತಕಾಲಿಕದಲ್ಲಿ ಪ್ರಕಟಿಸಿದ್ದು, ಅದು ಇವತ್ತಿಗೂ ಮೊದಲ ಬಾರಿ ಪ್ರಕಟವಾದಾಗಿನಷ್ಟೇ ಪ್ರಸ್ತುತವಾಗಿ ಉಳಿದಿರುವುದನ್ನು ಗಮನಿಸಬಹುದು.

ಪ್ರಶ್ನೆ: ನಾನು ಆಗಾಗ ನನ್ನ ಚಿಕ್ಕಪ್ಪ ನಾಸ್ಟಾಲ್ಜಿಕ್ ಆಗಿ ಮಾತನಾಡುವುದನ್ನು ಕೇಳಿದ್ದೇನೆ. ಕಳೆದು ಹೋದ ಚಿನ್ನದಂಥ ದಿನಗಳ ಬಗ್ಗೆ ಮತ್ತು ಜಗತ್ತು ಸರ್ವನಾಶದತ್ತ ಸಾಗುತ್ತಿದೆ, ಎಲ್ಲಾ ಕಡೆ ಮೌಲ್ಯಗಳು ಅಪಮೌಲ್ಯಗೊಂಡು ಎಂದೆಲ್ಲ. ಇದು ಎಷ್ಟರಮಟ್ಟಿಗೆ ಸರಿ ಎನಿಸುತ್ತದೆ?

ಉತ್ತರ: ನಾನೇನೂ ಇಂಥ ಬೀಸು ಹೇಳಿಕೆಗಳಲ್ಲಿ ಹೆಚ್ಚು ಸತ್ಯವಿದೆ ಎಂದು ಭಾವಿಸುವುದಿಲ್ಲ. ಪ್ರಾಯಶಃ ಅವರ ಯೌವನದ ದಿನಗಳಲ್ಲಿ ಅವರು ಸುತ್ತುಮುತ್ತೆಲ್ಲ ಹೆಚ್ಚು ಸಂತಸದಾಯಕವಾದ ಅಂಶಗಳನ್ನೇ ಕಾಣುತ್ತಿದ್ದ ರೆನಿಸುತ್ತದೆ. ಈಗ ಅವರಿಗೆ ಅವೇ ಸಂಗತಿಗಳು ಅಷ್ಟೊಂದು ಆಹ್ಲಾದ ನೀಡುತ್ತಿಲ್ಲ. ಹಾಗಾಗಿ ಆ ದಿನಗಳ ಜಗತ್ತೇ ಬದುಕಲು ಹೆಚ್ಚು ಪ್ರಶಸ್ತವಾಗಿ ತ್ತೆಂದು ಅವರಿಗೆ ಅನಿಸುತ್ತಿದ್ದಿರಬಹುದು. ನೀವು ನಿರ್ವಿಕಾರವಾಗಿ ನೋಡಬಲ್ಲಿರಾದರೆ, ಈ ಅದ್ಭುತ ಪ್ರಗತಿಯೇನಿದೆ, ಬರೇ ತಂತ್ರಜ್ಞಾನದ ಕ್ಷೇತ್ರದಲ್ಲಲ್ಲ, ನೈತಿಕ ತಳಹದಿಯಲ್ಲಿಯೂ ಕೂಡ ತನ್ನ ಪ್ರಭಾವ ಬೀರಿದೆ. ನಾನು ಹೇಳುತ್ತಿರುವ ನೈತಿಕತೆಯೇನಿದೆ, ಅದನ್ನು ನಾನು ಲೈಂಗಿಕ ಸಂಬಂಧಗಳ ಹಿನ್ನೆಲೆಯಲ್ಲಿ ಹೇಳುತ್ತಿಲ್ಲ ಎಂದು ಸ್ಪಷ್ಟಪಡಿಸುತ್ತೇನೆ. ನಾನು ಲೈಂಗಿಕ ವಿಚಾರವನ್ನುಳಿದು ಇತರೇ ನೈತಿಕ ನೆಲೆಗಳ ಬಗ್ಗೆಯೇ ಹೀಗೆ ಹೇಳುತ್ತಿದ್ದೇನೆ.

ಪ್ರಶ್ನೆ: ಒಳ್ಳೆಯದು. ಸದ್ಯಕ್ಕೆ ನಾವು ಈ ಪೊದೆಯಲ್ಲಿ ಸಿಕ್ಕಿಹಾಕಿಕೊಂಡಿರುವಂಥ ಲೈಂಗಿಕ ವಿಚಾರವನ್ನು ಬಿಟ್ಟುಬಿಡುವ. ನಿರ್ದಿಷ್ಟವಾಗಿ ಕೆಲವು ಧಾರ್ಮಿಕರು ಇದನ್ನು 'ಉಕ್ಕಿನ ಯುಗ'ವೆಂದೂ ಇಲ್ಲಿ ಸರಿಯಾದ ರೀತಿನೀತಿಯು ಕೆಡುವ ಪ್ರಕ್ರಿಯೆಗಳು ಹೆಚ್ಚುತ್ತಲೇ ಹೋಗುವುದೆಂದೂ ಮತ್ತು ಅಂತ್ಯದಲ್ಲಿ ಪ್ರಳಯ ಸಂಭವಿಸಿ ಇಡೀ ಜಗತ್ತಿನ ಎಲ್ಲಾ ಜೀವಿಗಳೂ ನಾಶವಾಗುತ್ತವೆ ಎಂದೂ ಹೇಳುತ್ತಾರಲ್ಲ?

ಉತ್ತರ: ಈ ಕಾಲದ ಗಂಡು ಹೆಣ್ಣುಗಳು ಹಿಂದಿನವರಿಗಿಂತ ಹೆಚ್ಚು ದುಷ್ಟರಾಗಿದ್ದಾ ರೆನ್ನುವುದನ್ನು ನಾವು ಸಾಧಿಸಿ ತೋರಿಸಲು ಸಾಧ್ಯವಿಲ್ಲ. ನಾವು ಓದುವ ಹಳೆಯ ಸಾಹಿತ್ಯ ಕೃತಿಗಳು ಮತ್ತು ಪುರಾಣಗ್ರಂಥಗಳು ಪ್ರಾಚೀನ ಕಾಲದಿಂದಲೂ ಮನುಷ್ಯರ ವರ್ತನೆ ಹೀಗೆಯೇ ಇತ್ತೆಂಬುದನ್ನು ಕಾಣಿಸುತ್ತಿವೆ. ಮೇಲಾಗಿ, ತೀರ ಈಚಿನ ವಿದ್ಯಮಾನಗಳಾದ ರಾಷ್ಟ್ರಗಳ ಕುರಿತಾಗಿ ಇರುವ ಚರಿತ್ರೆಯನ್ನು ವಾಸ್ತವಿಕ ಘಟನೆಗಳ ದಾಖಲೆ ಎಂದು ಕಾಣುತ್ತೇವೆ ಮತ್ತು ಅವು ಜನರ ಕುರಿತಾಗಿಯೇ ಇವೆ. ನಮ್ಮ ಪ್ರಾಚೀನ ಸಾಹಿತ್ಯದ ಬಹುಪಾಲು ಕಾಲ್ಪನಿಕವಾದ ಬರವಣಿಗೆಯೇ ಆಗಿದೆ. ಕಲ್ಪನೆ

ಕೂಡಾ ವಾಸ್ತವದ ತಳಹದಿಯ ಮೇಲೆಯೇ ಇರಬೇಕಾಗುವುದರಿಂದ ಸಾವಿರಾರು ವರ್ಷಗಳ ಹಿಂದೆಯೇ ಬಹು ಉಜ್ವಲವಾದ ನಾಗರಿಕತೆ ಯಿತ್ತೆಂಬುದನ್ನು ಇದರಿಂದ ತಿಳಿದುಕೊಳ್ಳ ಬಹುದಾಗಿದೆ.

ಪ್ರಶ್ನೆ: ನೀವು ನನ್ನ ಮೌಲ್ಯಗಳ ಅಪಮೌಲ್ಯಗೊಳ್ಳುತ್ತ ಸಾಗುವ ವಿಷವೃತ್ತದ ಪ್ರಕ್ರಿಯೆಯ ಕೊನೆಗೆ ಪ್ರಳಯವಾಗುವುದೆಂಬ ಕುರಿತ ಪ್ರಶ್ನೆಗೆ ಉತ್ತರಿಸಲಿಲ್ಲ.

ಉತ್ತರ: ಮನುಷ್ಯನ ಜೀವಿತಾವಧಿಗೆ ಒಂದು ಮಿತಿಯಿರುವುದರಿಂದ ಅವನು ಜಗತ್ತಿಗೂ ಕೂಡಾ ಅಂಥ ಒಂದು ಅಂತ್ಯವಿದೆಯೆಂದು ಕಲ್ಪಿಸಿರಬಹುದು. ನಾವು ಬೈಬಲ್‌ನಲ್ಲೂ ಪ್ರಳಯದ ಬಗ್ಗೆ ಇರುವುದನ್ನು ಕಾಣುತ್ತೇವೆ. ಹಿಂದೂ ತಾತ್ವಿಕತೆಯ ಯುಗಧರ್ಮಗಳ ಚಕ್ರದಲ್ಲಿ ಈಗಿನ ಕಲಿಯುಗದಲ್ಲಿ ಸಾವಿರಾರು ವರ್ಷಗಳು ಉಳಿದಿವೆ. ಆದರೆ ನಾವು ಇವತ್ತಿನ ಅಂತರ್ರಾಷ್ಟ್ರೀಯ ಬೆಳವಣಿಗೆಗಳನ್ನೂ ಗಮನಿಸಿದರೆ, ಪರಮಾಣು ಅಸ್ತ್ರಗಳು ಮತ್ತು ಅವುಗಳ ಪ್ರಯೋಗಾತ್ಮಕ ಪರೀಕ್ಷೆ, ಜಗತ್ತಿನ ಸರ್ವನಾಶವೇನೂ ಬಹುದೂರವಿಲ್ಲವೆಂದೇ ಅನಿಸುತ್ತದೆ. ಇದೆಲ್ಲವೂ ನಮ್ಮ ಮೇಲೆಯೇ ನಿಂತಿದೆ ಮತ್ತು ಜಗತ್ತಿನ ಮೇಲಿನ ಎಲ್ಲಾ ಜೀವಿಗಳ ನಾಮಾವಶೇಷವೆಂದರೆ ಪರಮಾಣು ಯುದ್ಧವೆಂದೇ ಕಾಣುತ್ತದೆ.

ಪ್ರಶ್ನೆ: **ಜಗತ್ತಿನ ಅಂತ್ಯವು ಅತಿ ಸನಿಹದಲ್ಲಿದೆ ಎಂಬುದು ನಿಮ್ಮ ಅಭಿಪ್ರಾಯವೆ ?**

ಉತ್ತರ: ಇಲ್ಲ, ಹಾಗೇನೂ ಇಲ್ಲ. ಪರಮಾಣು ಅಸ್ತ್ರಗಳನ್ನು ಕಂಡು ಹಿಡಿದಿರುವುದು ಹಲವಾರು ವರ್ಷಗಳ ಹಿಂದೆ. ಜಗತ್ತು ಹಲವಾರು ಭಯಂಕರವಾದ ಸಂದರ್ಭಗಳನ್ನು ಹಾದು ಬಂದಿದೆ. ನಾವು ಮಹಾಸಮರಗಳ ಹೊಸ್ತಿಲಲ್ಲಿ ಹಲವಾರು ಬಾರಿ ಇದ್ದೆವು. ಕಡಿಮೆ ಪ್ರಮಾಣದ ಯುದ್ಧಗಳು ಕೂಡಾ ಜಗತ್ತಿನ ಹಲವೆಡೆ ನಡೆದಿವೆ. ಆದರೆ ಪರಮಾಣು ಶಸ್ತ್ರವನ್ನು ಕೇವಲ ಒಂದು ಬಾರಿ ಮಾತ್ರ ಹಿರೋಶಿಮಾ ಮತ್ತು ನಾಗಸಾಕಿಯ ಮೇಲೆ ಬಳಸಲಾಗಿದೆ.

ಪ್ರಶ್ನೆ: ಮಹಾಸಮರವು ತೊಡಗುವುದಿಲ್ಲ ಮತ್ತು ಮತ್ತೊಮ್ಮೆ ಪರಮಾಣು ಬಾಂಬಿನ ಬಳಕೆಯಾಗುವುದಿಲ್ಲ ಎನ್ನುವುದಕ್ಕೆ ಏನು ಖಾತ್ರಿಯಿದೆ?

ಉತ್ತರ: ನಿಷ್ಠುರವಾಗಿ ನೋಡಿದರೆ ನಿಜಕ್ಕೂ ಅಂಥ ಖಾತ್ರಿಯೇನೂ ಇಲ್ಲ ನಿಜ. ಆದರೆ ಪರಮಾಣು ಅಸ್ತ್ರಗಳಿಂದ ಸಂಭವಿಸಬಹುದಾದ ಸರ್ವನಾಶವು ಕೂಡಾ ಅತಿರಂಜಿತವಾಗಿರುವ ಸಾಧ್ಯತೆಯಿದೆ. ಇದಕ್ಕೂ ಮುನ್ನ ನಮ್ಮ ಬಳಿ ಕಡಿಮೆ ಪ್ರಮಾಣದಲ್ಲಾದರೂ. ಭಯಂಕರವಾದ ಸರ್ವನಾಶಕ

ಬಾಂಬುಗಳಿದ್ದವು, ಇಡೀ ಜಗತ್ತು ಹೆಚ್ಚೂ ಕಡಿಮೆ ರಣರಂಗವಾಗಿ ವಿಭಜಿಸಿ ಒಂದು ಯುದ್ಧ ನಡೆದಿತ್ತು. ಅಂಥ ಭೀಕರ ಪರಿಣಾಮದ ಬಾಂಬುಗಳ ಪರಿಪೂರ್ಣ ಬಳಕೆ ಮಾಡದಂತೆ ಯಾವುದು ಆ ಯುದ್ಧಾಕಾಂಕ್ಷಿಗಳನ್ನು ತಡೆದಿತ್ತು? ಯಾಕೆ ಇಡೀ ಜಗತ್ತಿನ ಮೂಲೆ ಮೂಲೆಯೂ ಬಾಂಬುಗಳಿಂದ ಸ್ಫೋಟಕ್ಕೆ ಒಳಗಾಗಲಿಲ್ಲ. ಮೇಲಾಗಿ ಮಾನವ ಮತ್ತು ಇತರ ಜೈವಿಕ ಸಂಗತಿಗಳಿಗೆ ಎಲ್ಲಾ ಬಗೆಯ ಸಣ್ಣ ಮತ್ತು ದೊಡ್ಡ ದುರಂತಗಳೂ ಸಜ್ಜಾಗಿ ಹೊಂದಿಕೊಳ್ಳಬಲ್ಲ ಒಂದು ಹಾದಿಯ ಅರಿವೂ ಇದೆ.

ಪ್ರಶ್ನೆ: ನೀವು ತಡೆಗಟ್ಟುವ ತಡೆಗಳ ಬಗ್ಗೆ ಹೇಳಿದ್ದು ಸ್ಪಷ್ಟವಾಗಲಿಲ್ಲ.

ಉತ್ತರ: ಅದು ಸ್ವ-ಸಂರಕ್ಷಣೆಯ ಸೂಕ್ಷ್ಮ ತುಡಿತ. ಅವೆರಡೂ ನಿಕಟವಾಗಿ ಸಂಬಂಧಿಸಿದವು ಎಂದು ನಾನು ಹೇಳಿದ್ದು. ನಾವು ಪೂರ್ತಿಯಾಗಿ ಅಲ್ಲದಿದ್ದರೂ ನಮ್ಮ ಒಳಿತೆನ್ನುವುದು ಬಹು ನಿಕಟವಾಗಿ ಇನ್ನೊಬ್ಬರ ಒಳಿತಿನೊಂದಿಗೆ ಅವಲಂಬಿಸಿದೆ ಎಂಬುದನ್ನು ಕಂಡುಕೊಂಡಿದ್ದೇವೆ.

ಪ್ರಶ್ನೆ: ಆದರೆ ಅಮೆರಿಕಾ ಒಂದೇ ತನ್ನ ಸಹಾಯ ಹಸ್ತದಿಂದ ಯುದ್ಧವನ್ನು ಒದ್ದೋಡಿಸಲು ಸಾಧ್ಯವಿದೆಯೆ?

ಉತ್ತರ: ನಾನು ಹಾಗೆಂದೂ ಹೇಳಿದ್ದಿಲ್ಲ. ನಾನೇನು ಸ್ಪಷ್ಟಪಡಿಸಲು ಬಯಸಿದ್ದೆ ನೆಂದರೆ, ಅಣ್ವಸ್ತ್ರದ ಸಾಮರ್ಥ್ಯ ಹೊಂದಿರುವ ರಾಷ್ಟ್ರಗಳೇ ತಾವೇ ಅವುಗಳಿಗೆ ಬಲಿಯಾಗಬಹುದಾದ ಭಯವನ್ನೂ ಹೊಂದಿವೆ. ಅವು, ಬಹುಶಃ ಅವುಗಳನ್ನು ರಕ್ಷಣಾತ್ಮಕವಾಗಿ ಮಾತ್ರ ಬಳಸಲು ಬಯಸಿವೆಯೇ ಹೊರತು ಆಕ್ರಮಣಕಾರಿ ಅಸ್ತ್ರಗಳಾಗಿ ಅಲ್ಲ. ಅವು ತಮ್ಮ ವೈರಿಗಳ ಜೊತೆ ತಮ್ಮ ಸಾಮರ್ಥ್ಯದ ಬಲದ ಮೂಲಕ ಮಾತನಾಡಲು ಬಯಸಿವೆ.

ಪ್ರಶ್ನೆ: ಮಹಾಸಮರವೊಂದು ಸಂಭವಿಸಲಾರದು ಎಂದು ನಿಮ್ಮನ್ನು ಯೋಚಿಸುವಂತೆ ಮಾಡಿರುವುದು ಯಾವುದು?

ಉತ್ತರ: ಬಹಳಷ್ಟು ಕಾರಣಗಳಿವೆ. ಒಂದು ಹಂತಹಂತವಾಗಿ ಬೆಳೆಯುತ್ತಿರುವ ಜಾಗತಿಕ ಪ್ರಜ್ಞೆ. ಜವಾಹರಲಾಲ್ ನೆಹರೂ ಅವರು ಹೇಳಿರುವಂತೆ, ಜಗತ್ತಿನ ನಿಲುವು ಇವತ್ತು ಅಂತರ್‌ರಾಷ್ಟ್ರೀಯ ನಡವಳಿಕೆಯನ್ನು ನಿರ್ಧರಿಸುವ ಒಂದು ಬಹುಮುಖ್ಯ ಅಂಶ. ಇವತ್ತು, ತಮ್ಮ ನಡವಳಿಕೆಯು ಕನಿಷ್ಠ ಜಗತ್ತಿನ ಅಭಿಪ್ರಾಯದ ಒಂದು ಭಾಗದಷ್ಟಾದರೂ ಸಮ್ಮತವಾದುದಲ್ಲ ತಪ್ಪಾಗಿ ನಡೆದುಕೊಳ್ಳುವವರಿಗೆ ಕೂಡಾ ಎಂದು ತಿಳಿದಿದೆ. ಯಾವುದೇ ರಾಷ್ಟ್ರವು ಜಗತ್ತಿನ ಬಹುಭಾಗದ ಜನ ಮತ್ತು ರಾಷ್ಟ್ರಗಳ ಟೀಕೆ ನಿಶ್ಚಿತ

ಎಂದು ತಿಳಿದೂ ತಿಳಿದೂ ಅಂಥ ಹೆಜ್ಜೆಯಿಡುವ ಧೈರ್ಯವನ್ನು ಇವತ್ತು ಮಾಡಲಾರದು.

ಪ್ರಶ್ನೆ: ಕೇವಲ ಜಾಗತಿಕ ಅಭಿಪ್ರಾಯ ಎನ್ನುವುದು ಅಷ್ಟೇನೂ ಪ್ರತ್ಯಕ್ಷವಾದ ಮತ್ತು ಸಾಕಷ್ಟು ಬಲಶಾಲಿಯಾದ ಸಂಗತಿಯಾಗಿ ಕಾಣಿಸುವುದಿಲ್ಲ.

ಉತ್ತರ: ಯಾವುದೂ ಸತ್ಯಕ್ಕಿಂತ ದೂರವಾಗಿರಲಾರದು. ಜಾಗತಿಕ ಅಭಿಪ್ರಾಯ ವೆಂಬುದು ಬೇರೆ ಬೇರೆ ರೂಪಗಳಲ್ಲಿರುತ್ತದೆ. ಇಂದಿನ ಜಗತ್ತಿನಲ್ಲಿ ವಿಶ್ವಸಂಸ್ಥೆಯು ತಪ್ಪು ಮಾಡುವ ರಾಷ್ಟ್ರ ಅಥವಾ ರಾಷ್ಟ್ರಗಳನ್ನು ಸರಿದಾರಿಗೆ ತರುವ ಪ್ರಯತ್ನವಾಗಿ ಜಾಗತಿಕ ಅಭಿಪ್ರಾಯದ ಅಭಿವ್ಯಕ್ತಿಗೆ ಒಂದು ವೇದಿಕೆಯನ್ನು ನಿರ್ಮಿಸಿದೆ ಮತ್ತು ಅದನ್ನು ವಿಭಿನ್ನ ಸಮಸ್ಯೆ ಮತ್ತು ಸಮಸ್ಯೆಯ ಕೇಂದ್ರಸ್ಥಾನದ ಮೇಲೆ ಗಮನ ಕೇಂದ್ರೀಕರಿಸುವಂತೆ ಮಾಡಿದೆ. 1956ರಲ್ಲಿ ಸೂಯೆಜ್ ಕಾಲುವೆಯ ಮೇಲೆ ನಡೆದ ಅತಿಕ್ರಮಣವು ಪಡೆದ ತಿರುವು ಜಾಗತಿಕ ಅಭಿಪ್ರಾಯಕ್ಕೆ ಸಿಕ್ಕ ಮಹತ್ವದ ವಿಜಯವಾಗಿದೆ.

ಪ್ರಶ್ನೆ: ನಮ್ಮ ಮೂಲ ಪ್ರಶ್ನೆಗೆ ಹಿಂದಿರುಗೋಣ. ನಾವು ಅಧಃಪತನದತ್ತ ಸಾಗುತ್ತಿಲ್ಲ ಎಂದೆನಿಸಲು ಕಾರಣವೇನು?

ಉತ್ತರ: ನಾವು ವಿಶ್ವಸಂಸ್ಥೆಯ ವಿಚಾರವಾಗಿ, ಏನು ಮಾತನಾಡುತ್ತಿದ್ದೆವೊ, ಅದು ನೀವು 'ಮೂಲಪ್ರಶ್ನೆ' ಎಂದು ಹೇಳುತ್ತಿರುವುದಕ್ಕೆ ಸಂಬಂಧವಿಲ್ಲದ್ದೇನಲ್ಲ. ವಿಶ್ವಸಂಸ್ಥೆಯಂಥ ಒಂದು ಜಾಗತಿಕ ಸಂಸ್ಥೆಯ ಅಸ್ತಿತ್ವವೇ ಒಂದು ಉತ್ತಮವಾದ ಜಗತ್ತಿನ, ಯಾವುದು ಇನ್ನೂ ಒಂದು ದೂರದ ಸಾಧ್ಯತೆಯಂತೆ, ಕಾಲ್ಪನಿಕ ಸ್ವರ್ಗದಂತೆ ಕಾಣುವುದೋ ಅಂಥ ಜಗತ್ತಿನ ಸೃಷ್ಟಿಗೆ ಬಿತ್ತಿದ ಬೀಜವಾಗಿತ್ತು. ಇಷ್ಟೊಂದು ಮಂದಿ ಬೇರೆ ಬೇರೆ ದೇಶಗಳಿಗೆ, ಧರ್ಮಗಳಿಗೆ, ಪಂಗಡಗಳಿಗೆ ಸೇರಿದವರೆಲ್ಲ ಒಂದೆಡೆ ಜತೆಗೂಡಿ ಅಂತರ್ರಾಷ್ಟ್ರೀಯ ವಿದ್ಯಮಾನಗಳ ಬಗ್ಗೆ ಗಮನ ಹರಿಸುತ್ತಿದ್ದಾರೆನ್ನುವ ವಾಸ್ತವ ಸಂಗತಿಯೇನಿದೆ, ಅದು ಈ ಮಾನವಜನಾಂಗದ, ನಾಗರಿಕತೆಯ ಬಹು ಸಣ್ಣ ಸಾಧನೆಯೇನಲ್ಲ. ಯಾವುದೋ ಒಂದು ರಾಷ್ಟ್ರ ಅಥವಾ ಜನಾಂಗ ಅಥವಾ ಧರ್ಮವೇ ಸರ್ವಶ್ರೇಷ್ಠವಾದದ್ದು ಎಂಬಂಥ ಚಿಂತನೆಗಳೆಲ್ಲ ವೇಗವಾಗಿ ಕುಸಿದು ಬೀಳುತ್ತಿವೆ. ಗುಲಾಮಗಿರಿಯ ಸಂಪೂರ್ಣ ನಿರ್ಮೂಲನವಂತೂ ತೀರ ಆಗಿದೆ ಎಂಬಂತಿದೆ. ವಸಾಹತುಶಾಹಿ ಅಥವಾ ದಬ್ಬಾಳಿಕೆ, ಒಂದು ರಾಷ್ಟ್ರದಿಂದ ಇನ್ನೊಂದು ರಾಷ್ಟ್ರದ ರಾಜಕೀಯ ಮತ್ತು ಆರ್ಥಿಕ ಶೋಷಣೆಯಂಥ

ಸಂಗತಿಗಳೆಲ್ಲ ಜಾಗತಿಕ ನಿಲುವಿನ ಒತ್ತಡದಿಂದಾಗಿ ಗತಕಾಲದ ವಿದ್ಯಮಾನಗಳೇನೋ ಎಂಬಂತಾಗಿದೆ.

ಪ್ರಶ್ನೆ: ನಿಮ್ಮಂತೆ ಯೋಚಿಸುವ ಮಂದಿ ಅಲ್ಪಸಂಖ್ಯಾಕ ಎಂದು ನಿಮಗನಿಸುವುದಿಲ್ಲವೆ?

ಉತ್ತರ: ಖಂಡಿತವಾಗಿಯೂ ಇಲ್ಲ. ಕೆನಡಿಯನ್ ಪ್ರಧಾನ ಮಂತ್ರಿಯಾಗಿದ್ದ ಶ್ರೀ ಲೂಯಿಸ್ ಸ್ಯೆಂಟ್ ಲೌರೆಂಟ್ ಅವರ ಭಾಷಣವನ್ನು ನಾನು ಸ್ಫುಟವಾಗಿ ನೆನೆಯುತ್ತೇನೆ. ಅದರಲ್ಲಿ ಅವರು ಶ್ರೇಷ್ಠತೆಯ ಅಹಂಭಾವದಿಂದ ನರಳುತ್ತಿದ್ದ ಪಾಶ್ಚಾತ್ಯ ಶಕ್ತಿಗಳನ್ನು ಅಪಹಾಸ್ಯ ಮಾಡಿದ್ದರು. ಆರಾಮಾಸನದಲ್ಲಿ ಕೂತ ಯುರೋಪಿನ ಸೂಪರ್ ಮ್ಯಾನ್ ಹಿಂದುಳಿದಿವೆ ಎನ್ನಲಾಗುವ ದೇಶಗಳ ವ್ಯವಹಾರವನ್ನೆಲ್ಲ ನಿಯಂತ್ರಿಸುತ್ತೇನೆಂದು ಭಾವಿಸುವ ದಿನಗಳು ನಿಶ್ಚಯವಾಗಿ ಮುಗಿದಿವೆ ಎಂದಿದ್ದರು. ಈ ತನಕ ವಿಶ್ವಸಂಸ್ಥೆಯ ಅಂಗಸಂಸ್ಥೆಗಳಾದ ಯುನೆಸ್ಕೊ, ಡಬ್ಲ್ಯೂ ಎಚ್ ಓ, ಎಫ್ ಎ ಓ ಗಳ ಚಟುವಟಿಕೆಗಳೇ ಅದಕ್ಕೆ ನಿದರ್ಶನ. ಒಬ್ಬರೊಂದಿಗೆ ಒಬ್ಬರು ಸಹಕರಿಸುವಂತೆ ಮಾಡಿ, ಮತ್ತು ಅವರ ಜ್ಞಾನ ಮತ್ತು ಸಂಪನ್ಮೂಲಗಳನ್ನು ಹಂಚಿಕೊಳ್ಳುವಂತೆ ಮಾಡಿ, ಅವು ವಿಶ್ವದ ಜನರನ್ನು ಹತ್ತಿರಕ್ಕೆ ತಂದಿವೆ. ವಿಶ್ವಸಂಸ್ಥೆಯು ಈ ಶತಮಾನದಲ್ಲಿ ಒಂದು ಜಾಗತಿಕ ಸರಕಾರವು ಅಸ್ತಿತ್ವಕ್ಕೆ ಬರುವುದು ಸಾಧ್ಯವಾಗುವಂತೆ ಪ್ರಯತ್ನಿಸಬಹುದಾಗಿದೆ. ರಾಷ್ಟ್ರೀಯ ಪ್ರಜ್ಞೆಯೆಂಬುದು ಜನರಲ್ಲಿ ಸಾಕಷ್ಟು ಬಲಶಾಲಿಯಾಗಿದೆ ನಿಜ. ಆದರೂ ಕ್ರಮೇಣ ಅದು ಜಾಗತಿಕ ಪ್ರಜ್ಞೆಗೆ ದಾರಿಮಾಡಿಕೊಡಬಹುದಾಗಿದೆ. ನಿಜವಾಗಿಯೂ ಕೇವಲ ಒಂದು ಜಾಗತಿಕ ಸರಕಾರ ಮಾತ್ರವೇ ಒಂದು ನೆಲೆಯ ಸಮಾನತೆಯನ್ನು ಜಗತ್ತಿನ ಬೇರೆ ಬೇರೆ ಜನರ ಸ್ಥಿತಿಗತಿಯಲ್ಲಿ ಸಾಧಿಸುವುದರ ಮೂಲಕ ಸಂಘರ್ಷಗಳಿಗೆ ಮೂಲವಾದ ಕಾರಣಗಳನ್ನು ನಿವಾರಿಸಿ ಯುದ್ಧವನ್ನು ಸಂಪೂರ್ಣವಾಗಿ ನಿವಾರಿಸಬಹುದಾಗಿದೆ. ಮಾನವನ ಕ್ರೌರ್ಯ ಮತ್ತು ಹಿಂಸೆಯ ಕೊನೆಯ ಕುರುಹನ್ನು ಕೂಡಾ ಅಳಿಸಿ ಹಾಕಬಹುದಾಗಿದೆ.

ಪ್ರಶ್ನೆ: ಇದು ವ್ಯಕ್ತಿಯ ವ್ಯಕ್ತಿಗತ ಜೀವನವನ್ನು ಹೇಗೆ ಪ್ರಭಾವಿಸಬಹುದೆಂದು ತಿಳಿಯುತ್ತೀರಿ?

ಉತ್ತರ: ಯಾವಾಗ ಎದ್ದು ಕಾಣುವ ಅಸಮಾನತೆಯು ವ್ಯಕ್ತಿಯ ಆದಾಯ ಮತ್ತು ಜೀವನಮಟ್ಟದಲ್ಲಿ ಜಗದಾದ್ಯಂತ ನಿವಾರಿಸುವುದೋ, ಯಾವಾಗ ಜನರಿಗೆ ಒಂದು ಸಾಕಷ್ಟು ಉತ್ತಮವಾದ, ಕೊರತೆಗಳಿಲ್ಲದ, ಆರೋಗ್ಯಕರ ಬದುಕಿನ ಭರವಸೆಯಿರುವುದೋ ಆಗ ವ್ಯಕ್ತಿಯು ತನ್ನ

ಗಮನವನ್ನು ಉನ್ನತವಾದ ಸಾಧನೆಗಳತ್ತ, ಉನ್ನತವಾದ ಬದುಕು, ಆಧ್ಯಾತ್ಮಿಕವಾದ ಜೀವನದತ್ತ ಹರಿಸಲು ಸಾಧ್ಯವಾಗುವುದು. ಇಂಥ ಅವಕಾಶವೊಂದನ್ನು ಒದಗಿಸಿದಾಗ ಜಗತ್ತಿನ ಮಿಲಿಯಗಟ್ಟಲೆ ಮಂದಿ ಉನ್ನತಸ್ತರದ ಬದುಕನ್ನು ಬದುಕುವ ಅಗತ್ಯದ ಬಗ್ಗೆ ಜಾಗ್ರತರಾಗುತ್ತಾರೆ. ಮತ್ತದು ಖಂಡಿತವಾಗಿ ಆಧ್ಯಾತ್ಮಿಕ, ಧಾರ್ಮಿಕ ಜೀವನವೇ ಆಗಿರುತ್ತದೆ. ಇದಕ್ಕೆಲ್ಲ ಭಾರೀ ಪ್ರಯತ್ನದ ಅಗತ್ಯವಿದೆ. ಮಾನವನ ಬುದ್ಧಿಶಕ್ತಿಯು ನಿಶ್ಚಯವಾಗಿಯೂ ಇದನ್ನು ಸಾಧ್ಯವಾಗಿಸುತ್ತದೆ. ಮಾತ್ರವಲ್ಲ ಪ್ರತಿಫಲವನ್ನು ಕಾಣುತ್ತದೆ. ಮಾನವ ಜನಾಂಗವು ಖಂಡಿತವಾಗಿಯೂ ಮುಂದೆ ಚಲಿಸುತ್ತಿದೆ, ಆ ಬಗ್ಗೆ ಯಾವ ಅನುಮಾನವೂ ಇಲ್ಲ.

□□

26

ಅಸ್ತಿತ್ವದ ಅರ್ಥ ಯಾವತ್ತೂ ಅಗಮ್ಯ ಅನೂಹ್ಯ

ಅಂತಿಮ ಗುರಿ

"ಬ್ರಹ್ಮಾಂಡದಲ್ಲಿನ ಪ್ರತಿಯೊಂದು ಅಣುವೂ ತನ್ನಷ್ಟಕ್ಕೇ ತಾನು ಸ್ವಯಂ ಪರಿಪೂರ್ಣ ಮತ್ತು ಅದೇ ಕಾಲಕ್ಕೆ ಅದು ಮನುಷ್ಯ ಮಾತ್ರದವನಿಂದ ಗ್ರಹಿಸಲಾರದಷ್ಟು ಅಗಾಧವಾದ, ಪೂರ್ಣವಾದ, ಇನ್ಯಾವುದೋ ಒಂದರ ಕೇವಲ ಒಂದು ಪುಟ್ಟ ಭಾಗ ಕೂಡಾ ಹೌದು. ಮತ್ತು ಅದೇ ರೀತಿಯಲ್ಲಿ ಜೀವಂತವಾಗಿರುವ ಪ್ರತಿಯೊಬ್ಬ ವ್ಯಕ್ತಿಯೂ ತನ್ನಲ್ಲೇ ತನ್ನ ಅಂತ್ಯವನ್ನೂ ಒಳಗೊಂಡಿದ್ದಾನೆ ಹಾಗೂ ಅದೇ ಕಾಲಕ್ಕೆ ಜಾಗತಿಕ ಪ್ರಗತಿಯೊಂದರ ಕುರಿತು ತನಗೇ ಅರಿಯದಿದ್ದರೂ ಶ್ರಮಿಸುವುದಕ್ಕಾಗಿಯೇ ಅವನಿದನ್ನು ಹೊಂದಿದ್ದಾನೆ."

"ಹೂವಿನ ಮೇಲೆ ಕೂರುವ ಜೇನು ನೊಣ ಒಂದು ಮಗುವಿಗೆ ಕಡಿಯುತ್ತದೆ. ಮಗುವು ಹೇಳುತ್ತದೆ, ಜೇನು ಹುಳುವಿನ ಉದ್ದೇಶವೇ ಜನರನ್ನು ಕಡಿಯುವುದು. ಕವಿಯೊಬ್ಬ ಮಧುವನ್ನು ಹೂವಿನ ಪಾತ್ರೆಯಿಂದ ಹೀರುತ್ತಿರುವ ಜೇನ್ನೊಣವನ್ನು ನೋಡಿ ಭಾವಪರವಶನಾಗಿ ಉದ್ಗರಿಸುತ್ತಾನೆ, ಜೇನ್ನೊಣದ ಜೀವನೋದ್ದೇಶವೇ ಮಕರಂದವನ್ನು ಹೀರುವುದು. ಒಬ್ಬ ಜೇನು ಸಾಕುವಾತ ಜೇನು ನೊಣ ಮಧುವನ್ನು ಸಂಗ್ರಹಿಸಿ ತನ್ನ ಗೂಡಿಗೆ ತರುವುದನ್ನು ಗಮನಿಸಿ ಭಾವಿಸುತ್ತಾನೆ, ಜೇನುಹುಳುವಿನ ಕೆಲಸವೇ ಜೇನುತುಪ್ಪದ ಸಂಗ್ರಹಣೆ. ಇನ್ನೊಬ್ಬ ಜೇನು ಸಾಕಣೆದಾರ ಈ ಹುಳುವಿನ ಬದುಕನ್ನು ಹೆಚ್ಚು

ನಿಕಟವಾಗಿ ಗಮನಿಸಿ ಹೇಳುತ್ತಾನೆ, ಜೇನುನೊಣವು ತನ್ನ ಪಂಗಡದ ಎಳೆಯ ನೊಣಗಳಿಗಾಗಿ ಮತ್ತು ರಾಣಿಜೇನಿಗಾಗಿ ಈ ಮಧುವನ್ನು ಸಂಗ್ರಹಿಸಿ ತರುತ್ತದೆ ಮತ್ತು ಈ ರೀತಿ ಈ ತಳಿಯ ನಿರಂತರತೆಗಾಗಿ ತನ್ನನ್ನೇ ಸಂಪೂರ್ಣವಾಗಿ ಅರ್ಪಿಸುತ್ತದೆ. ಒಬ್ಬ ಸಸ್ಯಶಾಸ್ತ್ರಜ್ಞನು ಈ ಜೇನ್ನೊಣದ ಹಾರಾಟವನ್ನು ಗಮನಿಸಿ ಹೂವಿನ ಪರಾಗಸ್ಪರ್ಶದ ಪ್ರಕ್ರಿಯೆಯು ಇದರಿಂದಾಗಿಯೇ ಸರಾಗವಾಗುವುದರಿಂದ ಇದೇ ಜೇನುನೊಣದ ನಿಜವಾದ ಕೆಲಸ ಎಂದು ತಿಳಿಯುತ್ತಾನೆ. ಇನ್ನೊಬ್ಬಾತನು ಸಸ್ಯಗಳ ಮಿಶ್ರತಳಿಗೆ ಜೇನು ನೊಣ ಕೊಡುಗೆ ನೀಡುವುದಕ್ಕಾಗಿಯೇ ಜೀವಿಸಿದೆ ಎಂದು ಎನ್ನುತ್ತಾನೆ. ಇದೇ ರೀತಿ ಇದು ಸಾಗುತ್ತದೆ.''

''ಯಾರು ತಾನೆ ಹೇಳಿಯಾರು, ಜೇನಿನ ಅಸ್ತಿತ್ವದ ಇತರೇ ಕಾರಣಗಳನ್ನು ನಾವು ಹುಡುಕುತ್ತಾ ಹೋಗಬಾರದು ಎಂದು! ಆದರೆ ನಮಗೆ ಎಂದಾದರೂ ಜೇನಿನ ಅಸ್ತಿತ್ವದ ನಿಜವಾದ, ಅಂತಿಮ ಮತ್ತು ಸಂಪೂರ್ಣ ಉದ್ದೇಶ ಏನೆಂಬುದು ತಿಳಿದೀತೆ? ಮನುಷ್ಯನ ಬುದ್ಧಿಮತ್ತೆಯು ಹೆಚ್ಚು ಹೆಚ್ಚು ಎತ್ತರಕ್ಕೇರಿದಂತೆಲ್ಲ ಜೇನಿನ ಅಸ್ತಿತ್ವದ ಅಂತಿಮ ಗುರಿಯು ಅರಿವಿನ ಮೇರೆ ಮೀರಿ ಹೋಗುವುದೆಂಬುದು ಇದರಿಂದಲೇ ಸ್ಪಷ್ಟವಾಗುತ್ತದೆ. ''

''ಮತ್ತಿದು ಚಾರಿತ್ರಿಕ ವ್ಯಕ್ತಿಗಳ, ಜನ ಮತ್ತು ದೇಶಗಳ ಅಂತಿಮ ಗುರಿಯ ಬಗೆಗೂ ಅನ್ವಯಿಸುವ ಸತ್ಯವಾಗಿದೆ.''

-ಕೌಂಟ್ ಲಿಯೋ ಟಾಲ್‌ಸ್ಟಾಯ್, 'ವಾರ್ ಆ್ಯಂಡ್ ಪೀಸ್'

ವಿಜ್ಞಾನ ಮತ್ತು ತಂತ್ರಜ್ಞಾನದ ಕ್ಷೇತ್ರದಲ್ಲಿ ಮನುಷ್ಯನು ದಾಪುಗಾಲಿಟ್ಟು ನಡೆದರೂ ಅಸ್ತಿತ್ವದ ಅರ್ಥ ಮಾತ್ರ ನಿಗೂಢವಾಗಿಯೇ ಉಳಿದಿದೆ. ವಿಜ್ಞಾನವು ವಿದ್ಯಮಾನಗಳು 'ಹೇಗೆ' ಸಂಭವಿಸುತ್ತವೆ ಎಂದು ತಿಳಿಯಲು ಬಹಳ ಶ್ರಮಪಟ್ಟು ಪ್ರಯತ್ನಿಸುತ್ತದೆ. ಆದರೆ 'ಏಕೆ' ಎಂಬ ಪ್ರಶ್ನೆಯನ್ನು ಉತ್ತರಿಸುವುದಿಲ್ಲ, ಅದು ಧರ್ಮ ಮತ್ತು ತತ್ವಜ್ಞಾನದ ಪರಿಧಿಯಾಗಿದೆ. ಆದಾಗ್ಯೂ, ನಿಗೂಢತೆಯನ್ನು ಪೂರ್ತಿಯಾಗಿ ಪರಿಹರಿಸಲಾಗಿಲ್ಲ, ಕನಿಷ್ಠ ಪರಿಪೂರ್ಣ ತೃಪ್ತಿಯನ್ನು ನೀಡುವಂತೆಯಂತೂ ಅಲ್ಲ. ಎಷ್ಟು ಬಾರಿ ನಾವು ಈ ಹುಟ್ಟು, ಸಾವು, ಬದುಕು, ಘಟಸ್ಫೋಟಗಳ ಜೀವನದಾಟದೆದುರು ವಿಸ್ಮಯದಿಂದ ನಿಲ್ಲುವಂತಾಗಿಲ್ಲ! ಇದು ಅತಿರೇಕದೆದುರಿನ ವಿಸ್ಮಯ. ದೇವರಲ್ಲಿ ಅಚಲವಾದ ವಿಶ್ವಾಸವುಳ್ಳವನು ಅವನಲ್ಲೇ ಮುಗುಳ್ನಗುತ್ತಾನೆ ಮತ್ತು ಸುಮ್ಮನೆ ಎಲ್ಲವೂ ಅವನಾಟ ಎಂದು ಉದ್ಗರಿಸುತ್ತಾನೆ!

''ನೀನೇ ಎಲ್ಲವನ್ನೂ ಸೃಷ್ಟಿಸಿರುವಿ ಮತ್ತು ನಿನ್ನಿಷ್ಟದಂತೆ
ನಿನಗಾಗಿ ಅವರೆಲ್ಲ ಸೃಷ್ಟಿಯಾದರು, ಆಗುವರು.''

Rev. 4:11

ನಾವು ಅದೇನಿದೆಯೋ ಅದನ್ನು ಒಪ್ಪಿ ಸ್ವೀಕರಿಸುವುದಷ್ಟೇ. ಇದನ್ನು ತಿಳಿದುಕೊಂಡವರಾಗಿ ನಮ್ಮ ಕರ್ತವ್ಯವೇನೆಂದರೆ, ಈ ಅಂತ್ಯವಿಲ್ಲದ ನಾಟಕದಲ್ಲಿ ನಮ್ಮ ಪಾತ್ರವನ್ನು ನಟಿಸುವುದು ಮತ್ತು ಇತರೇ ಮಾದರಿಯ ಜೀವಗಳಲ್ಲಿ ತತ್ಸಂಬಂಧೀ ಪಾತ್ರವನ್ನು ಅರಿತುಕೊಳ್ಳುವುದು. ಬಹುಶಃ ಒಬ್ಬ ಕೃಷಿಕ ಮತ್ತವನ ಕೃಷಿಯ ನಡುವಿನ ಸಂಬಂಧದ ರೂಪಕವು ನಮಗೆ ಕೆಲವು ಒಳನೋಟಗಳನ್ನು ಕೊಡಬಹುದು.

ಹೊಲದಲ್ಲಿರುವ ಪೈರಿಗೆ ತಾನು ಹೊಲದಲ್ಲಿನ ಅಸ್ತಿತ್ವದ ಒಂದು ಭಾಗ ಮಾತ್ರ ಮತ್ತು ತಾನು ಬೆಳೆಯುವುದು, ನಿಂತಿರುವುದು ತನಗಾಗಿ ಮಾತ್ರವೇ ಅಲ್ಲ ಎಂಬುದರ ಅರಿವಿರುವುದಿಲ್ಲ. ರೈತನೂ ಕೂಡಾ ಒಂದೇ ಪೈರನ್ನು ಬೇರೆಯಾಗಿ ಕಾಣಲಾರ. ಅವನು ಹೊಲವನ್ನು ಸಜ್ಜು ಮಾಡಿ, ಬೀಜಗಳನ್ನು ಬಿತ್ತಿ, ಪೈರನ್ನು ಸಮಯಕ್ಕೆ ಸರಿಯಾಗಿ ನೆಟ್ಟು, ಎಲ್ಲಾ ಪೈರಿಗೂ ಸಮಪ್ರಮಾಣದ ನೀರು, ಗೊಬ್ಬರ ಒದಗುವಂತೆ ವ್ಯವಸ್ಥೆ ಮಾಡಿ ಎಲ್ಲಾ ಪೈರಿಗೂ ಬೆಳೆಯುವುದಕ್ಕೆ ಮತ್ತು ಕಟಾವಿನ ಕಾಲಕ್ಕೆ ತಮ್ಮ ತಮ್ಮ ಪಾಲಿನ ಕೊಡುಗೆ ನೀಡುವುದಕ್ಕೆ ಸಮಾನವಾದ ಅವಕಾಶವು ಸಿಗುವಂತೆ ನೋಡಿಕೊಳ್ಳುತ್ತಾನೆ. ಆದಾಗ್ಯೂ ಎಲ್ಲಾ ಬೀಜಗಳೂ ಮೊಳಕೆಯೊಡೆಯುವುದಿಲ್ಲ. ಎಲ್ಲಾ ಪೈರೂ ಸಮನಾಗಿ ಬೆಳವಣಿಗೆ ಕಾಣುವುದಿಲ್ಲ. ಮತ್ತು ಎಲ್ಲಾ ಪೈರಿನ ಫಸಲು ಕೂಡಾ ಒಂದೇ ತೆರನಾಗಿ ಇರುವುದಿಲ್ಲ ಎನ್ನುವುದು ಕೂಡಾ ನಿಜವೇ. ಹಲವು ಪೈರುಗಳು ಬೆಳೆಯುವ ಮೊದಲೇ ಮುರುಟುತ್ತವೆ. ಪೈರಿನ ತೆನೆ ಒಡೆದ ಮೇಲೂ ಎಲ್ಲಾ ಧಾನ್ಯವೂ ರೈತನ ಬಣವೆಯನ್ನು ಸೇರುವುದಿಲ್ಲ. ರೈತನಿಗೆ ಮತ್ತು ಸಾಗುವಳಿಯನ್ನು ಅರ್ಥಮಾಡಿಕೊಂಡವರಿಗೆ ಅದರ ಕಾರ್ಯವಿಧಾನ, ಸಮಯಪ್ರಜ್ಞೆ, ಉಪಯುಕ್ತತೆ ಮತ್ತು ಗುರಿ ಎಲ್ಲವೂ ಸೇರಿಕೊಂಡಿರುವ ಸಂಗತಿ.

ಆದಾಗ್ಯೂ, ಕೃಷಿ ಎಂಬುದು ಯಾವುದೇ ಒಂದು ಧಾನ್ಯ ಅಥವಾ ಬಗೆಗೆ ಸೀಮಿತವಾದದ್ದಲ್ಲ. ಅಲ್ಲದೆ ಕೃಷಿಯೊಂದೇ ಈ ಜಗತ್ತಿನಲ್ಲಿ ಸಾಗುತ್ತಾ ಇರುವ ಚಟುವಟಿಕೆಯೂ ಅಲ್ಲ. ನಾವು ಒಬ್ಬ ವ್ಯಕ್ತಿಯನ್ನು ಹೊಲದಲ್ಲಿ ನಿಂತ ಒಂದು ಪೈರಿಗೆ ಹೋಲಿಸಿ ನೋಡಿದಲ್ಲಿ ಜಗತ್ತಿನ ಮತ್ತು ಬ್ರಹ್ಮಾಂಡದ ಸನ್ನಿವೇಶದಲ್ಲಿ ಅವನ ಪಾತ್ರವೇನೆಂಬುದನ್ನು ಸ್ಥೂಲವಾಗಿಯಾದರೂ ಗ್ರಹಿಸಬಹುದಾಗಿದೆ. ಕೃಷಿಯ ವಿಚಾರಕ್ಕೆ ಮರಳಿದರೆ, ರೈತನೂ ಹೊಲವನ್ನು ಆಹಾರ ಧಾನ್ಯ ಮತ್ತು ಇತರ ಬೆಳೆಗಳನ್ನು ಬೆಳೆಸುವುದಕ್ಕಾಗಿ ಬಳಸುತ್ತಾನೆ. ಅದು ಅವನ ಮುಖ್ಯವಾದ ಗುರಿ.

ಆದರೆ ಅವನು ಬೆಳೆದ ಆಹಾರ ಧಾನವನ್ನೆಲ್ಲ ಅವನೊಬ್ಬನೇ ಬಳಸುವುದಿಲ್ಲ. ಅವನು ಅವನ ಬೆಳೆಯನ್ನು ಒಂದಿಷ್ಟೂ ತನಗಾಗಿ ಬಳಸದೇ ಇರುವ ಸಾಧ್ಯತೆಯು ಕೂಡಾ ಇದೆ. ಆದಾಗ್ಯೂ, ಅವನ ಕೃಷಿಕ ಬದುಕಿನ ಚಟುವಟಿಕೆಗಳು ಈ ಜಗತ್ತಿನ ಮಹಾನ್ ಕ್ರಿಯಾಶೀಲತೆಯ ಒಂದು ಸಣ್ಣಭಾಗವಾಗಿಯೇ ಇರುತ್ತದೆ. ಅವನ ಈ ಕೃಷಿಗೆ ಬಹುಮಂದಿಯ ಮತ್ತು ವಸ್ತುಗಳ ಸಹಾಯ, ಸಹಕಾರ ಅವನಿಗೆ ಬೇಕಾಗುತ್ತದೆ. ಮಣ್ಣು, ಹವಾಮಾನ, ಬಿತ್ತನೆ ಬೀಜ, ಗೊಬ್ಬರ, ಕೆಲಸದಾಳುಗಳು ಮತ್ತು ಯಂತ್ರ ಉಪಕರಣಗಳು ಇತ್ಯಾದಿ. ಮತ್ತು ನಾವಿದನ್ನು ಗಮನಿಸಬೇಕು, ಅವನ ಧಾನ್ಯವು ಅವನ ಹಲವಾರು ಇತರ ಅಗತ್ಯಗಳಿಗನುಗುಣವಾಗಿ ಪರಿವರ್ತನೆ ಹೊಂದುತ್ತಾ ಹೋಗುತ್ತದೆ. ಬೆಳೆಯನ್ನು ಮಾರಿ ಬಂದ ಹಣವನ್ನು ಅವನು ತನ್ನ ಜೀವನದ ಬೇರೆ ಅಗತ್ಯಗಳಿಗೆ ಪರಿವರ್ತಿಸಿಕೊಳ್ಳುತ್ತಾನೆ. ಒಂದು ಕೊಯಿಲಿನ ನಂತರ ಅವನ ಚಟುವಟಿಕೆಗಳೇನೂ ನಿಂತು ಹೋಗುವುದಿಲ್ಲ. ಪ್ರತೀ ಕೃಷಿಯ ಸೀಸನ್ನಿನಲ್ಲೂ ಅದೇ ಪ್ರಕ್ರಿಯೆ ಪುನರಾವರ್ತನೆಯಾಗುತ್ತದೆ. ಆದರೆ ನಾವು ಒಂದು ಪ್ರಶ್ನೆಯನ್ನು ಉತ್ತರಿಸಲು ಮಾತ್ರಾ ಸಮರ್ಥರಾಗಿಲ್ಲ. ಯಾಕೆ ಬ್ರಹ್ಮಾಂಡ ಮತ್ತು ಅದರ ವಿವಿಧ ಘಟಕಗಳು ಅಸ್ತಿತ್ವದಲ್ಲಿವೆ?

ಈಗ ನಾವು ಭಗವಂತನನ್ನು ಒಬ್ಬ ಮಹಾನ್ ಕೃಷಿಕ (ಅಥವಾ ನಾವು ಅವನನ್ನು ಕೃಷಿಕರ ಕೃಷಿಕ ಎಂದು ಕರೆಯಬೇಕೆ?) ಎಂದು ಪರಿಭಾವಿಸುವುದಾದರೆ ಹೇಗೆ ಅವನು ವ್ಯಕ್ತಿಗತ ಮಾನವ ಜೀವದ ಸುಖಸಮೃದ್ಧಿಗಾಗಿ ಪೂರ್ತಿಯಾಗಿ ಗಮನಕೊಟ್ಟು ಕೂರಲು ಸಾಧ್ಯವಿಲ್ಲ ಎಂಬುದು ನಮಗೆ ಸ್ಪಷ್ಟವಾಗುತ್ತದೆ. ಇದು ಹೆಚ್ಚೂ ಕಡಿಮೆ ನಮ್ಮ ಸಂಕಟ ಮತ್ತು ನೋವಿನ ಸಮಸ್ಯೆಗಳಿಗೆ ಸಂಭವಸಾಧ್ಯವಾದ ಉತ್ತರ ಎಂದು ನಾನು ಯೋಚಿಸುತ್ತೇನೆ. ಅವನು ಎಲ್ಲಾ ಮಾನವ (ಸಕಲ ಜೀವಕೋಟಿಯೂ ಸೇರಿ) ಕುಲ ಕೋಟಿಗೂ ನೆಲೆಯನ್ನು ಸಿದ್ಧಗೊಳಿಸಿದ್ದಾನೆ. ಆದಾಗ್ಯೂ ನಮ್ಮಲ್ಲಿ ಪ್ರತಿಯೊಬ್ಬರೂ ಸಾಮಾನ್ಯವಾಗಿ ಪ್ರತಿಯೊಬ್ಬರಿಗೂ ಲಭ್ಯವಿರುವ ಆರೈಕೆ, ಪೋಷಣೆಯ ಪಾಲನ್ನು ಅದು ಆಧ್ಯಾತ್ಮಿಕವಾಗಿರಲಿ, ಭೌತಿಕವಾಗಿರಲಿ, ಸಮನಾಗಿ ಬಳಸಿಕೊಳ್ಳುವುದಿಲ್ಲ. ಮಾನವ ಜನಾಂಗವು ಒಂದೇ ಮೂಲದಿಂದ ಹೊರಹೊಮ್ಮಿದೆ ಮತ್ತು ಹಾಗಾಗಿ ನಮ್ಮಲ್ಲಿನ ಯಾವುದೇ ಒಂದು ಭಾಗದ ಒಳಿತು ಯಾ ಕೆಡುಕನ್ನು ಬಿಡಿಯಾಗಿ ಪ್ರತ್ಯೇಕಿಸಿ ನೋಡಬಾರದು. ಒಂದುವೇಳೆ ಭಾರತದಲ್ಲಿ ಸಂಭವಿಸುವಂತೆ ವರ್ಷದಿಂದ ವರ್ಷಕ್ಕೆ ಮಾನ್ಸೂನ್ ವಿಫಲವಾಗುತ್ತದೆ ಮತ್ತು ನೀರಿನ ಕೊರತೆಯಿಂದಾಗಿ ಬೆಳೆ ವಿಫಲವಾದಲ್ಲಿ ಅದಕ್ಕೆ ನಾವು ಕೃಷಿಕನನ್ನು ದೂರುವುದು ಸರಿಯಲ್ಲ. ನನಗೆ ಗೊತ್ತು, ಈ ಸಾದೃಶ್ಯ ಅಷ್ಟೇನೂ ಸಮರ್ಪಕವಾದುದಲ್ಲ. ಯಾಕೆಂದರೆ, ಭಗವಂತ, ಮಹಾನ್ ಕೃಷಿಕ, ಕೂಡಾ ಮಳೆಯನ್ನು ಉಂಟುಮಾಡುವ ಒಂದು ಶಕ್ತಿಯಾಗಿದ್ದಾನೆ. ದೇವರ ನಿಯಮಗಳು

ಪ್ರಕೃತಿಯಾಗಿ ನಮಗೆ ಕಾಣಬರುತ್ತವೆ. ಆದರೆ ನಾನೇನು ಹೇಳಬಯಸಿದ್ದೆಂದರೆ, ದೇವರ ಎದುರು ಮಾನವ ಜನಾಂಗ ಎಂಬುದು ಒಂದು ಸಾರ್ವತ್ರಿಕ ಗುಂಪು.

ಧರ್ಮ- ಮಾನವೀಯತೆಯ ಪ್ರಧಾನ ಭಾಗ

ಅಸಹಾಯಕ ಪೈರಿನಂತಲ್ಲದೆ ಮನುಷ್ಯನಿಗೆ ಪರಸ್ಪರ ಸಹಾಯ ಮಾಡುವ (ಮತ್ತೆ ಪರಸ್ಪರ ನಾಶ ಮಾಡುವ ಕೂಡ) ಸಾಮರ್ಥ್ಯವನ್ನು ನೀಡಲಾಗಿದೆ. ಜಗತ್ತು ನಿಧಾನವಾಗಿ ಒಂದು ಜಾಗತಿಕ ಸರಕಾರದತ್ತ ಸರಿಯುತ್ತಿದೆ. ಅದಕ್ಕೆ ಇನ್ನೂ ಒಂದು ಶತಮಾನ ತಗಲಬಹುದು ಅಥವಾ ಅದು ಬೇಗನೇ ಸಾಧ್ಯವಾಗಬಹುದು. ಮನುಷ್ಯ ಜಾಗೃತಿಗೆ ಸಂಬಂಧಿಸಿದಂತೆ ಎಲ್ಲಾ ಒಳ್ಳೆಯ ಮತ್ತು ಮಹಾನ್ ಸಂಗತಿಗಳು ಮೊದಲಿಗೆ ಮನುಷ್ಯನ ಮನಸ್ಸಿನಲ್ಲಿಯೇ ಮೂಡುತ್ತವೆ. ನಾವು ಈ ಶತಮಾನವನ್ನು ಉತ್ತೇಜಿಸುವುದಿದ್ದರೆ ಈಗಲೇ ಅದನ್ನಾರಂಭಿಸಬೇಕಿದೆ. ಧರ್ಮವು, ರಾಜಕೀಯವು ಕೂಡ ಹೊರತಾದುದಲ್ಲ, ಮಾನವನ ಚಟುವಟಿಕೆಯಲ್ಲಿ ಮಹತ್ವದ ಪಾತ್ರವಹಿಸಿದೆ ಎಂಬುದನ್ನು ನಾವು ಕಂಡುಕೊಳ್ಳಬೇಕಿದೆ. ಹದಿನೆಂಟನೆಯ ಶತಮಾನದಲ್ಲಿ ಬೆಂಜಮಿನ್ ಫ್ರಾಂಕ್ಲಿನ್ ಬರೆಯುತ್ತಾರೆ, ''ಸಾರ್ವಜನಿಕ ಚಟುವಟಿಕೆಯಲ್ಲಿ ಮೂಲಭೂತ ಕ್ರಿಶ್ಚಿಯನ್ ತತ್ವಗಳನ್ನು ಯಾರು ಅಳವಡಿಸಲು ಸುರುಮಾಡುತ್ತಾರೋ ಅವರು ಜಗತ್ತಿನ ಮುಖಭಾವವನ್ನೇ ಬದಲಿಸುತ್ತಾರೆ.'' ಗಾಂಧಿ ಇದೇ ಮಾತನ್ನು ತಮ್ಮ ಸ್ವಂತ ಬದುಕು ಮತ್ತು ತನ್ನ ದೇಶದ ಚರಿತ್ರೆಯಲ್ಲಿ ಸರ್ವಮಾನ್ಯವಾದ ದೇವರ ನೀತಿ ನಿಯಮಗಳಿಗನುಗುಣವಾಗಿ ಸರಿಯಾದ ಪಥದಲ್ಲಿ ಸಾಧಿಸಿ ತೋರಿಸಿದ್ದಾರೆ.

ಕ್ರಿಶ್ಚಿಯಾನಿಟಿ ಅಥವಾ ಬೇರಿನ್ನಾವುದೇ ಧರ್ಮ ಬದುಕುವ ಒಂದು ವಿಜ್ಞಾನವಲ್ಲದೆ ಬೇರೇನೂ ಅಲ್ಲ? ತೀರಾ ಈಚಿನ ವೈಜ್ಞಾನಿಕ ಸಂಶೋಧನೆಗಳು ಧರ್ಮ ಮತ್ತು ತತ್ವಶಾಸ್ತ್ರಗಳು ಭೌತಿಕ ವಿಜ್ಞಾನಕ್ಕಿಂತ ಬಹಳಷ್ಟು ಮುಂದಿವೆ ಎಂಬುದನ್ನು ಸಾಬೀತು ಪಡಿಸಿವೆ. ಇವತ್ತಿನ ಆಧುನಿಕ ಮನುಷ್ಯನು ಏನನ್ನು ಪ್ರಯಾಸಪಟ್ಟು ಸಂಶೋಧನೆ ನಡೆಸಿ ಪುರಾವೆ ಸಹಿತ ಕಂಡುಕೊಳ್ಳಲು ಬಯಸಿದ್ದಾನೆಯೋ ಅದನ್ನು ನಮ್ಮ ಪೂರ್ವಿಕರು ಅಂತರ್ಭೋದೆಯಿಂದ ಕಂಡುಕೊಂಡಿದ್ದರು. ಜೀವಿಸುವ ಪ್ರಕ್ರಿಯೆಯ ವಿವಿಧ ವಿದ್ಯಮಾನಗಳು, ಅದರ ವಿಭಿನ್ನ ಪ್ರಕ್ರಿಯೆಗಳು, ಎಲ್ಲವನ್ನೂ ಸಮರ್ಥವಾಗಿ ನಮಗೆ ತೃಪ್ತಿಯಾಗುವಂತೆ ವೈಜ್ಞಾನಿಕವಾಗಿ ಸಾಬೀತು ಮಾಡಿದ ನಂತರವೇ ನಮ್ಮ ಬದುಕನ್ನು ನಾವು ಬದುಕುತ್ತೇವೆ ಎಂದು ಕಾದು ಕೂರಲು ಸಾಧ್ಯವಿಲ್ಲ. ವಿಜ್ಞಾನ ಮತ್ತು ಧರ್ಮದ ನಡುವಿನ ಸಂಘರ್ಷದ ಅಗತ್ಯವೇ ಇಲ್ಲ. ಈಗಾಗಲೇ ಹೇಳಿರುವಂತೆ ವಿಜ್ಞಾನವು ಹೇಗೆ ಸಂಗತಿಗಳು ಸಂಭವಿಸುತ್ತವೆ ಎಂಬುದನ್ನು ಕಂಡುಕೊಳ್ಳಲು ಹವಣಿಸುವಾಗ ಧರ್ಮವು ಯಾಕೆ ಸಂಗತಿಗಳು ಸಂಭವಿಸುತ್ತವೆ? ಎಂಬುದನ್ನು ಕಂಡುಕೊಳ್ಳಲು

ಪ್ರಯತ್ನಿಸುತ್ತದೆ. ಎರಡೂ ಒಂದಕ್ಕೊಂದು ಪೂರಕವಾಗಿದೆ. ಆದುದರಿಂದ, ನಾವು 'ವಿಜ್ಞಾನದೊಂದಿಗಿನ ಧರ್ಮ'ವನ್ನು ನಮ್ಮ ವಿಶ್ವವಿದ್ಯಾಲಯಗಳಲ್ಲಿ ವಾಣಿಜ್ಯಕ ಮತ್ತು ಕೈಗಾರಿಕಾ ಸಂಸ್ಥೆಗಳಲ್ಲಿ ಮತ್ತು ಸರಕಾರಗಳಲ್ಲಿ ಪರಿಚಯಿಸಬಹುದು ಮತ್ತು ಪರಿಚಯಿಸಬೇಕು.

ಮಾನವ ಜನಾಂಗ ಒಂದೇ ಎನ್ನುವುದಾದರೆ ಯಾಕೆ ಇಡೀ ಜಗತ್ತಿಗೆ ಒಂದೇ ಸರಕಾರವು ಅಸಾಧ್ಯ ಎನಿಸಬೇಕು? ಹಿಂದಿನ ಬ್ರಿಟಿಷ್ ಸಾಮ್ರಾಜ್ಯದಲ್ಲಿ ಸೂರ್ಯನು ಯಾವತ್ತೂ ಮುಳುಗುತ್ತಿರಲಿಲ್ಲ. ಅದನ್ನು ಸಮರವನ್ನು ಗೆದ್ದು ಸಾಧಿಸಲಾಗಿತ್ತು. ಆದರೆ ಮಾನವ ಜನಾಂಗದ ಚಕ್ರಾಧಿಪತ್ಯವು ಮನಸ್ಸು ಗೆದ್ದು ಸಾಧಿಸಬೇಕಾಗಿರುವಂಥದ್ದು. ಇಲ್ಲಿಯೇ ಜಗತ್ತಿನ ಮಹಾ ರಾಷ್ಟ್ರಗಳು ತಮ್ಮ ಜಾಣ್ಮೆಯನ್ನು ಪ್ರದರ್ಶಿಸಬೇಕಾಗಿರುವುದು. ಜಗತ್ತಿನ ಮಂಚೂಣಿಯಲ್ಲಿರುವ ಪ್ರಜಾಪ್ರಭುತ್ವ ರಾಷ್ಟ್ರಗಳು ಒಂದು ಫೆಡರೇಶನ್ನನ್ನು ಸ್ಥಾಪಿಸಿಕೊಂಡು ಹಂತಹಂತವಾಗಿ ತಮ್ಮ ರಾಷ್ಟ್ರದ ವಿದ್ಯಮಾನಗಳನ್ನು ನಿಯಂತ್ರಿಸುವ ಅಧಿಕಾರವನ್ನು ಹಸ್ತಾಂತರಿಸಲಿ.

ಯುನೈಟೆಡ್ ಸ್ಟೇಟ್ಸ್, ಕೆನಡಾ, ಗ್ರೇಟ್ ಬ್ರಿಟನ್, ಭಾರತ, ಆಸ್ಟ್ರೇಲಿಯಾ, ನ್ಯೂಜಿಲ್ಯಾಂಡ್ ಮತ್ತು ಜಪಾನುಗಳಂಥ ಪ್ರಜಾಪ್ರಭುತ್ವವಾದಿ ರಾಷ್ಟ್ರಗಳ ಯೋಚನಾಕ್ರಮದಲ್ಲಿ ಬಹಳಷ್ಟು ಸಾಮ್ಯತೆಯಿದೆ. ಕೆಲವೊಂದು ಯುರೋಪಿಯನ್ ದೇಶಗಳಿಗೆ ಒಂದು ಸಾಮಾನ್ಯ ಮಾರುಕಟ್ಟೆಯು ಸಾಧ್ಯವಾಗುವುದಾದಲ್ಲಿ ಮೇಲೆ ಹೆಸರಿಸಿದಂಥ ಮಹಾನ್ ರಾಷ್ಟ್ರಗಳಿಗೆ ಒಂದು ಸಾಮಾನ್ಯ ಸರಕಾರವನ್ನು ಹೊಂದುವ ಯೋಜನೆ ಅಸಂಭವ ಎನಿಸಲಾರದು. ಯುರೋಪಿಯನ್ ಕಾಮನ್ ಮಾರ್ಕೆಟ್‌ಗೆ ಅದರ ಉಪಯುಕ್ತತೆಯನ್ನು ಮನಗಂಡ ಬ್ರಿಟನ್ ಪ್ರವೇಶ ಬಯಸಿದ ಹಾಗೆಯೇ ಯಶಸ್ವಿಯಾಗಿ ಕಾರ್ಯಾಚರಿಸುವ ಒಂದು ಸಾಮಾನ್ಯ ಸರಕಾರವನ್ನು ಕಾಣುವಂತಾದಲ್ಲಿ ಇತರ ದೇಶಗಳೂ ಅದರೊಂದಿಗೆ ಕೈ ಜೋಡಿಸುತ್ತವೆ ಎಂಬುದರಲ್ಲಿ ನನಗೆ ಯಾವುದೇ ಅನುಮಾನವಿಲ್ಲ ಮತ್ತು ಇದು ಒಂದೇ ಜಾಗತಿಕ ಸರಕಾರವನ್ನು ಸಾಧ್ಯವಾಗಿಸುವುದು.

ಮನುಕುಲಕ್ಕಿರುವ ಒಂದೇ ಭರವಸೆ ಇದಾಗಿದೆ. ನನ್ನ ದೃಢವಾದ ನಂಬಿಕೆಯಾಗಿದೆ, ಇದು ಕೇವಲ ಒಂದು ರಾಜಕೀಯ ಪ್ರಶ್ನೆಯಾಗಿಲ್ಲ. ನಾವು ಒಂದು ಪ್ರಾಮಾಣಿಕವಾದ ಬೇರೆ ಮಾರ್ಗದ ಶ್ರದ್ಧೆ ವಿಶ್ವಾಸ ನಂಬುಗೆಗಳನ್ನು ಗೌರವಿಸುವ ಮತ್ತು ಅರ್ಥಮಾಡಿಕೊಳ್ಳುವ ಬಯಕೆಯು ಹೂವಾಗಿ ಅರಳಿದಂತೆ ಜಗತ್ತಿನ ಮಹಾನ್ ಧರ್ಮಗಳಲ್ಲಿ ಹುಟ್ಟಿದ್ದನ್ನು ನಾವು ನೋಡಿದ್ದೇವೆ. ರಾಜಕೀಯ ನಾಯಕರು ಪ್ರಾಮಾಣಿಕವಾಗಿ ಧಾರ್ಮಿಕ ನಾಯಕರ ಸಹಕಾರವನ್ನು ಬಯಸಲಿ.

ಧರ್ಮವು ರಾಜಕೀಯ ಸಂಸ್ಥೆಯಾಗಿರುವ ವಿಶ್ವಸಂಸ್ಥೆಯನ್ನು ಪ್ರವೇಶಿಸಲಿ. ಪೋಪ್‌ರವರು ಜನರಲ್ ಅಸೆಂಬ್ಲಿಯನ್ನು ವೇದಿಕೆಯಿಂದ ಪ್ರವಚನ ನೀಡುವ ಮೂಲಕ ಹರಸಲಿಲ್ಲವೆ? ವಿಶ್ವಸಂಸ್ಥೆಗೆ ಅದರದೇ ಆದ ಕುಂದುಕೊರತೆಗಳೂ ಹಿನ್ನಡೆಗಳೂ ಇದ್ದುವೆಂಬುದು ನಿಜವೇ. ರಾಷ್ಟ್ರಗಳ ಮಹಾನ್ ಸಂಸತ್ ಸಭೆಯು ಮಾನವಜನಾಂಗದ ಅಸಮರ್ಪಕತೆಯನ್ನಷ್ಟೇ ಪ್ರತಿಫಲಿಸುತ್ತದೆ. ಹಾಗೆಂದು ನಾವು ಸುಮ್ಮನಿರಬಾರದು. ಯೂಲಿಸಿಸ್‌ನಂತೆಯೇ ನಾವು 'ಶ್ರಮಿಸಲು, ಹುಡುಕಲು, ಕಂಡು ಹಿಡಿಯಲು ಮತ್ತು ಕೈ ಬಿಡದಿರಲು' ಸಂಕಲ್ಪ ಮಾಡಬೇಕು.

'ದೇವರ ಸಾಮ್ರಾಜ್ಯವು ತನ್ನಾಳದಲ್ಲಿದ್ದೂ ಇಲ್ಲದಂತೆ ಕಾಣಿಸಿಕೊಳ್ಳುವುದು.'

ದೇವರು ಮನುಷ್ಯನಿಗೆ ವಿವೇಕವನ್ನು ದಯಪಾಲಿಸಲಿ ಮತ್ತು ಅವನ ಪ್ರಯತ್ನವನ್ನು, ಹೊಸ ಜಗತ್ತೊಂದರ ನಿರ್ಮಾಣದಲ್ಲಿ, ಆಶೀರ್ವದಿಸಲಿ.

ತಥಾಸ್ತು!

□□

27

ಉಪಸಂಹಾರ

ನಾನು ಈ ಪುಸ್ತಕವನ್ನು ಬರೆದು ಮುಗಿಸಿದ ನಂತರ, ಖ್ಯಾತ ವಿಜ್ಞಾನಿಯೊಬ್ಬರು ಅನಿರೀಕ್ಷಿತವಾಗಿ ಅವರದ್ದಲ್ಲವೆನ್ನಬಹುದಾದ ಒಂದು ಕ್ಷೇತ್ರದ ಮೇಲೆ ಮಾತ್ರವಲ್ಲ ಅವರ ಕಾರ್ಯಕ್ಷೇತ್ರದ ತದ್ವಿರುದ್ಧ ಪಾತಳಿಯ ವಿಚಾರದ ಮೇಲೆ ಬೆಳಕಿನ ಪ್ರವಾಹವನ್ನೇ ಹರಿಸಿರುವುದನ್ನು ಕಂಡು ರೋಮಾಂಚಿತನಾದೆ. ಡಾ.ವಾರೆನ್ ವೀವರ್ ಅವರ ದಾರಿದೀಪದಂಥ ಲೇಖನ 'ವಿಜ್ಞಾನಿಯೊಬ್ಬ ದೇವರನ್ನು ನಂಬಬಹುದೆ?' ಹೆಸರಿನಲ್ಲಿ ರೀಡರ್ಸ್ ಡೈಜೆಸ್ಟ್‌ನಲ್ಲಿ [1] ಪ್ರಕಟವಾಗಿತ್ತು. ಒಂದೇ ವಾಸ್ತವದ ಎರಡು ಅಂಶಗಳ ಕಡೆಗೆ ಮನುಷ್ಯ ಸಂಬಂಧ ಅಥವಾ ಅನುಸಂಧಾನದ ಗೊಂದಲವನ್ನು ಸ್ಪಷ್ಟಗೊಳಿಸಬಲ್ಲ ಸರ್ವಸ್ವವೂ, ಅಂತರ್ಯಾಮಿಯೂ, ಆಮೂಲಾಗ್ರ ಪರಿವರ್ತಕನೂ ಮತ್ತು ನಿರ್ಮಮನೂ ಆದ ಭಗವಂತನೊಬ್ಬ ಮತ್ತು ತನ್ನ ವ್ಯಕ್ತಿಗತ ನಂಬಿಕೆಗಳು ಈ ಎರಡರ ನಡುವಿನ ಗೊಂದಲವನ್ನು ಬುಡಮೇಲು ಮಾಡಿದಂಥ ಲೇಖನವಿದು. ಭೌತ ಅಣುವಿಜ್ಞಾನದ ನೆಲೆಯಲ್ಲಿ ನೋಡಿದಾಗ ಕಾಣುವ ಚಲನೆಯಲ್ಲಿನ ಶಕ್ತಿ ಮತ್ತು ಸಾಮಾನ್ಯವಾಗಿ ನೋಡುವಾಗಿನ ಘನವಸ್ತು ಎಂಬ ದೃಷ್ಟಿ ಎರಡೂ ಒಂದೇ ವಸ್ತುವಿನ ಎರಡು ವಿಭಿನ್ನ ಪರಿಕಲ್ಪನೆಗಳನ್ನು ಡಾ. ವೀವರ್ ತಿಳಿದೋ ತಿಳಿಯದೆಯೋ ವಸ್ತುವಿನ ಸಾಪೇಕ್ಷ ಸತ್ಯ ಸಿದ್ಧಾಂತ (ಥಿಯರಿ ಆಫ್ ರಿಲೇಟಿವಿಟಿ ಆಫ್ ರಿಯಾಲಿಟಿ) ದ ಹಿನ್ನೆಲೆಯಲ್ಲಿ ಗಮನಿಸುತ್ತ ಭ್ರಾಂತಿಯ ಬಗೆಗಿನ ಮಹತ್ವದ ದೃಷ್ಟಾಂತವೊಂದನ್ನು ಬಿಡಿಸಿದ್ದಾರೆ. ಡಾ. ವೀವರ್ ಅವರ ಈ ಲೇಖನವನ್ನೋದಿದ ಬಳಿಕ ನಾನು ಈ ಕೃತಿಯ ಮೂಲ ತಿರುಳಾದ ಧರ್ಮ ಮತ್ತು ತತ್ವಜ್ಞಾನವು ಸಮಕಾಲೀನವಾಗಿಯೂ, ವೈಜ್ಞಾನಿಕ ಜ್ಞಾನದೊಂದಿಗೆ ಸಂತುಲಿತ ವಾಗಿಯೂ, ಸಂಪೂರ್ಣವಾಗಿ ಹೊಂದಾಣಿಕೆಯಲ್ಲಿರುವುದನ್ನು ಕಂಡು ಉಲ್ಲಸಿತ ನಾದೆ. ಜ್ಞಾನ ದಿವ್ಯ ಜ್ಞಾನ ಯಾರದೂ ಸರ್ವಸ್ವಾಮ್ಯವಲ್ಲ.

1. ಈ ಲೇಖನದ ಕೆಲವು ಭಾಗಗಳನ್ನು ಉದ್ಧರಿಸುವ ಸ್ವಾತಂತ್ರ್ಯ ವಹಿಸಿದ್ದೇನೆ.

ಜ್ಞಾನವನ್ನು ಹಂಚಿಕೊಂಡಾಗ ಅದು ದ್ವಿಗುಣಿಸುತ್ತದೆ. ಜಗತ್ತಿಗೆ ಅದರ ತುರ್ತು ಅವಶ್ಯಕತೆಯಿದೆ. ಅಗಾಧ ಐಹಿಕ ಸುಖ ಭೋಗದ ಅಂಧಕಾರದಲ್ಲಿರುವ ಸನ್ನಿವೇಶದಲ್ಲಿ ಕತ್ತಲನ್ನು ದಿವ್ಯ ಜ್ಞಾನದ ಉಜ್ವಲ ಬೆಳಕು ಯಾವ ದಿಕ್ಕಿನಿಂದ ಬಂದು ಬೆಳಗಿದರೂ ಅದನ್ನು ಸ್ವಾಗತಿಸಬೇಕು. ಈ ಹಂತದ ವರೆಗೆ ಈ ಕೃತಿಯನ್ನು ಓದಿದ ಓದುಗನಿಗೆ ಧನ್ಯವಾದಗಳು. ಇದರಿಂದ ಅವನಿಗೇನಾದರೂ ಸಹಾಯವಾಗಿದ್ದರೆ, ನಾನು ವಿನಮ್ರವಾಗಿ ಆತನನ್ನು ನಾನು ಯಾವುದೇ ಋಣಬಂಧಕ್ಕೊಡಿಲ್ಲವೆಂದು ಹೇಳಬಯಸುತ್ತೇನೆ. ನಾನೊಂದು ನಿಮಿತ್ತ ಮಾತ್ರ. ಜ್ಞಾನ ಮತ್ತು ಬುದ್ಧಿವಂತಿಕೆಗಳು ಅಲೌಕಿಕವಾಗಿ ಅಸ್ತಿತ್ವದಲ್ಲಿವೆ. ನಾನು ಮಾನವನ ಸಾರ್ವತ್ರಿಕ ಧ್ಯೇಯದಲ್ಲಿ ಬಲವಾದ ವಿಶ್ವಾಸವುಳ್ಳವನು. ಮಾತ್ರವಲ್ಲ, ಒಂದು ದಿನ ಈ ಅರಿವು ಮತ್ತು ಜ್ಞಾನ ಸರ್ವತ್ರವೂ ಸರಿಯಾಗಿ ಬದುಕುವ ದಾರಿಗೆ ಇರುವ ಏಕೈಕ ಮಾರ್ಗದರ್ಶಕವೆಂಬುದಾಗಿ ಗುರುತಿಸಲಾಗುತ್ತದೆ, ಎಂದು ನಂಬಿದವನು.

□□

ಅನುಬಂಧ - ಒಂದು

ಮನಸ್ಸಿಗೆ ಒಂದು ರೀತಿಯ ನೆಮ್ಮದಿಯ ಭಾವ. ಆಳದಲ್ಲಿಯೂ ನಿರುಮ್ಮಳತೆ. ಒಳ- ಹೊರಗೆ ಮೌನ. ನೀಲಾಂಜನದಂತೆ, ತಣ್ಣಗೆ ಉರಿವ ದೀಪ. ಆರಾಮದಾಯಕ ಭಾವ....ನಾನು ಮತ್ತಿನಲ್ಲಿಲ್ಲ ಅಥವಾ ಮೂರ್ಖನಲ್ಲ. ಆದರೆ ಈ ಶಾಂತಿಪೂರ್ಣ ಮುಂಜಾವಿನಲ್ಲಿ ಕೇವಲ ಸಂತಸದಿಂದಿದ್ದೇನೆ. ಈ ಸಂವೇದನೆಯ ಮೋಹಕತೆ ಅದೇನೇ ಇರಲಿ, ಇದು ಆ ಮೌನ ಧ್ಯಾನದ ಅವಧಿಯ ಸೌಂದರ್ಯಕ್ಕೆ ಸಮಾನವಾದದ್ದೆ ತಿಳಿಯದು. ಸ್ವರ್ಗದ ಚಿರಂತನವಾದ ಆನಂದದ ಪೂರ್ವರುಚಿಯೇ ಅಥವಾ ಒಂದು ಕ್ಷಣದ ಮಿಂಚೋ ನನಗೆ ತಿಳಿಯದು. ಆಸೆ, ಭಯ, ಬೇಸರ ಮತ್ತು ಕಾಳಜಿ, ಎಲ್ಲ ದೂರ. ಅಸ್ತಿತ್ವವು ಅತಿಸರಳ ಸ್ವರೂಪಕ್ಕಿಳಿದಿದೆ, ಅತಿ ಹಗುರವಾಗಿ ತೇಲಿದೆ. ಶುದ್ಧ ಪ್ರಜ್ಞಾವಲಯ. ಸಂತುಲಿತ ಸ್ಥಿತಿಯದು, ಆತಂಕರಹಿತ, ಕಿರಿಕಿರಿಗಳಿಲ್ಲದ, ಆತ್ಮನಿಯಂತ್ರಿತ, ಗೋರಿಯಿಂದಾಚೆ ಕಾಯುತ್ತಿರಬಹುದಾದ ಒಂದು ಸ್ಥಿತಿ ಇದ್ದೀತು. ಪೌರ್ವಾತ್ಯರು ಹೇಳುವ ಸಚ್ಚಿದಾನಂದ ಸ್ಥಿತಿ ಇದೇ ಇದ್ದೀತು. ಸಂತಸದ ಕುಟೀರ. ಹೋರಾಟವಿಲ್ಲದ, ಬಯಕೆಗಳಿಲ್ಲದವರ ಸ್ಥಿತಿ. ಕೇವಲ ಧಾರಿ ಮತ್ತು ಆನಂದ ಧಾರಿ. ಈ ದೈವಿಕ ಸ್ಥಿತಿಯನ್ನು ವಿವರಿಸಲು ಶಬ್ದಗಳೇ ಸಿಗುವುದು ಕಷ್ಟವಾಗಿದೆ. ಯಾಕೆಂದರೆ ನಮ್ಮ ಭಾಷೆಯು ಕೇವಲ ಸ್ಥಳೀಯ ಭೌತಿಕ ಆಹ್ಲಾದಗಳನ್ನಷ್ಟೇ ಹೇಳಲು ಸಾಕಾಗುವಂತಿದೆ. ಅವು ಈ ಚಲನೆಯಿಲ್ಲದ ಏಕಾಗ್ರತೆಯ ಈ ದೈವಿಕ ಸ್ತಬ್ಧತೆಯ ಸಾಗರದ ವಿಶ್ರಾಂತಿ ಲಯವ, ನೀಲಾಗಸದ ಪ್ರತಿಫಲನದಂತಿರುವ ಅದು ಕಂಡುಕೊಂಡಿದ್ದರ ಯಾಜಮಾನ್ಯವು ಅದಕ್ಕೇ ಸೇರಿದಂತಿರುವ ಸ್ಥಿತಿಯನ್ನು ಅಭಿವ್ಯಕ್ತಿಸಲು ಸಾಲದು. ಸಂಗತಿಗಳು ಕೆಲವೊಮ್ಮೆ ಅವುಗಳ ತತ್ವದಲ್ಲೇ ಲೀನವಾಗಿ ಹೋಗುತ್ತವೆ. ಸ್ಮರಣೆಯು ಸ್ಮೃತಿಯಲ್ಲೇ ಕರಗಿ ಬಿಡುವುದು. ಆತ್ಮವು ಅದೊಂದೇ. ಅದಕ್ಕೆ ಅದರ ಪ್ರತ್ಯೇಕತೆಯಾಗಲೀ, ವ್ಯಕ್ತಿಗತ ನೆಲೆಯಾಗಲೀ ಇನ್ನೆಂದೂ ಇಲ್ಲದಂತಾಗಿದೆ. ಇದೊಂದು ಬ್ರಹ್ಮಾಂಡದಲ್ಲಿ ಐಕ್ಯವಾದಂಥ ಭವನೆ. ದೈವದ ದಿವ್ಯ ಅಣುವಿನ ಪ್ರಜ್ಞೆಯಾಗಿದೆ. ಈ ಪ್ರಜ್ಞೆನಿರ್ವಿಕಾರ, ನಿರ್ಮಮ, ನಿಶ್ಚಲ. ಕೇವಲ ಯೋಗಿಗಳಿಗೂ

ಸೂಫೀ ಸಂತರಿಗೂ ಬಹುಶಃ ಅಗಾಧತೆಯ ವಿನಮ್ರವೂ ಅದ್ಭುತವೂ ಆದ ಸ್ಥಿತಿಯು ಸಿದ್ಧಿಸಿರಬಹುದು. ಇರುವ ಮತ್ತು ಇಲ್ಲದಂತಿರುವ ಸಂಭ್ರಮವೂ, ಆಸೆಯೂ ಅಲ್ಲದ ಹಂಬಲಿಕೆಯೂ ಇಲ್ಲದ ನೈತಿಕವಾಗಲೀ ಬೌದ್ಧಿಕವಾಗಲೀ ಮುಖ್ಯವಾಗದ, ಐಕ್ಯಕ್ಕೆ ಹಿಂದಿರುಗುವ, ಪ್ಲೋಟಿನಸ್ ಮತ್ತು ಪ್ರೊಕ್ಲಸ್ ರಂಥವರ ದಿವ್ಯದೃಷ್ಟಿಗೆ ನಿಲುಕಿದ್ದಿರಬಹುದಾದ, ಅದರ ಅತ್ಯಂತ ಆಕರ್ಷಕ ನೆಲೆಯಲ್ಲಿ- ನಿರ್ವಾಣ.

ಪಾಶ್ಚಾತ್ಯ ದೇಶಗಳು.... ಭಾವನಾತ್ಮಕ ಸ್ಥಿತಿಗಳ ಬಗ್ಗೆ ಏನೇನೂ ಅರಿಯವು. ಇದು ಸ್ಪಷ್ಟ. ಅವರಿಗೆ ಜೀವನವು ಸದಾ ಏನದರೂ ತಿನ್ನುತ್ತಿರುವುದು ಮತ್ತು ನಿರಂತರವಾಗಿ ಏನಾದರೂ ಮಾಡುತ್ತಿರುವುದಷ್ಟೇ ಆಗಿದೆ. ಚಿನ್ನ, ಅಧಿಕಾರ, ಮೇಲ್ಗೈ - ಗಳಿಗೆ ಕಾತರರಾಗಿರುವರು. ಸಹಜೀವಿಗಳನ್ನು ಹತ್ತಿಕ್ಕಿ ಪ್ರಕೃತಿಯನ್ನು ಗುಲಾಮ ವಸ್ತುವಿನಂತೆ ಮಾಡಿಕೊಳ್ಳುವುದರಲ್ಲಿ ಅವರಿಗೆ ಆಸಕ್ತಿ. ಅವರಿಗೆ ಅಂತಿಮ ಫಲಿತಾಂಶದ ಕುರಿತ ವಿವೇಚನೆಯಿಲ್ಲ; ಇರುವುದೆಲ್ಲ ಲೋಲುಪತೆಯಲ್ಲಿ ಅಸಹ್ಯವಾಗಿ ವ್ಯಸ್ತರಾಗಿದ್ದಾರೆ. ವ್ಯಕ್ತಿಗತ ನೆಲೆಯಲ್ಲೇ ಬದುಕುತ್ತ ತಮ್ಮ ಸಂತೋಷದಲ್ಲಿ ತಮ್ಮದೇ ಅಹಂನ ವಿಸ್ತರಣೆಯನ್ನು ಕಂಡುಕೊಳ್ಳುತ್ತ ಬದುಕುತ್ತಿದ್ದಾರೆ. ಆತ್ಮಿಕವಾದ ಬದುಕೆಂಬುದು ಅವರಿಗಿಲ್ಲ. ಬದಲಾಗದ ಅಲೌಕಿಕದ ಬಗ್ಗೆ ನಿರ್ಲಕ್ಷ್ಯವಿದೆ. ಅವರು ತಮ್ಮ ಅಸ್ತಿತ್ವದ ಪರಿಧಿಯಲ್ಲೇ ಸುತ್ತುತ್ತಿರುವ ಹಾಗೆ ಮೇಲ್ಮಟ್ಟದಲ್ಲೇ ಬದುಕುತ್ತಿದ್ದಾರೆ. ಅವರಿಗೆ ಕೇಂದ್ರದ ಕಡೆಗೆ ಗಮನ ಹರಿಸುವುದು ಸಾಧ್ಯವಾಗಿಲ್ಲ. ಅವರು ಉದ್ವೇಗದಿಂದಿರುತ್ತಾರೆ. ಯಾಕಾಗಿ ಇಷ್ಟೆಲ್ಲ ಶ್ರಮ, ಸದ್ದುಗದ್ದಲ, ಹೋರಾಟ ಮತ್ತು ಹಪಹಪಿಕೆ? ಇದು ಆತ್ಮವನ್ನು ಆಘಾತ ಮತ್ತು ಸ್ತಬ್ಧಗೊಳಿಸಿಬಿಡುವಂಥದ್ದು. ಸಾವು ಬಂದಾಗ ಇದು ಹೀಗೆ ಎಂಬ ಅರಿವು ಇವರಲ್ಲಿ ಮೂಡುತ್ತದೆ. ಹಾಗಿದ್ದರೆ ಯಾಕೆ ಬೇಗನೆ ಒಪ್ಪಿಕೊಳ್ಳಬಾರದು? ಕ್ರಿಯಾಶೀಲತೆಯು ಪವಿತ್ರವಾಗಿದ್ದಾಗಷ್ಟೇ ಅದು ಸುಂದರ. ಯಾವುದು ಕ್ಷಣಭಂಗುರವಾಗಿ ಬರೇ ಹಾದುಹೋಗುವುದಲ್ಲವೋ ಅದರತ್ತ ಗುರಿನೆಟ್ಟು ವ್ಯಯಿಸಿದಾಗಲೇ ಬದುಕಿನಲ್ಲಿ ಸೌಂದರ್ಯವಿದೆ.

-AMIEL ಅವರ ಜರ್ನಲ್‌ನಿಂದ

-AMIEL ಹೆನ್ರಿ ಫ್ರೆಡ್ರಿಕ್. ಸ್ವಿಸ್ ಚಿಂತಕ ಮತ್ತು ವಿಮರ್ಶಕ (1821-1881)

□□

ಅನುಬಂಧ -ಎರಡು

ಇದ್ದಕ್ಕಿದ್ದಂತೆ, ನಾನು ಎಂಬ ತೀವ್ರ ಎಚ್ಚರದ ಸ್ಥಿತಿ, ಆಕಾಶದ ಅವಕಾಶದಂಚಿನಲ್ಲಿ ಕರಗಿಹೋಯಿತು. ಅಲ್ಲಿ ಯಾವ ಗೊಂದಲವೂ ಇರಲಿಲ್ಲ. ಬದಲಿಗೆ ಎಲ್ಲವೂ ಕನ್ನಡಿಯಷ್ಟು ಸ್ಪಷ್ಟವೂ, ಖಚಿತವೂ, ಅಚ್ಚರಿಯಲ್ಲಿ ಅಚ್ಚರಿ ಎಂಬಂತೆಯೂ ಇತ್ತು. ಇದು ಶಬ್ದಗಳ ಕೈಗೆ ಸಿಕ್ಕದ ಅನುಭಾವ. ಸಾವು, ಇಲ್ಲಿ ನಗೆಪಾಟಲಿನ ವಸ್ತು. ವ್ಯಕ್ತಿತ್ವದ ಅಸ್ತಿತ್ವವನ್ನು ಕಳೆದುಕೊಳ್ಳುವುದೇ, ನಿಜವಾದ ಬದುಕಿನ ಆರಂಭ...

''ಭೌತಿಕವಾಗಿ ಗೋಚರಿಸುವುದೆಲ್ಲ ಕೇವಲ 'ನೋಟ', ದೇವರು ಮತ್ತು ಆಧ್ಯಾತ್ಮಿಕಗಳು ಮಾತ್ರ ಸತ್ಯ ಹಾಗೂ ವಾಸ್ತವ ಎಂದು ನಾ ಬಲ್ಲೆ, ಅದರ ಅರಿವಿದೆ ನನಗೆ. ದೈವಿಕತೆ ಎಂದರೆ ಭೌತಿಕ ಅಂಗಾಂಗಳಲ್ಲ, ಆದರೆ ತಿಳುವಳಿಕೆ ಇದ್ದಷ್ಟು ಪ್ರಾಪ್ತವಾಗುವ ಅನುಭವ. ನಿಜ, ನನ್ನ ಕೈಕಾಲು, ಅಂಗಾಂಗಗಳು ನನ್ನ ಅಸ್ತಿತ್ವದ ಸಂಕೇತಗಳು ಎನ್ನುವ ನಿಮ್ಮ ಮಾತನ್ನು ಒಪ್ಪುವೆ. ಆದರೆ, ನಾನು ಎನ್ನುವುದು ಚಿರಂತನ ಸತ್ಯ ಅಲ್ಲವೆಂದು, ದೈವಿಕತೆ ನಿಜವಲ್ಲವೆಂದು, ನನ್ನ ಭಾಗವಾಗಿಲ್ಲವೆಂದು, ನನ್ನನ್ನು ನೀವು ನಂಬಿಸಲಾರಿರಿ.''

-ಲಾರ್ಡ್ ಆಲ್‌ಫ್ರೆಡ್ ಟೆನ್ನಿಸನ್
(ಅವರ ಪುತ್ರ ಮ್ಯಾಕ್‌ಮಿಲನ್ ಸ್ಮರಿಸಿದಂತೆ)

ಅನುಬಂಧ - ಮೂರು

ದೇವರೆಂದರೆ...

ನಿವೃತ್ತಿ: ಜಗತ್ತು ಬಾಗಿಲು ಮುಚ್ಚಿತು. ನಿನ್ನ ಯೋಚನೆಗಳ ಮನೆ ತೆರೆವುದು.
ಕಲ್ಪನೆಯ ರೆಕ್ಕೆಗಳು ದಮನಿಸುತ್ತಿವೆ
ಇಂದ್ರಿಯಗಳ ಬಂಧಿಸು, ಭಾವಲಯವ ಕದಲಿಸದಿರು
ಕಾರ್ಯಕಾರಣಗಳ ಎಚ್ಚರ - ಬಿಡು ಅವಳೇ ಆಳಲಿ
ಮತ್ತೀಗ ಅಂತರಂಗದ ಆಳದಾಳದಲಿ ಮೌನಗರ್ಭದಲಿ
ನಡುರಾತ್ರಿ ನೀರವ ಸ್ತಬ್ಧಪ್ರಕೃತಿ. ಕೇಳೀಗ
ನಾನು ಯಾರು? ಬಂದೆ ನಾ ಎಲ್ಲಿಂದ? ಗೊತ್ತಿಲ್ಲ ಒಂದೂ
ಆದರೆ ಈ ನಾನು. ಮತ್ತಿದು ನಾನು. ನಿಶ್ಚಯ
ಏನೋ ಅಲೌಕಿಕ; ಶೂನ್ಯವೆಂಬುದಿತ್ತೆಂದಿನಿಂದ
ಇರುವುದಿನ್ನೂ ಶೂನ್ಯ: ಅಲೌಕಿಕದಲ್ಲೇ ಅಹುದು
ಏನದು ಅಲೌಕಿಕ? ಏಕಲ್ಲ ಮಾನವ ಜನಾಂಗ
ಆಡಂಳ ಪೂರ್ವಜರಿಗೆ ಅಮರತ್ವ?
ಕಷ್ಟವಿದು ಅರಗುವುದು, ಪ್ರತಿಯೊಂದು ಕೊಂಡಿ
ಸುದೀರ್ಘ ಸರಪಳಿಯ ನಿರಂತರತೆಯಲಿ ದುರ್ಬಲ
ಒಂದೊಂದು ಕೊಂಡಿಗೂ ಅವಲಂಬನ, ಪೂರ್ಣಕ್ಕಿಲ್ಲ
ಆದರಿದು ನಿಜದ ಕಾಣ್ಕೆ, ಹೊಸ ಕಷ್ಟಗಳೆದ್ದವು
ಪ್ರವೇಶವಾಗಿಲ್ಲ ಇನ್ನೂ, ಹೊಸ್ತಿಲಿಗೂ ತಲುಪಿಲ್ಲ
ಕಡಲೋ, ತೀರವೋ, ಎಲ್ಲಿ ಭೂಮಿ ಮತ್ತೀ ಉಜ್ವಲ ಗ್ರಹತಾರೆ
ಎಲ್ಲ ಅಲೌಕಿಕವೆ?

ಹೌದೆನ್ನು. ಆದರೂ ಈ ಗ್ರಹತಾರೆ ನಕ್ಷತ್ರ
ಬೇಕನ್ನುತ್ತವೆ ತಂದೆಯೊಬ್ಬ, ಮತ್ತಿಷ್ಟು ವಿನ್ಯಾಸ
ನೋಡುತಿಹೆ ಚಲನೆಯಲ್ಲಿ ಶಿಲ್ಪದಲ್ಲಿ
ಶಿಲ್ಪದಲ್ಲಿ ಬುದ್ಧಿ ಮತ್ತು ಕಲೆ
ಇದಲ್ಲ ಸ್ವಯಂಸ್ಫೂರ್ತ, ಮನುಜಸೃಷ್ಟಿಯೂ ಅಲ್ಲದಿದು ಈ ಕಲೆ
ಕೊರತೆಯದು ಕೇಳೀತು ಕೊಟ್ಟೀತೆ ಇನ್ನಷ್ಟು?
ಮತ್ತೇನೀ ಅದ್ಭುತವಾದಾಗ್ಯೂ ಮನುಜಗೂ ದಕ್ಕಿದೆ
ಚೈತನ್ಯವೆಲ್ಲಿ ಕಣದಲಿ ಕಣಕೂ ಇದು ಹೊಸದು ಅನ್ಯ
ದೈತ್ಯಯಭಾರದಾ ವಿಪುಲ ಗಾತ್ರದಿಂದೆದ್ದ ಬಾಣ
ಯಾರ ಕಲ್ಪನೆ ಮಲಗಿದ್ದ ಪ್ರಾಣಿಯ ಜಡಗಾತ್ರಕ್ಕೊಪ್ಪಿಸಿದ ಈ
ರೂಪ ವೈವಿಧ್ಯ ರೆಕ್ಕೆಪುಕ್ಕದ ವೇಷ
ಇತ್ತೆ ಚೈತನ್ಯ ಅಂತರ್ಯದಲಿ ಈ ಜಡಗಾತ್ರದೊಡಲಲಿ
ಒಂದೊಂದು ಕಣ ಸೆಳೆದು ಅದರ ಸಾರ್ವಭೌಮದ ಹಕ್ಕು
ಕುಣಿದಾಡಿ ಮಾಡಿ ಬ್ರಹ್ಮಾಂಡ ಧೂಳೀಪಟ
ಮತ್ತಿದೇನೂ ಅಲ್ಲ? ಮತ್ತಾ ನಿರಾಕಾರದನನ್ಯ ಅನ್ಯ?
ಚೈತನ್ಯವೆ? ಜಡಗಾತ್ರವೆ?
ಅದಕ್ಕುಂಟೆ ಪ್ರಜ್ಞೆ, ವಿವೇಕ, ವಿವೇಚನೆಯ ಜಾಣ್ಮೆ
ಗಣಿತದಾಳದ ಅರಿವು? ಮಾಡಿದೆಯೆ ಕಾನೂನು ಕಟ್ಟಳೆಯ
ಕಲೆಯ ಬಲೆಯೊಳಗೆ ಸಾಂತ್ವನದ ಹೆಜ್ಜೆಗಳು
ಅಗಮ್ಯದಂತರದಿ ಮನುಜ ನೆಲೆಯ ಕೌಶಲ
ಬೇಡ ಕಲ್ಲುಕಲ್ಲಿನಲಿ ವಾಸ, ದಿವ್ಯದಧಿಪತ್ಯ
ಮತ್ತಲ್ಲಿ ಅವನ ಸಾನ್ನಿಧ್ಯ ಏನದದ್ಭುತ ರಮ್ಯ!

-ಎಡ್ವರ್ಡ್ ಯೂಂಗ್ (1681-1765)

□□

ಅನುಬಂಧ - ನಾಲ್ಕು
ಪ್ರಾರ್ಥನೆಯೇ ಪರಮಬಲ

ಅಲೆಕ್ಸಿಸ್ ಕಾರ್ಲಿಲ್ ಎಂ.ಡಿ.

ಪ್ರಾರ್ಥನೆಯು ಕೇವಲ ಪೂಜೆಯಲ್ಲ, ಅದು ಮನುಷ್ಯನ ಆರಾಧಿಸುವ ಆತ್ಮದ ಕಣ್ಣಿಗೆ ಕಾಣದ ಒಂದು ಉದ್ಭವ, ವ್ಯಕ್ತಿ ಉತ್ಪಾದಿಸಬಹುದಾದ ಅತ್ಯಂತ ಪ್ರಭಾವಶಾಲಿಯಾದ ಶಕ್ತಿ. ಪ್ರಾರ್ಥನೆಯ ಪ್ರಭಾವ ಮಾನವ ಮನಸ್ಸಿನ ಮೇಲೆ ಮತ್ತು ದೇಹದ ಮೇಲೆ ಅರಿಯದ ಗ್ರಂಥಿಗಳ ಸೃಜನಶೀಲ ಅಭಿವ್ಯಕ್ತಿಯಂತಿರುವುದು. ಭೌತಿಕ ಲಘುತ್ವ, ಮಹಾನ್ ಭೌದ್ಧಿಕ ಶಕ್ತಿ, ನೈತಿಕ ಸ್ತಿಮಿತ ಮತ್ತು ಮಾನವ ಸಂಬಂಧಗಳ ತಳಹದಿಯ ಸತ್ಯದ ಕುರಿತ ಆಳವಾದ ಗ್ರಹಿಕೆಗಳಿಂದ ಅದರ ಪರಿಣಾಮವನ್ನು ಅಳೆಯಬಹುದು.

ನೀವು ಪ್ರಾಮಾಣಿಕ ಪ್ರಾರ್ಥನೆಯ ಹವ್ಯಾಸ ಬೆಳೆಸಿಕೊಂಡಲ್ಲಿ ನಿಮ್ಮ ಬದುಕಿನಲ್ಲಿ ಗಮನಾರ್ಹವೂ ಅಗಾಧವೂ ಆದ ಬದಲಾವಣೆಯು ಕಂಡುಬರುತ್ತದೆ. ಪ್ರಾರ್ಥನೆಯು ನಮ್ಮ ಕ್ರಿಯೆ ಮತ್ತು ವರ್ತನೆಯ ಮೇಲೆ ಅಚ್ಚಳಿಯದ ಮುದ್ರೆಯನ್ನೊತ್ತುವುದು. ತೇಜಸ್ವಿಯಾದ ಒಂದು ಕಳೆ, ದೈಹಿಕವೂ ಮುಖ ದಲ್ಲಿಯೂ ಎದ್ದು ಕಾಣುವ ಒಂದು ಶಾಂತಿಯ ಪ್ರಭೆಗಳು ಆಂತರಿಕ ಜೀವನವು ಶ್ರೀಮಂತಗೊಂಡವರಲ್ಲಿ ಕಂಡುಬರುತ್ತದೆ. ಪ್ರಜ್ಞೆಯ ಆಳ ಅಂತರ್ಯದಲ್ಲಿ ಜ್ಯೋತಿಯೊಂದು ಬೆಳಗುವುದು. ತನ್ನನ್ನು ತಾನು ಅವನರಿಯುವನು. ಆತನ ಸ್ವಾರ್ಥ, ಸಣ್ಣತನ, ಅಹಂ, ಭಯ, ಹಪಹಪಿಕೆ ಮತ್ತು ಬೂಟಾಟಿಕೆಗಳು ಕಣ್ಣೆದುರು ನಿಲ್ಲುತ್ತವೆ. ಒಂದು ಬಗೆಯ ಪ್ರಾಜ್ಞ ವಿನಯ ಮತ್ತು ನೈತಿಕ ಬದ್ಧತೆಯು ಅವನಲ್ಲಿ ಬೆಳೆಯುವುದು. ಹೀಗೆ ಆತ್ಮದ ಯಾತ್ರೆಯು ಕೃಪೆಯ ಪರಿಧಿಯ ಒಳಗೆ ಸಾಗುತ್ತದೆ.

ಪ್ರಾರ್ಥನೆಗೆ ಭೂಮಿಯ ಗುರುತ್ವಾಕರ್ಷಣೆಯ ಶಕ್ತಿಯಷ್ಟೇ ಶಕ್ತಿಯಿರುವುದು. ಒಬ್ಬ ವೈದ್ಯನಾಗಿ ನಾನು ಪ್ರಶಾಂತ ಪ್ರಾರ್ಥನೆಯೊಂದರಿಂದಲೇ ಬೇರೆಲ್ಲಾ ಚಿಕಿತ್ಸೆ ಫಲಕಾರಿಯಾಗದೇ ಕೈಬಿಟ್ಟ ರೋಗಿಯ ಕಾಯಿಲೆಯೂ ನರಳಿಕೆಯೂ ಮಾಯವಾದುದನ್ನು ನಾನು ಕೆಲವರಲ್ಲಿ ನೋಡಿದ್ದೇನೆ. ನೈಸರ್ಗಿಕವಾದ ಕಾನೂನಿನ

ಕಟ್ಟಳೆಯನ್ನು ಮೀರಬಹುದಾದ ಒಂದೇ ಒಂದು ಶಕ್ತಿ ಈ ಜಗತ್ತಿನಲ್ಲಿದ್ದರೆ ಅದು ಈ ಪ್ರಾರ್ಥನೆಯ ಶಕ್ತಿಯೊಂದೇ, ಪ್ರಾರ್ಥನೆಯು ಇಂಥ ನಾಟಕೀಯ ಸಂದರ್ಭಗಳಲ್ಲಿ ಮಾಡಿದುದನ್ನೇ ಪವಾಡ ಎಂದು ಕರೆಯಲಾಗಿದೆ. ಆದರೆ ನಿರಂತರವಾದ ಪವಾಡವೊಂದು ನಿಶ್ಯಬ್ದವಾಗಿ, ಕಾಲಕಾಲಕ್ಕೆ, ಪ್ರಾರ್ಥನೆಯು ತಮಗೆ ಚಿರಂತನ ಜೈವಿಕ ಶಕ್ತಿಯ ಪವಾಡವನ್ನು ದೈನಂದಿನ ಬದುಕಿನಲ್ಲಿ ತಮ್ಮೊಳಗೆ ಪ್ರವಹಿಸುವಂತೆ ಮಾಡುತ್ತದೆ, ಎಂದು ಕಂಡುಕೊಂಡವರ ಹೃದಯದಲ್ಲಿ ನಡೆಯುತ್ತಲೇ ಇರುತ್ತದೆ.

ಬಹಳಷ್ಟು ಮಂದಿ ಪ್ರಾರ್ಥನೆಯೆಂದರೆ ಒಂದು ಶಬ್ದಗಳ ಯಾಂತ್ರಿಕ ದೈನಿಕ ವ್ಯವಹಾರವೆಂದೂ, ಐಹಿಕ ವಸ್ತುಗಳಿಗೆ ಬೇಕಾಗಿದೆ ಎಂದೂ ಭಾವಿಸುತ್ತಾರೆ. ಈ ರೀತಿಯಾಗಿ ಪರಿಗಣಿಸುವುದು ನಾವು ಪ್ರಾರ್ಥನೆಯನ್ನು ಕೆಳಮಟ್ಟಕ್ಕೆ ಇಳಿಸಿದಂತೆ ಮಳೆ ಬರುವುದು ಸರಿಯಾಗಿ ಅರ್ಥ ಮಾಡಿಕೊಂಡರೆ, ಪ್ರಾರ್ಥನೆಯು ಒಂದು ಪ್ರಬುದ್ಧ ಕ್ರಿಯೆ, ಪರಿಪೂರ್ಣವಾದ ವ್ಯಕ್ತಿತ್ವದ ಬೆಳವಣಿಗೆಗೆ, ಮನುಷ್ಯನ ಶಿಖರಾಗ್ರ ಭೌದ್ಧಿಕತೆಯ ಸಮಗ್ರತೆ ಮತ್ತು ಏಕಾಗ್ರತೆಗೆ ಅತ್ಯವಶ್ಯವಾಗಿ ಬೇಕಾದುದು. ಕೇವಲ ಪ್ರಾರ್ಥನೆಯಲ್ಲಿ ಮಾತ್ರ ನಾವು ಆ ಪರಿಪೂರ್ಣ ಮತ್ತು ಸುಸಂಬದ್ಧವಾದ, ದುರ್ಬಲ ಮಾನವ ಅಸ್ತಿತ್ವಕ್ಕೆ ಅದರ ಸದೃಢ ಸಾಮರ್ಥ್ಯವನ್ನು ಒದಗಿಸುವಂಥ ದೇಹ, ಮನಸ್ಸು ಮತ್ತು ಆತ್ಮದ ಸಮತೋಲನವನ್ನು ಸಾಧಿಸಬಹುದಾಗಿದೆ.

'ಕೇಳಿಕೋ ಮತ್ತದು ನಿನಗೆ ಲಭಿಸುವುದು' ಎಂಬ ಮಾತನ್ನು ಮಾನವ ಜನಾಂಗವು ಪರೀಕ್ಷಿಸಿ ಅನುಭವದಿಂದ ಕಂಡುಕೊಂಡಿದೆ. ನಿಜವಾದ ಪ್ರಾರ್ಥನೆಯು ಸತ್ತ ಮಗುವಿನ ಪ್ರಾಣವನ್ನು ಮರಳಿ ತರಲಾರದು ಅಥವಾ ದೈಹಿಕವಾದ ನೋವಿನಿಂದ ಮುಕ್ತಿ ನೀಡಲಾರದು. ಆದರೆ ಪ್ರಾರ್ಥನೆ, ಸ್ವಯಂಪ್ರಭೆಯ ಪ್ರಜ್ವಲವಾದ ಒಂದು ಶಕ್ತಿಪ್ರವಾಹ.

ಪ್ರಾರ್ಥನೆಯು ಅಷ್ಟೊಂದು ಕ್ರಿಯಾಶೀಲ ಶಕ್ತಿಯಿಂದ ಹೇಗೆ ನಮ್ಮನ್ನು ಪುಷ್ಟೀಕರಿಸುತ್ತದೆ? ಈ ಪ್ರಶ್ನೆಗೆ ಉತ್ತರಿಸಲು ವಿಜ್ಞಾನದ ವ್ಯಾಪ್ತಿಯ ಹೊರಗಿನ ಒಂದು ವಿಷಯವನ್ನು ಪ್ರಸ್ತಾಪಿಸಬೇಕು. ಎಲ್ಲಾ ಪ್ರಾರ್ಥನೆ ಗಳಲ್ಲಿಯೂ ಒಂದು ಸಾಮಾನ್ಯ ಅಂಶವಿದೆ. ವಿಜಯೋತ್ಸಾಹದ ಪ್ರಾರ್ಥನಾವಿಧಿಯ ಮಹಾನ್ ಗೀತರೂಪಕ ಅಥವಾ ಐರೋಕ್ವಿಸ್‌ನ ಬೇಟೆಗಾರನು ಬೆನ್ನಟ್ಟುವ ಓಟದಲ್ಲಿನ ಅದೃಷ್ಟಕ್ಕಾಗಿ ಬೇಡುವ ವಿನಯಪೂರ್ವಕ ಮೊರೆ - ಇದೇ ಸತ್ಯವನ್ನು ನಿರೂಪಿಸುತ್ತವೆ. ಅಂದರೆ ನಿರ್ದಿಷ್ಟವಾದ ಸೀಮಿತ ಸಾಮರ್ಥ್ಯದ ಮಾನವ ಜೀವಿಗಳು ಸೀಮಾತೀತ ಸಾಮರ್ಥ್ಯದ ಮೂಲವನ್ನು ಬೇಡಿಕೊಂಡು ತಮ್ಮಲ್ಲಿನ ಸಾಮರ್ಥ್ಯವನ್ನು ಹೆಚ್ಚಿಸಿಕೊಳ್ಳಲು ಬಯಸುತ್ತವೆ. ನಾವು ಪ್ರಾರ್ಥಿಸುವಾಗ ನಾವು ನಮ್ಮನ್ನೇ ಬ್ರಹ್ಮಾಂಡದಲ್ಲಿ ಚೈತನ್ಯದಂತೆ ಸುತ್ತುತ್ತಿರುವ ಅನಂತ ಅಸೀಮ ಸ್ಫೂರ್ತಿ ಚಿಲುಮೆಯೊಂದಿಗೆ ಸಂಬಂಧಿಸಿಕೊಂಡಿರುತ್ತೇವೆ. ನಾವು ಈ ಅನಂತ ಶಕ್ತಿಯ ಒಂದು ಭಾಗವು ನಮ್ಮ ಅಗತ್ಯಗಳ ಈಡೇರಿಕೆಗೆ

ಸ್ಪಂದಿಸಲಿ ಎಂದು ಬೇಡಿಕೊಳ್ಳುತ್ತೇವೆ. ಹಾಗೆ ಕೇಳಿಕೊಳ್ಳುವಾಗಲೇ ನಮ್ಮ ಮಾನವ/ದೈಹಿಕ ಅಸ್ತಿತ್ವದ ಕುಂದುಕೊರತೆಗಳು ತುಂಬಿಬಂದಂತೆಯೂ ಹೆಚ್ಚಿನ ಬಲ ಪಡೆದುಕೊಂಡು ಹೊಸಬರಾದಂತೆಯೂ ಭಾವಿಸುತ್ತೇವೆ.

ಆದರೆ ಯಾವತ್ತೂ ನಮ್ಮ ಆಸೆ ಆಕಾಂಕ್ಷೆಗಳ ಈಡೇರಿಕೆಗಾಗಿ ದೇವರನ್ನು ಕರೆಯಬಾರದು. ಪ್ರಾರ್ಥನೆಯನ್ನು ಬೇಡಿಕೆಗಳ ಪಟ್ಟಿಯೊಂದಿಗೆ ಮಾಡದೆ ನಾವೂ ಅವನಂತೆಯೇ ಆಗಬೇಕೆಂಬ ಹಂಬಲವಾಗಿ ಮಾಡಿದಾಗ ನಾವು ಹೆಚ್ಚು ಶಕ್ತಿಯನ್ನು ಪಡೆಯುತ್ತೇವೆ. ಪ್ರಾರ್ಥನೆಯು ಭಗವಂತನ ಸಾಕ್ಷಾತ್ಕಾರದ ಸ್ವೀಕಾರವೆಂಬಂತೆ ಕಾಣಬೇಕು. ಒಬ್ಬ ವೃದ್ಧ ರೈತನು ಗ್ರಾಮದ ಚರ್ಚಿನ ಕೊನೆಯ ಬೆಂಚಿನ ಮೇಲೆ ಕೂತಿದ್ದನು. 'ಏನನ್ನು ಕಾಯುತ್ತಾ ಇದ್ದೀಯ?' ಎಂದು ಅವನನ್ನು ಕೇಳಿದರು. ಅವನು ಉತ್ತರಿಸುತ್ತಾನೆ. 'ನಾನು ಅವನನ್ನು ನೋಡುತ್ತಿದ್ದೇನೆ ಮತ್ತು ಅವನು ನನ್ನತ್ತ ನೋಡುತ್ತಿದ್ದಾನೆ.' ಮಾನವನ ಪ್ರಾರ್ಥನೆಯು ಭಗವಂತನು ತನ್ನನ್ನು ನೆನಪು ಮಾಡಿಕೊಳ್ಳಲಿ ಎಂದು ಮಾತ್ರವೇನಲ್ಲ, ತಾನೂ ಭಗವಂತನನ್ನು ನೆನೆಯುವುದಕ್ಕಾಗಿ ಪ್ರಾರ್ಥನೆಯನ್ನು ಹೇಗೆ ವ್ಯಾಖ್ಯಾನಿಸಬಹುದು? ಪ್ರಾರ್ಥನೆಯು, ಮನುಷ್ಯ ಭಗವಂತನನ್ನು ಸೇರುವ ಪ್ರಯತ್ನ, ಅಗೋಚರವಾದ, ಎಲ್ಲದರ ಸೃಷ್ಟಿಕರ್ತ, ಅದ್ವಿತೀಯ ಬುದ್ಧಿಶಕ್ತಿಯ ಕೇಂದ್ರ, ಸತ್ಯ, ಸೌಂದರ್ಯ, ಸಾಮರ್ಥ್ಯ, ತಂದೆ ಮತ್ತು ಸರ್ವರ ವಿಮೋಚಕ - ಅಂಥ ಒಂದರ ಜೊತೆ ಸಂಪರ್ಕಿಸಲು ಮಾಡುವ ಪ್ರಯತ್ನ. ಪ್ರಾರ್ಥನೆಯ ಈ ಗುರಿಯು ಯಾವಾಗ್ಲೂ ಬುದ್ಧಿಪೂರ್ವಕವಾಗಿ ಸುಪ್ತವಾಗಿರುತ್ತದೆ. ಯಾಕೆಂದರೆ ಭಗವಂತನನ್ನು ವಿವರಿಸಲು ಹೊರಟಾಗಲೆಲ್ಲ ಭಾಷೆಯೂ ಯೋಚನೆಯೂ ಸೋಲುತ್ತವೆ.

ಆದಾಗ್ಯೂ ನಾವು ಬಲ್ಲೆವು, ಯಾವಾಗ ನಾವು ಅತ್ಯಂತ ಕಾತರತೆಯಿಂದ ದೇವರನ್ನುದ್ದೇಶಿಸಿ ಪ್ರಾರ್ಥಿಸುತ್ತೇವೆಯೋ, ಆಗೆಲ್ಲ ನಾವು ನಮ್ಮ ಆತ್ಮ ಮತ್ತು ದೇಹವನ್ನು ಉನ್ನತಿಯತ್ತ ಕೊಂಡೊಯ್ಯುತ್ತಿರುತ್ತೇವೆ. ಯಾವುದೇ ಗಂಡಸಾಗಲೀ, ಹೆಂಗಸಾಗಲೀ ಯಾವತ್ತೂ ಯಾವುದೇ ಒಳಿತಿನ ಅಂಶವೊಂದಿಲ್ಲದೆಯೇ ಪ್ರಾರ್ಥನೆ ಮಾಡುವ ಸಂಭವವೇ ಇರುವುದಿಲ್ಲ. ''ಒಂದು ಕ್ಷಣಕಾಲ ವಾದರೂ ಕಲಿತು ಕೊಳ್ಳದೆಯೇ ಯಾರೂ ಎಂದೂ ಪ್ರಾರ್ಥನೆ ಮಾಡಿಲ್ಲ'' ಎಂದಿದ್ದಾರೆ ಎಮರ್ಸನ್.

ಒಬ್ಬ ವ್ಯಕ್ತಿಯು ಎಲ್ಲಿಯೂ ಪ್ರಾರ್ಥಿಸಬಹುದಾಗಿದೆ. ದಾರಿಯಲ್ಲಿ ಒಳಹಾದಿಗಳಲ್ಲಿ ಕಚೇರಿ, ಅಂಗಡಿ, ಶಾಲೆ, ತನ್ನ ಕೋಣೆಯ ಏಕಾಂತದಲ್ಲಿ ಕೂಡ ಅಥವಾ ಚರ್ಚಿನ ಗುಂಪಿನಲ್ಲಿ ಒಂದಾಗಿ. ಅದಕ್ಕೆ ನಿರ್ದಿಷ್ಟವಾದ ಸಮಯ, ಸ್ಥಳ ಅಥವಾ ದೈಹಿಕ ವಿನ್ಯಾಸವಿಲ್ಲ.

“ನೀನೆಷ್ಟು ಬಾರಿ ಉಸಿರಾಡುವಿಯೋ ಅದಕ್ಕಿಂತ ಹೆಚ್ಚು ಬಾರಿ ದೇವರ ಬಗ್ಗೆ ಧ್ಯಾನಿಸು.” ಎಪಿಕ್ಟೆಟಸ್ ದ ಸ್ಟಾಯಿಕ್ ಹೇಳಿದ್ದರು. ವ್ಯಕ್ತಿತ್ವವನ್ನು ನಿಜಕ್ಕೂ ಬದಲಾಯಿಸಿಕೊಳ್ಳುವುದಕ್ಕಾಗಿ ಪ್ರಾರ್ಥನೆಯೊಂದು ಹವ್ಯಾಸವಾಗಬೇಕು. ದಿನದ ಆರಂಭದಲ್ಲೊಮ್ಮೆ ಪ್ರಾರ್ಥನೆಯನ್ನು ಮಾಡಿ. ದಿನವಿಡೀ ಅನಾಗರಿಕನಂತೆ ಬದುಕುವುದರಲ್ಲಿ ಯಾವುದೇ ಅರ್ಥವಿಲ್ಲ. ನಿಜವಾದ ಪ್ರಾರ್ಥನೆಯು ಬದುಕಿನ ಒಂದು ವಿಧಾನ. ನಿಜವಾಗಿ ಜೀವನವೇ ಅಕ್ಷರಶಃ ಒಂದು ಪ್ರಾರ್ಥನೆ.

ಅತ್ಯುತ್ತಮ ಪ್ರಾರ್ಥನೆಗಳು ಅಪೂರ್ವ ಪ್ರೇಮಿಗಳ ಉನ್ನತೋನ್ನತ ಪ್ರೇಮದಂತೆ. ಪುನರಾವರ್ತನೆಯಿಲ್ಲದಷ್ಟು ಹೊಸತಾಗಿ. ನಾವು ಎಲ್ಲರೂ ಪ್ರಾರ್ಥನೆಯಲ್ಲಿ ಮದರ್ ಥೆರೆಸಾ ಅಥವಾ ಕ್ಲೇರ್‌ವಾಕ್ಸ್‌ನ ಬರ್ನಾರ್ಡ್‌ರಷ್ಟು ಸೃಜನಶೀಲರಾಗಿರಲು ಸಾಧ್ಯವಾಗದು. ಅವರಿಬ್ಬರೂ ತಮ್ಮ ಆರಾಧನೆಯನ್ನು ಅತೀಂದ್ರಿಯ ಸೌಂದರ್ಯದ ಪದಗಳಲ್ಲಿ ಮುಳುಗಿಸಿದ್ದಾರೆ. ಅದೃಷ್ಟವಶಾತ್, ನಮಗೆ ಅವರ ವಾಗ್ಝರಿಯ ಅಗತ್ಯವಿಲ್ಲ. ನಮ್ಮ ಅತಿಸೂಕ್ಷ್ಮ ಪ್ರಾರ್ಥನೆಯ ಮೊರೆಯೂ ದೇವರಿಂದ ಆಲಿಸಲಾಗುತ್ತದೆ. ನಾವು ಕರುಣಾಜನಕವಾಗಿ ಮೂಕರಾಗಿದ್ದರೂ, ಅಥವಾ ನಮ್ಮ ನಾಲಿಗೆಗಳು ಅಹಂ ಅಥವಾ ವಂಚಕತನದಿಂದ ಜಡವಾಗಿದ್ದರೂ, ನಮ್ಮ ಒಣಮಾತುಗಳ ಸ್ತುತಿಯನ್ನೂ ಅವನು ಸ್ವೀಕರಿಸುತ್ತಾನೆ ಮತ್ತು ದೇವ ಪ್ರೇಮದ ವಿವಿಧಾವಳಿಯ ಕೃಪಾವರ್ಷದಿಂದ ನಮ್ಮಲ್ಲಿ ಸಾಮರ್ಥ್ಯವನ್ನು ತುಂಬುತ್ತಾನೆ.

ಇವತ್ತು ಹಿಂದೆಂದೂ ಇಲ್ಲದಂತೆ ಪ್ರಾರ್ಥನೆಯೆಂಬುದು ಮನುಷ್ಯ ಮತ್ತು ರಾಷ್ಟ್ರಗಳಿಗೆ ಅಗತ್ಯವಾಗಿದೆ. ಧಾರ್ಮಿಕ ಪ್ರಜ್ಞೆಯ ಕುರಿತ ಅವಜ್ಞೆಯಿಂದಾಗಿ ಜಗತ್ತು ಸರ್ವನಾಶದ ಅಂಚಿಗೆ ತಲುಪಿದೆ. ನಮ್ಮ ಆಳವಾದ ಸಾಮರ್ಥ್ಯ ಮತ್ತು ಪರಿಪೂರ್ಣತೆಗಳು ಚಿಂತಾಜನಕವಾಗಿ ಅಭಿವೃದ್ಧಿಯಾಗದೆ ನಿರ್ಲಕ್ಷ್ಯಕ್ಕೊಳಗಾಗಿವೆ. ಪ್ರಾರ್ಥನೆ, ಆತ್ಮದ ಮೂಲ ಅಭ್ಯಾಸವು ನಮ್ಮ ವ್ಯಕ್ತಿಗತ ಬದುಕಿನಲ್ಲಿ ಕ್ರಿಯಾಶೀಲವಾಗಿ ಅನುಷ್ಠಾನಗೊಳ್ಳಬೇಕು. ಅವಗಣನೆಗೆ ತುತ್ತಾಗಿರುವ ಮನುಷ್ಯನ ಆತ್ಮವು ಮತ್ತೊಮ್ಮೆ ತನ್ನನ್ನು ತಾನು ಕ್ರೋಢೀಕರಿಸಿಕೊಳ್ಳಲು ಸಾಕಷ್ಟು ಸಮರ್ಥವಾಗುವಂತೆ ಮಾಡಬೇಕಿದೆ. ಪ್ರಾರ್ಥನೆಯ ಪರಮಬಲವು ಮತ್ತೊಮ್ಮೆ ಸಿದ್ಧಿಸಿತೆಂದರೆ ಮತ್ತು ಅದನ್ನು ಸಾಮಾನ್ಯ ಗಂಡಸರು ಮತ್ತು ಹೆಂಗಸರ ಬದುಕಿಗೆ ಬಳಸಲಾಗುವುದಾದರೆ, ಆತ್ಮವು ತನ್ನ ಗುರಿಯನ್ನು ಸ್ಪಷ್ಟವಾಗಿ ಮತ್ತು ಧೈರ್ಯವಾಗಿ ಘೋಷಿಸಿದಂತಾದರೆ, ಉತ್ತಮವಾದ ಒಂದು ಜಗತ್ತಿಗಾಗಿ ನಾವು ನಡೆಸುವ ಪ್ರಾರ್ಥನೆಯು ಉತ್ತರಿಸಲ್ಪಡಬಹುದೆಂಬ ಬಗ್ಗೆ ಈಗಲೂ ಭರವಸೆ ತಾಳಬಹುದಾಗಿದೆ.

□□

ಅನುಬಂಧ - ಐದು
ಕುರುಬನ ಪ್ರಾರ್ಥನೆ

ಮೋಸೆಸ್ ಹಾದಿಯಲ್ಲಿ ಒಬ್ಬ ಕುರುಬನು ಹಲಬುತ್ತಿರುವುದ ನೋಡಿದ :
''ಓ ದೇವರೇ, ನಿನ್ನಷ್ಟು ಯೋಗ್ಯರಾದವರು ಯಾರು ತಾನೇ ಇರುವರು
ಎಲ್ಲಿರುವಿ ನೀನು, ನಾನಿನ್ನ ಸೇವೆಗೈಯ್ಯಬೇಕು
ಹೊಲಿವೆ ನಿನ್ನ ಚಪ್ಪಲಿ, ಬಾಚುವೆ ನಿನ್ನ ತಲೆಗೂದಲ
ನಿನ್ನ ಬಟ್ಟೆ ಒಗೆಯುವೆ, ಹುಳುಹುಪ್ಪಟೆಗಳ ಕೊಲ್ಲುವೆ
ನಿನಗಾಗಿ ಹಾಲ ತರುವೆ, ಓ ಪೂಜನೀಯನೇ
ನಿನ್ನ ಪುಟ್ಟ ಕೈಗಳಿಗೆ ಮುತ್ತನಿಕ್ಕುವೆ, ನಿನ್ನ ಪುಟ್ಟ ಪಾದಗಳ ಮೆತ್ತಗೆ ಒತ್ತುವೆ
ರಾತ್ರಿ ನೀನು ಮಲಗಲೆಂದು ನಿನ್ನ ಕೋಣೆ ಗುಡಿಸುವೆ..''

ಈ ಮೂರ್ಖ ಮಾತುಗಳ ಕೇಳಿ ಮೋಸೆಸ್ ಹೇಳಿದ,
''ಲೋ ಯಾರ ಬಳಿ ಮಾತನಾಡುತ್ತಿರುವಿ?
ಏನದು ಬ್ಬೆಬ್ಬೆಬ್ಬೆ? ಏನಿದು ಅಪಚಾರ, ಬೊಗಳೆ
ನಿನ್ನ ಬಾಯಿಗೆ ಬಟ್ಟೆ ತುರುಕಿಕೋ
ಮೂರ್ಖನ ಸಹವಾಸ ನಿಜಕ್ಕೂ ಅಸಹ್ಯ
ಮಹಾನ್ ಸರ್ವಶಕ್ತನಿಗೆ ಇಂಥ ಸೇವೆಗಳೆಲ್ಲ ಬೇಕಾಗಿಲ್ಲ.''

ಕುರುಬನು ಕಂಬಳಿ ಎತ್ತಿಕೊಂಡು ನಿಟ್ಟುಸಿರಬಿಟ್ಟು
ಹಾದಿ ಹಿಡಿದು ಹೋದನು ಕಾಡಿನ ಕಡೆಗೆ.

ಮತ್ತೆ ಮೋಸೆಸ್ ಬಳಿಗೆ ದಿವ್ಯಾತ್ಮನೇ ಬಂದನು.
''ನೀನೆನ್ನ ಸೇವಕನ ದೂರಮಾಡಿದೆ ನನ್ನಿಂದ
ನಿನ್ನನ್ನಿಲ್ಲಿ ಪ್ರವಾದಿಯಾಗಿ ಕಳಿಸಿದ್ದು ಒಂದಾಗಿಸಲೆಂದೋ
ಇಲ್ಲ ದೂರಮಾಡಲೆಂದೇ
ನಾನು ಪ್ರತಿಯೊಬ್ಬರಿಗೂ ಪೂಜಿಸಲು ನಿರ್ದಿಷ್ಟ ಮಾದರಿಯ ನೀಡಿಹೆನು
ನಾನು ಪ್ರತಿಯೊಬ್ಬರಿಗೂ ವಿಶಿಷ್ಟ ರೀತಿಯ ಅಭಿವ್ಯಕ್ತಿ ಕೊಟ್ಟಿಹೆನು
ಹಿಂದೂಸ್ಥಾನದ ಭಾಷೆಯು ಹಿಂದೂಗಳಿಗೆ ಶ್ರೇಷ್ಠವೇ
ಸಿಂಧ್ ಭಾಷೆಯಂತೂ ಸಿಂಧಿ ಜನಕೆ ಮಾನ್ಯವೇ
ನಾನೆಂದೂ ನೋಡೆನು ನಾಲಗೆಯನು ಹಾಗೆಯೇ, ಮಾತನು
ನಾನೋಡುವೆನಂತರ್ಯದಾಳದಲಿ ಅದು ನೀಚವೆ
ಎಂದು, ಆಡಿರುವ ನುಡಿಯೆಲ್ಲ ನೀಚವಲ್ಲದಿರಲು ಕೂಡ.
ಸಾಕಿನ್ನು ನುಡಿಗಟ್ಟು, ಚಂದಮಾತು, ರೂಪಕದ ಸಾಲು ಸಾಲು
ನನಗೆ ಬೇಕು ತಹತಹ, ತಹತಹ; ನೋಡಿಕೋ ಸರಿಯಾಗಿ, ಇದೇ ಆ ತಹತಹ!

ಹಚ್ಚು ದಿವ್ಯಜ್ಯೋತಿಯನು ಪ್ರೇಮದಿಂದಲಿ ಆತ್ಮದೊಳು
ಸುಟ್ಟುಬಿಡು ಎಲ್ಲ ಮಾತು, ಯೋಚನೆ, ಅಭಿವ್ಯಕ್ತಿ
ಓ ಮೋಸೆಸ್, ಆಚರಣೆಯ ವಿಧಿವಿಧಾನ ಎಲ್ಲ ಬಲ್ಲವರು ಬೇರೆ
ಇವರು ಯಾರ ಆತ್ಮವು ತಹತಹಿಸುವುದೋ ಇವರೇ ಬೇರೆ....

-ಜಲಾಲ್-ಅಲ್-ದಿನ್ ರೂಮಿ

ಅನುಬಂಧ - ಆರು
ಒಂದು ಕಾಲು ಗೋರಿಯೊಳಗೆ

ಇದು ವಾಸ್ತವವಾಗಿ ಕ್ರಿಶ್ಚಿಯನ್ ಜೀವನ ನಿರಂತರವಾದ ಅಭ್ಯಾಸವಾಗಿದೆ. ಇದು ಎಲ್ಲಾ ಕಾಲಕ್ಕೂ; ಎಲ್ಲಾ ಮಂದಿಗೂ ಹೊಂದುವಂಥಾದ್ದು. ಇದರ ಒಂದಿಷ್ಟಾದರೂ ಅಂಶ ನಿಮ್ಮಲ್ಲಿಲ್ಲದೇ ಹೋದರೆ ಜಗತ್ತಿನ ಆಕರ್ಷಣೆಯ ಉದ್ವೇಗಗಳಿಂದ ಮುಕ್ತರಾಗಿ ಉಳಿಯುವುದು ಕಷ್ಟ. ಹಾಗೆಯೇ, ದಿವ್ಯವಾದ ಅಲೌಕಿಕ ಮೌಲ್ಯಗಳ ಅನುಷ್ಠಾನವೂ ಜೀವನದಲ್ಲಿ ಕಷ್ಟ. ಆದರೆ ಇದು ನಿರಂತರವಾದ ಒಂದು ವ್ಯವಹಾರ ಅಥವಾ ಮಾನವ ಬದುಕಿನ ಎಲ್ಲಾ ಸನ್ನಿವೇಶ, ಹಂತಗಳನ್ನು ಹಾಯ್ದು, ಸಾಕಷ್ಟು ದೀರ್ಘಕಾಲ ಅದರಲ್ಲೇ ಬದುಕಿ, ಸಂತೃಪ್ತರಾಗಿ, ಆಮೇಲೆ ಪ್ರಾಪಂಚಿಕತೆಯಿಂದ ಮುಕ್ತರಾಗುವುದಕ್ಕೆ ಮೊದಲು, ಸಾವನ್ನು ಎದುರಿಗಿಟ್ಟುಕೊಂಡು, ಇನ್ನೊಂದು ಜಗತ್ತಿನ ನಿರೀಕ್ಷೆಯಲ್ಲಿರುವವರ ಮನೋರಂಜನೆ ಯೆಂದೇ ಹೇಳಬಹುದು.

ಮಾತ್ರವಲ್ಲ, ತುಂಬ ಅಗತ್ಯವಾದ ಮತ್ತು ಉಪಯುಕ್ತವಾದ ಈ ಜಗತ್ತಿನಿಂದ ನಿವೃತ್ತಿ ಕೇವಲ ದೈಹಿಕ ಶ್ರಮದಿಂದ ಮುಕ್ತವಾಗಿ ಮತ್ತು ವ್ಯವಹಾರದಿಂದ ಸ್ವಲ್ಪ ವಿಶ್ರಾಂತಿ ಪಡೆದು ಆರಾಮ ಮಾಡುವುದಕ್ಕಾಗಿಯೇ ಎಂದಲ್ಲ. ಸೋಮಾರಿತನ ಮತ್ತು ಆಲಸ್ಯದಲ್ಲಿ ಕರಗಿ ಹೋಗುವುದಕ್ಕಲ್ಲ, ಅಲೆದಾಡಿಕೊಂಡು ಒಬ್ಬ ಸಂಗಾತಿಯನ್ನು ಹುಡುಕಿಕೊಳ್ಳುವುದಕ್ಕಲ್ಲ, ಸುದ್ದಿ ಕೇಳಲು ಮತ್ತು ರಾಜಕೀಯದ ಬಗ್ಗೆ ಮಾತನಾಡಲು ಅಲ್ಲ, ಈಗ ಅವರ ಕೈತುಂಬ ಇರುವ ಸಮಯ ಕಳೆಯುವ ಯಾವುದಾದರೂ ಒಂದು ದಾರಿಕಂಡುಕೊಳ್ಳುವುದಕ್ಕೋ ಅಲ್ಲ. ಮತ್ತಿದೀಗ ವ್ಯವಹಾರಕ್ಕಿಂತ ತುಂಬ ಕಷ್ಟದ್ದು ಮತ್ತು ಕಿರಿಕಿರಿಯದ್ದು.

ಇದೊಂದು ಅಪಾಯಕಾರಿ ಸ್ಥಿತಿ. ಕ್ರಿಯಾಶೀಲವಾಗಿದ್ದಾಗ ತೆಗೆದುಕೊಳ್ಳುತ್ತಿದ್ದ ಎಲ್ಲಾ ಕಾಳಜಿ ಮತ್ತು ಸಮಸ್ಯೆಗಳಿಗಿಂತ ಈಗ ಒಂದು ಆರಾಮದ ಸಾವಿಗೆ ಇವರನ್ನು ತಯಾರು ಮಾಡುವುದು ಕಷ್ಟ. ಆದರೆ ನಾವು ನಿವೃತ್ತರಾಗಲೇ ಬೇಕು ಈ

ಜಗತ್ತಿನಿಂದ, ಮುಂದಿನದ್ದಕ್ಕೆ ತಯಾರಾಗುವುದಕ್ಕೆ ಸಾಕಷ್ಟು ಅವಕಾಶ ಪಡೆಯುವುದಕ್ಕಾಗಿ, ಮನಸ್ಸನ್ನು ಬೆಳೆಸಿ, ಚೆನ್ನಾಗಿ ತಯಾರಾಗಿಸಿ, ಆತ್ಮಕ್ಕೆ ಅವಳಿನ್ನೇನು ಅವಳ ಮದುವಣಿಗನನ್ನು ಭೇಟಿಯಾಗಲಿರುವ ವಧುವಿನಂತೆ ಸಿಂಗರಿಸಿ ಸಿದ್ಧಳಾಗಿಸಲು, ಹೆಚ್ಚು ಬಿಡುವು ಪಡೆಯುವುದಕ್ಕಾಗಿ ನಾವು ನಿವೃತ್ತರಾಗಲೇ ಬೇಕು.

ಮನುಷ್ಯರು ಈ ಜಗತ್ತಿನಲ್ಲಿ ತುಂಬ ಮಾತನಾಡಿಕೊಂಡಿರುವಾಗ, ಅದರ ವ್ಯವಹಾರ ಮತ್ತು ಕಾಳಜಿಯಲ್ಲೇ ಕಳೆದು ಹೋಗುತ್ತಿರುತ್ತಾರೆ. ಅವರು ಗ್ರಾಹಕರ ಮತ್ತು ಕಕ್ಷಿದಾರರ ಗುಂಪಿನಲ್ಲೆ ಬದುಕುತ್ತಿರುವಾಗ, ಅವರ ಅಂಗಡಿಯಿಂದ ಎಕ್ಸ್‌ಚೇಂಜಿಗೆ, ಇಲ್ಲ ಎಕ್ಸೈಸ್ ಕಚೇರಿಗೆ, ಇಲ್ಲಾ ಅವರ ಕಚೇರಿಗೆ, ಬಾರ್‌ಗೆ, ಗಡಿಬಿಡಿಯಲ್ಲಿ ಓಡಾಡುವಾಗ, ಮತ್ತೆ ಅವರ ಜವಾಬ್ದಾರಿಯನ್ನು ನಿರ್ವಹಿಸಿದ ನಂತರ ಮತ್ಯಾವುದೋ ಇನ್ನೊಂದರಿಂದ ಎಷ್ಟೊಂದು ಒತ್ತಡಕ್ಕೆ ಸಿಲುಕಿ, ರಾತ್ರಿ ಹೊತ್ತಿಗೆ ಪ್ರಾರ್ಥನೆ ಹೇಳುವುದಕ್ಕೂ ಅವರಿಗೆ ತ್ರಾಣ ಉಳಿಯದೇ ಇರುವಂಥ ಕಾಲದಲ್ಲಿ, ಹೋಗಲಿ ಅಂದರೆ ಮುಂಜಾನೆ ಕೂಡಾ ಅದೇ ರೀತಿ ಆಗುವಾಗ, ಮತ್ತು ದೇವರ ದಿನವೇ ಅರಾಧನೆಗಿಂತ ಸ್ವಲ್ಪ ವಿಶ್ರಾಂತಿ ಪಡೆಯಲು ಮತ್ತು ರಿಫ್ರೆಶ್ ಆಗಲು ಯೋಗ್ಯವಾದ ದಿನ ಎಂದು ಕಾಣುವಾಗ... ನೋಡಿ, ಇಂಥವರಿಗೆ ಆ ಇನ್ನೊಂದು ಜಗತ್ತಿನ ಬಗ್ಗೆ ಎಂಥಾ ಜಡ, ನೀರಸ, ತಣ್ಣಗಿನ ಕಲ್ಪನೆಯಿರಲು ಸಾಧ್ಯ! ಮತ್ತೆ ನಾವೆಲ್ಲ ತಗೊಳ್ಳಬಹುದಾದ ಕಾಳಜಿಯನ್ನು ತಗೊಂಡ ಮೇಲೂ ಹೇಗೆ ಈ ಜಗತ್ತು ನಮ್ಮೊಳಗೆ ಆಸೆಗಳನ್ನು ಹೊತ್ತಿಸಿ, ನಮ್ಮ ಸಮಯ ಮತ್ತು ಯೋಚನೆಗಳನ್ನು ಬಳಸಿಕೊಂಡು, ನಮ್ಮ ವ್ಯವಹಾರವೆಲ್ಲ ಮಾರುವುದು, ಕೊಳ್ಳುವುದು, ಚೌಕಾಶಿಗಳಿಗೆ ಒಗೊಡುವುದು, ವ್ಯವಹಾರ ಪೂರ್ತಿಗೊಳಿಸುವುದು, ಕೊಡುವ ಕೊಳ್ಳುವ ಲೆಕ್ಕಾಚಾರ ಮುಗಿಸುವುದು, ಆಸ್ತಿಪಾಸ್ತಿ ವಿನಿಮಯದ ನೋಂದಣಿ ಕೆಲಸವೇ ಆಗಿರುವಾಗ? ಹೇಗೆ ಎಲ್ಲಾ ಹಾಳುಮಾಡಿ ಬಿಡುತ್ತದೆ. ಇದು ನಮ್ಮ ಅಭಿರುಚಿಯನ್ನು, ಆಗಾಗ ಉಂಟಾಗುವ ಮನಸ್ತಾಪ, ಜಗಳಗಳು, ಸ್ವಲ್ಪ ಜಂಭದ ಉರಿಕೊಡಿ, ಮಹತ್ವಾಕಾಂಕ್ಷೆ, ಲೋಭತನ, ಒಂದು ಮಹಾ ಜಂಜಡದ ಬದುಕಿನ ನಂತರವೂ ಎಷ್ಟೊಂದು ಕೆಲಸವಿದೆ, ತೀರ ಒಳ್ಳೆಯ ಮನುಷ್ಯನಿಗೂ, ಕೊಳೆ ತೆಗೆಯುವ ಮತ್ತು ನೈರ್ಮಲ್ಯದ ಕೆಲಸ, ಈ ಜಗದ ರುಚಿಯನ್ನು ಬಾಯಿಯಿಂದ ತೆಗೆದು ಹಾಕಿ ಬೇಗ ಬೇಗನೆ ಆ ಇನ್ನೊಂದು ಜಗತ್ತಿನ ದೇವರ ಬಗ್ಗೆ ಸ್ವಲ್ಪ ಪುನರುಜ್ಜೀವನ ಮಾಡಲು....

ಯೋಚಿಸಲು ಇದು ಅವರಿಗೆ ಸಾಕಷ್ಟು ಕಾರಣ, ನಾನು ಮೊದಲೇ ನೋಡಿರುವಂತೆ, ಯಾವಾಗ ಬಿಡಬೇಕು, ಮತ್ತೆ ಪೂರ್ತಿಯಾಗಿ ಜಗತ್ತಿನಿಂದ ಸೆಳೆದು ಕೊಳ್ಳುವುದಕ್ಕಲ್ಲದಿದ್ದರೆ ಅವರ ವ್ಯವಹಾರವನ್ನು ಬಿಟ್ಟುಕೊಡಲು, ಅದರ ನಿಯಂತ್ರಣವನ್ನು ಉಳಿಸಿಕೊಂಡು. ಆಗಲಾದರೂ ಆತ್ಮದ ಕಾಳಜಿ ಮಾಡುವುದಕ್ಕೆ ಪುರುಸೊತ್ತು ಸಿಗಬಹುದು. ತೀರ ಹತ್ತಿರವೇ ಸಾವಿನ ಕರೆ ಬರುವುದಕ್ಕೆ ಮೊದಲು.

ಆದರೆ ಬಹಳ ಅಗತ್ಯವಾದದ್ದು ಸಾವು ಬಾಗಿಲಲ್ಲೇ ಬಂದು ನಿಂತರೂ.... ಪ್ರಕೃತಿಯ ರೀತಿ ನೀತಿಯೇ ಹಾಗೆ, ನಮಗೆ ಗೊತ್ತು, ಇದು ಹೀಗೇ....

ನಮ್ಮನ್ನೇ ಅದರಿಂದ ತೆಗೆದು ಹಾಕುವ ಮೊದಲೇಜಗತ್ತನ್ನು ನಾವೇ ಬಿಟ್ಟುಕೊಡುವುದು ಸರಿ. ಮತ್ತೆ ನಾವು ತಿಳಕೋ ಬಹುದು, ಅದಿಲ್ಲದೇ ಬದುಕುವುದು ಹೇಗೆ ಅಂತ. ಮತ್ತೆ ನಾವು ಈ ಜಗತ್ತನ್ನು ಬಿಟ್ಟ ನಂತರ ಇಲ್ಲಿನ ಯಾವುದೇ ವಿಚಾರ ಹೊತ್ತುಕೊಂಡು ಹೋಗದೇ ಇರುವ ಹಾಗೆ ಮತ್ತು ಹಾಗಾಗಿ ಇದು ಬಹಳ ಸರಿಯಾದ್ದು, ಅಲ್ಲಿ ಒಂಥರಾ ನಡುವಿನ ಒಂದು ಘಟ್ಟ ಇರಬೇಕು, ಈ ಜಗತ್ತಿಗೂ ಆ ಇನ್ನೊಂದು ಜಗತ್ತಿಗೂ. ಅಂದ್ರೆ, ನಾವು ಈ ಜಗತ್ತಿನಿಂದ ನಮ್ಮನ್ನು ಸೆಳೆದುಕೊಳ್ಳಬಹುದು, ನಮ್ಮನ್ನ ನಾವೇ ಅಲ್ಲಿಂದ ಬಿಡುಗಡೆಯಾಗೋದಕ್ಕೆ, ನಾವಿನ್ನೂ ಅದರಲ್ಲೇ ಇರುವಾಗ. ಅದು ಈ ಜಗತ್ತಿನಿಂದ ಬಿಟ್ಟು ಹೋಗೋದನ್ನ ಹೆಚ್ಚು ಸುಲಭ ಮಾಡುತ್ತೆ. ಮತ್ತೆ ನಮ್ಮನ್ನ ಆ ಜಗತ್ತಿಗೆ ಹೆಚ್ಚು ಫಿಟ್ ಮಾಡುತ್ತೆ. ಆದ್ರೆ ಇದೆಲ್ಲ ವಿಚಿತ್ರವಾಗಿ ಅಸಹ್ಯ ಅನಿಸುತ್ತೆ. ಅವರ ಕುಟುಂಬದ ಅಗತ್ಯಗಳು, ಜನಸಾಮಾನ್ಯರ ಅಗತ್ಯಗಳು ಎಲ್ಲ ಇದಕ್ಕೆ ಕರೆಕೊಡದೇ ಇದ್ರೆ, ಸ್ಪಷ್ಟವಾಗಿಲ್ದೇ ಇದ್ರೆ, ಯಾರು ಈ ಜಗತ್ತಿನಿಂದ ಹೊರಗೆ ಹೋಗ್ತಾ ಇರೋದು ಅಂತ ನೋಡೋಕೆ, ಯಾರು ಯಾರಿರಬಹುದು ಅದು...ಎಷ್ಟು ಅವರ ಶ್ರೀಮಂತಿಕೆಯ ಕೆಳಗೆ....ಎಷ್ಟು ಅವರ ವಯಸ್ಸಿನ ಕೆಳಗೆ....ತಲೆ ಮತ್ತು ಕಿವಿಗಳ ಮೇಲೆಲ್ಲ ಈ ಜಗತ್ತಿನಲ್ಲಿ ಹೊಸ ಸನ್ಮಾನ, ಪ್ರಶಸ್ತಿಗೆ ಎಷ್ಟೊಂದು ಉತ್ಸಾಹ ಅಂದ್ರೆ ಈ ಜಗತ್ತಿಗೆ ಪ್ರವೇಶಿಸ್ತಾ ಇರೋವ್ರಾ ಅನ್ನೋವಷ್ಟು! ಹೆದರಬೇಕು, ಇಂಥವರು ಬೇರೆ ಜಗತ್ತಿನ ಬಗ್ಗೆ ಎಷ್ಟು ಕಡಿಮೆ ಯೋಚಿಸ್ತಾರೆ, ಮತ್ತೆ ಯಾವತ್ತೂ ಸಂತೃಪ್ತಿ ಕಾಣೋದಿಲ್ಲ ಬಿಡಿ, ಇಲ್ಲೇ ಹೂತು ಹಾಕೋತನ್ಕ.

- ಡಬ್ಲೂ ಶೆರ್ಲಾಕ್ - ಎ ಪ್ರಾಕ್ಟಿಕಲ್ ಡಿಸ್ಕೋರ್ಸ್, ಕನ್ಸರ್ನಿಂಗ್ ಡೆತ್

ಗೆಲುವಿನ ಹಾದಿ

ಸೋಲು ಮತ್ತು ಗೆಲುವಿನ ನಡುವಿನ ವ್ಯತ್ಯಾಸವಿಷ್ಟೇ, ನಾವು ಅದನ್ನು ಹೇಗೆ ಸ್ವೀಕರಿಸುತ್ತೇವೆ ಎನ್ನುವುದು. ಬದುಕಿನ ಪ್ರತೀ ಕ್ಷಣವೂ ಹೂವಿನ ಬುಕೆಗಳನ್ನು ಎಸೆಯುತ್ತಿರುವಂತೆಯೇ ಕಲ್ಲುಗಳನ್ನೂ ಎಸೆಯುತ್ತಿರುತ್ತದೆ, ನಮ್ಮ ಪ್ರತಿಸ್ಪಂದನಕ್ಕೆ ಸರಿಯಾಗಿ ಹೂವು ಕಲ್ಲಾಗಬಹುದು, ಕಲ್ಲೂ ಹೂವಾಗಬಹುದು. ಪ್ರತೀ ಸಮಸ್ಯೆಯೂ ಹೊಸದೊಂದು ಅವಕಾಶವನ್ನೂ ತೆರೆಯುತ್ತಿರುತ್ತದೆ, ಬಳಸಿಕೊಳ್ಳಲು ನಮಗೆ ಗೊತ್ತಿದ್ದರೆ ಮಾತ್ರ.

ಈ ಪುಸ್ತಕವು ನಿಮಗೆ ಹೇಗೆ ಸೋಲನ್ನೂ ಗೆಲುವನ್ನಾಗಿ ಪರಿವರ್ತಿಸಬಹುದೆಂಬುದನ್ನು ಕಲಿಸುತ್ತದೆ, ನಮ್ಮ ದೃಷ್ಟಿಕೋನವನ್ನೇ ಬದಲಿಸುವುದರ ಮೂಲಕ. ಮಾತ್ರವಲ್ಲ, ಇದು ಬದುಕಿಗೇ ಹೊಸ ದೃಷ್ಟಿಕೋನವನ್ನು ನೀಡಿ ಬದುಕುವ ಕಲೆಯನ್ನು ಕಲಿಸಿಕೊಡುತ್ತದೆ. ಜೊತೆಗೆ ಈ ಪುಸ್ತಕವು ಇಷ್ಟೆಲ್ಲವನ್ನು ಕಲಿಸಿಕೊಡುತ್ತದೆ:

- ವೃತ್ತಿ ಅಥವಾ ನಮ್ಮ ಕೆಲಸವನ್ನು ಮಹಾ ಸಾರ್ಥಕ ಸಂತೃಪ್ತಿಯ ಹಾದಿಯನ್ನಾಗಿಸಿ ಪರಿವರ್ತಿಸಿಕೊಳ್ಳಲು ಬೇಕಾದ ಮನೋಧರ್ಮ.
- ಸಮಸ್ಯೆಯನ್ನು ಬಿಡಿಬಿಡಿಯಾಗಿ ನೋಡದೆ ಸಮಗ್ರವಾಗಿ ಗ್ರಹಿಸಿ ಅದನ್ನು ನಿಭಾಯಿಸುವುದು.
- ಧ್ಯಾನ ಮತ್ತು ಸ್ವಯಂ ನಿಯಂತ್ರಣದ ಮೂಲಕ ದೈಹಿಕ, ಮಾನಸಿಕ ಚೈತನ್ಯವನ್ನು ಸುದೃಢ ಮತ್ತು ಸಮೃದ್ಧಗೊಳಿಸುವುದು.
- ವಿಭಿನ್ನ ಬಗೆಯ ಜನರ ಜೊತೆ, ಪರಿಸ್ಥಿತಿಗಳ ಜೊತೆ ಮತ್ತು ಸಂದರ್ಭಗಳ ಜೊತೆ ಆತಂಕರಹಿತವಾಗಿ, ಸಮಭಾವ ಸಮಚಿತ್ತದಿಂದ ವ್ಯವಹರಿಸುವುದು.
- ಹಿಂದಿನ ತಪ್ಪುಗಳನ್ನು ತಿದ್ದಿಕೊಂಡು ಅನಾನುಕೂಲಗಳನ್ನು ಅವಕಾಶಗಳನ್ನಾಗಿಸಿ ಕೊಳ್ಳುವುದು.
- ಆತ್ಮನ ಹಾಡನ್ನು ಹಾಡುವುದು.
- ಸಂತುಲಿತ ಜೀವನದೃಷ್ಟಿ.
- ಮನೆಯಿಂದಲೇ ನೈತಿಕ ಪಾಠ.
- ಕುಟುಂಬ ಸುಖದ ಪೋಷಣೆ.
- ನಮ್ಮೊಳಗಿನ ಮಕ್ಕಳನ್ನು ಶಿಸ್ತಿನಲ್ಲಿಡುವುದು.
- ಟೀಕೆ ಮತ್ತು ನಿಂದೆಯನ್ನು ಎದುರಿಸಿ ನಿಭಾಯಿಸುವುದು.

28

ಗ್ರಂಥ ಋಣ

The Return to Religion - Dr Henry C Link
My Imitation of Christ - Thomas a Kempis
The Conquest of Happiness - Bertrand Russell
Rumi, Poet and Mystic - George Allen & Unwin, London
Meditations of Marcus Aurelius
Perennial Philosophy - Aldous Huxley
Key to Living - Mauriel Wrinch, Rider, London
The Psychology of Sex - Havelock Ellis
The Spectator - Joseph Addison
How to Win Friends and Influence People - Dale Carnegie
How to Stop worrying and Start Living - Dale Carnegie
The Power of Positive Thinking - Dr Norman Vincent Peale
Gandhi, the Man and His Mission - Louis Fischer
Lead Kindly Light - Vincent Sheean
My Gandhi - Dr John Haines Holmes
A Journey to Lourdes - Dr Alexis Carrel
War and Peace - Leo Tolstoy
Autobiography - Benjamin Franklin
Journal of AMIEL
Tennyson (Alfred Lord Tennyson)
- A memoir by his son, Macmillan
Marriages and Morals - Bertrand Russell

Printed by Libri Plureos GmbH in Hamburg,
Germany